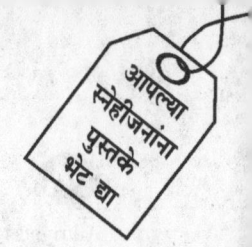

कॉकTale कार्निव्हल

रोचक, रंजक, रोमांचक कथोत्सव

चेतन जोशी

अनुवाद

मंजिरी धामणकर

मेहता पब्लिशिंग हाऊस

Please contact us at **Mehta Publishing House,** Pune.
Email : production@mehtapublishinghouse.com
Website : www.mehtapublishinghouse.com

COCKTALE CARNIVAL by **Chetaan Joshii**

Copyright© Chetaan Joshii

Translated into Marathi Language by Manjiri Dhamankar

कॉकटेल कार्निव्हल / अनुवादित कथासंग्रह

अनुवाद : मंजिरी धामणकर
authors@mehtapublishinghouse.com

मराठी अनुवादाचे व प्रकाशनाचे हक्क मेहता पब्लिशिंग हाऊस, पुणे.

प्रकाशक : सुनील अनिल मेहता, मेहता पब्लिशिंग हाऊस,
१९४१, सदाशिव पेठ, पुणे ३०.

मुखपृष्ठ : चंद्रमोहन कुलकर्णी
प्रथमावृत्ती : डिसेंबर, २०२०

P Book ISBN 9789353174958
E Book ISBN 9789353174965
E Books available on : play.google.com/store/books
www.amazon.in

माझ्या आयुष्यातले पहिले कथाकथनकार
बाबा आणि मामा यांना

प्रस्तावना

आपल्या सर्वांनाच गोष्टी रचायला आवडतात... आणि त्यातले मोजके भाग्यवंत त्यांच्या गोष्टी छापूनही आणतात. लेखक मंडळी एकमेकांशी फारशी खेळीमेळीने वागत नाहीत. 'लेखक' या जातकुळीचं अस्तित्व धोक्यात येण्याच्या इतर अनेक कारणांपैकी कदाचित हेही एक कारण असू शकेल.

मला नेहमी वाटायचं की, जन्म, प्रेम आणि मृत्यू या गोष्टी जशा आपोआप घडतात तशी लेखक होणे हीसुद्धा एक स्वाभाविक प्रक्रिया असते. या ठाम विश्वासामुळेच मी 'कल्पनाशक्ती' या माणसाला मिळालेल्या सगळ्यात महान वरदानाचा मनसोक्त विलास करू शकलो. उदाहरणार्थ - जे अस्तित्वात नाहीत; पण असू शकतात अशा ग्रहांची कल्पना करणे, घडलेली नाहीत; पण घडू शकतात अशी दृश्ये डोळ्यांपुढे आणणे, ज्या भावना अजून तरी अनुभवल्या नाहीत, त्यांना कवेत घेणं, ज्यासाठी एरवी कदाचित अनेक जन्म घ्यावे लागतील अशा व्यक्ती बनणं, मनातल्या सुप्त इच्छा- किमान आपल्या कल्पनाविश्वात का होईना - पूर्ण झालेल्या बघणं, समाधान मिळवणं. एक लेखक स्वतः निर्माता बनून हे सगळं निर्माण करू शकतो- अर्थात त्याच्या हक्काच्या आभासी साम्राज्यात!

मी लिहायला सुरुवात केली, तेव्हा मला अशी काऽऽही कल्पना नव्हती; इतकी खोलवर तर नव्हतीच नव्हती. पहिल्या-पहिल्यांदा मी गोष्टींच्या राज्यात पूर्णपणे रमलेला होतो, उत्साहाने कथांचे उभे आडवे धागे विणत होतो आणि माझ्याच डोक्यातल्या अतर्क्य कल्पनांचं बऱ्यापैकी समर्थन करू शकत होतो म्हणून खूश होतो. माझे जवळचे मित्र सोडले तर इतरांपर्यंत या गोष्टी कशा पोहोचणार याची मला सुतराम कल्पना नव्हती. अज्ञानातलं सुख अन् देवाने दिलेली निरागसता–

मस्त मजेत जगत होतो.

बहुधा या भाबड्या श्रद्धेमुळेच मी कधी अस्वस्थ झालो नाही. प्रस्थापित संकेतांनी प्रभावितही झालो नाही. एखाद्या लहान मुलाप्रमाणे मी माझ्या खेळाचा मनसोक्त आनंद लुटत होतो. कुठल्याच स्पर्धेत, सामन्यात भाग घेऊन स्वतःला सिद्ध करण्याचा, जिंकण्याचा ताणच नव्हता.

जणू एखाद्या धमाल जत्रेत मन मानेल त्या खेळात भाग घेऊन, निखळ आनंद मिळवत होतो. असा आनंद इतर कुठल्याच मौजमजेतून मिळाला नसता.

अशा अनेक गोष्टी रचण्याच्या झपाटून टाकणाऱ्या अनुभवांतून मला जाणवलं की, त्यातून एक आकृतिबंध आकाराला येत आहे– या पुस्तकातल्या प्रत्येक गोष्टीला जगण्याची आणि फुलण्याची विलक्षण ऊर्मी होती. माझ्या मनात रुजण्याचा अचूक क्षण आणि परिस्थिती एकेका गोष्टीने शोधली होती. मला या उठाठेवीची कणमात्र चाहूल नव्हती. मग एकेका गोष्टीने माझे लक्ष वेधून घेण्यासाठी हालचाल सुरू केली. अस्वस्थता, कर्तव्य, कुतूहल, आनंद किंवा चिडचिड यातल्या कुठल्यातरी भावनेमुळे मला ती कागदावर उतरवणं भाग पडलं – कदाचित डोक्यातून एकदाची काढून टाकावी यासाठीही असेल. त्यानंतर मोहक नजरेने आणि अतींद्रिय संकेतांनी त्या त्या गोष्टीने मला तिच्याशी भावनिक नातं जोडायला भाग पाडलं– आई-वडिलांचं मुलांशी असतं ना - अगदी तसंच! आणि मग- आपल्या कल्पनांच्या विलक्षण प्रेमात पडणाऱ्या जगातल्या प्रत्येक लेखकाप्रमाणे मीही माझ्या प्रत्येक कथेला तिच्या स्वतःच्या विज्ञान, नीतिमूल्ये, श्रद्धा आणि सच्चेपणाला अनुसरून फुलू दिलं. तिच्या स्वाभाविक तर्काने, जादूने परिपूर्ण होण्याची मुभा दिली.

'कॉकटेल कार्निव्हल' हा अशा वैविध्यपूर्ण कथांचा संग्रह आहे, ज्या लिहिताना मी आत कुठेतरी हललो, मनाचा तळ ढवळून निघाला. वाचकहो, वाचताना ते शब्द तुमच्याही मनाला भिडतील अशी मी मनापासून आशा करतो.

'द्विभुज त्रिकोण' या कथेत तुम्हाला दुभंग व्यक्तिमत्त्वाचा एक माणूस भेटेल. त्याच्यातल्या दोन्ही व्यक्ती एकाच मुलीच्या प्रेमात पडतात आणि दोनच माणसांत प्रेमाचा त्रिकोण तयार होतो.

एका संगीतकार मित्राबरोबर केलेल्या चर्चेतून 'अरूपाचे रूप' ही कथा लिहायला मी उद्युक्त झालो. हा एक कल्पनाविलास आहे, ज्यात संगीतातल्या सात सुरांपैकी एका सुराचं अस्तित्वच नष्ट होतं आणि त्यामुळे गंभीर प्रसंग ओढवतो.

'चोरलेल्या हृदयाची अद्‌भुत कहाणी' हे गुन्हेगारीसंबंधी केलेल्या माझ्या अफाट वाचनातून स्फुरलेलं, गुप्तहेर प्रकाराचं केलेलं विडंबन आहे.

'रेडिओॲक्टिव्ह (किरणोत्सर्गी) प्रेम' ही कथा लिहिताना या आकृतीबंधावर मी बेहद्द खूश होतो. मी अशी कल्पना केली की, प्रेम हा एक किरणोत्सर्गी पदार्थ आहे

ज्याचं आकारमान प्रत्येक आवर्तनाबरोबर निम्मं निम्मं होत जातं. ती कथासुद्धा अर्धी अर्धी होत मागे एक अद्‌भुत अवशेष ठेवून जाते.

'बोलविता धनी' ही कथा कॉलेजमध्ये घडते. एक शब्दभ्रामक (बोलक्या बाहुल्या घेऊन तसा आवाज काढणारा – व्हेंट्रिलॉक्विस्ट) कॉलेजकुमार त्याच्या वर्गातल्या मुलांना रॅगिंग करतो. त्याचे परिणाम भयंकर होतात- पण ते सगळे पूर्णपणे वास्तवातच घडतात असं मात्र नाही.

या सगळ्या कथा पूर्णपणे कपोलकल्पित आहेत का? हा प्रश्न अधूनमधून डोकं वर काढतो. त्याचं 'नाही' असं उत्तर देणं ही उघडउघड थाप ठरेल आणि 'हो' म्हटलं तर त्या साकार करण्यातील वास्तवाचं योगदान नाकारल्यासारखं होईल. तरीसुद्धा, वाचकांनी त्या वाचताना कुठली कथा कशी आहे याचा अंदाज बांधत राहावं असं मला वाटतं. त्यातल्या कल्पना म्हणजे कदाचित आभासी जगात मारलेल्या भराऱ्या किंवा कल्पनांचे उत्तुंग मनोरे असतील. मात्र, त्यातील भावना मानवी हृदयाच्या सच्चेपणात रुजलेल्या आहेत.

मुंबईतल्या एका गूढ, भीतिदायक बंगल्यातील अल्पकाळ वास्तव्याने मला 'लवकर ये रे मित्रा' लिहायला उद्युक्त केलं,

आपल्या नोकरीचा तिरस्कार करणाऱ्या पण त्यात विचित्रपणे अडकल्यामुळे ती सोडू न शकणाऱ्या एका माणसाचा मानसिक अनुभव म्हणजे 'आनंदनिधान फलाट' ही कथा.

'नॉर्वेचा चॉकलेट प्रिन्स' - मी लहान असताना नॉर्वेतील माझे गंभीर आजारपण आणि अलीकडचा माझा हिमालयातला ट्रेक – अशा दोन सत्य घटनांचा मेळ या कथेत आहे. एखादी छोटी घटना वास्तव जीवनापेक्षाही भव्य असते. याचे समर्थन करणारी ही कथा आहे.

या सगळ्या कथांमधील पात्रांचे पेचप्रसंग, त्यांच्या मनातली खळबळ, संघर्ष, लबाडी आणि क्रौर्य यांतून मार्गक्रमण करत मी एकामागून एक कथा लिहीत होतो तोपर्यंत सगळं बरं चाललं होतं; पण एक दिवस- आजही मला आठवलं की, शहारा येतो – अहो, मला लिहिताच येईना. काहीही नाही. इंधन आणि पॅराशूट्स संपलेल्या एखाद्या विमानाच्या वैमानिकासारखी माझी अवस्था झाली. आजपर्यंत मी 'रायटर्स ब्लॉक'-लेखनसुन्नता या समस्येकडे जरा तुच्छतेनेच बघत होतो; पण आज मात्र तिने मला नामोहरम करून निराशेच्या खाईत लोटलं. त्या तसल्या हताश अवस्थेतही एका कल्पनेने माझ्याशी कानगोष्ट केली आणि मी 'मोरपंखी शाईतील दलदल' ही 'रायटर्स ब्लॉक'मध्ये फसलेल्या लेखकाची जरा भडक कथा लिहिली.

कोणत्याही एका विशिष्ट लेखनप्रकारात अडकायची सक्ती नसल्यामुळे आकृतिबंध, शैली, नाद किंवा छटा या कुठल्याच बाबतीत या कथासंग्रहातील गोष्टींचे एकमेकींशी

साधर्म्य नाही. मी प्रत्येकीला स्वतंत्रपणे सजवलं आणि मग स्वतः लुडबुड न करता, वृक्ष, नद्या, इंद्रधनुष्य, समुद्र किंवा अगदी भूकंप, दलदल आणि मृगजळदेखील ज्याप्रमाणे आपला मार्ग आपण ठरवतात, त्याप्रमाणे त्या कथांनी त्यांच्या मर्जीने जो मार्ग अनुसरला असेल त्यावर त्यांना सुखेनैव जाऊ दिलं.

म्हणूनच या सगळ्या कथांमधून झंकारणारी समान तार म्हणजे विविध शक्यता अजमावून पाहण्याचं, त्यांतून भटकंती करण्याचं आणि मग त्या शक्यता कागदावर उतरवण्याचं माझं वेड, आंधळं झपाटलेपण!

– चेतन जोशी

अनुक्रमणिका

मोरपंखी
शाईची
दलदल

२८ जुलै

माझं पहिलं पुस्तक ज्या मोरपंखी शाईने लिहिलं, ती मला अजूनही आठवते.

मोरपंखी – फार सुंदर रंग! हिरवट निळा की निळसर हिरवा? – कुणास ठाऊक! माझ्या फाउन्टन पेनने लिहायला आणि त्या मोरपंखी रंगात माझे हस्ताक्षर उमटताना बघायला मला फार आवडतं. मात्र, अलीकडे मी फारसं लिहू शकलो नाही याची खंत वाटते.

आज सकाळी एका प्रदर्शनात हिंडताना वाचलेली एक लक्षवेधी ओळ आठवली – 'जर तुम्ही आज काही लिहिलं असेल तरच तुम्ही लेखक आहात.' चला! हे आज लिहिल्यामुळे स्वतःला लेखक म्हणवून घ्यायचा परवाना आजच्यापुरता तरी टिकला.

२९ जुलै

आज मी काय लिहिणार आहे कुणास ठाऊक – या प्रश्नाने गेला महिनाभर मला पछाडलं आहे. 'रीडर्स डायजेस्ट'सुद्धा छापणार नाही अशा सुविचारांखेरीज मी काहीही लिहीत नाही. छे! माझ्या विचारांमध्ये मोरपंखी शाईने रंग भरण्यासाठी ही प्रेरणा पुरेशी नाही.

३० जुलै

गेल्या काही आठवड्यांत मी एखाद-दुसरी लघुकथा लिहिण्याचा प्रयत्न केला; पण कथेचा शेवट गाठेपर्यंत माझा उत्साह मुळीच टिकला नाही. मग, कविता म्हणवून घ्यायला जेमतेम पात्र ठरतील अशा, ट ला ट जोडून काही ओळी लिहून काढल्या. आता मी लवकरात लवकर काही लिहिलं नाही तर मात्र मला निरोप घेऊन निवृत्त होणं भाग

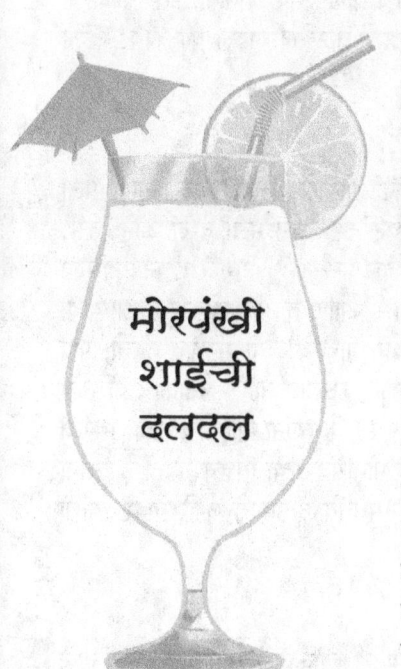

मोरपंखी शाईची दलदल । १

पडेल.

एक मित्र म्हणाला, ही लेखनसुन्नता - रायटर्स ब्लॉक - आहे. आर.के. नारायण यांनी 'पाश्चिमात्य खूळ' म्हणून या कल्पनेचा उपहास केला आहे; भारतीय लेखकाला उपासमार करून घ्यायची इच्छा नसेल, तर त्याला असली श्रीमंती दुखणी परवडत नाहीत.

३१ जुलै

एकही शब्द नाही.

१ ऑगस्ट

अंहं!

२ ऑगस्ट

छे! या खरडण्याला लिखाण म्हणणं शक्य नाही. फार तर हे स्वगत म्हणता येईल. मात्र, कधीकधी कादंबरी लिहिण्यापेक्षा यात जास्त मजा येते. हे एक खासगी, अत्यंत खासगी दालन असतं, जिथे मी माझ्या कल्पना, कळीची वाक्यं, कथानक, आरंभ, शेवट, शंका - हे सगळं - कुठल्याही क्रमाने मांडू शकतो. इतर कोणाला ते वेडपट, अपमानकारक, मूर्खासारखं किंवा गोंधळलेलं वाटेल की काय, अशा कुठल्याही भीतीशिवाय!

३ ऑगस्ट

माझ्या स्वतःच्या ब्लॉगसाठीदेखील एकही परिच्छेद लिहू शकलो नाही. मला वाटतं, त्या पाश्चात्त्य दुखण्याने पूर्वेकडे स्थलांतर करून मला घेरलं आहे. तसं, माझ्याकडे बघताना तुम्हाला काहीच वेगळं वाटणार नाही, अगदी डॉक्टरांनासुद्धा वरवर पाहता काहीच विचित्र जाणवणार नाही – आणि ते आत डोकावून बघण्याची शक्यताच नाही. त्यांना सांगून काहीच उपयोग नाही की, मी सुरुवात करतो; पण पोहोचत मात्र कुठेच नाही. त्याचा अर्थच त्यांना कळणार नाही. लेखकाचं वास्तव्य अनिवार्यपणे स्वतःच्या साहित्यिक विश्वात असतं, हे त्यांना माहितीच नाही. म्हणजे ही संकल्पना माहिती असते; पण तो खरंच मानसिकरीत्या तिथेच राहतो हे त्यांना पटणार नाही. म्हणूनच, मी खरोखर लेखनसुन्नतेत अडकलो आहे यावर त्यांचा विश्वास बसणार नाही.

४ ऑगस्ट

कित्येक लेखकांनी लेखनसुन्नतेचा - रायटर्स ब्लॉकचा - सामना केल्याचा दावा

केला आहे; पण त्याची व्याख्या करणं मात्र कोणालाच शक्य झालेलं दिसत नाही. कदाचित त्या ब्लॉकने अर्धवट राहिलेल्या कथांत घर केल्यामुळे असेल.

एकही ओळ लिहू शकलो नाही.

६ ऑगस्ट

एका भयानक दुःस्वप्नातून जागा झालो. मला घेरायला येणाऱ्या निसरड्या भिंतींना थोपवत होतो एवढंच आठवतंय.

माझे पाय काळ्या चिखलात अडकले होते. हळूहळू मी आत खेचला जात होतो. एक प्रकारची दलदल होती ती. मी आत आत अडकत चाललो होतो. शेवटी फक्त माझं डोकं वरती राहिलं होतं. माझा हात मोरपंखी शाईने माखलेला मी पाहिला – तेच अखेरचं दृश्य.

७ ऑगस्ट

मी इतक्या लवकर हार नाही मानू शकत. या सापळ्यातून सुटण्यासाठी एखादी बुळबुळीत प्रेमकथा लिहायचीसुद्धा माझी तयारी आहे; पण माझ्या डोक्यात इतका गोंधळ माजलाय की, मी एखाद्या प्रसंगाची कल्पनादेखील करू शकत नाही. एखादं पात्र निर्माण करायचा प्रयत्न करू शकेन कदाचित. त्याला साकारताना काहीतरी नक्कीच घडेल आणि तो कुणाच्या तरी प्रेमात पडेल. लोक सारखेच असे प्रेमात पडत असतात नाही का! मला तो कसा असायला हवाय? माझ्यासारखा नको, माझा प्रेमाबिमावर विश्वास नाही; निदान कथा-कादंबऱ्यांत दाखवतात तसल्या प्रेमावर तर नक्कीच नाही.

मला अद्याप अनोळखी आहे असंच पात्र साकारलं पाहिजे – जरा बदल म्हणून थोडं अतिरंजित. मी त्याला 'पर्व' म्हणेन; छान नाव आहे. जाऊन त्याला शोधण्यासाठी चांगलं कारण आहे.

लेखनसुन्नता फारच प्रबळ आहे. अजून मला संशोधकाच्या भूमिकेत शिरता येत नाही.

१४ ऑगस्ट

एक आठवडा झाला, मी लेखक नाही; पण मला दोष देऊ नका. लेखकालासुद्धा मानवी भाव-भावना असतातच ना! आणि खरंतर मी जेव्हा आलापीबरोबर असतो, तेव्हा लिहिणं तर दूरच, मला कपडे घालण्यासही फुरसत नसते.

गोव्याला फारच मजा आली. अवेळी पावसामुळे तो ऑफ सीझन होता आणि तीच वेळ सर्वांत छान असते.

आता वर्षभर मी मस्त ताजातवाना राहणार. राहायलाच हवं, कारण तिची सगळी पगारी रजा तिने संपवून टाकली आहे.

अजबच मुलगी आहे आलापी – दारू नाही, सिगारेट नाही, देवळासमोरून जाताना नमस्कार करते; पण मी आसपास असताना अंतर्वस्त्र घालून झोपू शकत नाही.

१५ ऑगस्ट

'पर्व' म्हणजे एक विशिष्ट काळ. विलक्षण नाव आहे. अस्सल भारतीय. डोक्यातून जायच्या आधी ते नाव लिहून ठेवलं ते बरं झालं.

त्याच्या नावाला शोभेल अशीच त्याची शास्त्रोक्त प्रेमकहाणी असेल.

पण तो माझ्यासारखा असला तर? मी आलापीशी जसा वागतो, तसाच तोही वागेल; पण दुसऱ्या एखाद्या मुलीशी तो वेगळा वागेल – मीही!

समजा, तो माझ्यासारखा आहे. मग त्याला वर्ल्ड सिनेमाचा नाद आहे. तो सिगारेट ओढतो. त्याला दारूही आवडते; पण खरंतर सगळ्यांनाच आवडते नाही का? – माझे दोन मित्र सोडून. म्हणूनच आपण अंगठ्याला अंगठा म्हणतो, बोट म्हणत नाही आणि उठून दिसणारे दोन अंगठे प्रत्येकालाच असतात.

पर्व आलापीबरोबर समुद्रकिनाऱ्यावरच्या एखाद्या खोलीत अन्न, वस्त्र आणि लग्नाशिवाय मुक्काम ठोकेल. आता, थेट 'मिल्स ॲन्ड बून्स'मधून अवतरलेली मुलगी समोर आली तर तो तरी काय करणार!

तो तिची मनधरणी करेल का? तिच्याशी लग्न करून, 'आता फक्त मृत्यूच आपली ताटातूट करू शकेल' वगैरे म्हणेल का? मला जर अशी मुलगी भेटली, तर मी हे करेन का? अवघड प्रश्न आहे.

१६ ऑगस्ट

आलापी काल रात्री राहिली. माझ्या शेजारपाजारचे लोक बोंबाबोंब करणार. हे हल्ली सारखंच होतं आहे आणि आजूबाजूच्या मुलांवर त्यामुळे वाईट संस्कार होताहेत; पण मरू दे ना, विरोध करणाऱ्या लोकांत हिम्मत असती तर त्यांनीसुद्धा हेच केलं असतं.

लग्न करणं भाग पडेपर्यंत एखाद्याचा छळ करायचा ही समाजाने आपणहून शिरावर घेतलेली जबाबदारी असते. आलापी माझ्या मिठीत असताना असले विचार मला शिवतच नाहीत. त्या 'उदात्त, शाश्वत' वगैरे प्रेमाच्या गोष्टी मला जाम हसवतात.

जगभरातील कविता, नाटकं, कादंबऱ्या यातून प्रेमाचं इतकं पेव कसं काय फुटतं हे खरोखर माझ्या आकलनाच्या पलीकडचं आहे – एकजात साले पळपुटे; वाचक, लेखक – सगळे! हे असलं 'अलौकिक' प्रेम कोणाच्या वाट्याला येतं कोण

जाणे – कदाचित पर्वसारख्यांच्या!

१७ ऑगस्ट

दिवसभर मनातल्या मनात पर्वचं पात्र रंगवत बसलो होतो. त्याचं वर्णन करणारे काही परिच्छेदही लिहिले. मी तडकाफडकी लिहायला उठलेला आलापीला मुळीच आवडलं नाही. तिला समजत नाही की, मी लेखनसुन्नतेचा टवका उडवला होता.

माझं स्वप्न आता दुःस्वप्न राहिलं नव्हतं. आता भिंती मला घेरायला येत नव्हत्या; पण माझे पाय मात्र अजूनही मोरपंखी दलदलीत फसलेले होते. जागा झालो आणि पर्वबद्दल काही मुद्दे लिहिले.

१८ ऑगस्ट

पर्व ऑर्केस्ट्रामध्ये ड्रम्स वाजवतो. इतरांनी लिहिलेली गाणी वाजवायला त्याला मुळीच आवडत नाही; पण रियाजाचे पैसे मिळवण्याचा तो एकमेव उपाय आहे. त्याच्या बँडचा काही नवीन रचनांचा सराव चालू आहे आणि तो त्या रचनांना दणदणीत व्यासपीठ मिळण्याच्या प्रतीक्षेत आहे.

व्यक्ती म्हणून पर्व एक देखणा; पण संकोची – अगदी मितभाषी म्हणावा असा मुलगा आहे. जेव्हा तो काही लिहितो – त्याच्याच शब्दांत सांगायचं म्हणजे 'त्याच्या विचारांना काव्यरूप देतो', तेव्हा कधीतरी एकट्यानेच बसून बिअर प्यायला त्याला आवडतं. त्याला गाणी लिहायची इच्छा आहे; पण ती छंदात, वृत्तात बसवण्याचं कसब त्याच्याकडे नाही.

मला वाटतं, मीच त्याला बोलतं केलं पाहिजे. तो तरी दुसऱ्या कोणाशी बोलणार!

१९ ऑगस्ट

कादंबरी लिहिण्याच्या दोन तऱ्हा आहेत – एक म्हणजे ज्यात पात्रांची गरज आहे असं कथानक लिहिणं आणि दुसरं म्हणजे याच्या उलट. पर्वची गोष्ट एक तर 'सच्चे प्रेम लाभलेल्या' किंवा 'सच्चे प्रेम लाभून गमावलेल्या' पात्राची असू शकते. दोन्ही अगदी घासून गुळगुळीत झालेले विषय आहेत; पण लेखन करताना तुम्ही काय लिहिता यापेक्षा ते कसं लिहिता हेच महत्त्वाचं आहे.

समजा, पर्व अशा एखाद्या मुलीच्या प्रेमात पडला – जिचं व्यक्तिमत्त्व त्याच्या अगदी विरुद्ध आहे. हे कसं काय घडलं हे त्याला समजत नाही; पण ते खरं आहे हे मात्र ठाऊक आहे.

एका टप्प्यावर ती अजब मुलगी त्याचं प्रेम सिद्ध करण्याचा हट्ट करते. त्यासाठी ते काय करतील बरं?

शोधायला पाहिजे; पण आलापीने जर कधी हे वाचलं तर तिची हसून हसून मुरकुंडी वळेल. 'ते सरळ शरीरसुख का घेत नाहीत?' ती विचारेल.

२० ऑगस्ट

प्रेम तुम्हाला काहीच्या काही अतिशयोक्ती करण्याची ताकद देतं.

मी हीच विचारधारा धरली पाहिजे.

जर हे कथानक पुढे न्यायचं असेल तर पर्वसाठी एक 'चिकणी' पोरगी शोधायला हवी.

कोणत्या प्रकारची मुलगी पर्वच्या प्रेमात पडायला पाहिजे? पहिली गोष्ट म्हणजे तिचं त्याच्याकडे लक्ष जायला हवं. तिला 'त्याचं' आकर्षण वाटायला पाहिजे, त्याच्या ड्रम्सचं नव्हे. आजपर्यंत त्यानं जे दाबून ठेवलं आहे, ते व्यक्त होण्यासाठी तिनं त्याला बोलतं केलं पाहिजे. ती आलापीसारखी डान्स फ्लोअरवर जाऊन धुमाकूळ घालणारी 'पार्टी ॲनिमल' नसावी.

प्रेमाबिमाच्या कादंबऱ्यांची तिच्यावर जबरदस्त मोहिनी असावी. तिला प्रेमाचा अर्थ माहिती आहे; पण अजून तिने ते प्रत्यक्ष अनुभवलेलं नाही. ती प्रेमाच्या मागावर आहे असं नाही; पण तिच्या जाणिवा सावध आहेत.

आता तिचं नाव काय?

रैना!

रैना अगदी सौंदर्याच्या भारतीय व्याखेत बसणारी आहे - गोरी, सुंदर आणि हो - कुमारिका; पण अशा मुली खरंच अस्तित्वात असतात का?

२२ ऑगस्ट

रैनाच्या विचारांनी माझ्यावर गारुडच केलं. काल जामूच्या पार्टीत मी चक्क रैनासारखी मुलगी शोधायला लागलो. बुजरी, निरागस आणि तरीही मोहित करणारी अशी मुलगी सापडली असंही मला वाटलं. माझा माझ्या नशिबावर विश्वासच बसेना. तिलाही माझं एकटक बघणं जाणवलं आणि तिने एकदम माझ्याकडे बघितलं. माझ्या हातातलं सगळं सूप माझ्या अंगावर सांडलं. ती मात्र फक्त खिदळली. मी हिरमुसलो. ही रैना असणं शक्य नाही.

पण हे सगळं मी का करतोय? पर्वला अशी मुलगी कदाचित मिळणारच नाही अशी मला भीती वाटते आहे.

पण – नाही ...हे खोटं आहे. किमान माझ्या गोष्टीत तरी माझ्या पात्राला योग्य मुलगी मिळणारच. मग तो असा गोव्यात स्वैरपणे उधळणार नाही, भावनेच्या

बदल्यात कृती करणार नाही, बेफिकिरीचा मुखवटा घालणार नाही; त्याची प्रेमावरची श्रद्धा ढळणार नाही.

लेखक असणं, दुसऱ्याच्या आयुष्याचा निर्माता असणं फार छान असतं.

२३ ऑगस्ट

पर्व रैनाच्या प्रेमात पडतो. ती थेट पठडीतल्या प्रेमकथेतून उतरलेली – लालबुंद गुलाब, गुलाबी रिबीन; आपण ज्या दिवशी भेटलो – प्रेमात पडलो – ते ते दिवस साजरे करणारी, भपकेदार. पर्वसाठी हे सगळं धक्कादायक आहेच; पण त्याहीपेक्षा मोठा धक्का म्हणजे त्याला ही सगळी लाडीगोडी, प्रियाराधन चक्क आवडतंय. सगळ्या कविकल्पना अनुभवत त्यांचं प्रेम भरभरून वाहतंय. त्याचं एक मन त्याच्या या कृतींमुळे अजूनही बधिर आहे.

'तू तुझं प्रेम सिद्ध करण्यासाठी काय करशील?' रैना पर्वला 'मिल्स ॲन्ड बून्स'च्या जातकुळीतला प्रश्न विचारते.

'तू म्हणालीस, तर मी जीवसुद्धा देईन,' पर्व भावनेच्या भरात म्हणतो.

'मी कशाला तुला जीव द्यायला सांगेन? त्यापेक्षा मी आधी मरेन.' ती म्हणते.

'तुझ्या अखेरच्या श्वासाबरोबर मीसुद्धा प्राण देईन.' तो उत्स्फूर्तपणे म्हणतो.

हा भावनेचा पीळ अधिकाधिक घट्ट होत जातो. एकातून दुसरं निघत जातं. सगळी बंधनं झुगारून ते दोघं शरीराने एकत्र येतात. ही गोष्ट दोघांनाही अस्वस्थ करते, कारण तोपर्यंत त्यांना वाटत असतं की, आपलं प्रेम शारीरिक पातळीपेक्षा फार वरच्या दर्जाचं – उदात्त वगैरे आहे.

रैनाच्या एका मैत्रिणीचा मात्र पर्व जे जे म्हणतो, ते ते तो मनापासून म्हणतो यावर मुळीच विश्वास नाही. पर्व रैनाला वापरून सोडून देईल अशी तिची पक्की खात्री आहे. रैना यावर विश्वास ठेवायला साफ नकार देते; पण तरीही या कल्पनेने मनातून हलते. कथा-कादंबऱ्यांत रमणारी ही मुलगी टोकाची परीक्षा घ्यायची ठरवते.

चला, अखेर मला एक कथावस्तू सापडली. रैना पर्वला भेटायला त्याच्या खोलीवर जाते आणि त्याला बाहेर फिरायला घेऊन जाते. पूर्ण वेळ ती गप्प गप्प आहे.

चालत चालत ते गावाबाहेर येतात. पर्व तिला सारखा विचारतोय की, हे तुझं काय चाललंय; पण ती उत्तर देत नाही. ते एका टेकडीवरच्या पडक्या किल्ल्याकडे जातात. एका भिंतीशी उभी राहून रैना त्याच्याकडे एकटक बघते.

'मी जीव दिला तर पाठोपाठ तूही देशील?' ती त्याला विचारते.

'अर्थातच!' ती हे गंभीरपणे विचारते आहे हे त्याच्या लक्षातच येत नाही. ती

विषाच्या दोन कुप्या काढते – एक स्वतःसाठी, एक त्याच्यासाठी.

ते खरंच विष आहे हे पर्वला अजूनही खरं वाटत नाही. ती अजूनही तिचा अतिरंजित नाटकीपणा करते आहे असंच त्याला वाटतंय.

'हे विष मी प्याले, तर तू काय करशील?'

'तू वेडी आहेस; पण तू जर खरंच असा वेडेपणा केलास, तर मागचापुढचा विचार न करता ही दुसरी कुपी मी गट्ट करून टाकेन.' असं म्हणून तो तिच्या हातातली कुपी घेतो. कुपीतलं विष पिताना रैनाच्या डोळ्यांत अश्रू आहेत; पण ओठांवर मात्र स्मित आहे.

हे नाटकच आहे असं समजून पर्व गमतीने तिच्याकडे बघत राहतो; पण काही क्षणांतच ती खाली कोसळते. पर्व अवाक, बधिर होतो. तिच्या चेहऱ्यावरचं स्मित आता थिजलं आहे. तिचे डोळे उघडे; पण दृष्टिहीन आहेत. त्याची प्रिया त्याच्यासमोर निष्प्राण होऊन पडली आहे याचं त्याला भान येतं. त्याची कुपी त्याच्या हातातच आहे. तो प्रचंड गोंधळलेला, अपराधी, घाबरलेला – पूर्णतः गर्भगळीत.

आता त्यानं काय करावं? त्याचं खरंच तिच्यावर प्रेम असेल, तर त्यानंही ते विष पिऊन तिच्या पाठोपाठ जायला हवं; पण पुन्हा विचार केला तर असं केल्याने काय साधेल? त्यानं विष घेतलं की नाही हे तिला कसं कळेल? आजच्या काळातला, डोकं शाबूत असलेला तरुण असल्या मूर्ख मुलीसाठी जीव देण्याचा वेडेपणा करेल का?

आणखीही अनेक शक्यता. गोष्टीचा शेवट काय असावा हे मला माहिती आहे. पर्वने तिच्या मृत्यूची जबाबदारी घ्यायला हवीच, कारण त्यानंच तिला तसं करायला प्रोत्साहन दिलं.

इथे काहीतरी छान माझ्या हाती लागलंय हे मला कळतंय. पुढचे काही महिने मी या डायरीकडे कदाचित फिरकणार नाही; पण रोज रात्री मी लेखक असेन.

२६ *ऑगस्ट*

आलापी काही दिवस माझ्याबरोबर राहायला यायचं ठरवते आहे. एकटी राहायचा कंटाळा आला म्हणते. माझ्या ब्रह्मचाऱ्याच्या मठीत येण्यासाठी ही चुकीची वेळ आहे. मी तिला तसं सांगितलं. ती रडायलाच लागली. मग म्हटलं, ठीक आहे, ये. तिच्या अश्रूंचा मी माझ्यावर परिणाम का होऊन दिला हे माझं मलाही कळत नाही. यामुळे माझं लेखन वेळापत्रक कोलमडेल; पण पुढच्या काही दिवसांत मला गंमत दिसते आहे. आलापीशी बोलतानासुद्धा मी रैनाचाच विचार करतोय. पर्व रैनाला

पहिल्यांदा कुठे भेटतो?

नायक-नायिका एकमेकांना अक्षरशः धडकतात, या हिंदी सिनेमातल्या दृश्यांचा मला तिटकारा आहे; पण नुसती दुसऱ्याला नावं ठेवून चालणार नाही. त्या दोघांची भेट हा केवळ योगायोग नाही असं काहीतरी मला सुचलं पाहिजे.

खरंतर रैनाने त्याला हेरलं, तर मला फार आवडेल, कारण वातावरणातलं प्रेम ती हुंगू शकते. एका रेस्टॉरंटमध्ये एका टेबलावर फोनशी खेळत असलेला तो तिला दिसतो. त्याचा उजवा हात प्लास्टरमध्ये आहे. तेवढ्यात त्याचा फोन वाजतो. तो फोन घेतो. पलीकडचा माणूस त्याला एक नंबर लिहून घ्यायला सांगतो. सध्या पर्वचा उजवा हात निकामी आहे; त्यामुळे तो खांदा आणि कान यांच्या बेचक्यात फोन धरतो आणि डाव्या हाताने नंबर लिहायचा प्रयत्न करतो. त्याची अवघड परिस्थिती रैनाला दिसते. ती त्याच्या प्लास्टरवर नंबर लिहून त्याला मदत करते.

रैनाच्या सौंदर्याने पर्व मोहित होतो. आता पुढे मी काय करणार ते माझं मलाच ठाऊक नाही. पर्व, आता सगळं तुझ्यावरच अवलंबून आहे रे बाबा! तिला कॉफी विचार, पुढच्या भेटीचं आमंत्रण दे. मी तुला शब्द देतो की, ही मुलगी तुझ्यासाठी अगदी योग्य आहे. आता पुढे तू काय करतोस बघू या आणि हो, जे काही करशील ते आपल्या दोघांतच - जिवलग मित्रांत - गुप्त राहील. या डायरीत तुझं आयुष्य रेखाटलं जातंय आणि ते चित्र अधिक स्पष्ट होण्यासाठी तू कुठलाही संकोच न बाळगता मला मदत करायला हवीस.

ही डायरी म्हणजे कुठलेही निर्बंध नसलेल्या भावना व्यक्त करण्याचं माध्यम आहे. म्हणजे काय ते मी तुला दाखवतो.

माझी आणि आलापीची पहिली भेट बऱ्यापैकी वादळी होती. जामूच्या एका पार्टीत मी नशेने झिंगलो होतो. तो माझा पहिलाच प्रयत्न होता. ती एका कोपऱ्यात मांजरीच्या एखाद्या चुकलेल्या पिल्लाप्रमाणे बसली होती.

मी तिला दोन-तीनदा छेडायचा प्रयत्न केला; पण तिनं काहीच प्रतिसाद दिला नाही. निघायची वेळ झाली, तेव्हा मला गाडीपर्यंत पोहोचणंही कठीण होतं. तिनं येऊन गाडी चालवण्याची तयारी दर्शवली आणि मला घरी घेऊन आली. मांजराच्या पिल्लाचं आता चांगल्या परिपूर्ण मांजरीत रूपांतर झालं होतं.

पर्व, माझ्या जागी तू असतास तर काय केलं असतंस? बहुधा मला माहिती आहे. आलापी तुझ्याजवळ येण्याआधीच तू विष घेऊन मोकळा झाला असतास. काळजी करू नकोस. रैना असलं काहीही करण्याच्या विचारात नाही. खूश? तुझं

सुटकेच्या आनंदाने लाजणं मला इथून दिसतंय.

२७ ऑगस्ट

पर्व, तू मजेत दिसतोयस. रैना जरा वास्तवाशी फटकून राहणारी आहे हे तू मान्य करशीलच. तुमची पहिली भेटच किती रंगतदार होती! तू अगदी पठडीतल्या हिंदी चित्रपटाच्या हीरोसारखा ड्रम्स वाजवत नाहीस आणि रैना तुझ्या ड्रम्सच्या जादूवर न भाळता तुझ्यावर भाळली याबद्दल तू माझे आभार मानायला हवेस. तू एखाद्या विचित्र परिस्थितीत सापडला असताना हसणारी मुलगी तुला आवडणार नाही अशी माझी खात्री आहे; पण पुढे काय घडेल याचा विचार माझ्या डोक्यातून जातच नाही. तुम्ही एकमेकांचे नाव आणि फोन नंबर्स विचारता. ती तुझ्या प्लास्टरवर तिचा नंबर आणि 'काहीही लागलं तरी रैनाला फोन कर' असं लिहून तुझे लिहिण्याचे कष्ट वाचवते.

२ सप्टेंबर

एखाद्या मुलीबरोबर फिरणं वेगळं आणि राहणं वेगळं. लोकांना लग्नबिग्न कसं काय परवडतं कुणास ठाऊक. आलापीबरोबर एक आठवडा राहिलो काय, मला दुसरं काही सुचतच नाही – काम नाहीच, फक्त मस्ता! हे असं नाही चालणार. ती काहीच न घडल्यासारखी शांतपणे ऑफिसला जाते. मी मात्र दिवसभर स्वप्नांतच वावरत असतो आणि मला काही कळण्याच्या आतच ती परत येते. पर्व, तू आठवडाभर काहीच केलं नाहीस; पण सुरुवात करण्यासाठी तुला एक जागा पाहिजे. तू कुठला? कुठे आहेस? माझा काही दोष नाही. माझ्या घरात एक स्त्री आहे आणि माझ्याकडून इतर काहीच काम होत नाही.

३ सप्टेंबर

मला काम करण्यासाठी स्वतःला प्रवृत्त कसं करायचं ते माहिती आहे. मी माझ्या प्रकाशकाला फोन करून तिला माझ्या कथेचा आराखडा सांगितला. तिला आवडला. आता मला सहा महिन्यांत कथेची मांडणी पूर्ण करायची आहे.

तू रैनाशी ओळख वाढव, तोपर्यंत मी आलापीला तोंड देतो (!). मला हे योग्य वाटतं, कारण दोघीही आपापल्या परीने सणकी आहेत.

अजूनही कथा साकारत नाही. हे म्हणजे असं झालं की, आपण नटूनथटून तयार आहोत; पण जायचं कुठे हेच माहीत नाही.

६ सप्टेंबर

अशा कितीतरी गोष्टी असतात ज्या माणसाला बोलाव्याशा, कराव्याशा,

जोडाव्या किंवा फोडाव्याशा वाटतात. त्याला थांबवणाऱ्या बाबी दोन – एक म्हणजे भान आणि दुसरी भीती. तो सहन करायला, जुळवून घ्यायला शिकतो; पण आतमध्ये युद्ध सुरूच असतं – त्याच्या आयुष्यात घडलेले प्रसंग मनातल्या मनात तोडणं, फोडणं, जाळणं चालूच – आणि मग त्या जळलेल्या आकृती त्याच्या मनात धुमसत राहतात. त्यातून सुटण्यासाठी त्याला अशी एक जागा हवी असते, जिथे तो त्याला पाहिजे ते, पाहिजे तिथे करू शकेल. तो अशा जगाची कल्पना करतो जे अगदी आदर्श नसेल; पण त्याच्या ताब्यात असेल. असं वातावरण, जिथे जगाचे नियम लागू नाहीत.

असं एखादं दालन - जे खासगी - अत्यंत खासगी आहे, जिथे तुम्ही प्रत्येक घटनेचे स्वामी आहात, ईश्वर आहात; जिथे तुम्ही कालचक्र तुमच्या मर्जीने फिरवू शकता, नियतीचा मार्ग ठरवू शकता; भूतकाळ पुसून टाकू शकता किंवा पुन्हा अनुभवू शकता - त्या दालनात सकाळी जाग आली तर काय बहार येईल! अशी जागा जिथे तुम्ही वास्तव जगातल्या घटनांची दिशा बदलून तुमच्या आवडीच्या परिणामाकडे नेऊ शकता - मग अशा वेळी माणूस हातात लेखणी घेऊन आदर्श साम्राज्य उभं करायला सरसावतो, लेखनातला आनंद उपभोगतो, ज्याला पोलिश नोबल पुरस्कार विजेती विस्लावा शिम्बोर्स्का (Wislawa Szymborska) जतनाच्या कलेला – 'मर्त्य हाताचा सूड' (Revenge of a mortal hand) असं संबोधते.

मला खरखुरं प्रेम अशाच जागी गवसलं असतं. ते अपरोक्ष असेना का, कागदावर सत्य आहे.

मला जवळजवळ तो दिसतोय. त्याचा आवाज जर कधी ऐकू आला, तर तोही मी ओळखू शकेन. मी मुळीच अति काम करत नाही. वास्तविक, मी फक्त जो मातीचा गोळा तयार झालाय, त्याला टेकडीवरून खाली घरंगळू देतोय.

७ सप्टेंबर

गोष्ट कुठे घडते - पुण्यात, ठाण्यात, हाँगकाँग की वाईत - याला महत्त्व नाही.

मी हाँगकाँगला कधीच गेलो नाही. वाईची मला तितकी माहिती नाही. त्याच त्या पुण्या-ठाण्याबद्दल बोलण्याचाही मला कंटाळा आलाय. ती दोन्ही शहरं मला काही फारशी 'हॅपनिंग' वाटत नाहीत. मला अस्तित्वात असलेलीच जागा वापरायला हवी असंच काही नाही, ती खरीखुरी वाटली म्हणजे झालं. अशी जागा - जिथे सगळ्यांना जायला आवडेल, जी तिच्या भूगोलापेक्षा तपशिलांनी स्मरणात राहील. समजा, त्या जागेचं नाव आहे - हरवली.

हरवली हे एक लहान गाव आहे - अजून शहर हे बिरुद न लागलेलं; पण ग्रामीण बाज हरवलेलं. मुंबईपासून तसं जवळ असल्यामुळे महानगराचा बराच प्रभाव.

चारी बाजूंनी टेकड्यांनी वेढलेलं. संपूर्ण गाव म्हणजे परंपरा आणि आधुनिकतेची खिचडी! रात्रभर जागर करणारी मंदिरंही आहेत... आणि डान्स बारदेखील! वंशपरंपरागत गढ्या आणि त्यांच्या अध्येमध्ये उगवलेली व्यावसायिक संकुलं. महाविद्यालयांचे पुंजके आणि तितकीच निरक्षरतादेखील! न्यायालय आहे; पण न्यायाधीशाचा हातोडा पूर्वापार चालत आलेल्या सरंजामशाहीच्या ताब्यात. डोंगराळ भागात गाव वसलेलं असल्यामुळे तीव्र चढ-उताराचे, वळणावळणाचे; पण चांगले रस्ते. डोंगरी गढ्या आणि बारमाही कोसळणारे धबधबे यामुळे खरंतर गाव एक चांगलं पर्यटनस्थळ होण्याची क्षमता असलेलं; पण तरीही दुर्लक्षित! हरवली – मधुचंद्र साजरा करणाऱ्या जोडप्यांसाठी गुप्त जागा; पण गावातल्या प्रेमी युगुलांसाठी मात्र चव्हाटा.

राजकीयदृष्ट्या अस्थिर आणि भावनिकदृष्ट्या दबलेल्या या गावात प्रेमाचे गुलाब गुप्तपणे फुलतात; पण लालबत्ती इलाका मात्र खुले आम झगमगतो. हरवली - पर्व आणि रैनाच्या प्रेमकहाणीचं बीज रोवण्यासाठी सुपीक जमीन!

८ सप्टेंबर

पर्वच्या स्वतःच्या आवाजातच कहाणीचे तपशील गुंफायला हवेत : देशाला आणखी एक इंजिनिअर अर्पण करण्यासाठी माझ्या कुटुंबाचा मी एकमेव आशेचा किरण होतो. भारतातल्या कुठल्याही सभ्य मध्यमवर्गीय कुटुंबाला भरघोस देणग्या देऊन शिकणं अशक्यच; त्यामुळे चांगल्यापैकी कॉलेजमध्ये शिकण्याचीही शक्यता नाही. म्हणून - चार वर्षांसाठी हरवलीमध्ये हद्दपार केलं गेलेलं.

माझ्या खोलीतले सहनिवासीदेखील असेच तडीपार आत्मे, शिक्षण क्षेत्रात तग धरण्यासाठी चाचपडणारे.

कॉलेजच्या दुसऱ्या वर्षात - मला या अभ्यासक्रमात गती नाही हे उमगलं - आणि त्याच वेळी ड्रम्सचा ठेका मला भुरळ घालत होता. माझे मध्यमवर्गीय संस्कार मला तो अभ्यासक्रम पूर्णपणे सोडून देऊ देत नव्हते; पण रियाजासाठी मात्र मी काही तास काढत होतो आणि एकदा ड्रम्स वाजवत असतानाच मला साक्षात्कार झाला की, मला व्यावसायिक ड्रमर व्हायचं आहे. घरच्यांच्या भुणभुणीशिवाय माझ्या कलेत कौशल्य मिळवण्यासाठी माझ्याकडे दोन वर्षं आहेत, म्हणून मी एक ग्रूप बनवतो - एक गायक, दोन गिटारवादक आणि एक की बोर्ड वादक - जो चांगली गाणीही लिहितो. आम्ही सगळे रोज संध्याकाळी गायकाच्या गढीत जमून गातो - वाजवतो. ती गढी मालकी हक्काच्या वादातली वंशपरंपरागत वास्तू आहे.

मी अगदीच आवश्यक असलेल्या किमान वर्गांना बसतो, माझे विषय सुटतील इतपतच अभ्यास करतो. मला मित्रांबरोबर पार्टी करायला आवडतं; पण त्यांच्याबरोबर

भलत्यासलत्या ठिकाणी जायचं मात्र मी टाळतो. त्याऐवजी एकट्याने बसून बिअर पिणं पसंत करतो, ते मला जास्त बरं वाटतं. त्या वेळी मी माझ्याशी संवाद साधू शकतो, माझ्या विचारांना काव्यरूप देऊ शकतो. भविष्यात मी स्वतःला लेथ मशीनशेजारी दिसत नाही, तर ड्रम्सच्या मागे बसलेला दिसतो. जेव्हा मी वाजवतो, तेव्हा एका स्त्रीची बिनचेहऱ्याची आकृती माझा एकमेव श्रोता असते - जिला तू रैना म्हणतोस. अजून ती मला भेटायची आहे.

९ सप्टेंबर

'ए, अरे माझ्या हाताला प्लास्टर का बरं आहे?'

'कारण शोधू आपण; पण त्यामुळे तुला सहानुभूती मिळेल.' मी उत्तरतो.

पर्व आणि माझा थोडा तरी संवाद सुरू झालेला दिसतोय.

पर्व, तू संभाजी पथावर राहतोस, तरडे बिल्डिंगमध्ये. समोरच्या 'लक्ष्मी लंच होम'मध्ये जेवतोस. तुझे कपडे खालच्या मजल्यावर धुतोस आणि स्टेशनजवळच्या 'सुरभी बिअर बार'मध्ये मित्रांशिवाय बिअर पितोस. हरवलीची तुला खडा न् खडा माहिती आहे. आता तुला गोष्ट पुढे न्यायलाच हवी.

टिपणं पुरे. उद्या कादंबरी लिहायला सुरुवात.

१४ सप्टेंबर

कादंबरीला सुरुवात करणं म्हणजे पावसात माझी दुचाकी चालू करण्यासारखं होतं. प्रतिकार केल्याशिवाय चालू होणार नाही. पहिलाच परिच्छेद मनासारखा साधण्यासाठी तब्बल चार तास खर्ची पडले.

पुन्हा लिहायला बसल्यावर त्या सगळ्यावर काट मारून नव्याने सुरुवात केली. या वेळी तर पहिल्या ओळीच्या पुढे गाडी हलेचना. मी लिहू शकणार आहे की नाही याबाबत मीच साशंक झालो. पहिल्याच वाक्याला ही कसली पिशाच्चबाधा!

'कॉलेजचा तिसराच दिवस आणि पर्व वर्गात न जाण्याच्या सबबी शोधतोय.' ही पहिली ओळ. यात काय मनाला हलवून सोडणारं आहे? पण त्यानंतरचे शब्द कागदावर झरझर उतरत गेले.

१५ सप्टेंबर

माझी कथा बाळसं धरू लागलीय. हरवली आता सत्यात उतरतंय. दोनच प्रकरणांत पर्व सरधोपट शिक्षणापेक्षा अधिक अर्थपूर्ण गोष्ट शोधू लागलाय.

त्याची आणि रैनाची भेट अजून पन्नास पानं दूर आहे. पर्वला अद्याप बासुरी

रेस्टॉरंटची सवय व्हायचीय. तिथे येण्यासाठी रैनाला अद्याप कारण सापडायचंय.

पर्व आपला हात कसा मोडून घेणार याचा मी विचार करतोय. हा!हा!हा! लेखनसुन्नतेतून बाहेर आलेल्या लेखकाला याची काळजी करण्याचं कारणच नाही.

माझ्या स्वप्नात आता ती मोरपंखी शाई माझ्या पावलांभोवती साचत नाही, प्रवाही असते; पण म्हणजे अजूनही मी त्या भयंकर जागीच उभा आहे! बापरे! भयानक विचार आहे.

१६ सप्टेंबर

अलीकडे आलापी गप्पगप्प असते. कपडे बदलायला बाथरूममध्ये जाते; आम्ही जे जे केलंय आणि जितके पुढे गेलोय त्यानंतर हे हास्यास्पदच आहे.

ती चिडचिडीही झालीय. ती जागी असताना मला लिहूच देत नाही. पहिले दोन दिवस मला लिहायला बसायला, तिला झोप लागायची वाट बघायला लागली.

अचानक एक मस्त गोष्ट घडली. ती घोरायला लागली. अगदी माझ्यासारखा पुरुषदेखील एखाद्या स्त्रीला झोपेत त्रास देण्याचा विचार करणार नाही. कामातला व्यत्यय निद्रादेवीच्या राज्यात गेल्यामुळे माझं लिहून होतंय.

२२ सप्टेंबर

कादंबरी आकार घेतेय.

शॉप फ्लोअरवर एका प्रॅक्टिकलदरम्यान पर्वच्या मनगटाचं हाड मोडतं, हाताचं नाही. शिक्षणाचा तिरस्कार करण्यासाठी आणखी एक सबळ कारण!

बासुरी रेस्टॉरंटमध्ये जाण्याची त्याची ही पहिलीच वेळ होती. घरची प्रचंड आठवण येत होती, त्याच्यातला कवी जागा झाला होता. प्लास्टर असतानाही तो लिहिण्याचा प्रयत्न करत होता; पण टिश्यू पेपरवर खरडलेलं त्याचं त्यालाच वाचता येत नव्हतं.

सगळं आलबेल असताना मित्र चालतात, कारण सुख वाटलं की, वाढतं;
मनातलं दुःख, जीवाची कळ सांगायला मात्र आपलं माणूस लागतं.
कुठलेही प्रश्न नाहीत, फक्त आश्वासक थोपटणं,
मग अश्रू होतील पसार, थांबूनच जाईल रडणंबिडणं.
अजून माझ्या ड्रम्समध्ये हृदयाचं स्पंदन जाणवत नाही;
पण आसमंतात प्रेमलहर जाणवल्याशिवाय राहत नाही.

रैनाच्या प्रवेशासाठी हा योग्य क्षण आहे. ती जवळच्याच टेबलावर बसून पर्वकडे पाहते आहे. 'अंगे भिजली जलधारांनी' अशा अभिसारिकेसारखी प्रसन्न,

ताजीतवानी!

तेवढ्यात पर्वचा फोन वाजतो.

आलापीने घोरासुराचं आख्यान लावलं की, मग मी हे दृश्य लिहिणार आहे.

११ ऑक्टोबर

एके काळी उद्दीपित करणाऱ्या गोष्टींचा स्त्रिया अचानक तिरस्कार का करायला लागतात बरं? तीन दिवस झाले; मी आणि आलापीने एकत्र अंघोळ केली नाही. हे अजबच आहे, कारण कधीकधी आम्ही २४ तासांत पाच-पाच वेळादेखील अंघोळ केलेली आहे.

आलापीने हल्ली मला 'गुड नाइट किस' देणंही थांबवलं आहे.

तुझा आणि रैनाचा वाद झाला तो फक्त, जेव्हा तिनं तुझ्या कविता दुरुस्त केल्या, तेव्हाच! तोदेखील एका पानाच्या पुढे गेला नाही.

गेले दोन दिवस आलापी माझ्याशी बोललेली नाही. अंघोळ करून ओलेती बाहेर येते, माझ्याकडे नजरही न टाकता टॉवेल सोडून कपडे घालते आणि ऑफिसला जाते. सूड उगवण्याची ही तिची पद्धत – याचं कारण म्हणजे ती जागी असताना आणि आसपास असताना तिला मी माझं लिखाण बाजूला ठेवायला हवं असतं.

मी बट्टी करण्यासाठी तिला किस करण्याचा प्रयत्न केला; पण तिनं मला तिचे ओठ विलग करूच दिले नाहीत. तू प्रयत्न केलास तर रैना असं करेल का रे?

१४ ऑक्टोबर

पर्व एका स्टुलावर अवघडून बसला होता आणि रैना त्याच्या पलंगावर रेलून त्याची ताजी कविता वाचत होती.

'चंदेरी तारका अवसेच्या राती, खट्याळ वाऱ्याचा स्पर्श सोनेरी
खेचतो रेशमी, झगमग दुलई, लहर जादुई धीट, गहिरी.'

रैनाचा देह एखाद्या फुलांच्या ताटव्यासारखा सैलावलेला आणि तितकाच सुंदर! तिच्या चेहऱ्यावर नितांतसुंदर भाव-भावनांचा झपूर्झा. डोळे उत्कट तरीही हरवल्यासारखे. गालांवर लाली, क्वचित उत्कंठेने हलणारी हनुवटी, प्रत्येक शब्दाबरोबर नर्तन करणारे ओठ आणि भावनोत्कटतेने ठुमकणारा नाकाचा शेंडा.

पर्व त्याची कविता मूर्तरूपात साकारताना बघत होता.

त्यानं पुढे होऊन तिचा चेहरा कुरवाळणं साहजिकच होतं. ओठांचा ओठांशी पहिल्यांदाच शब्देविण संवादु सुरू झाल्यावर उरलेली कविता विरून गेली. मिटल्या डोळ्यांनी एकमेकांना घट्ट बिलगून अथांग अवकाशात, चांदण्यांत झेप घेताना आतापर्यंत संयमपूर्वक करायची टाळलेली वातावरणनिर्मिती अपरिहार्यच होती.

आतापर्यंत लगाम घातलेल्या उन्मादाच्या वारूंना चौखूर उधळायला लावण्याची ताकद त्या क्षणात होती.

त्यांच्या मनांत पापाची वादळं, विजा, मेघगर्जना थैमान घालत होती, तर शरीरं, पहाटेचे दवबिंदू श्वासात भरून घेण्यासाठी वर येईपर्यंत इंद्रियसुखाच्या महापुरात हेलकावे खात होती. पर्व आणि रैना अद्यापही त्या श्वासातीत शांततेत हिंदोळत होते. या सत्याला स्वप्नाचा सुगंध होता.

हे थेट पुढच्या प्रकरणात जाणार.

मग काय पर्व! रैना कशी वाटली तुला? या तुझ्या प्रसंगात मी छळणारी काव्यात्मकता आणलीय. इतकं काठोकाठ भरल्याशिवाय हे घडलं नसतं. एखादं चुंबन, गालाला ओठांचा एखादा निसटता स्पर्श तुम्हाला इथवर आणू शकला नसता. माझी गोष्टच वेगळी! आम्ही तर आलापी कपडे धूत असतानासुद्धा एकत्र येतो, अर्थात जेव्हा सगळं आलबेल असेल तेव्हाच!

१५ ऑक्टोबर

हे लिहिलेलं मी आलापीला वाचून दाखवलं. ती मला ढोंगी म्हणाली. अर्थातच तिला कथा कशाशी खातात हे माहिती नाही. उपरोधिक हसून तिनं मला आठवण करून दिली की, तिला बरं नसतानादेखील आम्ही कसे एकत्र आलो होतो. मी म्हटलं, हे मी पूर्णपणे विसरूनच गेलो होतो. मग ती रडली, मला पाषाणहृदयी म्हणाली, माझा तिरस्कार करते म्हणाली आणि रैना कोण हे विचारायला लागली.

पर्व, तूसुद्धा सांभाळ रे बाबा. तुला कल्पना नाही, या बायका कधी कसे रंग बदलतात, सगळ्या बायका; कोणताही रंग!

तुझ्या कवितेने ज्या प्रकारे कळस गाठला, त्याला रैना कसा प्रतिसाद देईल? ती रोमॅन्टिक आहे. आता, तिचे विचार जरा विशुद्ध, वासनारहित प्रेमाच्या धर्तीने जातात हे मान्य; पण ती काही थंड, निर्विकार नाही. हे मी तुला विचारतो, कारण आता माझ्यापेक्षा तू तिला जास्त चांगलं ओळखतोस. तुझा प्रतिसाद अगदी स्वाभाविक होता, याची मी तुला हमी देतो; पण बायकांच्या बाबतीत कधीच काही गृहीत धरता येत नाही. आलापीचं आणि माझं नातं कधीच प्रेमाच्या पायावर उभं नव्हतं - म्हणजे तुझ्या पद्धतीचं प्रेम - आणि आज आम्ही कुठे आहोत बघ.

मला रैनाचं खरंच वाईट वाटतं. म्हणजे, आलापी तिला ओळखतदेखील नाही; पण तिचा मत्सर करते. हे बरोबर नाही, कारण मी रैनाच्या प्रेमात पडलोय - अर्थात कल्पनेत - हे तिला कळणं अपेक्षित नाही.

१६ ऑक्टोबर

रैनाच्या झुकलेल्या पापण्या, न बोलणे - हे सूर्यकिरणांमुळे नक्कीच नाही. तिच्या तोंड, हात खसखसून धुण्यात एक प्रकारची निकड होती. ती बराच वेळ बाथरूममध्ये होती. मग कपडे केले, केस विंचरले आणि अशा काही लगबगीने बाहेर पडली, जणू कोणी तिला तेव्हा बघायला नको, तिचा देह अंतर्धान पावावा. पर्व अजूनही त्या सुखद स्वप्नाच्या स्मृतीमध्ये निमग्न होता. त्याला खरंतर तिला 'थँक यू किस' द्यायचा होता; पण हिम्मत होत नव्हती - पुन्हा ती त्याची कविता म्हणेपर्यंत तरी नाही.

आलापी ऑफिसला जाताना दरवाजात मी तिला किस करण्याचा प्रयत्न केला; पण तिनं मला ढकललं. मला तिला एक ठेवून द्यावीशी वाटत होती; पण नाही देऊ शकलो, कारण मी कमालीचा उद्दीपित झालो होतो. लवकरच काहीतरी टोकाचं घडणार असं दिसतंय.

१७ ऑक्टोबर

आज पहिल्यांदाच सकाळी लिहायला बसलोय. या कादंबरीची बातच काही और आहे. कथानक अगदी पक्कं साच्यात बसलंय आणि एका टप्प्यावर पर्व स्वतःच त्याची गोष्ट रचू लागलाय, त्या त्या प्रसंगात स्वतःच भूमिका निभावू लागलाय. ही खरडवही म्हणजे लेखकाचं उत्तम विश्रांतिस्थान असतं - जिथे तो मुखवटे झुगारून, निवांत होऊ शकतो; लपू शकतो. इथे मी कोणताही आव न आणता, ठरवलेल्या शेवटच्या ओळीपर्यंत पोहोचण्याच्या अट्टाहासाशिवाय लिहू शकतो, वाट्टेल त्या कल्पना, स्वैर कथानक, साधेसुधे शेवट, मोडकी-तोडकी कळीची वाक्यं आणि निष्प्रभ आरंभ कागदावर उतरवू शकतो, कारण तिथे मला काहीही सिद्ध करायचं नसतं.

ऑक्टोबर १८

मी आलापीला शंभरदा सांगितलंय की, रैना पर्वइतकीच काल्पनिक आहे. ती मला हसली. खरंतर ही माझ्यातल्या लेखकासाठी पावती होती - पण माझ्यातल्या व्यक्तीसाठी तीच विषारी डंख बनत चालली होती. याआधी ती कधीच अशी वागली नव्हती. मी तिला लिखाण वाचूनच दाखवायला नको होतं - विशेषतः रैनाबद्दलचं; तेव्हापासून ती स्पर्धा करायला लागलीय, चिडचिडी झालीय. तिचं हसणं उपरोधिक बनलंय आणि स्पर्श कोरडा!

१९ ऑक्टोबर

आलापी जास्त विरोध न करता माझ्या मिठीत आली. रैना आता पुढे काय करेल याविषयी मला तिच्याशी चर्चा करायची होती; पण ते लाडात आलेल्या सिंहिणीच्या मिश्या ओढल्यासारखं झालं असतं. एकतर ती दमली होती किंवा कदाचित पुन्हा पहिल्यासारखी झाली होती. आम्ही एकत्र आलो, किसदेखील केलं; त्यात विरोध नव्हता - पण - असोशीही नव्हती.

रैनाने तुला प्रेमभावाशिवाय आलिंगन दिलं तर तुला कसं वाटेल? ए, आता हसू नकोस हं! तुला कळावं म्हणून हे फक्त एक उदाहरण होतं. आलापी खूपच अनुकूल वाटत होती; पण - ती एकमेकांच्या सवयीच्या शरीरांची परिचित हालचाल नव्हती, तर जवळ यायला हरकत नसलेली ती फक्त दोन शरीरं होती. ती मोहक भासत होती; पण - मजा नव्हती. दमलेली शरीरं, अस्वस्थ मनं. आम्ही दोघं बिलगून झोपलो. ती घोरत होती आणि मी झोपेची आराधना करत होतो.

पर्व मला बोलावत राहिला आणि रैनाने सकाळ होईपर्यंत झुकलेल्या पापण्या उचलायला साफ नकार दिला.

२० ऑक्टोबर

वीज एकाच जागी दुसऱ्यांदा पडत नाही – अशा म्हणी विनाकारण खऱ्या वाटतात; पण मी त्यांना फशी पडत नाही.

सकाळी आलापी निघून गेली आणि रात्री रैनाने आत्महत्या केली.

२१ ऑक्टोबर

खोली, मन आणि पोट तिन्ही रिते. ना खायची इच्छा - ना विचार करण्याची! पहिल्यांदा खून करणाऱ्याची अशीच अवस्था होत असणार. वास्तविक हे त्याहीपेक्षा वाईट आहे. काय पण परिस्थिती! पर्व आणि मी – दोघेही एकाकी. माझ्या हातात लेखणी, त्याच्या हातात कुपी, पुढे काय करायचं याबाबत दोघेही गोंधळलेले.

माझा पहिला आराखडा जवळजवळ पूर्ण होत आला याबद्दल खरंतर मला आनंद व्हायला हवा. पर्वने कुपीचा वरचा भाग दातांनी तोडण्याचा अवकाश की – पण मी दुहेरी खून करायला धजत नाहीय. काहीही लिहिलं तरी पर्वला रैनापाठोपाठ पाठवू शकत नाही. बरेच प्रयत्न केले, पण काहीच पटत नाही.

२१ ऑक्टोबर

मला वाढदिवसाच्या शुभेच्छा. वा! वाढदिवसाची काय पण भेट मिळालीय!

क्रूर, पण साजेशी. कादंबरीचा एकही शब्द लिहू शकलो नाही. दिवसभर माझ्या विचारांना जणू बैलाची शिंगं ढुसण्या देताहेत, त्यांना खेळवताहेत.

पर्वच्या अवस्थेला तो जबाबदार नाही. आता पुढे त्यानं काय करावं? हातातली कुपी एखाद्या मंतरलेल्या बाहुलीसारखी फेकून द्यावी की कुठल्याही शोकान्तिकेच्या नायकाप्रमाणे कथेला शरण जावं?

जेव्हा जेव्हा मी याचा विचार करायचो, तेव्हा प्रत्येक वेळी समोर अंधारच यायचा. मी लिहायची शपथ घेतल्यापासून आज पहिल्यांदाच असं घडलं. सकाळभर मी कागदाकडे बघत बसलो, पर्व माझ्याकडे एकटक बघत होता. त्याची नजर भेदक, तरीही निर्विकार! ही जाणीव भयंकर आहे, फारच भयंकर.

आलापी आत्ता इथे असावी असं मला फार-फार वाटतंय. जिथे कुठे आहे, तिथून तिनं मला एक फोन करण्याचेही कष्ट घेतले नाहीत. एकट्यानं केक कापण्याची आज माझी पहिलीच वेळ. माणूस जर कशावर अवलंबून राहू शकत असेल तर ते त्याच्या सवयींवर. थोडीशी रम घ्यायला हरकत नाही - पण थोडीच हं! नाहीतर वाढदिवस साजरा करणाऱ्या माझ्राच, उद्या सकाळी मीच तिरस्कार करेन.

२९ ऑक्टोबर

चला, आता शोकमग्न अवस्थेतून बाहेर यायची वेळ झाली. रैनाला जाऊन आठवडा झाला. माझ्या मनातून काही ती जात नाही.

पर्व धोकेबाज असू शकत नाही, हुतात्माही नाही; पण प्रत्येक कथेला शेवट तर हवाच - आणि या कथेचा शेवट म्हणजे त्यानं ती विषाची कुपी ओठाला लावून पिऊन टाकणे.

३० ऑक्टोबर

पर्व काहीच करत नाही. त्याला ते पटतच नाही. तो गोंधळलाय की मी? कदाचित मी त्याचं पात्र इतकं नेमकं रंगवलं नाही की त्याच्या प्रियेशी चिरंतन मीलन होण्यासाठी त्यानं आत्महत्या करावी. तो माझ्यासारखा आहे; पण मला जी प्रेमासाठी जगण्याची आणि मरण्याची एक सुप्त ऊर्मी आहे, तशी त्याला आहे का?

काय हा विरोधाभास! जिच्यासाठी मरावं अशी मला प्रेयसी नाही आणि पर्वचा निश्चय डळमळीत!

३१ ऑक्टोबर

चर्चमध्ये उभं राहून मेणबत्ती हातात धरावी तसा पर्व ती कुपी हातात घेऊन उभा.

त्याला ते विष प्यायला मी कितीही, कसंही प्रवृत्त केलं, तरी तो ढिम्मच! मला काहीतरी विचित्र होतंय. कोणतंही पान उघडलं तरी ते माझ्याकडे एकटक बघतंय, जणू आम्ही एकमेकांना ओळखतच नाही.

ही जाणीव मला माहिती आहे. मला तिची भीती वाटतेय - मला पुन्हा त्या लेखनसुन्नतेत अडकायचं नाही. - मग त्यासाठी रमचा एखाद-दुसरा प्याला घ्यावा लागला तरी बेहत्तर!

पर्वचा चेहरा असा झालाय, जणू मी विमा एजंट आहे आणि त्याला माझ्याकडून पॉलिसी घ्यायची नाहीय. त्याला माझी कथा पटत नाही.

अरेच्चा! पण पर्व आणि मी वेगळे नाही - मी त्याचं जवळून निरीक्षण करू शकतो आणि मला पाहिजे ते त्याच्याकडून करवून घेऊ शकतो - अन्यथा - माझी लेखनसुन्नता एखादं पानच दूर आहे.

पर्व कायम असा राहू शकत नाही. मी स्वतःच हरवलीला जाऊन त्याच्याशी बोलेन. विचित्र वाटतंय; पण मी जर रैनाच्या प्रेमात पडू शकतो, तर हरवलीला जाऊन पर्वला का नाही भेटू शकणार? अखेर हरवली असं कितीसं मोठं आहे? दोन परिच्छेद, फार तर फार तीन.

चला, शोधायची तयारी केली पाहिजे.

आपली कथा पुढे नेण्यासाठी लेखक कोणत्या थराला जाऊ शकतो ते बघायची हीच ती वेळ.

१ नोव्हेंबर

हरवली भेट – १

मी वर्णिलेल्यापेक्षा हरवली बरंच मोठं आहे. जास्तच संभ्रमात पाडणारं. तिथली स्थानिक लिपी वेगळीच आहे. बस स्टँडवर मी नंबर प्लेट्सशिवाय काहीच वाचू शकत नाही. मी काय बोलतोय ते कुणालाच कळत नाही. मी लिहिलेला पत्ता कोणी वाचू शकत नाही आणि त्यांचे नकाशे मी वाचू शकत नाही. काय पण जागा आहे - हरवली! इथली बोली भाषा मी गृहीत धरायला नको होती; पण माझ्या कल्पनेतल्या स्थळी कधी प्रत्यक्ष जावं लागेल असा विचार मी स्वप्नातही केला नव्हता.

२ नोव्हेंबर

भेट – २

मी एका हॉटेलमध्ये शिरतो. नाव वाचता येत नाही. त्याचं दरपत्रकही अगम्यच!

माझा एकही प्रश्न त्यांना कळत नाही; त्यामुळे उत्तर देण्याचा प्रश्नच नाही. हरवलीमध्ये वर्तमानपत्रं, घड्याळं, कॅलेंडर्स – काही काही नाही. मी माझ्या कादंबरीमध्ये ती सगळी आहेत असं लिहिलं असतं तर ती तिथे असती; पण हा केवळ पहिलाच आराखडा आहे.

सध्या तरी सगळं नेपथ्य गूढ - कारस्थानी वाटतंय. या कादंबऱ्यांतलं वातावरण विसंगतच असतं. बाहेरून सगळं खरं, स्पष्ट दिसतं; पण कथानक पुढे न्यायला तुम्ही जेव्हा आत शिरता, तेव्हा त्यातल्या इतर पात्रांइतकेच तुम्हीही गोंधळलेले असता. तुम्ही पुढे पुढे जाता तसतसं एकेक ठिकाण आकाराला येऊ लागतं.

हॉटेल जरा गूढच आहे. तिथले वेटर्स तुम्हाला मुळीच त्रास देत नाहीत किंबहुना तुम्ही बोलावलंत तरी ते येत नाहीत. पर्वला भेटल्यावर मी काय करणार आहे? त्याच्याशी काय बोलणार आहे? 'तुझं प्रेम आणि माझ्या कादंबरीसाठी कृपा करून ती कुपी ओठाला लाव. तुझ्या प्रेमासाठी हा विषाचा घोट घेच.' पण एखाद्याला असा विषारी अंत करून घेण्यासाठी भाग पाडण्याचा मला काय अधिकार?

३ नोव्हेंबर

भेट – ३

झोप अगदी आरंभीच्या परिच्छेदासारखी - प्रसन्न व्हायला महाग. रात्र झालीय - कदाचित पहाटही! खिडकीतून पाहताना रस्ता एखाद्या पेंटिंगसारखा भासतोय. ओला काळाभोर रस्ता - काही क्षीण दिवे, एका भिंतीपाशी एक पानाचं दुकान आणि भज्यांची एक गाडी. एक बस स्टँडमध्ये शिरल्याचा आवाज आला. माझ्या खिडकीच्या चौकटीच्या वरच्या डाव्या कोपऱ्यात मला हालचाल जाणवली. मला कळतंय - मी त्याचा पाठलाग केला पाहिजे. तो पर्व आहे - बहुतेक! त्याची आकृती मी ओळखणार नाही असं होणार नाही. कालातीत क्षणात मी अंतर पार करून धावलो. रस्त्यावर कर्णकर्कश संगीत चालू होतं. एका डिस्कोथेकसमोर मी उभा राहिलो. त्याच्यावर झगमगणारी निऑन साइन होती - Midnight Spirit. मी कादंबरीत इंग्लिश नाव लिहिल्यामुळे तिथे बहुधा ते तसं होतं.

दारावरच्या बाउन्सरने हात पुढे केला. मी पर्वला आत जाताना बघितलं होतं. पैसे न देण्याचा किंवा घासाघीस करण्याचा प्रश्नच नव्हता. मी पैसे दिले आणि माझ्या पालथ्या हातावर शिक्का मारला गेला. फारशी टेबल्स भरलेली नव्हती; पण डान्स फ्लोअर मात्र तोकड्या कपड्यांत थिरकणाऱ्या मुलींनी गजबजलेला होता. एखादी जागा हेरून खुर्चीवर बसणं हे स्वाभाविक होतं; पण माझी नजर भिरभिरत होती. पर्वचा पत्ता नाही. मी नुसताच उभा राहू शकत नव्हतो, म्हणून एका

टेबलाजवळ बसलो. टेबलावर नुसताच बसू शकत नव्हतो म्हणून एक बिअर मागवली. अगदीच फ्लॅट होती, डान्ससारखीच! ती बिअर आणि ती जागा दोन्ही सोडून उठलो.

रस्त्यावरून चालताना लक्षात आलं की, ही जागा आतून कशी आहे याचं वर्णन मी केलेलंच नव्हतं. बहुधा – आत्ता, स्मृतींच्या पोतडीतून रेखाटली.

एक रिक्षा आली; पण मी पुरेसा झिंगलेला दिसलो नाही म्हणून पुढे निघून गेली. मी चालत राहिलो, पर्व कुठे असेल याचा विचार करत. या वेळी जाग असलेली दुसरी जागा म्हणजे मंदिर. रस्त्यांना फार काही फाटे नव्हते; त्यामुळे मी चालत राहिलो. निर्मनुष्य रस्ता आणि भोवताल जलरंगात रंगवल्यासारखा – धूसर. हलका पाऊस. बहुधा ऑक्टोबरमधला पाऊस; पण – हरवलीमध्ये ऑक्टोबर होता का?

मंदिरात Midnight Spirit पेक्षा जास्त चैतन्य होतं. भक्तिरंगात न्हालेलं कीर्तन चालू होतं. टाळ-चिपळ्या उच्चरवात दुमदुमत होत्या, तरीही कीर्तनाचा आवाज स्पष्ट येत होता. मृदुंगाचा ठेका कानावर पडला आणि मला पर्वची आठवण झाली. मृदुंग वाजवणारा सत्तरी पार केलेला होता; पण श्रोत्यांमध्ये पर्व नव्हता. देवळातून बाहेर येऊन मी चालत चालत एका चौकापाशी आलो. डावीकडे पाहिलं आणि काहीतरी आठवलं. हे मी आधी कुठेतरी पाहिलेलं तर नाही? तीच ती अरुंद, गुदमरलेली गल्ली? मी भारल्यासारखा वळलो. उजव्या हाताला एक चहाची टपरी असणार, माझ्या मनात आलं – आणि ती होती की तिथे! टपरीवाला झाडत होता. लवकरच उजाडेल. त्याच्या शेजारी एक पाटी दिसली - इंग्लिशमध्ये - Laxmi Lunch Home. मी जे जे लिहिलेलं होतं ते स्पष्ट वाचता येत होतं.

मी धावतच रस्ता ओलांडला आणि तीन-तीन पायऱ्या चढून वर गेलो. मला पत्ता आठवला – 'दुसरा मजला, डावीकडची तिसरी खोली. दरवाजावर कॉम्प्युटरवर प्रिंट केलेली नावाची पाटी नीट चिकटवलेली – Parv. S.E. Engg. खोलीला कुलूप होतं, केवळ त्याच नव्हे; सगळ्याच खोल्यांना!

मी एकदम झपाटल्यासारखा पुन्हा रस्त्यावर आलो. चहावाल्याने माझ्याकडे प्रश्नार्थक नजरेने पाहिलं. मी त्याला हात केला आणि मग कसलातरी वास आल्यासारखा पूर्वेकडे धावत सुटलो. आयुष्यात कधीच मी इतका जोरात धावलो नव्हतो. वेड्यावाकड्या गल्ल्यांतून धावताना तो गंध अधिकच तीव्र होत गेला. मला धाप लागली होती, श्वास गुदमरत होता. होय, रस्त्याला चढ होता. आता सगळ्या इमारती मागे पडल्या होत्या. एकमजली बंगले दिसू लागले आणि आकाशही खुलं

होत गेलं. कुठे एकही माणूस दिसत नव्हता - नवलच होतं. जड झालेल्या पायांनी मी धावत राहिलो. एक टेकडीची चढण - मग एक खडकाळ भाग. चांगलाच दम लागला होता. समोर एका मोठ्या खडकावर एका भग्न किल्ल्याचे अवशेष - तोच किल्ला - जिथे .... 'भिंतीच्या मागे!' माझ्या जड अंतःकरणाने मला सांगितलं. एका खडकावरून दुसऱ्यावर जात जात मी भिंतीपाशी पोहोचलो. माझा चेहरा घामाने भिजला होता. मला कोणीतरी जमिनीवर पडलेलं दिसलं. कोण - ते मला माहिती होतं - चेहरा दिसण्याच्याही अगोदर. मी खचलो.

'रैना!' मी ओरडलो. माझ्या कल्पनाचित्राइतकीच ती सुंदर होती - सर्वांगसुंदर - चेहऱ्यावरचं स्मित, डोळे - थिजलेली दृष्टी असली तरीही! वेडी मुलगी - खरोखरच आपलं आयुष्य संपवून टाकलं - अरे पण - पर्व कुठे आहे?

मी आजूबाजूला पाहिलं. तो कुठेच दिसत नव्हता. रैनाच्या जवळ दुसरीही कुपी होती - पर्वची. पळपुटा ती टाकून पळून गेला होता. मी ती कुपी उचलून हुंगली. माझ्या नाकात इतका वेळ भरलेला गंध आता नाहीसा झाला होता. माझी कथा इथे येऊन थबकली होती - ती अंतापर्यंत कशी पोहोचणार - कुणास ठाऊक. मलाच तिला तिथवर न्यायला हवं. मी पुढे पाऊल टाकलं आणि मला जाणवलं की, मी पर्वचंच अनुकरण करतोय.

मी रैनाला सोडून जाऊ शकत नव्हतो. परत वळून मी तिचा निश्चेष्ट देह उचलून खांद्यावर घेतला आणि चालू लागलो. ती एखाद्या निष्पाप बाळासारखी निजली होती. दोन-चार पावलांतच मी ओझ्याखाली वाकलो. ती जड होती; पण मी जर पर्वसारखाच वागलो असतो, तर वाहाव्या लागणाऱ्या अपराधी भावनेच्या ओझ्याच्या मानाने हलकीच म्हणायची. मी तिला कुठे नेणार होतो कुणास ठाऊक; पण तिला तिथे तशीच सोडून जाणं शक्यच नव्हतं.

त्या भग्न अवशेषांतून मी चालत राहिलो - माझ्या कादंबरीतल्या मजकुराचं मूर्त रूप बनून. पुढे काय? सावकाश पुढे जात विचार करत होतो. ती खडकाळ भिंत झिजली होती; पण आतले चुनखडीचे दगड पुढे आले होते. व्हरांड्याच्या त्या पांढऱ्या रेषा सरळ जात अंधारात घुसल्या होत्या. आता माझ्या अवतीभोवती पूर्ण अंधार – फक्त त्या पांढऱ्या रेषा मार्ग दाखवत होत्या – पण कुठे जायचं? पुढे जाऊ लागलो तसा तो व्हरांडा अरुंद होत गेला. ते साहजिकच होतं. कोणतंही चित्र, फोटो किंवा आर्किटेक्टचं डिझाइन बघा. व्हरांड्याच्या दोन्ही बाजू पुढे जाऊन मिळाल्यासारख्या दिसतात. मी त्यामधून चालत होतो आणि लवकरच माझे दोन्ही तळहात दोन्ही भिंतींना लागत होते.

भीतीने माझा श्वास अडकला. आजूबाजूची हवा अधिकाधिक कोंदत चालली होती, श्वासही घेता येणार नाही इतकी!

मी तसाच जात राहिलो. खांद्यावरचं ओझं पावलागणिक जड होत होतं. अचानक - माझं पाऊल उचलेनासं झालं, जणू मी चिखलातून चालत होतो. खाली पाहिलं तर - गुडघाभर दलदलीत फसलो होतो. घनदाट, जणू द्रवरूप. भिंती इतक्या जवळ आल्या होत्या की, माझे हात कोपरात वाकले होते. प्रत्येक वेळी पाऊल टाकणं जास्त जास्त कठीण होत चाललं होतं, जणू काही ज्या दलदलीतून मी चाललो होतो, ती जेलीसारखी जमत चालली होती. व्हरांडा संपत नव्हता. त्या पांढऱ्या रेषा क्षितिजापर्यंत जाऊन एकत्र गोळा होताना दिसत होत्या. मी हलूच शकत नव्हतो. पाय जणू दगड बनले होते.

मी कुठे आहे याची जाणीव झाली मात्र - मी थिजलोच. मी अशा जागांबद्दल ऐकलं होतं, त्याबद्दल बोललोदेखील होतो.

अलीकडेच त्याची चाहूलही लागली होती. शक्ती हिरावून घेणारा वाऱ्याचा एक झोत आला आणि त्यानं कल्पनाशक्तीची ठिणगी मालवली. ही जागा म्हणजे प्रत्येक लेखकाचं भयानक दुःस्वप्न - त्याला तळमळत, जळत, धुमसत ठेवणारं, रम ढोसत रक्ताचे अश्रू ढाळायला लावणारं. रायटर्स ब्लॉक - लेखक लेखनसुन्नतेत अडकला की, त्याची अशी अवस्था होते - जिथे कागद काळा असतो अन् रेषा पांढऱ्या!

डोळे फाडफाडून मी कुठे आहे ते बघण्याचा प्रयत्न करत होतो. काही दिसत नव्हतं. फक्त – चमकणाऱ्या पांढऱ्या रेषांवर उडालेली ती ओळखीची मोरपंखी छटा – ती दलदल. अरे देवा! मी प्रत्यक्ष त्यात अडकलो होतो.

त्या काळ्याकुट्ट अंधारातदेखील पांढऱ्या रेषा चमकत होत्या – खरंतर डोळे वटारत होत्या. शुद्ध हरपू नये म्हणून मी डोळे ताणून बघत होतो.

माझी कथा अपूर्ण राहणार याची मला खात्री पटली, कारण मी हा असा दलदलीत अडकलेला – कायमचा.

पर्व हरला; पण तो दोष त्याचा नव्हता, केवळ माझा होता. म्हणूनच मी रैनाला खांद्यावर घेऊन जात होतो, हे काही फार महान कार्य नव्हतं. पर्वचं पात्र नेमकेपणाने रंगवायला मीच नाही का कमी पडलो! प्रेमाखातर ते अखेरचं पाऊल त्यानं उचललं नाही. तो माझ्यासारखा असता तर त्यानं ते उचललं असतं – त्यामुळेच तर मला कथेसाठी स्वतः पुढे होणं भाग पडलं ना – वास्तविक ही माझीच गोष्ट आहे -

खरंतर, मी म्हणजे तोच आहे - म्हणूनच तर मला तो हरवलीत कुठे सापडला नाही ना! हो, नक्कीच. इतका वेळ हे मला कसं कळलं नाही?

आता जर मी पर्व आहे, तर मग मी माझ्या प्रियेसाठी मरण पत्करेन का? तिला टाकून आल्यावर मी स्वतःला तोंड दाखवू शकलो असतो? तिला ते कळलं नसतं; पण माझं काय? मी कचरलो, हे कसं विसरू शकेन? मला प्रेमिक म्हणायचं की धोकेबाज? इतर प्रेमिकांनी आदर करावा असा मी प्रियकर आहे? माझ्या प्रेमाखातर ठाम राहिलो नाही तर मला पुढे काही आयुष्य आहे? प्रेमासाठी मेलो नाही तर माझं अस्तित्वच राहणार नाही. प्रेमासाठी मी काहीही करेन – होय, ते विष मी घेईन – कोणी साक्षीदार नसला तरीही!

माझे थंडगार, थरथरते, बधिर हात माझ्या खिशात गेले. अरेच्चा! कुपी कुठे गेली? माझ्या शर्टच्या खिशात. माझी बोटं शर्टचा खिसा चाचपडू लागली. हाताला काहीतरी लागलं. कुपीच! माहिती होतं मला. मी ती तोंडाशी नेऊन दातांनी तिचा वरचा भाग चावला. कुपी माझ्या हातातच फुटली. आतला द्रव माझ्या हातांवर, तोंडावर सांडला. काही माझ्या जिभेवरून घशात उतरला. मी आजूबाजूला अखेरची नजर टाकली. पांढऱ्यावर काळ्या रेषा की काळ्यावर पांढऱ्या? अखेरच्या टप्प्यावर आलेल्या लेखकाला काय फरक पडतो? मी रैनाला घट्ट मिठी मारली, डोळे दिपवणारा एक प्रकाशझोत आला. मिटल्या डोळ्यांसमोरदेखील त्याची शुभ्रता जाणवत होती. एक उग्र दर्प आतपर्यंत पोहोचला - आणि मग - सारं काही शांत - शांत!

गोष्ट पूर्ण झाली – माझ्या मनात आलेला पहिला विचार. मला वाटतं, मला स्वप्न पडत होतं, कारण त्या शुभ्रतेतून बाहेर येणारं पर्वचं भूत मला दिसत होतं आणि हसरा होता त्याचा चेहरा – माझा चेहरा.

डोळे उघडले आणि तत्क्षणी मी जिवंत आहे याची जाणीव झाली. रायटर्स ब्लॉकमधून माझी सुटका झाली होती. गंमतच आहे – लेखक म्हणून जिवंत राहण्यासाठी पात्र म्हणून मला मरावं लागलं.

हळूहळू मला भान आलं की, माझ्या खोलीत मी जमिनीवर पसरलो होतो. माझ्या तोंडात कसले तरी तुकडे होते. मी काळजीपूर्वक त्यातला एक काढला - माझ्या पेनचं निब. मी धावतच बेसिनजवळ गेलो आणि माझ्या चेहऱ्यावर हास्य फुललं. आरशात दिसत होतं - मोरपंखी शाईने माखलेलं माझं तोंड आणि जीभ.

आवर्तन १ –

प्रेम हे रेडिओ ॲक्टिव्ह असतं! हा साक्षात्कार मला माझ्या लॅबमध्ये झाला आणि तोसुद्धा कसा! रेडिओ ॲक्टिव्ह म्हणजे सगळ्यांचा समज असतो तशी अंधारात चमकणारी वस्तू नव्हे, तर ठरावीक काळाने तिचं आयुष्य अर्ध-अर्ध होत जातं. म्हणजेच त्याचा साधारण अर्थ असा की, प्रेम नियमित कालमानाने निम्मं-निम्मं होत जातं. ज्याला हाफ लाइफ पिरियड म्हणतात, ते सर्वांनी शाळेतच शिकलेलं आहे.

म्हणूनच रेडिओ ॲक्टिव्ह भाषेत बोलायचं झालं तर समजा, एखाद्या लग्न झालेल्या जोडप्याकडे १ किलो प्रेम आहे आणि त्याचं आयुष्य अर्ध होण्याचा काळ ५ वर्ष आहे, तर पाच वर्षांनी ते प्रेम अर्धा किलो होईल, नंतरच्या पाच वर्षांत पाव किलो - मग १२५ ग्रॅम - असं अर्ध होत होत ३२-१६-८... शेवटी १ ग्रॅम. अखेर त्या जोडप्याकडे सांगण्यासारखं असं प्रेमच शिल्लक राहणार नाही. अशा टीचभर प्रेमाच्या शिदोरीवर ते बिचारे लग्नाचा रौप्यमहोत्सव, सुवर्णमहोत्सव कसा काय साजरा करणार?

प्रेम ही चुंबकीय शक्ती (Magnetism), अपकेंद्री बल (Centrifugal force) किंवा अणूंची संयोजन क्षमता (Coval bonding) वगैरेसारखं नसून एक अतार्किक आकर्षण शक्ती आहे अशीच कल्पना उराशी बाळगून मी मोठा झालो; त्यामुळे प्रेमाला काहीही वैज्ञानिक आधार नाही, अन्यथा एव्हाना त्याला एखादा केमिकल सिम्बॉल असता, आनंद मिळेल असं समीकरण असतं. शेवटी एखाद्या औषध कंपनीनं त्याचं पेटंट घेऊन, वारेमाप नफ्यानं ते टेलिशॉपिंगवर विकलं असतं.

प्रेम हे नेहमीच 'ते सापडलं' असा दावा

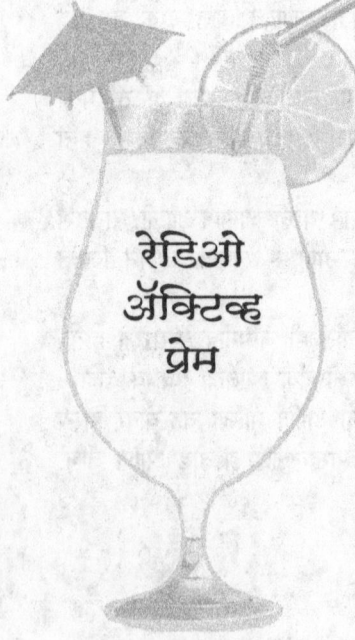

रेडिओ
ॲक्टिव्ह
प्रेम

करणाऱ्या साहसी वीरांची, 'ते हरवलं' असा शोक करणाऱ्या कवींची आणि ते न कमावता किंवा गमावताच त्याचं स्पष्टीकरण करणाऱ्या तत्त्ववेत्त्यांची मिरासदारी राहिली आहे. शास्त्रज्ञ असल्यामुळे मी यात कुठेच बसत नाही. तरीही प्रेम हा एक रेडिओ ॲक्टिव्ह घटक असून त्याला पिरिऑडिक टेबलमध्ये स्थान मिळालंच पाहिजे असा माझा आग्रह आहे –

अर्थात - रेडिओ ॲक्टिव्हचा शोध लावणाऱ्या मदाम मेरी क्यूरी आणि पिरिऑडिक टेबल ऑफ एलिमेंट्सची रचना करणाऱ्या दमित्री मेंडेलीव यांची क्षमा मागून.

मी - अवधूत गद्रे. संस्थेतले सगळे मला 'ॲवोगाद्रो' म्हणतात. विज्ञानाशी आणाभाका घेतलेला मी एक नास्तिक आहे. देवाने जरी माझ्या स्वप्नातली परी माझ्या लॅबमध्ये आणून उभी केली तरी मी मार्गच्युत होणार नाही –

नेमकं तिथेच मी तिला प्रथम पाहिलं. माझ्या धगधगणाऱ्या डोळ्यांच्या पडद्यांवर माझाच विश्वास बसेना. तिला सुंदर म्हणणं म्हणजे न्यूट्रॉन स्टार जड आहे म्हणण्यासारखं झालं असतं. सर्वप्रथम माझं लक्ष गेलं ते कमरेच्याही खाली झेपावणाऱ्या सोनसळी-तपकिरी धबधब्यासारख्या तिच्या केशसंभाराकडे. तिच्या डोळ्यांतल्या गोंधळलेल्या नजरेमुळे तिचा चेहरा निरागस दिसत होता. मला जणू काही दिव्य दृष्टी लाभली होती. जवळजवळ ३० मीटर दूर असलेल्या माझ्या काचेच्या केबिनमधूनसुद्धा तिचे छोटेसे सुबक कान मला स्पष्ट दिसत होते.

एखाद्या परीराणीच्या राज्यात फिरताना वाट चुकल्यासारखी ती इकडेतिकडे पाहत होती. माझ्याकडे नजर जाताच तिच्या चेहऱ्यावर हास्य फुललं. माझ्याकडे बघून! त्यामुळे मी LED सारखा उजळून निघालो. माझ्या डोक्याच्या वर कुठेतरी नजर ठेवून ती माझ्या केबिनकडे येऊ लागली. जरासा थरथरणारा तिच्या नाकाचा शेंडा, जरा फिरवलेले डोळे – हाय! त्या गोंडस चेहऱ्यावरचा किती हा मोहक खट्याळपणा!

'डॉ. अवधूत गद्रे' माझ्या केबिनच्या दारावरचं नाव वाचताना तिच्या ओठांची हालचाल झाली. माझी तिच्यावर रोखलेली नजर तिनं हेरली.

मी जरी 'राष्ट्रीय वैज्ञानिक संशोधन केंद्रात' काम करत असलो तरी मला स्त्री सौंदर्याचं वावडं नव्हतं. तिचं नाव काहीही असो, मी तिला 'सौंदर्यदृष्टी' - सौंदर्य बघण्याची दृष्टी प्रदान करणारी'- हे नाव बहाल करून टाकलं. झालं होतं असं की, प्रकल्प प्रशिक्षणासाठी शिकाऊ उमेदवार म्हणून माझ्याकडे नियुक्त झालेल्या चारजणांपैकी ती एक होती. बाकी तिघं मुलगे होते; त्यामुळे साहजिकच माझं जास्त - किंबहुना संपूर्ण लक्ष - तिच्याकडे होतं, यात नवल ते काय?

मुलं चलाख होती हे मी विचारलेल्या ठरावीक, सर्वसाधारण प्रश्नांवरून माझ्या ध्यानात आलं. पहिल्याने काही बुद्धिमान निकष लावून सल्फर आणि कॉपर

यांच्यातील भेद ओळखला.

दुसऱ्याने थोड्याशा मदतीने 'मेंडेलीव'चं स्पेलिंग बरोबर लिहिलं. 'न्यूटनने गुरुत्वाकर्षणाचं केवळ प्रकटीकरण केलं नाही, तर त्याचा शोध लावला' याबद्दल तिसऱ्याची जवळजवळ खात्रीच होती. मात्र, दुसरीकडे कुमारी 'सौंदर्यदृष्टी' हिला गुस्ताव किर्चहोफचं मधलं नाव 'रॉबर्ट' होतं याचा गंधही नव्हता. तिचं योग्य स्थान लॅब नसून सौंदर्यस्पर्धेचा मंच आहे हे मी तिला सांगायला हवं होतं.

एखाद्या विरक्त साधूला विषयासक्त व्हायला भाग पाडणारी अशी ती लावण्यवती बाला होती. भावनेच्या आहारी न जाणारा एखादा शास्त्रज्ञच तिच्यात न गुंतता तिच्या सौंदर्याचं रसग्रहण करू शकला असता.

प्रकल्प तसा साधाच होता – काही प्रयोग करून रेडिओ ॲक्टिव्ह गुणधर्मांचा दस्तऐवज तयार करायचा होता. प्रयोग करायला अवधी होता १८० दिवसांचा – प्रकल्पासाठी प्रदीर्घ; पण तिच्याकडे बघत राहण्यासाठी.

मी चटकन तिला निरखलं. एक गरीब बिचारी मुलगी – जिला माझ्या मदतीशिवाय संशोधनाचा मार्ग अनुसरणं केवळ अशक्य होतं.

मनुष्यस्वभावाला हा शाप आहे. माणूस भले मंगळावर जायला निघालेला असो, शुक्राच्या चांदणीला कुर्निसात करण्याचा मोह त्याला आवरत नाही. तिन्ही मुलं भलतीच हुशार होती. सगळी संदर्भसामग्री कुठे आहे हे एकदा कळल्याबरोबर रेडिओ ॲक्टिव्हशी संबंधित प्रत्येक कागद, जर्नल, प्रबंध त्यांनी पिंजून काढला. संबंधित माहितीचे अंश एकत्रित करून आळीपाळीने त्यांनी सगळी माहिती लिहायला सुरुवात केली. ते यात मग्न असताना मी मात्र नव्याने शोध लागलेल्या, अवतीभोवती सौंदर्य फाकवणाऱ्या एका मूलद्रव्याचा - 'सौंदर्यदृष्टीचा' अभ्यास करत होतो.

ती फक्त मला प्रश्न विचारत राहायची - अगदी साधे प्रश्न - आणि मी त्या प्रश्नांची अगदी सविस्तर उत्तरं देत राहायचो - सकाळपासून दुपारपर्यंत - थेट तिन्हीसांजेपर्यंत.

लॅब ते कॅफेटेरिया ते लॉन ते टेरेस – अशा आमच्या अद्‌भुत सफरीत सामील होत नसल्यामुळे मुलं जरा अस्वस्थ होती. 'ती' मात्र माझा प्रत्येक शब्द कानात प्राण आणून ऐकायची. आम्ही कॉरिडॉरमधून जाताना, लायब्ररीतून आत-बाहेर करताना, जिने चढता-उतरताना माझ्या सहकारी शास्त्रज्ञांचं हेवा करत आजूबाजूला घुटमळणं मला जाणवत होतं. काहीजण तिच्या चेहऱ्याकडे चोरट्या नजरा टाकायचे, तर बाकीचे निर्लज्जपणे माना ताणून ताणून तिच्याकडे बघायचे.

मानवी जनुके बाहू पसरून आपली सगळी गुपितं उघडी करण्यासाठी अनावृत्त होऊन साद घालत असण्याच्या या युगातसुद्धा सौंदर्यामध्ये माना वळवायची आणि

डोकी फिरवायची शक्ती आहे हा केवढा विरोधाभास!

त्या सगळ्यांत अर्क म्हणजे सुबोध- लक्षात येईल अशा बेताने आमच्या मागून चालायचा. कुठल्याही क्षणी ओळख करून घ्यायला मध्ये घुसेल अशा तयारीत. हे इतक्या वेळा घडायचं की, एव्हाना सौंदर्यदृष्टी आणि सुबोध यांची तोंडओळख झाली होती. दुसरा म्हणजे आनंद. चोरटे कटाक्ष टाकण्याइतका सभ्य. त्याच्या चेहऱ्यावर नेहमी एखादं गुपित पोटात घेऊन हिंडणाऱ्या मुलासारखं छद्मी हास्य असायचं आणि जणू काही ते गुपित फार काळ पोटात ठेवता येणार नाही अशा घाईघाईने तो तिथून सटकायचा. मात्र, अफवा पसरवण्यापलीकडे त्याच्याकडून धोका नव्हता, कारण तो समलैंगिक संबंध ठेवणारा होता, त्याबद्दल अभिमान बाळगणारा होता.

हे असं कायम चालू राहणं शक्य नाही. काहीतरी घडायला पाहिजे होतंच, - घडलंही! एक दिवस आनंदने मला स्वच्छतागृहापाशी गाठलंच.

"अभिनंदन ॲवोगाद्रो!"

"कशाबद्दल?"

"अरेच्चा! प्रेमवीराला स्वतःलाच माहिती नाही?"

"तू कशाबद्दल बोलतोयस?"

"तू मूर्तिमंत प्रेम प्रकरण बनून वावरतोस आणि तरीही मी तुला सांगायला हवं?"

"प्रेम प्रकरण? माझं?"

"आता लपवण्यात अर्थ नाही मित्रा, तुझी व्यवस्थित जाहिरातबाजी चालू आहे."

"तू कोड्यात बोलणं थांबवशील का?"

"ठीक आहे, उद्या फलक लागलेले बघ – ॲवोगाद्रोचे विज्ञानाकडून शृंगाराकडे स्थलांतर."

प्रेम! मी प्रेमात पडलो? केवळ अशक्य. हे असले फलक फारच खळबळजनक ठरतील; पण मग तोलेमी, कोपर्निकसचं आणि गॅलिलिओचं काय?

त्यांचा जन्म, विज्ञानाच्या मार्गापासून न चळता केलेले अथक परिश्रम आणि मृत्यू व्यर्थच म्हणायचा का? आणि त्यांना प्रेम करण्याची संधी नव्हती, असंही मी म्हणणार नाही. प्रत्येक युगात लावण्यवती होत्याच आणि इतर कोणत्याही मर्त्य मानवाप्रमाणे प्रत्येकाची आपली अशी एखादी 'सौंदर्यदृष्टी' असणारच. माझ्या बाबतीत बोलायचं, तर मला तिच्याकडे तासन्तास बघत बसायला आवडतं; पण

मी त्याला प्रेम मात्र मुळीच म्हणणार नाही.

प्रेम आणि सौंदर्य यांचं एक विलक्षण नातं आहे. माझ्या माहितीप्रमाणे प्रेमाचा सौंदर्याशी काहीही संबंध नाही किंबहुना उलट म्हणायचं तर ज्याला जे आवडतं, ते त्याला सुंदर वाटतं. त्या दृष्टीनेही प्रेम आणि सौंदर्याचं समीकरण तेच राहतं.

यामुळे मी विचारात पडलो. 'सौंदर्यदृष्टी'वर नजर पडल्यापासून पहिल्यांदाच मी खरंच घाबरलो. माझा पायाच हलल्यासारखा झाला. आनंदच्या म्हणण्यात खरंच तथ्य होतं का? पण, ज्या माणसाचा स्त्री-प्रेमाशी काडीमात्र संबंध नाही, त्याचं बोलणं मी इतक्या गंभीरपणे का घ्यावं? तर्काच्या कसोटीवर माझं बरोबर होतं; पण मग पोटातल्या फुलपाखरांचं समर्थन कसं करायचं? सौंदर्यदृष्टीबरोबर कॉफी पिण्यासाठी मी उतावीळ होतो, ती ऊर्मी अनावर होती. तिच्या सौंदर्यात इतकी ताकद कशी? त्यामुळेच दा विन्चीला मोनालिसाला कॅनव्हासवर अमर करणं भाग पडलं का? 'दा विन्ची'- अशा प्रकारच्या अमूर्ताकडे आकृष्ट झालेला एकमेव शास्त्रज्ञ. त्या अजरामर कलाकृतीत दिसते तशीच ती प्रत्यक्षात दिसत होती की त्याला ती तशी दिसली? हे कलेचं प्रेम की प्रेमाची कला?ती त्याची 'सौंदर्यदृष्टी' होती का?

टेरेसवर कॉफी पिताना एका बाजूने दिसणारा तिचा चेहरा मनःचक्षूंसमोर बघताना ज्या प्रकारे बेधुंद लहरींनी मी उत्तेजित होत होतो; त्यामुळे मी प्रेमाच्या सोल्यूशनमध्ये बुडवलेला इलेक्ट्रोड आहे असंच मला वाटत होतं. कॉफीचा घोट घेण्याआधी फुंकर मारताना होणारा तिच्या ओठांचा चंबू मला दिसत होता. तो कॉफीचा कप आपणच व्हावं अशी अनावर इच्छा झाली.

मी काय बोलत होतो कुणास ठाऊक; पण ती मात्र ऐकत होती. तिच्या गालाची हाडं चांगली उभार होती. उजवा गाल किंचित खाली आला, कदाचित मी नको त्या वेळी विनोद केला असावा. माझ्याकडे खेळकर, निरागस नजरेने बघताना ती हसू दाबत होती. मी तिच्याकडे अनेक सहस्रकं असाच बघत राहू शकलो असतो.

दा विन्ची पेंटिंग करताना तरी त्याच्या नायिकेच्या प्रेमात होता हे निर्विवाद! माझ्या भावनांना वैज्ञानिक निकष लावायचाच झाला, तर तो होता तिच्या लांबटगोल चेहऱ्याची प्रमाणबद्धता. माझ्या दृष्टीने जग लंबवर्तुळाकार होतं. क्षणभर आमची नजरानजर झाली. वीज चमकावी तसा, भूमितीच्या सर्व नियमांना छेद देत त्या क्षणी मला साक्षात्कार झाला की, ही जगातली सर्वांत सुंदर मुलगी आहे. हे जर प्रेम नसेल तर मग मला लॉग टेबल आणि लॉग केबिन यातला फरक समजत नाही असं म्हणावं लागेल.

लवकरच मला जाणवू लागलं की, प्रेमात पडण्याची प्रक्रिया भीती नावाच्या एका दूषित वायूला जन्म देते. त्याचा ढग मी जिथे जाईन तिथे सतत माझ्या मस्तकावर वावरत होता. प्रेम मला इतकं अस्वस्थ करेल याची मला सुतराम कल्पना नव्हती. माझी ही अवस्था खात्रीने तिच्याही लक्षात येत होती.

मी प्रेमाचे गुलाबी अभ्र, तेजःपुंज आभा वगैरेबद्दल ऐकलं होतं; पण मला मात्र सर्वांगावर फुटणारे घर्मबिंदू आणि धमन्यांतून खालीवर धावणारं रक्त याशिवाय काहीच जाणवत नव्हतं.

'काय झालं?' तिनं विचारलं. मी हसण्याचा दुबळा प्रयत्न करत नुसती मुंडी हलवली. तिनं मला प्रश्न विचारला आणि मी उत्तर दिलं नाही असं क्वचितच घडायचं- ते तेव्हा घडलं. काहीतरी घडलं आहे हे तिला जाणवत होतं; पण माझ्या तोंडातली पुठ्ठा खाल्ल्यासारखी चव तिला समजणं शक्य नव्हतं.

'स्ट्राँग कॉफी घेऊ या का?' मी विचारलं. ती हो म्हणाली. कॉरिडॉरमधून चालताना मला आजपर्यंतची सर्वांत लांबलचक वाट चालल्यासारखं वाटलं. सुबोध आमच्या काही पावलं मागून चालत होता. कॅफेटेरियामध्ये आम्ही काहीही न बोलता मुकाट्याने कॉफी घेतली. मी मनातल्या मनात माझी भीती, अस्वीकार, राग यांना सामोरा जाण्याचा प्रयत्न करत होतो. मला शोध घ्यायचा होता; पण धीर होत नव्हता.

'काही समस्या आहे का?' तिनं विचारलं. तिच्या चेहऱ्यावरचं स्मित लोपलं होतं. तिच्या आवाजात इतकी आस्था होती की, माझ्या भीतीबद्दल बोलायचं अगदी ओठावर आलं; पण मी पुन्हा नकारार्थी मान हलवली. प्रेमात पडल्यावर 'आनंदाचे डोही आनंद तरंग' अशी अवस्था होणं अपेक्षित असताना मी मात्र एका अनोळखी प्रदेशात नकाशाविना वावरत होतो.

प्रेम हा भलताच लहरी पदार्थ व्हायला लागला होता. माझ्या अवतीभोवती त्याचं शक्तिशाली क्षेत्र बनत चाललं होतं.

प्रथम त्यानं मला भुलवलं आणि मी जेमतेम धीर गोळा करून पाठीचा कणा ताठ करतो न करतो तोच त्या प्रेमाचं भीतीत रूपांतर झालं. प्रेमाबद्दलच्या कुठल्याच दोन मतांत समन्वय नसतो यात नवल ते काय!

कामवासना, मत्सर किंवा संताप या जशा नैसर्गिक भावना आहेत, तसं प्रेम नैसर्गिक नाही असं म्हणण्याचं धाडस मी करू इच्छितो. प्रेम हे मानवनिर्मित आहे. माणसानं निर्मिलेली गोष्ट माणसासाठीच एक आभासी, फसवी जाणीव उरते हा केवढा विरोधाभास!

आमच्याभोवतीचं क्षेत्र आता अधिकच घनदाट होऊ लागलं होतं. सौंदर्यदृष्टी कॉफीचा रिकामा कप हातात धरून माझ्याकडे किंबहुना माझ्या खांद्याच्या वर एकटक बघत होती. मी नकळत मागे वळून बघितलं. सुबोध आमच्या दिशेनं येत होता. मी तिचा हात धरून तिला उठवलं.

'चल चल, लॅबमध्ये जायला हवं. आपल्याला बरंच काम करायचंय.' मी म्हटलं. मी समोर असताना ती त्याच्या नजरेला नजर भिडवूच कशी शकली? ती त्याच्या प्रेमात पडत होती की काय? ही अजून तरी अशक्यप्राय वाटणारी घटना होती - पण एके काळी अंतराळ प्रवासदेखील अशक्यप्राय वाटत होता.

आवर्तन २

एखाद्याच्या प्रेमात पडल्यावर तुम्ही काय करता? मी जसा वेड्यासारखा तिच्याकडे, ती तीन पायाचा शहामृग असल्यासारखी, एकटक बघत राहतो, तसं तुम्ही नक्कीच बघत नसणार. तिच्या चेहऱ्यावर एक गूढ स्मित होतं. माझ्या मनात काय चाललं होतं ते तिला कळून चुकलं की काय? तर मग आता घाबरण्यासारखं काहीच नाही. माझ्या अशा अवस्थेमुळे तिला गुदगुल्या होत होत्या का? नाही, ती तशी नव्हती; पण - तशी असली तर?

घडलेल्या घटनांची उजळणी करत मी लॅबमधल्या काचेच्या पार्टिशनकडे नजर लावून बसलो होतो. सौंदर्यदृष्टीवर बसलेलं माझं प्रेम हा मला लागलेला; पण अद्याप अघोषित असलेला एक शोध होता. तिच्या सौंदर्यानं फक्त मीच एकटा घायाळ झालो नव्हतो हे उघड होतं. प्रेमलहरींचा चंचलपणा लक्षात घेता आणि विशेषतः सुबोधसारखे संधिसाधू झडप घालण्याच्या पवित्र्यात असताना मला त्वरित कार्यवाही करणं प्राप्त होतं. मला भेटायला येणाऱ्या माझ्या सहकाऱ्यांमध्ये लक्षणीय वाढ झाली होती. सुबोध एकटाच नव्हता हे मला दिसत होतं. युद्धपातळीवर हालचाल करण्याची वेळ होती.

इतक्या आकर्षक मुलीच्या प्रेमात - आमच्या संस्थेतलं किंवा बाहेरचं कोणीही पडणं स्वाभाविकच होतं; पण माझं वैज्ञानिक मन सर्व चाचण्या लॅबच्या वातावरणात घेऊ इच्छित होतं. तिच्या बाबतीत माझा काय पाड लागतो ते मला अद्याप अजमावायचं होतं.

मी माझ्या जागी बसून काही आडाखे मांडले. मागच्या मोजणीनुसार आमच्या संस्थेत तब्बल १०२२ कर्मचारी होते, म्हणजे तितकेच स्पर्धक अधिक सुबोध - म्हणजे - १०२३, अधिक मी - म्हणजे १०२४. म्हणजे माझ्या प्रेमाचं प्रकरणात

रूपांतर होण्याची शक्यता अत्यल्प - आणि तीच महत्त्वाची.

माझ्या मस्तकावर एक काळा ढग घोंघावताना मला दिसत होता. माझ्या कल्पनेपेक्षा परिस्थिती अधिक बिकट होती; पण यामध्ये काहीतरी तर्कशुद्ध मार्ग नक्कीच असला पाहिजे. मी माझ्या मेंदूच्या पेशींना ताण दिला आणि दिवस मावळायच्या आत मला एक असं सज्जड कारण सापडलं की, ज्यामुळे सौंदर्यदृष्टीला माझ्यावर प्रेम करणं भागच होतं.

आकडेवारी मांडल्यावर खरंतर सगळं सरळ-सोपं होतं. १०२४ मधल्या ७२१ बायका होत्या, १७९ विवाहित पुरुष होते, १०७ पुरुष लवकरच निवृत्त होणार होते आणि १४ जण फॅमिली कोर्टात घटस्फोटासाठी लढत होते. म्हणजे उरले फक्त आनंद, सुबोध आणि मी. आनंदला विरुद्ध लिंगी व्यक्तीत रस नसल्यामुळे त्याला विचारात घेण्याची गरज नव्हती. सुबोधला मी सहज नेस्तनाबूत करू शकलो असतो. अशा रीतीने, सौंदर्यदृष्टीच्या प्रेमाला केवळ मीच पात्र होतो. आता माझ्या माथ्यावरच्या काळ्या ढगाला रुपेरी किनार दिसू लागली आणि कित्येक दिवसांनी प्रथम माझ्या चेहऱ्यावर हास्य उमटलं.

सहा वाजून गेले होते. बाकी सगळे घरी गेले होते. लॅबमध्ये आम्ही दोघंच उरलो होतो - सौंदर्यदृष्टी आणि - अस्मादिक

'आपण निघायचं नाही का? आणि ही कसली आकडेमोड आहे?' माझ्या चितारलेल्या कागदाकडे बघून तिनं विचारलं. मी डार्विनसारख्या चमकणाऱ्या डोळ्यांनी तिच्याकडे पाहत, एकमेव मीच कसा तिचं प्रेमपात्र होण्यास लायक आहे हे तिला समजावून दिलं. तिचा देदीप्यमान चेहरा भांबावला होता.

मला खात्री होती की, तिचा तिच्या सद्भाग्यावर विश्वास बसत नव्हता. दुसऱ्या दिवशी सौंदर्यदृष्टी गायब झाली.

अरेच्चा, आता एका रुपेरी ढगाला काळी किनार दिसत होती आणि दिवसागणिक अधिकाधिक गडद होत होती. मला भेटायला येणाऱ्या सहकाऱ्यांची संख्या आता रोडावत चालली होती आणि त्यामुळे मला रेडिओ ॲक्टिव्हबद्दल पुरुष विद्यार्थ्यांशी चर्चा करणं भाग पडत होतं - ज्यांचे चेहरे ओळखणं मला कठीण जात होतं.

तिच्या अनुपस्थितीतदेखील लॅबमधलं ऊर्जाक्षेत्र शक्तिशाली होतं. मी डोळे मिटले. मी तिला कायमचं गमावलं की काय अशी मला भीती वाटत होती. पुन्हा तिच्यासमवेत राहावं - कायमचं - तिला हसताना-खिदळताना पाहावं, तिनं सुखानं उसासे टाकत माझ्या खांद्यावर आनंदाश्रू ढाळावेत यासाठी मी प्रार्थना करत होतो. तिच्याबरोबर नृत्य करत, तिच्या कमनीय देहाला गिरक्या घेत पृथ्वीच्या अंतापर्यंत

न्यावं अशी अत्यंत तीव्र इच्छा होत होती. तिच्याविना ही सगळी स्वप्नं अत्यंत त्रास देत होती. परमानंदाचं व्यथेत रूपांतर झालं होतं; पण ते कुणालाच दिसत नव्हतं.

आता मला समजलं की, प्रेमासारखी एक अस्थिर गोष्ट सर्व प्रकारचे चढउतार सहन करत युगानुयुगं कशी टिकून राहिली, कवींच्या भटकणाऱ्या मनांना आणि तत्त्वज्ञांच्या शोधक विचारांना कशी गवसली नाही. प्रेमी हृदयाला प्रकाशाच्या गतीनं जेव्हा प्रेमाचा साक्षात्कार होतो, तेव्हा वस्तुमानाचं ऊर्जेत रूपांतर करणारी प्रेम ही एकमेव गोष्ट आहे हे मला जाणवलं. दिवसागणिक माझ्या डोळ्यांतलं तेज विझत चाललं होतं.

चौथ्या दिवशी मी भ्रमिष्टासारखा जिथे तिथे बोटाने तिचं नाव गिरवायला लागलो. सौंदर्यदृष्टी - सौंदर्यदृष्टी-सौंदर्यदृष्टी-सौंदर्यदृष्टी. तिचं पंचाक्षरी नाव सतत पुटपुटत होतो. तिचं नाव जरा लहान असतं तर तिला परत मिळवण्यासाठी प्रायश्चित्त म्हणून मी आकाशाच्या पाटीपासून ते मुंगीच्या पावलापर्यंत लिहीत गेलो असतो. माझ्या बिनडोकपणाबद्दल मी स्वतःला शिव्या घातल्या. बहुधा मी त्या बिचारीला घाबरवून टाकलं. प्रेमाचा उच्चार होताच त्या प्रेमाचं भीतीत किंवा तिटकाऱ्यात रूपांतर का होतं कोण जाणे!

एकाच वेळी बायबलमधील सातीच्या साती पापं केल्यासारखं मला अपराधी वाटत होतं. त्यात प्रेमाचा समावेश नाही; पण तरीही ते पापच आहे का?

प्रेमात पडणं हे मला वाटत होतं तितकं भयावह असेल तर ते नक्कीच पाप असलं पाहिजे. प्रेम हे खरंतर कवी, कलाकार यांच्या अंतःपुरातच सीमित असलं पाहिजे जिथून तत्त्वज्ञ ते उधार घेऊ शकतील. मात्र, कोणत्याही परिस्थितीत ते विज्ञानाच्या कक्षेच्या बाहेरच राहिलं पाहिजे.

वास्तविक ते तसंच, बाहेरच होतं आणि अखेर माझ्या साहाय्याला धावून आलं ते विज्ञानच. रिश्टर स्केलप्रमाणे कंप पावणाऱ्या बोटांनी मी तिचा फोन नंबर लावला. तिच्या प्रतिसादाची वाट पाहताना माझं हृदय दारूगोळ्याची चाचणी घ्यायच्या क्षेत्राप्रमाणे धडधडत होतं. काही प्रतिसाद नाही. तिचा रिंगटोन तिनं मला इतका वेळ ऐकायला लावला की, झोपेतदेखील मला तो ऐकू येऊ लागला. तिचा फोन हरवला तर नाही? दुसऱ्या कुणावर तर तिचं मन जडलं नाही? सुबोध? गेले अनेक दिवस तो रजेवर होता. माझी प्रिया गायब झाली, तेव्हापासूनच. कावेबाज! बदमाश! त्याला नामोहरम करण्याची योग्य संधीदेखील त्यानं मला दिली नाही. थांब, आता सापडू दे तर माझ्या तावडीत! सुबोध? माझ्यासारखा पुरुषोत्तम नाकारून तिला तो आवडला? नाही, नाही, माझी सौंदर्यदृष्टी तसल्या लाळघोट्या कणाहीन माणसाकडे आकर्षित होणं शक्यच नाही.

कदाचित साश्रू नयनांनी ती तिच्या वडिलांच्या होकाराची वाट पाहत असेल, कदाचित तिला कोंडून ठेवलं असेल आणि ती सुटकेची वाट बघत असेल किंवा ती चक्क माज करत असेल.

परिणामी, एखाद्या ज्ञात रेडिओ ॲक्टिव्ह पदार्थाप्रमाणे माझं प्रेम निम्मं झालं.

आवर्तन ३

अचानक माझा फोन वाजला. मी कानाला लावला. सौंदर्यदृष्टीला मला समोरच्या हॉटेलात भेटायचं होतं.

'ती नक्कीच मला पोलिसांच्या हवाली करणार.' मला वाटलं.

उद्याची ठळक बातमी माझ्या डोळ्यांसमोर आली, 'तरुण शास्त्रज्ञाकडून विद्यार्थिनीचा विनयभंग.'

त्या धसक्यानं ती काय बोलत होती ते मी धड ऐकलंच नाही. 'कॅफे कॉफी डिलाइट' इतकंच काय ते कळलं. 'आय लव्ह यू,' हे घासून घासून गुळगुळीत झालेले शब्द जेव्हा तिनं उच्चारले, तेव्हा कुठे माझ्या डोक्यात प्रकाश पडला.

त्यानंतर फोन बंद तरी झाला किंवा मी तरी बहिरा झालो.

घटनांना मिळालेल्या अनपेक्षित वळणामुळे मी अवाक होऊन बधिर झाल्यासारखा उभा होतो; पण भारित झालेल्या आसपासच्या क्षेत्रानं मला भराभर जिना उतरून हिरवळीवरून बागडत गेटपाशी जायला प्रवृत्त केलं. काही क्षणांतच मी विज्ञानाच्या कक्षेतून प्रेमाच्या दालनात प्रवेश करता झालो.

आय लव्ह कॅफे कॉफी डिलाइट, आय लव्ह कॅफे कॉफी, आय लव्ह कॉफी डिलाइट, आय लव्ह - लव्ह.

धास्ती-भीतीचं आता हर्षवायूत रूपांतर झालं होतं. या संपूर्ण गोंधळाच्या स्थितीत मी बेहद्द खूश होतो. आता मी काय करायचं? रडायचं? हसायचं? 'युरेका' म्हणून ओरडायचं? की फक्त तिच्याकडे बघत बघत शुद्ध हरपू द्यायची? प्रत्यक्षात आम्ही मुकाट्याने कॉफी प्यालो. मुकाट्याने घेतलेली ती शेवटची कॉफी!

त्यानंतरच्या भेटींमध्ये तिच्यात पूर्णपणे परिवर्तन झालं होतं. सुरुवातीच्या काही क्षणांत मीच जरा लाजत होतो. मात्र, माझा हात धरण्यापासून ते हाताचं चुंबन घेण्यापर्यंत तिच्यात असं काही संचारलं होतं, ज्याची मी कधी कल्पनाही केली नव्हती. मला जाणवत होतं- तिला खूप काही व्यक्त करायचंय, जे आतापर्यंत लॅबच्या परिसरात तिनं दाबून ठेवलं होतं. स्वातंत्र्य, बंधनं, नातेसंबंध, कला, वास्तव आणि समजूतदारपणा या बाबतींतल्या तिच्या मतांनी आमच्या सायंकालीन भेटी

रंगत होत्या. ती सगळ्या विषयांवर बोलायची - विज्ञानाखेरीज. ती जे जे करत होती ते ते सगळं मला आवडत होतं - माझे साधे हातरुमाल फेकून देऊन गुलाबी हातरुमाल आणणं, मी सिगारेट पेटवल्या पेटवल्या ती बंद करणं, भेटीसाठी हॉटेल ठरवणं, तिथे गेल्यावर पदार्थ मागवणं वगैरे. तिला पूर्ण ताबा घेऊ देण्याच्या माझ्या औदार्यावर ती खूश होती. माझं एक मन, ही परिस्थिती चिरकाल राहावी अशी इच्छा करत होतं, तर दुसरं मन ती हातातून निसटून जाईल म्हणून घाबरत होतं.

आमच्या चोरट्या भेटींमुळे मी रात्रीच्या रात्री जागून काढत होतो; पण माझ्या चेहऱ्यावरच्या पुसटशा हास्याखेरीज कामाच्या ठिकाणी मात्र ताकास तूर लागून देत नव्हतो. कुणाला काही शंका आलेली दिसत नव्हती; पण सुबोध मात्र मुळीच हसत नव्हता आणि आनंदचं हसणं थांबत नव्हतं.

आम्ही दोघं आमच्या भावनांच्या सागरात इतके बुडलो होतो की, बाह्य जगाची आम्हाला फिकीरच नव्हती. दा विंचीच्या सौंदर्याच्या परिपूर्णतेची व्याख्या लागू पडत असूनही तिचं लावण्य अधिकाधिक आकर्षक होत होतं.

माझ्या भावनांचा पतंग नवी उंची गाठू लागला होता. त्या भावना व्यक्त करायला, अपराधी वाटायला लावणारे स्पर्श, लाजेची लाली आणणारं गालाला गाल घासणं यासारखे धीट उपाय मी शोधू लागलो होतो. अखेरीस आमचं पहिलं चुंबन घडवून आणलं ते तिनंच. जेव्हा लग्नाचा विषय निघाला, तेव्हा मला डोळ्यांसमोर बायबलमधील सफरचंद दिसत होतं - एकीकडे प्रसंगाचं गांभीर्य जाणवेल इतकं ते मला पिकायला हवं होतं; पण दुसरीकडे ते कच्चं सफरचंद चाखायला मी उतावीळ झालो होतो.

तरीही एक प्रश्न मला छळत होता. जर प्रेम हा रेडिओ ॲक्टिव्ह पदार्थ असेल तर ते प्रत्येक आवर्तनाबरोबर कमी कमी होत जाणार आणि तसंच झालं!

आवर्तन ४

आमचं लग्न घाईघाईतच झालं; त्यामुळे मधुचंद्राहून परत आल्यावरच एकमेकांच्या सवयी कळायला लागल्या.

मी उठायच्या दोन तास आधी ती उठते. मी घोरत नाही; पण ती शपथेवर सांगते की, मी घोरतो. तिनं चांगला स्वयंपाक शिकणं आवश्यक आहे; पण ती म्हणते मला चव कळत नाही. मग आम्ही बहुतेक बाहेरच खातो.

तिनं तिचं शेवटच्या वर्षाचं प्रोजेक्ट सबमिट करावं अशी माझी इच्छा होती. मी पुन्हा तिला आठवण केली नाही, तरच सबमिट करायचं तिनं वचन दिलं.

ती जगातली सर्वांत सुंदर स्त्री आहे याची मी तिला वेळोवेळी ग्वाही देत होतो.

मी तुलना करायचं थांबवलं, तरच ती माझी स्तुती स्वीकारत होती. मी थांबवलं असतं हो, पण दा विंचीची आदर्श प्रमाणबद्धतेची व्याख्या तिच्या गळी उतरतच नव्हती. मी त्याचा पूर्ण सिद्धान्त अगदी सुंदर तपशिलांसह समजावून सांगितला; पण आता ती विनाकारण दा विंचीचा तिरस्कार करू लागली आहे.

मी माझ्या भावना तावून-सुलाखून निघालेल्या पद्धतीने स्पर्शातून व्यक्त करत होतो; पण तिची तक्रार होती की, त्यात तोचतोचपणा होता. आता, फक्त सुख - समाधान मिळावं एवढीच अपेक्षा करायची सोडून त्यात वैविध्य कशाला हवं? आमच्या प्रणयात मी जरा आक्रमक असावं असं तिला वाटायचं; पण कुठल्याच बाबतीत जोर-जबरदस्तीचा मला मनस्वी तिटकारा होता. हे जरा चक्रावून टाकणारं होतं. वास्तविक, प्रेमाचे भारित स्फुलिंग अंधारात चमकतात; पण लख्ख प्रकाशात वास्तवाला सामोरं जाण्याबाबत ती ठाम होती.

'प्रेम हा पदार्थ प्रकाशाच्या संसर्गाने गतिहीन, अचल बनतो.' मी एकदा तिला म्हटलं.

'मग दिवा लावशील का?'

'अं, थोड्या वेळानं - आपण जरा अधिक जवळ आलो की?' मी सुचवलं.

'म्हणजे तू मला स्पर्श केला नाहीस तरच.' ती झोपाळलेल्या, विरजलेल्या स्वरात म्हणाली.

आवर्तन ५

आम्ही अजूनही एकमेकांवर प्रेम करतो; पण दुरून. आपलं नातं आता प्लॅटॉनिक बनलं आहे हे मी तिला व्यवस्थित समजावून सांगितलं. आता ती प्लेटोचा तिरस्कार करते. एक प्रश्न मला छळतो. हे असंच चालू राहिलं तर आमचं प्रेम कुठल्या तरी रूपात शिल्लक राहणार आहे का?

मी सिनेमाला जाऊ या म्हटलं की, ती दमलेली असते. मग आम्ही घरीच बसून टीव्ही बघतो. मरगळ येत जाते. मग आम्ही क्षुल्लक गोष्टींवरून भांडतो आणि आपापल्या मार्गाने जातो. ती मॉलमध्ये खरेदीला जाते. मी लांब चालायला जातो, सिगारेट ओढत इतर जोडप्यांकडे बघतो. मला अगदी एकटं एकटं वाटतं. त्यापेक्षा घरी जाऊन छान घरगुती भांडण करत बसणं बरं. ती घरी येऊन माझी वाट बघते. माझं अवतीभोवती असणं तिलाही आवडतं; पण ते ती मान्य करणार नाही.

आवर्तन ६

आठवण करून दिली तरच आमचा लग्नाचा वाढदिवस लक्षात येतो. आम्ही

एकमेकांना भेटवस्तू देणं थांबवलं आहे. त्या निरर्थक वस्तू उगीच जागा अडवतात. मी घरी आलो की, तिला बरं वाटतं; पण तसं बोलून दाखवण्याचे ती कष्ट घेत नाही. ती सुंदर दिसते; पण ते मी तिला सांगण्याची गरज नाही. मी तिला गबाळी राहू देतो, ती मला घोरू देते.

लॅबच्या त्या छान वातावरणात आमचं प्रेम किती वेगळं होतं!

आवर्तन ७

"मी तुला फक्त एकदाच 'सौंदर्यदृष्टी' म्हणून हाक मारू का गं?" मी हॉस्पिटलमधल्या माझ्या खाटेवरून चिरक्या आवाजात तिला विचारलं.

"आता, इतक्या वर्षांनी? तुला मी धड दिसतही नाही." ती बहुधा लाजली असावी.

भरल्या डोळ्यांनी मी हसलो.

आवर्तन ८

"प्रेम? रेडिओ ॲक्टिव्ह? मदाम कोण?" तिनं विचारलं.

"मेरी क्युरी." मी म्हटलं. ती नाव विसरली, तरीही मी तिला माफ केलं.

आवर्तन ९

"जाणाऱ्या प्रत्येक क्षणाबरोबर प्रेम निम्मं होत चाललंय का?"

आवर्तन १०

"प्रेम निम्मं होतंय का?"

आवर्तन ११

"प्रेम होतंय"

आवर्तन १२

"प्रेम"

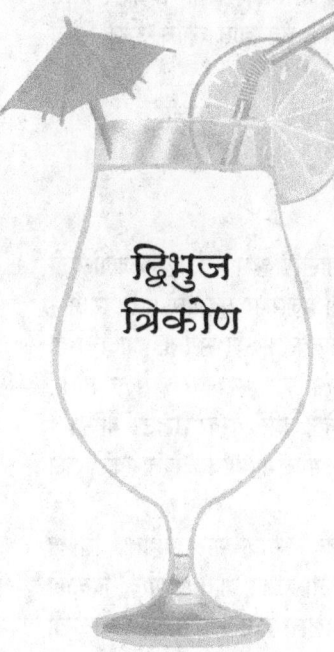

द्विभुज
त्रिकोण

आदी आणि आयु एकच होते - किंबहुना एकाच देहातील दोन निवासी. आयु मवाळ, बुजरा तर आदी खुनशी, पुरुषी माज असलेला. दोघांनाही एकमेकांची फिकीर नव्हती. वास्तविक - दोघे सख्खे शेजारी असूनही, एकाच शरीरात राहत असूनही, एकच मेंदू वापरत असूनही, दोघांच्या मनांमध्ये एक अदृश्य पडदा होता; त्यामुळे त्यांना एकमेकांच्या अस्तित्वाची जाणीवच नव्हती. आयु दियूच्या प्रेमात पडला, तोपर्यंत सगळं काही ठीक होतं; पण नंतर - आदीदेखील तिच्याच प्रेमात पडला. प्रेमाच्या या अजब त्रिकोणामुळे दोन मनांमध्ये द्वंद्वाला तोंड फुटलं.

त्या प्रदर्शनाच्या दालनातली आयुची तिसरी की चौथी फेरी होती हे त्याचं त्यालाच आठवत नव्हतं. एका पेंटिंगकडून दुसऱ्या पेंटिंगकडे तो घड्याळ्याच्या मिनिटकाट्याच्या गतीनं जात होता, काही पेंटिंग्जनंतर 'तिच्या'कडे दृष्टिक्षेप टाकत होता. त्या प्रदर्शनात फारसे लोक नसल्यामुळे, मदर टेरेसाच्या सुरकुतलेल्या कॅनव्हासकडून पडद्यामागील एका घाटदार, नितळ, आर्द्र उरोजाकडे वळणारी, खिडकीतून बाहेर दौडणाऱ्या एका बेलगाम घोड्याकडून तिच्या सुंदर चेहऱ्याकडे वळणारी त्याची नजर तिनंही हेरली होती.

फिरता फिरता तो 'Abandoned' असे शीर्षक असलेल्या एका उदास, चिंतित म्हातारीच्या पेंटिंगपाशी आला. मग शेजारी फुलपाखरांचा थवा असलेल्या 'Together' शीर्षक असलेल्या पेंटिंगकडे आणि मग पुन्हा प्रवेशद्वारापाशी खुर्चीवर बसलेल्या तिच्या कमनीय मूर्तीकडे त्याची नजर गेली.

तिच्या नक्षीदार; पण अनाकलनीय सहीचा फराटा पाहून त्याला- तिला तिचं नाव

द्विभुज त्रिकोण । ३९

विचारण्यासाठी सबळ कारण मिळालं याचा आनंद झाला.

एका पेंटिंगकडे तो बराच वेळ कौतुकानं बघत होता. त्यात एका स्त्रीच्या देहापाशी दोन गरुडांची नख्यांनी, चोचींनी चाललेली झुंज होती. शीर्षक होतं- 'War'. त्या विस्तीर्ण निळाईत त्याची नजर हरपली होती. आकाशाची प्रचंड पोकळी, घोंघावणारे वारे, स्त्रीदेहाचा पुसटसा आभास असलेला एक ढग आणि त्याला भेदून झुंजणारे दोन हिंस्र पक्षी.

"कसं वाटलं तुम्हाला?" मागे येऊन उभ्या राहिलेल्या तिचा आवाज आयुच्या कानी आला. "कमालीचं भावनिक आणि अमूल्य - कारण याचं मूल्य माझ्या कुवतीच्या पलीकडचं आहे." तो मोकळेपणाने, प्रांजळ हसला.

"जाऊ दे हो, एवीतेवी ते विकलं गेलं आहे." चौकटीवरचा लाल बिंदू त्याला दिसतो न दिसतो तोच ती म्हणाली.

"मला तुमची इथली सही वाचताच येत नाही." कोपऱ्यातल्या तिच्या सहीकडे बोट दाखवत तो म्हणाला.

"माझं नाव दियू – खरं म्हणजे ते टोपणनाव आहे; पण मला ते लकी असावं."

कोणाशी तरी बोलायला मिळाल्याचं दियूला बरं वाटलं - तो गबाळ्या कपड्यात असला तरी. त्याचा तो भलत्याच रंगाचा कुर्ता, विटक्या जीन्स, कुठल्यातरी चपला याकडे तिची राहून राहून नजर जात होती - तेवढ्यात त्याचे ओठ तिला हलताना दिसले.

"तुम्ही केव्हापासून पेंटिंग करता?" त्यानं विचारलं. ती हसली.

तारा तर जुळल्या; आता झंकार बाकी होता.

***

शनिवारी रात्री 'क्रिस्टल बॉल'ला उधाणच आलेलं असायचं. शंभरजणांसाठी बनवलेल्या डान्स फ्लोअरवर दाटीवाटीनं थिरकणारी हजारभर धुंद पोरं-पोरी. निऑन लाइट्सचे झोत आणि एखादी इमारत कोसळेल इतकं कर्कश संगीत. आदीचा हा नेहमीचा अड्डा! हातात रमचा ग्लास खेळवत तो बार स्टूलवर बसला होता. लालभडक ब्लेझर, काळी पॅन्ट, हेअर जेल लावलेले केस. वरवर उद्धट, बेफिकीर दिसत होता; पण कमनीय पाय असलेल्या मुलींचं आपल्या भडक अवताराकडे लक्ष जावं या आशेवर होता.

डान्स फ्लोअरवर पाऊल टाकल्यापासून दियू अथक नाचत होती. तिच्या प्रदर्शनाचा पहिलाच दिवस कमालीचा यशस्वी ठरला होता. कौतुक झालं, विक्रीही चांगली झाली. असा दिवस जोरदार साजरा करायलाच हवा - पण या अनोळखी

शहरात आयुशिवाय तिची कोणाशी ओळख नव्हती आणि तो निश्चितच निशाचर - रात्र जागवणारा माणूस वाटला नाही.

आदीनं तिला कामुक नजरेनं न्याहाळलं. तिच्या घामेजलेल्या, सतेज अंगांगाला नजरेनं कुरवाळलं. 'केसदेखील छानच आहेत,' रिकी मार्टिनच्या गाण्यावर नाचताना अखेरच्या ठेक्यावर थिरकणाऱ्या तिच्या बटा पाहून त्याच्या मनात आलं.

'कुशल नर्तिका दिसते. तिच्याबरोबर एखादं ड्रिंक घ्यायला मला खूपच आवडेल,' तो मनाशी पुटपुटला. 'डीजे'ने एक धीम्या लयीतलं गाणं लावून त्याच्यावर जणू उपकारच केले. सगळ्यांनीच नापसंतीचा सूर लावला. दियू बारच्या दिशेनं येऊ लागली. तिला त्याच्याच दिशेनं येताना बघून तो जरा सावरून बसला. दियू कुतूहलानं त्याच्याकडे बघत आली. ''हाय, तू अगदी कूल दिसतोस.'' ती धापा टाकत, त्याचा तो भडक पोशाख बघून म्हणाली. प्रदर्शनात भेटलेला माणूस जणू कोणी वेगळाच होता.

''मला एक बिअर,'' तिनं बार टेंडरला सांगितलं.

''तू इथे दर शनिवारी येतोस?'' तिनं आदीला विचारलं.

आदीनं होकारार्थी मान डोलवली. त्याचा विश्वासच बसत नव्हता. ती मुलगी चक्क त्याला आवाहन करत होती. नशीब आज प्रसन्न दिसत होतं आणि अर्थातच तो त्याचा पुरेपूर फायदा उठवणार होता.

''तू काय डान्स फ्लोअरवरच जन्मलीस वाटतं?''

ती काहीशा अविश्वासानं म्हणाली, ''अं-- म्हणजे, जेव्हा मी पेंटिंग करत नसते, तेव्हा मी डान्स फ्लोअरवर असते.''

''तुझा कोणी जोडीदार नाही?''

''अं हं! मी फक्त माझ्यासाठी नाचते - आणि - मी इथे जरा नवीन आहे.'' तिनं स्मित केलं आणि बिअर पिऊन टाकली. तिच्या पायांनी पुन्हा ठेका धरला. आदीच्या लक्षात आलं की, पुढचं गाणं लागलं होतं आणि ती पुन्हा उठून उभी राहिली होती.

''नाचतोस का माझ्याबरोबर?'' ती त्याला हलकेच खेचत म्हणाली.

आदी काही फारसा चांगला नाचणारा नव्हता; पण एखाद्या सुंदर मुलीला आपल्या तालावर नाचवेपर्यंत तिच्या तालावर कसं नाचायचं हे त्याला चांगलं ठाऊक होतं. ते दोघे भरपूर नाचले, दोन गाण्यांच्या मध्ये कधी रम घेत, कधी बिअर घेत. ती झटके देत, लचकत, घुमत, सळसळत होती; तो एका पायावरून दुसऱ्या पायावर झुलत होता. पूर्ण वेळ त्यानं तिला जवळ धरलं होतं. उष्ण उत्तेजक श्वासांनी तो तिचे केस, चेहरा, पाठ उद्दीपित करत होता. ती बदामी, सोनेरी रंगानं झळाळत होती.

मध्यरात्र झाली. तिला उभं राहणंही कठीण झालं होतं. त्याच्या खांद्यावर तिनं भार टाकला होता. बिअर, दमणूक आणि कामोत्तेजना याचं एक मादक कॉकटेल बनणं अपरिहार्यच होतं.

"तुला फारसं नाचता येत नाही, हो ना?"

"मी माझा जोश डान्स फ्लोअरवर वाया घालवत नाही." ती काय ते उमजेल या आशेनं तो वल्गना करत म्हणाला.

तिनं हसून त्याला तिच्या हॉटेलचं कार्ड दिलं. "ये तू. पण मी जरा पुढे जाऊन तयार होते."

ते दोघे रात्र पेटवणार होते आणि त्याला तिचं सुरापान काहीसं कारणीभूत होतं.

***

आयु दियूच्या हॉटेलच्या खोलीत बसून तिची हालचाल न्याहाळत होता. आत्ता इतका मवाळ, बुजरा दिसणारा इसम रात्री एखाद्या रानटी पशूसारखा बनू शकतो यावर तिचा विश्वासच बसत नव्हता आणि तिचा प्रतिसाद? - रासवट, उन्मादक, उत्कट - तिला स्वतःचंच आश्चर्य वाटत होतं.

तिची त्याच्यावरची नजर आयुनं हेरली.

"काय विचार करतेस?" त्यानं विचारलं.

"अं - काही नाही." लाजून तिनं मान हलवली. आपण अजूनही स्वतःच्या काल रात्रीच्या निर्लज्ज उन्मादाच्या आठवणीत रमलो आहोत हे दिवसाउजेडी मान्य करणं तिला अवघड जात होतं.

तिला खरं म्हणजे त्याला विचारायचं होतं की, भल्या पहाटे नाहीसा होऊन परत त्याच गबाळ्या कपड्यांत तो परत प्रदर्शनात का आला? पण तिला विचारायचं धाडस होत नव्हतं. काल त्यानं जवळीक साधली असली तरी अजून तो तसा परकाच होता.

थोडा वेळ प्रदर्शनाच्या हॉलमध्ये थांबून ते दोघे खोलीत आले.

"तू तयार आहेस का?" तिनं विचारलं.

कालची धसमुसळी रात्र आयुच्या गावीही नव्हती. प्रदर्शनात योगायोगानं घडलेली त्यांची भेटच त्याच्या मनात रेंगाळत होती - तिथली पेंटिंग्ज, रंग, ब्रश, कॅनव्हास यांच्याशी तिचा संवाद, तिची दृष्टी, आकलन आणि अभिव्यक्ती!

कॉफी पिता पिता मारलेल्या अखंड गप्पांनंतर तिनं दुसऱ्या दिवशी तिच्या हॉटेलमध्ये येण्याचं आमंत्रण दिलं होतं. त्याच्या मनात एखाद-दुसरा चावट विचार येऊन गेला, तेवढ्यात तिनं त्याला बोलावण्याचं कारण सांगितलं - तिला एका

पोर्ट्रेटसाठी तो मॉडेल म्हणून हवा होता.

तो तिच्याकडे बघत होता. तिनं ईझलवर कॅनव्हास चढवला.

''ये इकडे,'' ती म्हणाली.

तो तंद्रीत असल्यासारखा कोचावरून उठला. तिनं त्याला पलंगाच्या कडेला बसवलं आणि हसून म्हणाली, ''तुझा शर्ट काढ.''

तो तिच्याकडे बघतच राहिला.

तोंड वेंगाडून ती पुढे आली. त्याच्या चेहऱ्याची रूपरेषा, मान, खांदे, छाती यावरून तिची नजर फिरली. तिनं त्याच्या शर्टाच्या बटणाकडे हात नेला. तो ताठरला.

''अरे बाबा, मी काही तुला खाणार नाही.''

''पण -''

''रिलॅक्स!'' ती म्हणाली आणि शर्टाची बटणं काढू लागली. काही क्षणांतच शर्ट निघाला.

''आता अजिबात हलू नको,'' त्याच्या चेहऱ्याचा आणि शरीराचा नेमका कोन साधून ती म्हणाली आणि मग कॅनव्हासकडे गेली. पेन्सिलनं त्याची मापं घेऊन, त्याच्याकडे बघतच तिनं पेन्सिलच्या टोकानं कॅनव्हासवर एक साधारण बाह्यरेषा काढली.

''हलू नकोस हं,'' ती अधूनमधून त्याला दटावत होती.

''अगं, मी फक्त श्वास घेण्याचा प्रयत्न करतोय.''

ती खिदळली आणि पुन्हा पेंटिंग करू लागली.

त्याच्या पोजमध्ये स्थिर राहूनच तो तिच्या सुंदर चेहऱ्याकडे टक लावून पाहत होता.

ईझलच्या मागून ती त्याच्याकडे नजर टाकत होती, आधी बऱ्याच वेळा मग अधूनमधून.

''मी बघू का,'' त्यानं विचारलं.

''नाही; पण तू जरा श्वास घेऊ शकतोस,'' तिनं उदार मनानं परवानगी दिली आणि पुन्हा खिदळली.

आयुला तासन्तास गेल्यासारखे वाटले. आयुनं पोज घेतल्यापासून चार तास झाल्याचे घड्याळ सांगत होतं. मधल्या ब्रेक्समध्ये चित्र कसं बनतं आहे ते तो हळूच बघत होता.

''बऱ्यापैकी साधर्म्य आहे; पण स्पष्ट नाही.''

''श्श, पूर्ण होईपर्यंत काही ताशेरे नकोत.''

पेंटिंग पूर्ण झाल्यावर तिनं खुणेनंच त्याला बघायला बोलावलं. आपला

स्वतःचा चेहरा आणि उघडी छाती दाखवणारा कॅनव्हास बघताना त्याला जरा अवघडल्यासारखं होत होतं.

"तू सुरेख मॉडेल आहेस – काही करत नसतानादेखील!" तिला पुस्ती जोडण्याचा मोह आवरला नाही.

"काही करत नसताना? अगं, तू मला साधा श्वासदेखील घेऊ देत नव्हतीस," आयु म्हणाला. तेवढ्यात त्याच्या लक्षात आलं की, आपण अजूनही उघडे आहोत. त्यानं शक्य तितका हळूच शर्ट उचलला. दोघांमध्ये उघडउघड शारीरिक ओढ जाणवत होती; पण ती त्याच्याइतकी अस्वस्थ वाटत नव्हती. "तू इतका बुजतोस का? आपल्यात अगोदरच जे..." तिनं पुढचं वाक्य मौनातूनच पूर्ण होऊ दिलं.

वातावरणात शारीरिक जवळिकीची सूचकता दाटून आली होती. तिच्या अंगांगांतून ती प्रतीत होताना त्याला जाणवत होती. हे नक्की काय घडत होतं? तिच्यावर टाकलेल्या एका दृष्टिक्षेपात त्याला उमगलं होतं की, जिच्याशी मैत्री करावीशी वाटेल, जी त्याची सुंदर, भावनाशील, विषयसुख देणारी प्रियतमा असेल ती अशीच – हीच.

पण ती जे म्हणाली, 'काहीही करत नसतानादेखील –' म्हणजे काय?

'मी कधी काय केलं?' तो गोंधळला होता. त्याच्या उत्तेजित हृदयात धडधड होत होती आणि 'आपण अगोदरच जे (केलं),' असं ती म्हणाली त्याचा अर्थ काय? त्यानं तिचं अर्धवट वाक्य पूर्ण केलं.

'काय केलं आपण?' त्यानं स्वतःलाच विचारलं.

नकळत तो पेंटिंगकडे बघू लागला. कॅनव्हासवरील त्याच्या स्वतःच्याच शरीरावरून त्याची नजर फिरू लागली, तेवढ्यात त्याला चित्रामध्ये अचानक हालचाल जाणवली. त्याच्या पाठीमागून एक हात त्याच्या खांद्यावरून छातीकडे येताना दिसला. नंतर तिचा चेहरा दिसला. दियू त्याच्या मानेचं चुंबन घेत होती, त्याच्या छातीवरून हात फिरवत त्याला उद्दीपित करत होती. तो थरारला. त्याच्या शरीरावर सुखाचे रोमांच उठले. मग भ्रम दूर होऊन त्यानं डोकं हलवलं. काही क्षणांचाच भ्रम; पण त्या अवधीत तो जणू एखाद्या पारदर्शक आवरणातून ते सगळं बघत होता. हा केवळ दृष्टिभ्रम नसावा – त्याला आत कुठेतरी आशा वाटत होती.

दियू त्याच्या खिळलेल्या नजरेकडे बघत होती.

"खूश?" तिनं विचारलं. तिला माझं स्वप्नरंजन जाणवलं की काय?

त्या आभासानं तो चाळवला होता.

"अप्रतिम!" त्या आभासी दृश्यानं उत्तेजित झालेल्या मनावर पांघरूण घालत म्हणाला; पण तो स्वतःला आवरू शकला नाही. – पुढे जाऊन, त्यानं तिला मिठीत घेतलं. त्याच्या डोळ्यांत तिला एक प्रकारचा उतावीळपणा दिसला. ती चमकून

मागे सरली.

होय, ती त्याच्याशी रत झाली होती; पण रात्रीच्या अमलाखाली तिनं जे केलं ते दिवसाच्या लख्ख उजेडात करणं तिला शक्य होईना. तिनं त्याला दूर ढकललं.

आयु अवघडला होता. तो जणू काही काळ झपाटला गेला होता आणि असे काहीतरी करून बसला ज्यानं ती नाराज झाली. छे! इतकं उतावीळ व्हायला नको होतं. तो खोलीच्या बाहेर पडला, तेव्हा राग, पश्चात्ताप, संताप, अपराधीपणा – विविध भावनांनी मनात खळबळ माजवली होती.

***

गुरुवारी संध्याकाळी क्रिस्टल बॉल शनिवार –रविवार इतका उधाणलेला नव्हता. आदीचीदेखील एवढी चमक-दमक नव्हती. आता त्याला सावज हेरायचं नव्हतं. आज ठरलेली भेट होती, तिची वाट बघायची होती. दियू फारच अफलातून मुलगी होती. त्याच्या आधीच्या 'मैत्रिणीं'पेक्षा कितीतरी उन्मादक अन् लोभस!

त्यांची 'ती' रात्र इतकी पेटून उठली होती की, तिची ऊब हिवाळ्यापर्यंत टिकेल याची त्याला खात्री होती. छे! छे! तो मुळीच तिच्या प्रेमाबिमात पडला नव्हता. ती मिरवण्यासारखी नक्कीच होती; पण ... तेवढंच! त्यामुळे सावज शोधत हिंडणाऱ्या त्याच्यासारख्याच लंपट सांडांच्या सामूहिक मत्सराचं लक्ष्य बनेपर्यंत तो तिच्याबरोबर राहणार होता आणि दरम्यान यौवनाच्या उसळत्या कारंज्यात सुखेनैव डुंबणार होता. काय मस्त कारंजं आहे, त्याच्या मनात विचार आला. त्यांच्या पहिल्या संबंधाच्या स्मृतींनी त्याची कामवासना चाळवली. ती येईपर्यंत तो तीन पेले रिचवून, विषयांध पशुप्रमाणे झडप घालायला तयार होता.

"कधी आलास?" तिनं विचारलं.

"झाला थोडा वेळ. लव्ह, काय घेशील?"

"बिअर - नेहमीप्रमाणेच." त्याच्या लाडिक संबोधनाची मजा वाटून ती म्हणाली. तिनं तिची पर्स आणि एक छोटं पुडकं टेबलावर ठेवलं आणि बसली.

"आज अगदीच मरगळलेलं वातावरण आहे नाही?"

"तू आलीस ना, आता तसं राहणार नाही." तो तिला चढवत म्हणाला.

डोळे फिरवून ती हसली. तिची अर्धी बिअर पिऊन होते न होते तोच तो तिला उठवून डान्स फ्लोअरवर घेऊन गेला. सुरुवातीला एकमेकांत जरा अवघडलेले अंतर ठेवून दोघे लयबद्ध नृत्य करत होते. हळूहळू त्यानं तिला जवळ घेतलं.

त्याला तिचा विरोध जाणवला; पण किंचितसा, अगदी मागे हटावे इतका नक्कीच नाही.

"त्या पुडक्यात काय आहे?"

"विशेष काही नाही, आपले ते हे ..." आणि ती त्याच्या बाहुपाशात विरघळली.

तिच्या स्कर्टला असलेल्या लांबलचक फटीतून जे काही दिसत होतं, त्याकडे तिथल्या प्रत्येक पुरुषाची नजर जाताना त्याला दिसत होती.

"आलेच मी," ती एकदम म्हणाली आणि बाथरूमकडे गेली.

आदीचं लक्ष पुन्हा त्या पुडक्याकडे गेलं. गाण्याच्या तालावर मान हलवत आणि चुटक्या वाजवत टेबलापाशी जाऊन त्यानं त्या पुडक्यातलं पाकीट काढलं. त्यात एका फोटोच्या दोन प्रती होत्या - एका पुरुषाचा, कंबरेच्यावर उघडा असलेला फोटो; पण ओव्हर एक्स्पोझरमुळे पांढऱ्या प्रकाशझोतात त्याचा चेहरा दिसत नव्हता.

त्यानं हे कुठेतरी पाहिलं होतं. कुठे बरं?... आणि - हा कोण? त्याची उत्सुकता शिगेला पोहोचली. एका पुरुषाचा अर्धनग्न फोटो घेऊन ही काय करत होती? त्याला कळू नये असं काही होतं का? तो कोण आहे हे तिला लपवायचं होतं का?

डोळे बारीक करून तो त्या फोटोकडे बघत राहिला. तो फोटो कधी स्पष्ट - कधी धूसर दिसत होता. त्याची उत्सुकता आता संशयाकडे झुकू लागली. या पुरुषाचा फोटो तिनं त्याच्याबरोबर मजा मारण्याच्या आधी काढला की नंतर?

त्यानं त्या पाकिटावरची तारीख बघितली. कालची? या मुलीचा दुसऱ्या पुरुषाबरोबर संबंध आहे ही गोष्ट अपमानकारक होती. एखादी मुलगी त्याच्या बाबतीत अशी कशी वागू शकते? हा त्याचा शत्रू होता तरी कोण? त्याला कळायलाच हवं. त्यानं रागीट नजरेनं त्या फोटोकडे रोखून पाहिलं.

अचानक त्या फोटोत त्याला हालचाल जाणवली. तो पुरुष उठून चालायला लागला. मग एका स्त्रीची पडछाया त्या चौकटीत आली. त्या पुरुषानं जवळ येऊन तिला मिठीत घेतलं. ती स्त्री नक्कीच दियू होती; पण - तो कोण होता?

एखाद्या व्यभिचारी स्त्रीच्या पतीनं हेरगिरी करावी तसा आदी रागानं फूत्कार टाकत फोटोकडे बघत होता. त्याच्या चेहऱ्याकडे तो निरखून पाहत होता. तो प्रखर प्रकाशझोत अजूनही त्याला वेडावून दाखवत होता - एक उसासा, जराशी पुटपुट, थोडासा निषेध आणि मग कोणीतरी त्या फोटोतला प्रकाश घालवून टाकला.

त्यानं डोळ्यांची उघडझाप केली. क्रिस्टल बॉल एखाद्या आंधळ्या माणसाच्या डोळ्यांप्रमाणे अंधारलेला होता. त्यानं जे पाहिलं, त्याला दारू नक्कीच कारणीभूत नव्हती. ते स्वप्नदृश्य नव्हतं याचीही त्याला खात्री होती. त्यानं तो फोटो पाकिटात घालून ते पुडकं होतं तसं ठेवलं.

हळूहळू एक एक मेणबत्ती पेटत गेली. बारटेंडरचा आधीच चमकणारा चेहरा आणखी उजळला. आदीला दियू मध्येच कुठेतरी उभी असलेली दिसली.

"मला जास्त वेळ लागला का?" तिनं त्याला खुर्चीत बसलेला बघून विचारलं.

"नाही. अगदी वेळेवर आलीस. कुत्री साली!" तो फिस्कारला.

तिला वाटलं, तिनं काहीतरी चुकीचं ऐकलं. तो दोन ढांगांत तिच्या हसऱ्या, काहीशा गोंधळलेल्या चेहऱ्याजवळ पोहोचला आणि तिच्या गालावर त्यानं चपराक मारली. तिच्या अवाक डोळ्यांतून अश्रू बरसले.

"कोण आहे तो?" तो ओरडला.

एक-दोन वेटर्स धावत आले. इतर काहीजण त्यांच्या टेबलावरून उठून तिला वाचवायला आले. आदीनं तिच्या सगळ्या रक्षणकर्त्यांचा समाचार घ्यायचा ठरवला. मग जो काही गोंधळ माजला - आरडाओरडा, आदळआपट, शिवीगाळ, खुर्च्यांची पडापड, ग्लासांचा चक्काचूर. आदी मारामारी करण्यात तसा तरबेज होता - पण दारूच्या नशेत नसताना; त्यामुळे काही मिनिटांतच तो रस्त्यावर होता - वांझोट्या रागाने शिव्या देत, ओरडत. आतमध्ये फसवी शांतता होती. दियू खुर्चीवर बसली होती - थरथरत, अश्रू आवरत, नक्की काय चुकलं याचा विचार करत.

***

आयुला दियू तिच्या हॉटेलच्या बाजूच्या बीचवर दिसली आणि तो तिच्याजवळ गेला.

"तुला पुन्हा माझ्यासमोर येण्याची हिंमतच कशी झाली?" ती चिडून म्हणाली.

"हे बघ, माझं जरा ऐक –"आयु बोलू लागला; पण त्याच्या तोंडून शब्दच फुटेना.

"ऐकायचंच आहे मला तुझं समर्थन," ती जोरात म्हणाली.

त्यानं फक्त शरमेनं मान खाली घातली.

"तू मला स्पर्श करण्याचं धाडस केलंसच कसं?"

"मला माफ कर."

ती तिथून चालू लागली. तो तिच्या मागेमागे आला.

दोघे चालत राहिले, गोंधळलेले, संतापलेले, घायाळ, अपराधी - पण वेगवेगळ्या कारणांसाठी.

ती अजून हॉटेलमधील प्रसंगाच्या धक्क्यातून सावरली नव्हती, त्याला पेंटिंगनंतर चुंबन घेण्याचा प्रयत्न केल्याबद्दल पश्चात्ताप होत होता.

"एका स्त्रीशी चार लोकांत वागण्याची ही पद्धतच नाही." ती घुश्शात.

"मी तुझं चुंबन घेण्याचा प्रयत्न करायला नको होता." तो पश्चात्तापदग्ध.

"मी मान्य करतो की, मी अगदी मूर्खासारखा वागलो," तो म्हणाला आणि चालता चालता थबकला.

"म्हणजे तू मुलींना एकाकी ठिकाणी घेऊन जातोस तर." उरात साठलेलं

एकदाचं तिनं बोलून टाकलं.

"हे बघ, मी जे काही केलं त्याबद्दल मी क्षमा मागतो. मला खरं म्हणजे तसं करायचं नव्हतं..."

"तू माझ्याशी असा वागूच कसा शकलास?"

"मी फक्त - कारण माझं तुझ्यावर प्रेम आहे."

ती एकदम थबकली. त्याच्याकडे वळून म्हणाली, "काय? प्रेम व्यक्त करताना तू असा वागतोस?"

तो गोंधळला, "सॉरी; पण मी माझ्या भावना आवरू शकलो नाही."

"अच्छा! म्हणजे पुन्हा तुला प्रेमाचा उमाळा आला की, तू मला मारून टाकशील?"

तिचा आवाज तिच्या अश्रूंत खदखदत होता.

तो खच्ची झाला. एका साध्या, लहानशा मिठीची एवढी तीव्र प्रतिक्रिया?

"प्लीज! माझं ऐक गं," त्यानं तिचे खांदे धरण्याचा प्रयत्न केला.

त्याचे हात म्हणजे जणू एखादा वळवळणारा साप असावा तशी ती शहारली आणि किंचाळली, "मला वाटलं होतं, तू किती चांगला माणूस आहेस; पण तू ठार वेडा आहेस. तुझे डोळे - त्यात वेडसर झाक आहे."

"माझं तुझ्यावर प्रेम आहे," तो विव्हळला.

"हे प्रेम नव्हे, नक्कीच नव्हे."

"नाही नाही, तुझा काहीतरी गैरसमज होतोय," तो तिला शांत करण्यासाठी जवळ घेत म्हणाला.

कालचं त्याचं क्रिस्टल बॉलमधलं कृत्य एकदम तिच्या मनात तरळून गेलं आणि ती वेड्यासारखी ओरडू लागली. त्यानं मिठी आणखी घट्ट केली. तिला त्याचा जवळ येणारा चेहरा दिसला आणि ती खाली वाळूत कोसळली.

मागचा गोंगाट ऐकून आयु मागे वळला. बीचवरच्या धट्ट्याकट्ट्या पुरुषांचा जमाव त्याच्या दिशेनं धावत येत होता.

"पकडा त्याला," "पळून जाऊ देऊ नका." ते ओरडत जवळ येत होते.

अरे बापरे! आयुनं एकदा दियूकडे बघितलं. तिची शुद्ध हरपली होती. ती शुद्धीवर येण्याआधी ते त्याच्यापर्यंत पोहोचले तर... त्यानं तिला काहीही केलं नाही, यावर कोणाचाच विश्वास बसणार नाही. जमाव अजून समारे शंभर फूट दूर होता. खडकांवर चढून पळून जाण्याशिवाय दुसरा पर्याय नव्हता.

"तो पहा खुनी."

"तिकडे दगडांच्या मागे."

"अरेच्चा; पण ही जिवंत आहे."

"आधी त्याला पकडू या."

खाण्या-पिण्याच्या स्टॉल्सच्या अवतीभोवती असलेल्या गर्दीत तो मिसळून गेला. इतस्ततः पळता पळता त्याच्या भयभीत डोळ्यांतून अश्रुधारा वाहत होत्या. ती विक्षिप्त आहे, वेडसर आहे याबद्दल त्याची खात्री पटली - पण तरीही त्याचं तिच्यावर प्रेम होतं.

एक लाजरीबुजरी मिठी एवढं रामायण घडवेल, यावर त्याचा विश्वासच बसत नव्हता.

जीव वाचवण्यासाठी कितीही पळत सुटला तरी त्याच्या मनातल्या अपराधी भावनेपासून तो पळू शकत नव्हता - स्वतःला वाचवण्यासाठी, त्यानं जिच्यावर प्रेम होतं, त्या मुलीला दूर केलं होतं.

***

एकापाठोपाठ एक निर्णायक पावलं टाकत आदी तिच्या खोलीकडे गेला. त्या मजल्याच्या मॅनेजरनं त्याच्याकडे पाहून हसून मान डोलवली; पण आदी शिष्टाचार सांभाळण्याच्या मूडमध्ये नव्हता.

तिच्यामुळे त्याला क्रिस्टल बॉलमधून हाकलून दिलं होतं, तिला माफ करणं अशक्य होतं.

त्यानं दारावर टकटक केली. मिनिटभर काहीच घडलं नाही. ते एक मिनिट त्याला दहा मिनिटांप्रमाणे भासलं. दियूनं दार उघडलं. तो आत घुसला. त्याच्या डोळ्यांतली 'ती' झाक बघून, ती सावध झाली.

"मी इथे फक्त एकच सांगायला आलोय." त्याचा आवाज चढा होता. - क्षमा मागायला आलेल्या माणसासारखा नक्कीच नव्हता.

"मी सिक्युरिटीला बोलावू का?" दियू सावध होती; पण त्यानं बीचवर ज्या तऱ्हेने गयावया केली होती, ते तिला आठवलं. क्षणभर तिला वाईट वाटलं.

"सहसा कोणी बायका माझ्याशी अशा वागू शकत नाहीत." आता तो तोलूनमापून शब्द वापरत होता.

"हे बघ, मी त्या सगळ्यांना आवरण्याच्या स्थितीत मुळीच नव्हते; पण तू असं करायला नको -"

"सहसा कोणी बायका मी काय करावं, काय नाही हे सांगू शकत नाहीत." त्या शब्दांनी ती जरा चपापली. त्याचे डोळे माथेफिरूसारखे दिसत होते. त्याच्या आवाजात सूड ओतप्रोत भरलेला होता. त्यानं तिच्या दिशेनं एक पाऊल टाकलं. ती घाबरून मागे सरकली. त्याच्या हालचालींमध्ये हिंसकता होती; पण नियंत्रित.

"तो कोण आहे?"

"तू काय, कशाबद्दल बोलतो आहेस?" तो प्यायलेला आहे का याचा ती अंदाज घेत होती.

"तू मला बऱ्या बोलाने सांगणार आहेस की..."

त्यानं एक लहान; पण काम फत्ते करील असा चाकू काढला. आता मात्र ती चांगलीच घाबरली.

"मला - मला मारू नकोस." तिनं विनवणी केली.

वाद घालत बसायची ही वेळ नाही - तिनं विचार केला. तो काही स्पष्टीकरण वगैरे ऐकायच्या मनःस्थितीत नाही हे स्पष्ट दिसत होतं.

"मला क्षमा कर - सर्वच गोष्टींसाठी." शरणागती पत्करली, तर त्याचा राग काही अंशी तरी कमी होईल या आशेनं ती म्हणाली.

पण नाही -

"म्हणजे तू कबूल करते आहेस." तो म्हणाला आणि त्यानं चाकू इतक्या शिताफीनं फिरवला की, तिच्या तोंडून अखेरचा शब्द फुटण्याआधीच पातं तिचा गळा चिरून मोकळं झालं होतं. त्यानं तिला तसंच जमिनीवर कोसळू दिलं – अवाक, संभ्रमित.

त्याचं येताना जितकं स्वतःवर नियंत्रण होतं, तितकंच आताही होतं - एखाद्या न्यायाधीशाप्रमाणे तो जणू स्वतःच फाशीचा खटका दाबून आला होता.

त्याच्यावर झालेल्या अन्यायाचा सूड जरी त्यानं घेतला असला तरी त्याची असलेल्या मुलीला फूस लावून, त्याच्यापासून हिरावून घेणारा 'तो' कोण होता हे आता कधीच कळणार नाही म्हणून जरा वैतागलेलाही होता.

ज्या पाकिटामुळे एवढं रामायण घडलं, ते तिथेच टेबलावर पडलेलं होतं. त्यानं ते उचलून त्यातला फोटो बाहेर काढला. तो पुरुष तसाच, त्याच पोजमध्ये होता- आपली ओळख अजूनही गुलदस्त्यातच आहे हे उमजून तो निवांत होता. ज्या प्रकाशझोतानं त्याच्या शत्रूला अंधारात ठेवलं होतं, तो झोत भेदायचा प्रयत्न आदीचे डोळे करत होते. त्या पांढुरक्या प्रकाशात तो शोधत होता - एखादी खूण - काहीतरी. आणि अचानक – तो दृश्यभास पुन्हा दिसला. त्या फोटोच्या चौकटीत तिचे केस आले आणि बाकी सगळं अंधारून गेलं. खिदळणं, धापा टाकणं, हलकासा चीत्कार.

त्वेष, क्षोभ - मग आंधळा संताप; पण - त्याचा चेहरा कुठे आहे? त्याचे नाक डोळे? त्या गुळगुळीत फोटोवर त्यानं चाचपून पाहायचा प्रयत्न केला. 'हा दिसतो तरी कसा? मी त्याला ओळखत असतो तर –' आदीचा दुसरा हात नकळत

स्वतःच्याच चेहऱ्यावरून फिरत होता. तो खाली कोसळलेल्या दियूच्या निष्प्राण देहाकडे एकटक पाहत राहिला. आता आणखी काही ती त्याच्यापासून लपवू शकणार नव्हती.

***

अपराधी मनानं आणि लडखडत्या पावलांनी आयु दियूच्या खोलीकडे गेला. तो अजूनही काय बोलायचं याची जुळवाजुळव करत होता. कॉरिडॉरमध्ये बरीच गर्दी होती. क्षमा मागायला कोणतेच शब्द पुरेसे वाटत नव्हते. बीचवर इतक्या भित्रटपणाने वागल्याबद्दल तो स्वतःलाच दूषणं देत होता. फार फार काय झालं असतं - चेहरा काळानिळा झाला असता किंवा हाडं मोडली असती - एवढंच ना? पण त्यानं जे काही केलं, ते आता काही बदलणं शक्य नव्हतं आणि कितीही समर्थन केलं तरी त्याला काही कोणतं राज्यपद मिळणार नव्हतं.

त्या कुजबुजणाऱ्या, दबक्या आवाजात बोलणाऱ्या गर्दीतून तो वाट काढत होता. पोलिसांना यावं लागलं असा काय प्रसंग असावा याचा अंदाज बांधत होता. तो तिच्या खोलीपाशी आला. तिथे जमलेल्या माणसांच्या खांद्यांवरून डोकावून पाहिलं तर ती रक्ताच्या थारोळ्यात पडलेली दिसली. तो उभा होता तिथून ती जणू दरवाजाच्या चौकटीत काढलेल्या एखाद्या पेंटिंगसारखी दिसत होती. हे कसं झालं? त्याच्या प्रियतमेची कोणी अशी अवस्था केली असेल? तो तिला बीचवर सोडून गेला नसता तर ती इथे आत्ता अशी एकटी नसती - तिचा असा खून झाला नसता. तो तिच्याकडे बघत राहिला. किती रेखीव चेहरा - निष्प्राण असूनसुद्धा! त्यानं जणू तिच्या चेहऱ्याला स्पर्श करण्याकरता हात पुढे केला. अचानक, तिची फ्रेम हलली. हा आभास आहे - त्याचं एक मन त्याला सांगत होतं; दुसरं मन वास्तव बघत होतं.

'ती मेली आहे.' त्याच्या मनातून खोल आवाज आला.

तिचा वेडावाकडा झालेला चेहरा त्याला दिसला आणि किंकाळी फोडायला तिचं तोंड उघडलं. ती मदत मागत होती का? काहीतरी बोलायला तिनं तोंड उघडलं. त्यानं कान देऊन ऐकलं, 'मला मारू नकोस.' ती आचके देत कशीबशी म्हणाली. मग त्याला चाकू घेतलेली एक आकृती दिसली. हळूहळू त्या आकृतीनं तिच्या कमनीय बांध्यावरून आणि रेखीव चेहऱ्यावरून हात फिरवला आणि शांतपणे चौकटीच्या बाहेर निघून गेली. दियूचे डोळे त्या आकृतीचा माग घेत होते आणि अचानक ती गोठल्यासारखी झाली - डोळे भीतीनं विस्फारलेले आणि हाताचं बोट आरोप करण्याकरता उचललेलं. तो खुनी त्या चौकटीत असताना आयुनं त्याचा चेहरा पहिला असता तर... पण पुढच्याच क्षणी त्याला जाणवलं की, त्याची गरज

नव्हती. त्याला माहीत होतं, खुनी कोण होता ते.

दियूचं बोट चौकटीच्या बाहेर निर्देश करत होतं - त्याच्याकडे.

त्याच्या पायाखालच्या जमिनीचं आणि त्याच्या पोटाचं जणू पाणी पाणी झालं. तो त्या दृश्यातून पोहून बाहेर येण्याची धडपड करत होता; पण उलट जास्तजास्तच बुडत चालला होता. त्याचा श्वास छाती आणि तोंडाच्या मध्येच अडकला होता. आजूबाजूची हवा जोराने त्याच्या आत शिरत होती. आयु आणि आदी दोघांची विश्वं अलग करणारा तो पातळ पडदा वाहून गेला. आपण आदी आहोत की आयु हे त्याला कळत नव्हतं. तिथून निसटायला हवं एवढंच त्याला कळत होतं. त्याची बोटं भिंतीला लागली; पण पुन्हा घसरली. दृश्यं, भास, आभास कोलमडले, त्याच्या मनाच्या भोवऱ्यात सापडून गटांगळ्या खायला लागले. किनारा जवळच होता; पण त्याचे हात तो धरायला अशक्त, असमर्थ होते. त्याच्या डोळ्यांत अश्रू तरंगत होते. त्याला वाटलं, तो बीचवरच्या खडकांवरून पळतोय, लोक त्याला मारायला त्याच्या मागे ओरडत, किंचाळत येत आहेत.

त्याला थांबायचं होतं, पण त्याचे पाय धावतच राहिले; पण तो गती टिकवू शकला नाही. त्याच्या अपराधाचं ओझं त्याला मागं खेचत होतं.

'तो पाहा खुनी. पकडा त्याला.'

'हाच तो - रोज इथे येणारा. कालदेखील आला होता.' फ्लोअर मॅनेजरनं तपास करणाऱ्या अधिकाऱ्याला माहिती पुरवली.

पोलीस आणि लोकांमधून वाट काढत तो जिन्यावरून खाली धावत गेला - खडकांवर चढला आणि गर्दीतून धावत राहिला - स्वतःच्या कृष्णकृत्याची जबाबदारी झटकायचा निकराचा प्रयत्न करत.

लवकर
ये
रे
मित्रा!

माझी वार्षिक परीक्षा संपल्यावर लगेचच आम्ही बॉम्बेला राहायला गेलो. त्याला मुंबई म्हणतात; पण बॉम्बे म्हणायला मजा वाटते - एखाद्या बबलगमच्या नावासारखं वाटतं. गल्ली नं. १३, ई-२४, जुहू स्कीम, मुंबई ४९. माझ्या गावातल्या -पुण्यातल्या मित्र-मैत्रिणींना मी आमचा पत्ता लिहून दिला होता. माझ्या गावातल्या? - आता खरं म्हणजे मी असं म्हणायला नको, कारण आता हे - मुंबई - माझं गाव असायला हवं; पण माझं गाव तेच - पुणे- आहे आणि तेच राहणार.

बाबांना बढती मिळाली एवढ्यावरून हे माझं गाव, माझं घर कसं होईल? आता ते वरिष्ठ अधिकारी झाले आहेत; त्यामुळे त्यांना आता मुख्यालयात काम करावं लागणार; पण म्हणून मी माझ्या गावातली चौदा वर्षं अचानक कशी पुसून टाकू शकेन? आशुतोष, मनीष, योगेश यांना कसा विसरू शकेन? आम्ही सगळ्यांनी मिळून फाइटर पायलट व्हायचं ठरवलंय. आता ते कसं करायचं? आणि - नीताचं काय? मी तिला मनीषपेक्षा जास्त आवडतो याची कबुली तिनं नुकतीच दिली होती - फक्त मनीषच नाही तर, आमच्यापेक्षा श्रीमंत असलेल्या योगेशपेक्षाही! पण आता बाबा मोठे अधिकारी झाले आहेत; त्यामुळे लवकरच योगेशइतकेच आम्हीही श्रीमंत होणार.

नीता - विचित्रच मुलगी आहे. आम्ही मुंबईला जायला निघण्यापूर्वी तिनं मला सत्राशेसाठ वेळा विचारलं, 'तू मला भेटायला कधी येशील?' शेवटी तिची पिडा टाळण्यासाठी मी तिला भेटायला येईन असं वचन दिलं. मला माहिती होतं की, थोडे दिवस - फार तर एखाद-दुसरा महिना संपर्कात राहू; पण नंतर आम्हाला

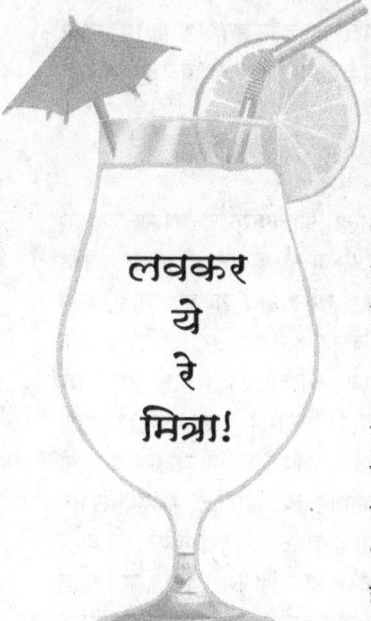

लवकर ये रे मित्रा! । ५३

सगळ्यांनाच नवीन मित्र मिळतील आणि तेवढा संपर्क राहणार नाही.

आम्ही निघालो, तेव्हा अच्छा करताना नीता म्हणाली, 'लवकर ये रे मित्रा!' तिचे डोळे भरून आले. मुली खरंच इतक्या रडूबाई असतात ना! त्यांना रडायला काही कारणच लागत नाही. टॅक्सीमध्ये बसताना मी हसून, सगळ्यांना टाटा केलं.

'लवकर ये रे मित्रा!' का कुणास ठाऊक; पण हे शब्द पुण्यातून बाहेर पडेपर्यंत माझ्या कानात घुमत होते. आई मला खिडकीतून डोकं बाहेर काढू नको म्हणून सांगत होती; पण माझ्या डोळ्यांसमोर नीताचा रडवेला, अश्रूंनी भिजलेला चेहरा तरळत होता. मित्रांनी दिलेलं वेफर्सचं पाकीट उघडण्याचा प्रयत्न करत होतो, तेवढ्यात टॅक्सी एका स्पीड ब्रेकरवरून गेली आणि मी पुढे फेकला गेलो.

'पुणे शहराची हद्द समाप्त' अशी पाटी दिसली आणि मी हात हलवत सगळ्यांना अच्छा करत राहिलो - माझ्या घराला, मित्रांना - नीतालासुद्धा! अर्थात त्यातलं कुणीच त्या वेळी तिथे नव्हतं; पण तरीही मी टाटा करत राहिलो—आणि पहिल्यांदाच - का कोण जाणे- माझ्या डोळ्यांतून अश्रू वाहायला लागले. मला रडताना बघायला तिथे कोणी नव्हतं म्हणून बरं! मी का रडतोय ते माझं मलाच कळत नव्हतं - मी काही कायमचा चाललो नव्हतो - खरंतर चाललो होतो.

'मोहित, मला एक वचन देशील? लवकर ये रे मित्रा!' तिचे शब्द माझ्या मनात घोळत होते. तिला मी परत भेटेन, असं काही मला वाटत नव्हतं. आम्ही मित्र होतो - ठीक आहे; पण आता मला नवीन मित्र जोडावे लागतील. मला वाटतं, तिलाही लागतीलच.

**

आम्ही कालच दुपारी पोहोचलो; पण मला आत्तापासूनच नरकात येऊन पडल्यासारखं वाटायला लागलंय. बॉम्बे म्हणा की मुंबई - मला ही जागा मुळीच म्हणजे मुळीच आवडली नाही. हे माझं गाव, माझं घर होऊच शकणार नाही. माझे मित्र जिथे आहेत, तेच माझं गाव. मला तिथेच जावंसं वाटतंय. इथे कोणीच माझ्या ओळखीचं नाही. बाबा सबंध दिवस ऑफिसमध्ये. आईला एकटीलाच सगळं घर लावायला लागत असल्यामुळे तिची चिडचिड. मी विचारलं मदत करू का; पण तिला सगळं तिच्या पद्धतीनं करायला हवं असतं. टीव्ही अजून जोडलेला नाही आणि कॉम्प्युटरही नाही; त्यामुळे मला या खोलीतून त्या खोलीत हिंडण्याशिवाय काहीच करता येत नाही. एसीमुळे माझं डोकं जरा दुखायला लागलं म्हणून मी बाहेर बाल्कनीत येऊन बसतो आणि काही क्षणांतच घामानं भिजून जातो. या जागेत आणखी एक दिवस राहिलो, तर मला नक्कीच वेड लागेल. या असल्या प्रसंगाला

मला पुण्यात कधीच तोंड द्यावं लागलं नव्हतं. शी! सगळी उन्हाळ्याची सुट्टी नुसती वाया चाललीय. आत्ता माझे मित्र काय करत असतील बरं!

मला अचानक त्यांच्याशी बोलण्याची जबरदस्त इच्छा झाली. मी आईकडे तिचा फोन मागितला.

''मोहित, आता तुला तुझं मन रमवायचा प्रयत्न केला पाहिजे'' - झालं सुरू प्रवचन!

''अगं, पण इथे मी अगदी एकटाच आहे ना!''

तिनं नुसते खांदे उडवले आणि स्वयंपाकघरातल्या शेल्फवर भांडी लावायला सुरुवात केली.

कंटाळून, वैतागून मी ग्रिल लावलेल्या बाल्कनीत जाऊन खुर्चीत बसलो आणि बाहेरची रणरणती एकाकी निर्मनुष्य दुपार बघू लागलो. सगळं काही स्तब्ध होतं. हवादेखील हलत नव्हती. मोठमोठ्या वृक्षांच्या सावल्या आमची गल्ली क्र. १३ झाकोळून टाकत होत्या.

उन्हाळ्याची सुट्टी आहे तरी कोणीच मुलं रस्त्यावर क्रिकेट किंवा लपाछपी खेळताना दिसत नाहीत. इतकं भयानक उकडतंय की, कोणी खेळण्याच्या मूडमध्ये नसणार आणि घड्याळात अवघे साडेअकरा वाजलेत.

तिकडे माझ्या गावात माझ्या मित्रांची मॅच अगदी ऐन भरात आली असेल. तिकडे झाडांची सावली नाही तरी सगळे बाहेर रस्त्यावर असतील. त्यांना माझी आठवण येत असेल का?

नीताला मुलांबरोबर मैदानी खेळ खेळायला अजिबात आवडायचं नाही. आम्ही लहान असताना फक्त मीच तिच्याबरोबर भातुकली खेळायचो. आई-बाबा, टीचर-टीचर, अगदी डॉक्टर-पेशंट नावाचा चावट खेळसुद्धा! ती म्हणायची की, तिला माझ्याबरोबर खेळायला खूप आवडतं आणि मी खूश व्हायचो. आमचं ते एक छानसं गुपित होतं.

पण जरा मोठं झाल्यावर मला वाटतं, त्याचं रूपांतर बालिश प्रेमात झालं. मला ती आजही आवडते; पण ती माझी स्वप्नं बघते वगैरे असल्या माझ्या मुळीच भ्रामक समजुती नाहीत.

तेवढ्यात मला एक आवाज ऐकू आला. शब्द नीट कळत नव्हते; पण एक मुलगी मोठ्याने काहीतरी म्हणत होती. कविता नव्हती; पण त्या म्हणण्यात एक लय जाणवत होती. उन्हाळ्याच्या सुट्टीत ही मुलगी अभ्यास करतीय? बिच्चारी!

परीक्षा अजून संपलेली दिसत नाही. ती मोठ्या आवाजात म्हणत होती. जिवंतपणाची काहीतरी चाहूल लागली म्हणून मला हायसं वाटलं. तिचं नाव काय? कितवीत असेल? तिच्या आवाजाच्या दिशेला बघत मी विचार करू लागलो. समोरच्या बंगल्यातून तो आवाज येत होता. तो बंगला म्हणजे अगदी जुना, मोडकळीला आलेला, आत्ता पडेल की मग पडेल अशा अवस्थेतला.

मला तडक धावत जाऊन, त्या बंगल्यातल्या मुलीला भेटून यायची तीव्र इच्छा झाली. तिच्याशी खेळावं म्हणून नाही तर तिला परीक्षेसाठी बेस्ट लक द्यावं म्हणून. तिला त्यामुळे नक्कीच बरं वाटेल. तिची परीक्षा संपली की, आम्ही एकत्र खेळू शकू. चावट खेळ लगेच नकोत. आधी मुलींच्या इतर खेळांपासून सुरुवात करावी. मी एवढ्यातच नीताला पर्याय शोधायला लागल्याबद्दल मला काहीसं अपराधी वाटत होतं; पण असं तर घडतंच - आणि मला नाही वाटत तिला त्याचं काही वाटेल.

आईनं मला बूट घालताना पाहिलं.

"जेवायला काहीतरी आणतोस का रे?" तिनं विचारलं आणि माझ्या हातात पैसे कोंबले.

म्हणजे आता मी त्या मुलीच्या घरी फार वेळ थांबू शकणार नाही. मी तडक घरातून बाहेर पडलो आणि धावतच दोन जिने उतरलो.

मी रस्ता ओलांडणार इतक्यात त्या बंगल्याच्या गेटमध्ये तीन माणसं उभी असलेली बघून थांबलो. मी वाचलेल्या अनेक गोष्टींमध्ये असलेल्या पात्रांसारखी ती माणसं दिसत होती. त्यातला एक जाडा माणूस दुष्ट वाटत होता, दुसरा लबाड आणि तिसरा एकदम तरतरीत, श्रीमंत होता. ते माझा रस्ता अडवून उभे होते. ते कधी हलतील असं मला झालं होतं.

"सगळ्या कागदपत्रांवर सह्या झाल्याशिवाय हा सौदा होणं शक्यच नाही." श्रीमंत माणूस म्हणाला.

"ही असली बाष्कळ बडबड ऐकायला मी बँकॉकहून इतक्या दूर आलो नाही." दुष्ट माणूस तारस्वरात ओरडला.

"मिस्टर सौरभ, आपण जरा एखाद्या शांत जागी जाऊन हे मार्गी लावू या का?" लबाड माणूस खोटं खोटं हसत, त्यांना गाडीकडे नेत म्हणाला.

गाडी भुर्रकन निघून गेली आणि माझं लक्ष पुन्हा त्या बंगल्याकडे आणि माझ्या न पाहिलेल्या मैत्रिणीकडे वळलं.

काय बोलू मी तिच्याशी? ती अशी उगीचच अगदीच अनोळखी मुलाशी बोलेल का? ती हसेल की कपाळाला आठ्या घालेल?

मी रस्ता ओलांडला. गेटवरच टकटक करू की आत जाऊन बेल दाबू? कोण उघडेल दरवाजा? दरवाजा कुठे आहे हे शोधत मी गेटमधून आत गेलो. त्या मुलीचा आवाज एव्हाना थांबला होता. चला, म्हणजे मी तिच्या अभ्यासात व्यत्यय आणण्याचा प्रश्न नाही. ती नीताइतकीच छान असेल का?

"काय पाहिजे रे तुला?" दगड फोडणाऱ्या मशीनसारखा आवाज आला; पण कोणी दिसत मात्र नव्हतं.

"इकडे बघ", पुन्हा तो कर्णकटू आवाज आला.

मी एक पाऊल मागे येऊन वर बघितलं. एक जाडी, मध्यम वयाची बाई गच्चीवरून माझ्याकडे रागानं बघत होती.

"मी–मला फक्त भेटायचं होतं–"मी ततऽपप करू लागलो. त्या मुलीचं नाव कुठे मला माहिती होतं?

"कोणीही आत यायचं नाही. बाहेर लावलेली पाटी वाचली नाहीस? चल, नीघ इथून" ती बाई ओरडली. मी हसण्याचा प्रयत्न केला. ती इतकी चिडकी दिसत होती की, मला निराश होऊन, परतावंच लागलं. मला भयंकर राग आला होता आणि–जरा भीतीही वाटत होती. गेटमधून बाहेर जाईपर्यंत मला आशा वाटत होती की, कोणीतरी दार उघडेल आणि मला त्या मुलीची झलक तरी दिसेल.

"कोणीही आत येऊ नये- हुकुमावरून" अशी कडक सूचना लिहिलेली मोडकी-तोडकी पाटी गेटवर लावलेली होती.

माझ्या पहिल्या-वहिल्या साहसाचे बारा वाजले होते. ती बाई म्हातारी दिसत होती. शाळकरी मुलीची आई मुळीच वाटत नव्हती. कामवाली बाई असणार.

"काय भयंकर बाई आहे! तिला चांगला धडा शिकवला पाहिजे." मी चालता चालता पुटपुटत होतो.

"छोटे साहेब, तुम्ही तिकडे कशाला गेलात?" गणवेश घातलेल्या वॉचमननं विचारलं.

"वेडी आहे ती," तो स्क्रू ढिला असण्याची खूण करत हसला.

माझं डोकंच सटकलं. दुसऱ्याची चेष्टा करत दात काढण्याऐवजी मला आधी सांगायचं होतं ना! मी पुढे चालायला लागलो.

"छोटे साहेब, आता कुठे चाललात?" त्यानं हसतच विचारलं.

"जेवण आणण्यासाठी हॉटेल शोधायला."

"अरे हो. तुम्ही नवीन राहायला आलात नाही का? त्या बाजूला एक चांगलं हॉटेल आहे." त्यानं रस्त्याच्या विरुद्ध दिशेला बोट दाखवलं. रस्ता निर्मनुष्य होता आणि दोन्ही बाजूंनी सारखाच दिसत होता.

तसा बरा दिसतोय हा वॉचमन. मी त्याच्याकडे बघून जरा हसलो आणि निघालो. काही पावलं गेल्यावर वाटलं, त्या मुलीबद्दल त्याला विचारायला हवं होतं – पण तो नक्कीच मला हसला असता. ते मला मुळीच आवडलं नसतं.

***

आई आणि मी जेवताना गप्प गप्पच होतो. फक्त ती अधूनमधून 'भाजीवर केवढा तेलाचा तवंग आहे, पोळ्या कशा दात-ओठ खाऊन तोडाव्या लागताहेत' अशी नावं ठेवत होती; पण माझे कान मात्र सगळा वेळ त्या बंगल्यातल्या आवाजाचा कानोसा घेत होते.

दुपारभर काहीच ऐकू आलं नाही. बाल्कनीत बसून मी पुस्तक वाचायचा प्रयत्न करत, अधूनमधून समोरच्या बंगल्याकडे नजर टाकत होतो. जेमतेम सात पानं वाचून झाली, मध्ये दोनदा डुलकी लागली; पण समोरून काहीही आवाज नाही की हालचाल नाही.

बाबांनी मला उठवलं, तेव्हा अंधार पडला होता. फक्त गल्लीतच नव्हे, तर समोरच्या बंगल्यातदेखील मिट्ट काळोख होता. कदाचित फ्यूज गेला असावा; पण त्यांनी साधी मेणबत्तीसुद्धा लावली नव्हती. खिडकीतूनही उजेडाची तिरीप दिसत नव्हती. आता ती अभ्यास कसा करणार?

"अरेच्चा! पण मी कशाला काळजी करतोय?"

"जेवायला जायचंय, तयार हो." बाबांनी सांगितलं.

मला खरंतर माझी जागा सोडायची नव्हती. चू!, काय हा वेडेपणा! मेणबत्तीच्या प्रकाशात ती कदाचित खिडकीसमोरून गेली तर तिची सावली दिसावी म्हणून मी जेवण सोडणार होतो का? हे मी आई-बाबांना सांगणं शक्यच नव्हतं आणि आईची आधीच भरपूर चिडचिड झालेली असल्यामुळे ती माझा असला वेडेपणा सहन करण्याची शक्यताच नव्हती.

आम्हाला जेवून परत येईपर्यंत बराच उशीर झाला. समोरचा बंगला अजूनही काळोखात बुडालेला होता. रिक्षातून उतरताना मला त्या गेटपाशी एक आकृती उभी असलेली दिसली. रस्त्यावरच्या दिव्याच्या उजेडात मला दिसलं की, ती 'ती' नव्हती. एक बाई होती - छान दिसणारी, शाळेत जाणाऱ्या मुलीची आई असू शकेल अशा वयाची. मी तिच्याकडे बघून हसलो. तीही हसली.

माझी त्या मुलीशी ओळख असती तर आम्ही त्या अंधाऱ्या बंगल्यात लपाछपी खेळलो असतो.

"सिमी मॅडम, जेवायला चला," आतून कोणीतरी ओरडलं आणि ती छान बाई आत जायला वळली.

एसी खूप आवाज करत असूनसुद्धा मला छान झोप लागली. त्या घरातली कामवाली बाई जरी माझ्याशी दुष्टपणे वागली असली तरी सिमी आंटी माझं नक्की प्रेमाने स्वागत करेल असं वाटलं. उद्या? परवा? आता मला चिंता नव्हती. शेवटी आता हाच माझा परिसर होता, हेच माझं घर होतं.

***

बाहेर चाललेल्या गोंगाटाने मला जाग आली. एक बुलडोझर रस्ता अडवून उभा होता. अवतीभोवती बांधकाम करणारे कामगार. माझ्या उरात धडकी भरली. बंगला पाडणार की काय! म्हणूनच काल दिवे नव्हते की काय? मला त्या मुलीची झलक दिसण्याआधीच ती आपल्या छान दिसणाऱ्या आईबरोबर निघून जाणार की काय?

तिथेच ती कालचीच तीन माणसं भांडत होती. कालच्या वादाचंच रवंथ करत असावेत.

बुलडोझरच्या आवाजाच्या वर आवाज काढून एक सुपरवायझर ड्रायव्हरला सूचना देत होता. मी अवाक होऊन बाल्कनीत उभा होतो. खालून वॉचमन मला हात करत होता. पुढच्याच क्षणी मला कळलं की, माझा गैरसमज झाला होता. तो मला हात करत नव्हता आणि बुलडोझर समोरच्या बंगल्याकडे नव्हे, तर त्याच्या शेजारच्या बंगल्याच्या दिशेनं जात होता. त्यानं एकाच तडाख्यात भिंत पाडली. सगळ्या कामगारांनी ओरडून टाळ्या वाजवल्या. मलादेखील त्यांच्याबरोबर ओरडावसं वाटत होतं, कारण माझं पहिलंवाहिलं नातं जुळायच्या आधीच ते कामगार मोडणार नाहीत हे बघून मला हायसं झालं होतं. मात्र, हे सगळं चाललेलं पाहायला ती बाहेर आली असती, तर मग माझ्या आनंदाला पारावार राहिला नसता.

ती पाडापाडी बघण्यात मला इतका रंगून गेलेला बघून आई कोड्यात पडली. तासभर झाला तरी मी दात घासायला किंवा चहा प्यायला न जाता बाल्कनीचा कठडा धरून तसाच उभा होतो.

इतक्या गोंगाटात ती अभ्यास कशी करणार असा मी विचार करत होतो, म्हणजे मला काळजीच वाटत होती; तेवढ्यात - त्या सगळ्या आवाजाच्या वर मला तिचा आवाज ऐकू आला. तडकाफडकी मी घरात गेलो, बूट घातले आणि दरवाजा उघडला.

"मोहित, जवळजवळ जेवायची वेळ झालीय. आज दुसऱ्या कुठल्या तरी हॉटेलमधून जेवण आणून बघू या." ती म्हणाली आणि माझ्या हातात पैसे दिले. ते खिशात कोंबून मी धाडधाड जिना उतरलो. त्या दुष्ट मोलकरणीची गाठ न पडता सिमी आंटी भेटण्याची शक्यता होती आणि माझं नशीब फारच जोरावर असेल तर 'ती'सुद्धा भेटेल. काय बरं असेल तिचं नाव? आज कळेल अशी आशा होती.

तिचा आवाज जसा अचानक सुरू झाला होता, तसा मी रस्त्यावर येईपर्यंत एकदम थांबला. ती कुठेच नव्हती. म्हणूनच बहुधा गेटमध्ये सिमी आंटी भेटल्या तरी मला फारसा आनंद झाला नाही. त्यांच्याशी काय बोलावं मला कळेना. मी वेळकाढूपणा करत, बुलडोझरकडे बघत तिथेच उभा राहिलो; मधूनच बंगल्याकडे नजर टाकत त्यांच्याकडे बघून हसलो. ती नाही म्हटल्यावर तिच्या आईशी ओळख करून घेण्यासाठी काहीतरी बोलावं असा विचार करत होतो तेवढ्यात - ती दुष्ट मोलकरीण गच्चीवर दिसली आणि माझ्या सगळ्या योजना हवेतच विरल्या. मी घाईघाईनं त्यांना हात केला आणि निघालो. त्यांनीही मला हात केलेला डोळ्यांच्या कोपऱ्यातून मला दिसला; पण का कोण जाणे, मागे वळायची हिंमत झाली नाही.

अचानक एका मोठ्या आवाजानं माझं लक्ष वेधून घेतलं. बँकॉकचा माणूस धाडकन दार लावून काहीतरी पुटपुटत तावातावानं बाहेर पडला. पहिल्यांदा मी त्याला पाहिलं, तेव्हासारखाच आताही तो चिडलेला दिसत होता. तो लबाड माणूस त्या दुष्ट मोलकरणीशी हसून काहीतरी बोलत होता. हसण्यामुळे तो आणखी घाणेरडा दिसत होता. आज काही माझी तिथे डाळ शिजणार नव्हती; त्यामुळे मी हॉटेल शोधायला निघालो. वॉचमन ती इमारत पाडण्याचं काम बघण्यात मग्न असल्यामुळे मी दुसऱ्या रस्त्यानं निघालो.

लांब गेल्यावर मला एक उडुपी हॉटेल दिसलं. परत यायला मला बराच वेळ लागला. तोपर्यंत रस्ता शांत झाला होता. कामगारांची जेवणाची सुट्टी झाली होती. तिचा आवाज परत येईल असं वाटलं; पण तसं काहीच घडलं नाही. बंगल्याजवळ आल्यावर मी जरा हळूहळू चालू लागलो. सिमी आंटी पोर्चमध्ये बसल्या होत्या. त्यांच्याजवळ जाऊन गेलेल्या फ्यूजबद्दल बोलावं असं मला वाटलं. बोलायला काहीतरी निमित्त मिळालं म्हणून मला आनंद झाला. ती दुष्ट मोलकरीणही आसपास दिसत नव्हती. चला, चांगली संधी होती. तेवढ्यात वॉचमननं हाक मारली, "छोटे साहेब!" झालं, मुश्किलीनं गोळा केलेलं धैर्य गळून गेलं. मनातल्या मनात मी त्याला शिव्या घातल्या.

"तुम्हाला कालचं जेवण आवडलं नाही का?"

"आईला जास्त मसालेदार जेवण आवडत नाही." माझी संधी घालवल्याबद्दल मी घुश्श्यातच उत्तर दिलं.

"हां, हां. सॉरी बरं का. माझ्या ते लक्षात नाही आलं." तो म्हणाला, "तिकडे आमच्या गावी आम्ही तिखट, तेलकटच खातो." मग मध्य प्रदेशातील त्याचं गाव, रामचरण हे त्याचं नाव, सात भावंडांमधला तो चौथा हे सगळं मला सांगत सुटला. त्याच्या डोक्याच्या वरून समोरच्या बंगल्याच्या पोर्चकडे बघत मी ते ऐकत होतो.

त्या कुठल्या तरी गावातल्या त्याच्या शेजाऱ्यापेक्षा माझ्या इथल्या शेजाऱ्यांबद्दल माहिती दिली असती तर जास्त बरं नसतं का झालं! त्याच्या त्या वीज नसलेल्या गावाबद्दल सांगण्याऐवजी समोरच्या घरातला फ्यूज गेला याची जरा तरी चिंता नको होती का करायला? तो आपला बोलतच होता. आता त्यानं इथल्या वातावरणाशी जुळवून नको का घ्यायला - माझ्यासारखं! तेवढ्यात ती दुष्ट मोलकरीण मला गच्चीत दिसली. चला, म्हणजे आता घरी आईकडे पळायला हवं.

आईला आजचं जेवण आवडलं; त्यामुळे मला उशीर झाला तरी तिला त्याचं काही वाटलं नाही. मी पटापट वडा-सांबार खाऊन, आज तिची एक तरी झलक दिसेल या आशेनं बाल्कनीतल्या माझ्या खुर्चीकडे धाव घेतली. दुपारभर मी तिथे खुर्चीला चिकटून बसलो होतो; पण तिचा आवाजसुद्धा आला नाही. तो ऐकूनही बरं वाटलं असतं. हे विचित्रच होतं. दोन दिवसांत फक्त दोनदा पाच एक मिनिटं ऐकलेल्या, त्या बिन चेहऱ्याच्या, बिन नावाच्या आवाजानं मला इतकं का पछाडलं होतं? पण ती साधी एक फेरी मारायला तरी गच्चीत कशी येत नाही? दिवसभर घरात कोंडून कशी काय बसू शकते - तब्बल दोन दिवस?

मी वाचत असलेल्या पुस्तकाच्या पानाचा कोपरा दुमडून, पुन्हा सरळ करण्याचा चाळा करत बसलो होतो. समोर भिंतीमागून भिंती पाडणाऱ्या कामगारांकडे, त्यांचं त्या दिवसाचं काम संपेपर्यंत अधूनमधून नजर टाकत होतो.

रस्त्यावरचे दिवे लागले, तेव्हा मला जाणवलं की, आजही तो बंगला अंधारातच असणार आहे.

सगळं काही अगदी कालच्यासारखंच घडलं. बाबा ऑफिसमधून आले. आम्ही जेवायला गेलो. रिक्षानं परत आलो. मी सिमी आंटीकडे बघून हसलो, त्यांनी मला हात केला. मला खरंतर फ्यूजबद्दल त्यांना विचारायचं होतं; पण का कोण जाणे, आजही माझी बोलती बंद झाली होती. आता जर मी काही पाऊल उचललं नाही तर अख्खा उन्हाळा हे असंच चालू राहील – उद्या मात्र नक्की- सगळं मनासारखं झालं तर उद्या रात्री आम्ही त्या बंगल्यात लपंडाव खेळत असू – आणि मग मी रामचरणला गेलेला फ्यूज दुरुस्त करायला सांगेन.

***

कामगारांनी बराचसा राडारोडा उचलला होता. बंगल्याजवळची जागा, काढलेल्या दातासारखी रिकामी-रिकामी वाटत होती. आता तो बंगला फार काळ स्वतःच्या पायावर एकटा उभा राहू शकेल असं वाटत नव्हतं. माझ्यात एकदम काहीतरी संचारलं. मी धावत घरात जाऊन, बूट घातले आणि आईला काही कळायच्या आत

मी जिना उतरून गेलो. सकाळचे ११.३० वाजले होते आणि मी आत्ता तिथे असलं पाहिजे असं मला तीव्रतेनं वाटलं. गेटमधून थेट कसं घुसायचं, म्हणून मी बाजूच्या राडारोड्यातून गेलो. रामचरणला हात करून त्याला ओलांडून गेलो. मला कसली घाई झाली होती कोण जाणे! पण मी सिमेंट-विटांच्या ढिगांवरून भराभर उड्या मारत चाललो होतो. बाजूचा बंगला पडल्यामुळे त्या बंगल्याची आतापर्यंत न दिसलेली बाजू मोकळी झाली होती. मी चढू शकेन अशी जागा सापडायला मला १५ मिनिटं लागली. हे मी काय करतोय? उडी मारून, हळूच आत शिरून तिला मी नाव विचारणार होतो का? माझं मलाच माहिती नव्हतं. जणू काही एखादं रहस्य माझ्यासमोर उघड होण्याची वाट बघत मी भिंतीवर उभा होतो - आणि झालंही तसंच!

मी खाली बंगल्याच्या आवारात पाहिलं तर काय - 'ती' खालून माझ्याकडे बघत होती - नाही- ती मुलगी नव्हती - सिमी आंटी होती!

तिच्या चेहऱ्यावर तेच नेहमीचं हास्य. मला बघून तिला मुळीच आश्चर्य वगैरे वाटल्याचं दिसलं नाही – आणि जणू काही मला न बघितल्यासारखं करत ती लहान मुलीसारखं म्हणायला लागली –

'ओरिजिनल! ओरिजिनल! अवशेष १९९२ चा

आत्ताचा, वास्तवातला सरकारी अधिकारी'

सगळं अगदी सारखंच

देवाशपथ

गळ्याशपथ

माझ्या आयुष्यातला प्रकाश

बाकी कुठे नाही, इथेच

सगळं काही ठरलेलं

हे खरं आहे

टाइम टू फ्लाय

माझा विश्वास आहे तुझ्यावर

पण, लवकर ये रे मित्रा!

तिला मी दिसत नव्हतो. माझ्यातून आरपार बघत होती. जणू मी तिथे नव्हतोच. तीही तिथे नव्हती. मी तिथल्या तिथे थिजून उभा होतो. ती तंद्रीतच पोर्चमध्ये गेली आणि पुन्हा म्हणू लागली –

'ओरिजिनल! ओरिजिनल! अवशेष १९९२ चा

आत्ताचा, वास्तवातला सरकारी अधिकारी.'

छे! हे घडतच नव्हतं. हे खरं नाही. अखेर मी तो आवाज ऐकला होता, अखेर मी तिला पाहिलं होतं. ते खरंच घडलं होतं; पण माझे डोळे आणि कान ते मान्य

करायला तयार नव्हते. बंगल्याच्या आतून कुठूनतरी अजूनही मला ऐकू येतच होतं –

'सगळं अगदी सारखंच...

देवाशपथ...

गळ्याशपथ...

माझ्या आयुष्यातला प्रकाश...

बाकी कुठे नाही, इथेच...

हा एका लहान मुलीचा आवाज आहे हे मी शपथेवर सांगू शकलो असतो. मागचे दोन दिवस माझ्यासमोर चमकून गेले. माझ्याकडे रागाने बघणारी ती दुष्ट मोलकरीण, रामचरणने स्क्रू ढिला असण्याची केलेली खूण, अंधारात बुडालेला बंगला, गेटपाशी उभी असलेली माझ्याकडे बघून हसणारी ही बाई. तिचं म्हणणं चालूच होतं.

सगळं काही ठरलेलं

हे खरं आहे

टाइम टू फ्लाय

माझा विश्वास आहे तुझ्यावर

पण, लवकर ये रे मित्रा!

'लवकर ये रे मित्रा' – ते शब्द माझ्या डोक्यात पिंगा घालत होते – पण या वेळी आवाज वेगळा होता. 'नीता!' मी ओरडलो आणि जवळजवळ खाली बंगल्यात पडणारच होतो, तेवढ्यात मी वर बघितलं आणि – ती दुष्ट मोलकरीण माझ्याकडे बघत होती. ती काही म्हणायच्या आतच- माझा मागच्या मागे तोल गेला.

***

मी थरथरत होतो. डझनभर हात मला उचलून, खांद्यावरून नेत होते. एक गाडी करकचून ब्रेक लावत थांबली. माझ्या अवतीभोवती – आणि माझ्या आतसुद्धा घबराट होती. मी कधी भानावर आलो माहीत नाही; पण जेव्हा आलो, तेव्हा एका श्रीमंत, देखण्या माणसानं मला घट्ट मिठी मारली होती आणि तो माझे तळहात चोळत होता.

"कुमार साहेब, ती या मुलाची आई आहे,'' रामचरणनं त्या श्रीमंत माणसाला सांगितलं.

आईनं पुढे येऊन माझ्याकडे वाकून बघितलं. तिच्या डोळ्यांत पाणी होतं. मला हात लावायला ती घाबरत होती.

"मिस्टर कुमार, माझा मुलगा ठीक आहे ना हो?" तिनं रडवेल्या आवाजात विचारलं.

"अर्थात! तो शूरवीर आहे." मि. कुमारांनी कौतुक केलं.

मी शूरवीरासारखं हसलो; पण माझं डोकं घाव घातल्यासारखं ठणकत होतं. मी तोंड उघडलं; पण शब्द फुटेना.

"काय सांगण्याचा प्रयत्न करतोयस?" मि. कुमारांनी विचारलं.

"नीता", मी चिरक्या आवाजात म्हटलं.

कोणीतरी पाणी शिंपडलं, कोणीतरी दुधाचा ग्लास माझ्या तोंडाला लावला, कोणीतरी माझ्या डोक्याच्या मागच्या बाजूचं रक्त कापसानं टिपत होतं. सगळेजण एकाच वेळी बोलत होते.

"काळजीचं काही कारण नाही."

"त्याला चांगलाच धक्का बसलाय."

"सगळं काही ठीक होईल."

"लगेच डॉक्टरांना बोलवायला पाहिजे. रामचरण, तू माझ्याबरोबर चल." मि. कुमार म्हणाले.

बहुधा तेव्हाच माझी शुद्ध हरपली.

मी पुन्हा शुद्धीवर आलो, तेव्हा पुन्हा आवाज येऊ लागले.

"सिमी मॅडम वेडसर आहेत हे मी त्याला सांगितलं होतं."

"हे ती गेली कित्येक वर्षं करते आहे- रोज- बरोब्बर पावणेबारा वाजता."

मी आजूबाजूला बघितलं, मि. कुमार आहेत का? नव्हते.

"मी त्याला गेले दोन दिवस सावध करण्याचा प्रयत्न करतेय."

मी वर पाहिलं. ती दुष्ट मोलकरीण माझ्या डोक्याच्या जखमेचं ड्रेसिंग करत होती. आई अगतिक होऊन रडत शेजारी उभी होती. स्वतःचं रडणं थांबवण्यासाठी माझा हात दाबत होती.

"मोहित, बरं वाटतंय का रे बाळा?"

मला मान डोलवायची होती. मी तोंड उघडलं. "नीता" म्हटलं आणि रडायला लागलो. कोणीतरी थोपटून मला झोपवलं.

त्या दिवशी दुपारी मी जेवण्याच्या परिस्थितीत नव्हतो. आई बाबांना फोन करणार होती; पण रामचरण मला तपासायला डॉक्टरांना घेऊन आला. डॉक्टर म्हणाले, मस्त झोप काढली की, मला बरं वाटेल. दुष्ट मोलकरणीनं मला झोपवलं. माझ्या कपाळावर ओठ टेकवून सारखी 'सॉरी' म्हणत होती. शेवटी आईनं तिला सांगितलं की, फक्त तिचीच चूक नव्हती. मी मुळात असं भिंतीवर चढायलाच नको होतं.

का कोण जाणे; पण दिवसभर अधूनमधून मला मि. कुमारांची आठवण येत होती.

दुपारभर आई मला ज्यूस, दूध देत होती. ती रडू नये म्हणून मी तिच्याकडे बघून हसत होतो. आता माझं डोकं दुखत नव्हतं. औषधाचा परिणाम असावा. मला ग्लानी येत होती. तरीही मी अजून त्या भिंतीवरच होतो - शून्यात बघणाऱ्या दोन डोळ्यांकडे बघत.

संध्याकाळी जाग आली, तेव्हा मला जाणवलं की, मला नीताबद्दलचं स्वप्न पडत होतं; पण नक्की काय ते आठवत नव्हतं. मी पडायच्या आधीचं दृश्य आता माझ्या डोळ्यांसमोर येत होतं. सिमी आंटीचा प्रसन्न, हसरा चेहरा आठवला आणि मी दचकलो.

यापूर्वी मी काही वेडसर लोकांबद्दल ऐकलं होतं; पण ते 'दुसरे'लोक होते, ज्यांचा माझ्याशी काही संबंध नव्हता. वेड्यांच्या भयानक कृत्यांबद्दलच्या गोष्टीही मी वाचल्या होत्या – पण त्या ऐकीव गोष्टी होत्या. रस्त्यावरून आपलेच कपडे चावत चाललेला वेडा हे काही फार भयंकर दृश्य नाही. अशा एकाकडे बघून मी तोंड वेंगाडून त्याची चेष्टादेखील केलेली आहे; पण आज मात्र – एक मैत्री होण्याआधीच दुरावली – आणि तीदेखील इतक्या भीतिदायकपणे! तिला भेटायला, परीक्षेसाठी बेस्ट लक द्यायला मी इतका उतावीळ झालो होतो हे माझं मलाच खरं वाटेना. संध्याकाळ झाली होती आणि तो बंगला अंधारात बुडून जाणार होता आणि – मी तिच्याबरोबर लपंडाव खेळणार होतो.

***

बाबा आज नेहमीपेक्षा जास्तच चांगल्या मूडमध्ये दिसत होते. आईकडून त्यांनी सगळी कहाणी ऐकली असणार. जेवायला बाहेर जाण्याऐवजी आम्ही 'डायल-अ- मील'वरून मस्तपैकी बरंच काय काय मागवलं.

बाबांनी लगेच मला गेम्स खेळण्यासाठी कॉम्प्यूटर जोडून दिला. "आता तुला तुझ्या मित्रांची इतकी आठवण येणार नाही," ते हसून म्हणाले.

जरी ते इतके हसत होते, तरी मला त्यांच्या डोळ्यांत एक प्रश्नचिन्ह दिसत होतं. "नीता?" हे नाव मी का घेतलं, हे त्यांना विचारायचं होतं; पण नाही विचारलं. "तिचं नाव मी का घेतलं असेन?" मी माझं मलाच विचारलं. मला तिची इतकी आठवण येत होती का? नाही खरंतर. या बिन चेहऱ्याच्या मुलीनं किमान दोन दिवस तरी मला तिचा विसर पाडला होता. मग मला तिच्या त्या बरळण्यातले शेवटचे शब्द आठवले – "लवकर ये रे मित्रा!"

ते शब्द माझ्या मनामध्ये घुमत होते. मला घरी जाता आलं तर किती बरं होईल! अंथरुणात मी बराच वेळ रडत होतो; पण हा वेडेपणा आहे हे मला कळत होतं. कोणीही वेडपट माणूस उच्चारू शकेल असे ते केवळ चार शब्द होते. मी हसण्याचा प्रयत्न केला; पण आतून मी बेचैन होतो. हजारो-लाखो शब्दांमधून त्या वेडसर बाईनं हेच चार शब्द का निवडावेत – जे नीतानं उच्चारले होते – 'लवकर ये रे मित्रा!' ते शब्द पुन:पुन्हा कानावर येत राहिले. मी जोरात मान डोलवली, मग मला झोपेनं घेरलं.

***

दुसऱ्या दिवशी सकाळी माझा दिनक्रम बदलला. मी अजिबात बाल्कनीत गेलो नाही. हिंमतच झाली नाही. ती दुष्ट मोलकरीण माझ्यासाठी छानशी मिठाई घेऊन आली. म्हणजे ती इतकी काही दुष्ट नव्हती तर! ती माझ्या आईशी बोलत होती. दात घासता घासता मी ते ऐकलं होतं. ती हळू आवाजात बोलत होती; पण सिमी आंटीच्या करुण कहाणीचा काही भाग तुकड्या-तुकड्यांनी माझ्या कानावर पडलाच. बाथरूममध्ये मी ते तुकडे जोडल्यावर साधारण कळलं की, ती तरुणपणापासूनच अशी आहे. एका सरकारी अधिकाऱ्याला तिच्याशी लग्न करायचं होतं; पण तिच्या आई-वडिलांचा विरोध होता. म्हणून त्यांनी पळून जायचं ठरवलं होतं. तो तिला सकाळी पावणेबारा वाजता गेटपाशी भेटणार होता; पण ती सकाळ कधी उगवलीच नाही. तेव्हापासून गेली वीस वर्षं रोज ती त्याची वाट बघते आहे.

का कुणास ठाऊक! पण मी बाथरूममध्ये रडत होतो. माझ्या डोक्यात प्रश्नांनी थैमान घातलं होतं. कोण होता तो माणूस? आला का नाही? त्याला काही झालं का? तिचं त्याच्यावर इतकं प्रेम होतं हे त्याला माहिती होतं का? मुळात त्याचं तिच्यावर प्रेम होतं की नाही? तेव्हा ती कशी दिसत होती? ती तरुण, सुंदर असताना कशी दिसत असेल हे माझ्या डोळ्यांसमोर येत नव्हतं. मात्र, तिचं ते गोड हास्य आजही तस्संच होतं; पण हा वेडेपणा आहे. वेड लागल्याशिवाय कोण इतकी वर्षं कोणासाठी थांबेल? नीता थांबेल?

'लवकर ये रे मित्रा,' माझ्या मनात शब्द घुमू लागले. मी बाथरूममधून सुसाट बाहेर आलो, जणू काही त्या भयंकर विचारांच्या गुंत्यातून मला बाहेर उडी मारायची होती.

***

"ही घ्या, तुम्हाला केळी छोटे साहेब,'' रामचरण दरवाजात माझ्यासाठी थांबला होता.

बाबा ऑफिसला जायला तयार होत होते; त्यामुळे रामचरण आईशी बोलत होता.

''छोटे साहेब अगदी गोड मुलगा आहे. आईसाठी जेवण आणायला चांगलं हॉटेल शोधत असतात.''

आई काही न बोलता ऐकत होती.

''सगळं काही ठीक होईल. सिमी मॅडम लवकरच इथून जातील. कुमार साहेब त्यांच्यासाठी एक फ्लॅट विकत घेताहेत. बुलडोझर हा बंगला बघता बघता पाडून टाकेल.''

बाबांनी पटकन त्याच्या हातावर पैसे टेकवले. ''तुला असं बडबडताना कुमार साहेबांनी बघितलं, तर तुझ्याकडेच बुलडोझर आणतील.'' ते म्हणाले आणि रामचरणला जबरदस्तीनं तिथून घेऊन गेले.

कुमारांनी एकदा तरी मला भेटायला यावं, असं मला फार वाटत होतं.

तो सगळा दिवस वेड्यासारखाच गेला. एका खेळात मी पुरता गुंतलो. नाही, नाही, कॉम्प्यूटरवर नाही; माझ्या मनात. काल मी भिंतीवर उभा असताना माझ्या मनात रुजलेला शब्दांचा खेळ. आईनं मला घर लावायला तिला मदत करायला परवानगी दिली. माझं मन रमवायचा हा तिचा प्रयत्न होता. वर्तमानपत्रात गुंडाळलेली एक फुलदाणी मी उघडत होतो, तेव्हा माझी नजर त्यातल्या ठळक बातमीवर पडली. 'द विन्चीचे ओरिजिनल चित्र बनावट निघाले.' ओरिजिनल पेंटिंग्जबद्दल काहीही माहिती नसूनही मी ती बातमी पूर्ण वाचली. दा विन्ची कोण हेही मला माहिती नव्हतं, तरीही ती बातमी मी पुन्हा वाचली. हे जरा विचित्रच होतं. आईनं तो कागद कचरापेटीत टाकला नसता, तर आणखी एकदा मी बातमी वाचली असती.

आम्ही नवीन नवीन बॅगा, ट्रंका उघडत असताना आई असंच काहीतरी बोलत होती, काढलेल्या प्रत्येक वस्तूबद्दल सांगत होती- हा ज्यूसर कोणी दिला, तो आरसा कसा तिला मुळीच आवडत नाही किंवा हा सीडी होल्डर बाबांनी कधी आणला वगैरे. मी अनेक वर्षं हे सामान बघत आल्यामुळे मला काही त्यात फारसा रस नव्हता. 'मला खरंतर यातलं अर्धअधिक सामान देऊन टाकायला फार आवडेल; पण तुझ्या बाबांना ते चालणार नाही – आता नवऱ्याशी कोण वाद घालत बसणार! घरोघरी सगळं अगदी सारखंच.' आईचं बोलणं चालूच होतं; पण मी चक्रावलो. 'सगळं अगदी सारखंच' या शब्दांत अडकलो.

केबलवाला आला आणि आईनं पैसे दिल्याबरोबर त्यानं सगळी चॅनेल्स सुरू करून दिली – हिंदी, मराठी, मूव्ही आणि बातम्यांच्या चॅनेलपाशी येऊन थांबला.

बातमीदार सांगत होता –'आणखी एका सरकारी अधिकाऱ्याचा घोटाळ्यात सहभाग.'

मला वाटलं, माझ्या कानावर कोणीतरी जोरात क्रिकेटची बॅट मारली. तो कुठल्या घोटाळ्याबद्दल बोलत होता, त्याच्याशी मला देणं-घेणं नव्हतं; पण मला काय होत होतं त्याचा अंदाज येत चालला होता.

- *दा विन्चीचं ओरिजिनल चित्र.*
- *सगळं अगदी सारखंच*
- *सरकारी अधिकारी.*

एक वर्तमानपत्र, दुसरं आईचं बोलणं आणि आता हा टीव्हीचा बातमीदार. या कुणामध्येच काहा समान धागा नव्हता; पण तिच्या बरळण्यातले शब्द, वाक्य इथून-तिथून- सगळीकडून पकडण्याचा जो खेळ माझ्या मनात चालला होता, त्यातले ते सगळे खेळाडू होते. नकळत मी घड्याळाकडे पाहिलं – पावणेबारा – आणि बरोब्बर या क्षणी तिचे बरळणे सुरू झाले. आईनं घाबरून माझ्याकडे पाहिलं. मी हसण्याचा प्रयत्न केला. अर्थात टीव्हीच्या आवाजात ते शब्द नीट कळत नव्हते; पण मला ते तोंडपाठ होते. मी टीव्हीचा आवाज वाढवला. आता फक्त एक मुलगी तारस्वरात काहीतरी ओरडते आहे एवढंच ऐकू येत होतं.

आईनं जाऊन जेवण आणलं. आज तिला ती तेलकट भाजी चालली. मी जळक्या, काळ्या पोळ्यांशी झटापट करत होतो; पण मी जेवण शोधायला जाण्यापेक्षा हे ठीक होतं. मी बाल्कनीत अजिबात गेलो नाही. टीव्ही, कॉम्प्यूटर, पुस्तकं, कॉमिक्स आणि आईशी गप्पा मारण्यात मी स्वतःला बुडवून घेतलं; पण त्या सगळ्यांतूनसुद्धा मी पावणेबाराच्या बरळण्यातलेच तुकडे-तुकडे गोळा करत होतो हे जरा भुताटकीसारखं होतं का?

- पुस्तकाचा कॉपीराइट – १९९२
- सर्वोत्तम वास्तववादी कार्यक्रम –
- ...च्या ओरिजिनल कादंबरीवर आधारित कॉमिक
- तुझी चूक नाही मोहित, माझा तुझ्यावर विश्वास आहे.

मी जितका लालतोंड्या माकडांपासून दूर जायचा प्रयत्न करतोय तितकीच ती माझ्यासमोर नाचताहेत हे कुणाला खरं वाटेल का?

***

दुष्ट मोलकरीण संध्याकाळी भेटायला आली.

"हा बंगला विकायचा आहे असं ऐकलं." आईने विचारलं.

"सगळं ठरलं आहे." ती कुजबुजली. "तुम्ही जे ऐकलंय ते खरं आहे."

ही लालतोंडी माकडं कमी होती की काय, म्हणून बाबा अगदी आनंदी

मूडमध्ये घरी आले आणि म्हणाले, "याचीच वाट बघत होतो. तीन महिन्यांत आणखी एक प्रमोशन. टाइम टू फ्लाय."

आनंद होण्याऐवजी मी बेचैन झालो. लालतोंड्या माकडांच्या एक दिवसाच्या उच्छादानं मी इतका हैराण झालो तर त्या बिचाऱ्या वेडसर बाईला वीस वर्षं रोज पावणेबारा वाजता किती त्रास होत असेल!

दुसऱ्या दिवशी सकाळी बाबा ऑफिसला गेल्याबरोबर ती दुष्ट मोलकरीण घरी आली.

"कुमार साहेब तुम्हाला भेटायला आलेत," ती म्हणाली, "आणि हा जनार्दन -आमचा रिअल इस्टेट एजंट."

"काय म्हणतोय आमचा छोटा जवान?" मि. कुमार माझ्याकडे बघून हसले. मी मान डोलवून हसलो. ते माझ्या केसातून हात फिरवायला आले; पण बँडेज बघून थबकले.

जनार्दन येण्याचं कारण सांगायला लागला. तो अत्यंत गोड आवाजात, त्याच्या रंगवलेल्या केसांशी खेळत, बोलत असल्यामुळे जास्तच संशयास्पद वाटत होता.

"तुम्हाला फक्त साक्षीदार म्हणून सही करायची आहे, बाकी काही नाही." तो म्हणाला.

"सही, हो- करू ना." आई म्हणाली, "सिमी आंटीला अशा परिस्थितीत इथून जावं लागतंय याचं वाईट वाटतं; पण रोज पावणेबाराला त्यांचं असं..."

"अरे! ते फक्त पाच – दहा मिनिटंच. एरवी काही प्रश्न नाही." जनार्दन आईचं वाक्य मध्येच तोडत म्हणाला. तो जरा वैतागलेला वाटला.

"अशा परिस्थितीत म्हणजे?" कुमार साहेबांनी विचारलं. त्यांच्यात जनार्दनपेक्षा कितीतरी माणुसकी दिसत होती.

"काही नाही हो, सिमी मॅडम कित्येक वर्षं एकट्या राहताहेत ना; त्यामुळे जरा उदास असतात; पण त्या कॉन्वेंटमध्ये शिकलेल्या आहेत. काय छान इंग्रजी बोलतात!"

कुमारांनी आणखी काही खोदून विचारू नये म्हणून जनार्दन काहीतरी बडबडत होता. मला आठवलं, तिचे उच्चार अगदी अस्खलित होते; पण याचा अर्थ ती बरी आहे असा कुठे होतो?

"काय झालं पावणेबारा वाजता?" कुमारांनी मुद्दा सोडला नाही.

"क ऽ काही नाही, काही नाही, सगळं काही ठीक आहे." जनार्दन म्हणाला.

सगळं काही ठीक आहे याची खात्री करून घेण्याऐवजी त्याला ते जाहीर करण्याची घाई होती.

अचानक कुमार माझ्याकडे बघून म्हणाले, "काहीतरी गडबड आहे. तुला नक्कीच काहीतरी माहिती असणार."

"मला?" मी मान हलवून चाचरत म्हणालो; पण माझ्या डोळ्यांनी ओरडून सांगितलं असावं. मी पटकन आईच्या मागे लपलो.

कुमारांनी इकडे-तिकडे बघितलं. त्यांना दारापाशी दुष्ट मोलकरीण दिसली. "तुला तर नक्कीच माहिती असणार."

"ए, तू इथे काय करतेस?" जनार्दन तिच्यावर खेकसला. "तू बंगल्यात असायला हवंस. चल, नीघ."

दुष्ट मोलकरणीला दाराबाहेर हाकललं. 'मॅडमना काही हवंय का बघते,' ती म्हणाली.

"मॅडमसाठी हा चांगला सौदा आहे. कुमार साहेब त्यांना चांगल्या स्कीममध्ये एक छानसा फ्लॅट देणार, शिवाय या जुन्या बंगल्याची किंमत..."

कुमारांनी त्याच्याकडे धारदार नजरेने पाहिलं. जनार्दनची पुढची बडबड मध्येच थांबली.

"मॅडम, मी कागदपत्रं घेऊन येतो. तुम्ही फक्त त्यावर सही करा." जनार्दन आईला म्हणाला.

कुमार हे काहीच ऐकत नव्हते. ते उठून बाल्कनीत गेले आणि समोरच्या बंगल्याकडे एकटक बघत राहिले.

"याचे बाबा घरी आल्यावर सही केली तर चालणार नाही का?" आई माझ्या केसांवर थोपटत म्हणाली.

"नाही, नाही मॅडम. इतका वेळ नाही थांबता येणार. कुमार साहेब एरवी अशा किरकोळ सौद्यांसाठी स्वतः येत नाहीत; पण या वेळी त्यांनी मुद्दाम वेळ काढलाय."

"कुमार साहेब?" जनार्दननं हलकेच हाक मारली; पण कुमार साहेब हाकेच्या टप्प्यात नव्हते. ते बाल्कनीतून बाहेर बघत होते, जणू काही...

"चहा घेणार का?" आईनं विचारलं. ती चहाचे दोन कप घेऊनच आली. एक-दोन घोट घेतल्यावर कुमारांचं दडपण जरा दूर झाल्यासारखं वाटलं.

"तुम्ही काल अगदी वेळेवर देवासारखे धावून आलात आणि माझ्या मुलाला वाचवलंत."

"अहो, निव्वळ योगायोग! ठरवून नाही केलं. तसंही आयुष्यात सगळं काही ठरवल्यासारखं कुठे घडतं?" कुमार मोघम बोलले.

"जनार्दनकडे एक प्लॉट विकायला होता हा फक्त योगायोग, तो प्लॉट हाच निघावा हाही योगायोगच – त्यामुळे केवळ जुन्या आठवणींसाठी, विकत घेण्यापूर्वी मी हा प्लॉट बघायला आलो," कुमार बोलताना हरवल्यासारखे वाटत होते.

अचानक ते मान हलवून हसले.

"तुम्ही कुठले?" विषय बदलण्यासाठी कुमारांनी विचारलं.

"पुण्याचे," आईनं उत्तर दिलं.

"मीही ओरिजिनली पुण्याचाच," कुमार हसून म्हणाले.

"ओरिजिनल" माझ्या मेंदूत नोंद झाली.

"आणि नीता?" कुमारांनी विचारलं.

माझा चेहरा पांढरा पडला.

"मैत्रीण की खास मैत्रीण?" ते कुतूहल त्यांना गप्प बसू देत नव्हतं.

"काल जेव्हा हा पडला, तेव्हा त्यानं हेच नाव उच्चारलं होतं."

माझ्या कपाळावर आठी पडली; पण मग मी हसलो आणि चक्क लाजलो.

आईनं चकित नजरेनं माझ्याकडे पाहिलं.

"मुलं म्हणजे ना –" कुमार मान हलवत म्हणाले.

"तुम्ही पुण्यात कुठे राहत होतात?" आईनं विचारलं.

दोघं पुण्याबद्दल, खाणाखुणांबद्दल बोलू लागले आणि मग तर अनेक वर्षांनी भेटलेले मित्र असावेत अशा त्यांच्या गप्पा सुरू झाल्या.

चहा संपला. आईनं सामोसे, वेफर्स आणले आणि आपण जनार्दनसाठी थांबलो आहोत हे विसरून त्यांच्या गप्पा चांगल्याच रंगल्या.

"जनार्दन म्हणत होता, तुम्ही या सौद्यासाठी मुद्दाम वेळ काढून आलात."

त्यांनी मान हलवली, तोंडावरून हात फिरवला आणि बाल्कनीतून बाहेर बघण्यासाठी उठले.

"तिथे काही विशेष आहे का?" आई म्हणाली, "की मी नको ते बोलले?"

कुमार हसले. त्यांना निश्चितच जरा अवघड वाटत होतं. "या सगळ्यामागे छोटी कहाणी आहे. खरं म्हणजे वीस वर्षांपूर्वी मी तिथे पेइंग गेस्ट म्हणून राहत होतो - काही महिन्यांसाठीच. तिथे सौरभ नावाचा, कॉलेजला दांड्या मारणारा मालकाचा मुलगा आयुष्य अक्षरशः वाया घालवत होता. त्याचे वडील श्री. मित्रा यांचा माझ्यावर लोभ जडला, कारण मी शिक्षणासाठी घेत असलेले कष्ट त्यांना दिसत होते. मात्र, माझ्या आयुष्यातला तो एकमेव प्रकाश होता. मला वकील व्हायचं होतं - सरकारी वकील - जे माझ्या गुणवत्तेनुसार घडायला पाहिजे होतं; पण वास्तव वेगळंच असतं. लाच दिल्याशिवाय मी सरकारी अधिकारी बनूच शकलो नसतो."

"मग दिलीत का लाच?"

"मी बिल्डर का झालो, असं वाटतं तुम्हाला?"

आईला तिच्या वेड्यासारख्या प्रश्नाचं हसू आलं.

"माझ्याकडे पैसेच नव्हते – पण मिळवायला तर हवेच होते. मग जमिनीचे काही सौदे जमवले." कुमार हसले.

ते बोलत असताना माझं शब्द गोळा करणं चालूच होतं.

'माझ्या आयुष्यातला प्रकाश - वास्तव – सरकारी अधिकारी –'

"आयुष्यातील बहुतेक गोष्टींप्रमाणे ते घडलं नाही; पण सगळं काही आधीच ठरलेलं असतं."

ठरलेलं असतं – माझ्या शब्दांच्या खेळात आणखी शब्दांची भर.

मला ते सगळं असह्य झालं; पण मी बाल्कनीतही जाऊ शकत नव्हतो.

मी घड्याळाकडे पाहिलं – ११.४०.

"तुम्ही काहीतरी कहाणी आहे असं म्हणत होतात," आईनं त्यांना पुन्हा विषयाकडे वळवलं.

"हो ना - कहाणी -" कुमारांनी अवघडून माझ्याकडे पाहिलं.

मी माझं लक्षच नाही असं दाखवलं.

ते सांगू लागले, "मी इथे परत कधीच आलो नाही. गेल्या आठवड्यात जनार्दनचा फोन आला की, इथे एक बंगला विकायचा आहे. पत्ता बघितला आणि मी क्षणार्धात ओळखलं."

आईच्या चेहऱ्यावर एक भलं मोठं प्रश्नचिन्ह होतं. मलाही ते स्पष्ट दिसत होतं.

"तुम्हाला ऐकून आश्चर्य वाटेल; पण मला तिथून हाकलून दिलं होतं."

"काय? हाकलून दिलं? पण का?"

कुमार हसले, त्यांनी मान हलवली. "इतकी वर्षं लोटली. आता तुम्हाला सांगायला हरकत नाही–"

"जा रे, जरा पाणी घेऊन ये," मी ऐकू नये म्हणून आईने मला आत पिटाळलं.

"त्यांची मुलगी माझ्या प्रेमात पडली म्हणून त्यांनी मला हाकलून दिलं," कुमारांचं बोलणं माझ्या कानावर आलं."

"त्यांची मुलगी? कोण?" आईनं संकोचून माझ्याकडे बघितलं.

"हीच सिमी. होय- सिमी मॅडम, तेव्हा ती जेमतेम हायस्कूलमध्ये होती; पण स्वच्छंदी होती – अगदी श्रीमंत वेडपट मुलीचा नमुना. डोक्यात शृंगारिक कादंबऱ्या भरलेल्या – माझी खात्री आहे - आयुष्य म्हणजे काय याची तिला सुतराम कल्पना नव्हती – प्रेम म्हणजे काय हे तरी कुठे ठाऊक होतं! मी तिला खूप सांगायचा प्रयत्न केला की, हा क्षणिक मोह आहे – पण ती ऐकायला तयार नाही. तिनं वडिलांनादेखील

सांगितलं. साहजिकच ते भडकले आणि मला ताबडतोब निघून जायला सांगितलं. मला लगोलग सामान भरून निघावंच लागलं. तिच्यामुळे माझं छप्पर दुरावलं होतं, याची मी जातानासुद्धा तिला जाणीव झाली नाही.

''मी तिला न्यायला कधी येणार हेच विचारत राहिली. मला अजूनही आठवतं, तेव्हा सकाळचे साडेअकरा वाजले होते. मी म्हटलं पंधरा मिनिटांत येतो. मी दिसेनासा होईपर्यंत सारखं एकच म्हणत राहिली...''

त्याच क्षणी समोरून मुलीचा आवाज ऐकू आला. बरोब्बर पावणेबारा.

'ओरिजिनल! ओरिजिनल! अवशेष १९९२ चा.'

मला ते शब्द तोंडपाठ होते. कुमार एकाग्रतेनं ते ऐकायचा प्रयत्न करत होते; पण त्यांना शब्द नीट कळत नव्हते. तिचं बरळणं चालूच होतं.

'सरकारी अधिकारी – आत्ताचा वास्तवातला – सगळं अगदी सारखंच.'

ते बाल्कनीत गेले.

देवाशपथ

गळ्याशपथ

माझ्या आयुष्यातला प्रकाश

बाकी कुठे नाही – इथेच.

सगळं ठरलेलं.

हे खरं आहे,

टाइम टू फ्लाय

माझा तुझ्यावर विश्वास आहे –

ते प्रश्नार्थक चेहऱ्यानं आईकडे वळले, तेवढ्यात लहान मुलीसारखा आवाज आला-

'लवकर ये रे मित्रा,'

कुमार गर्रकन वळले. ते थरथरत होते, डोळ्यांत पाणी होतं. एकदम म्हणाले, ''इतकी वर्षं मला वाटत होतं की, ती वेडपट, बालिश मुलगी होती. ती हेच सारखं म्हणत होती – *'लवकर ये रे मित्रा.'*

''ती वेडी मुलगी खरंच माझ्या प्रेमात पडली होती.'' त्यांचा आवाज फाटला आणि त्यांनी भिंतीचा आधार घेतला.

त्यानंतर दोन गोष्टी घडल्या. कुमार घाईघाईनं जिना उतरले आणि मी शांतपणे आईचा फोन उचलला. नीताचा नंबर लावला – आणि पुनःपुन्हा तिचं नाव पुटपुटू लागलो.

चोरलेल्या हृदयाची अद्भुत कहाणी

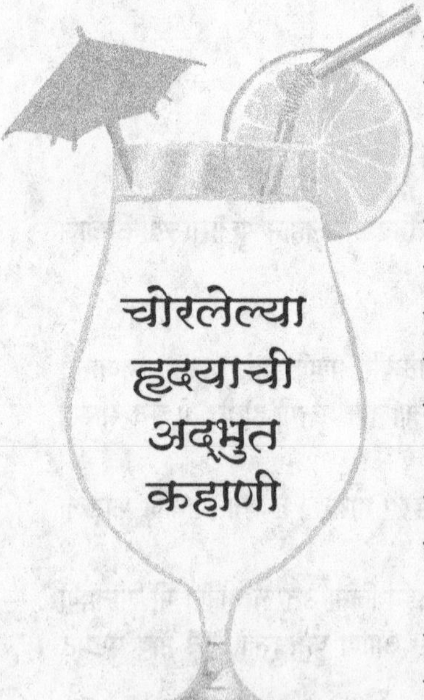

कित्येक महिन्यांत मी एकही केस सोडवली नव्हती, कारण माझ्याकडे आलीच नव्हती. सगळे गुन्हेगार एकतर राजकारणात शिरले होते किंवा चित्रपटांचे भांडवलदार बनले होते; त्यामुळे मी माझ्या स्टुडिओ अपार्टमेंटमध्ये लहान मुलांकरता असलेली सीआयडी मालिका बघत माझी व्होडका नारळाच्या दुधात – घुसळलेल्या नाही फेसलेल्या – घालून पीत बसलो होतो. उन्हाळ्यातल्या एका उकडणाऱ्या सकाळी एका गुप्तहेरानं दुसरं करायचं तरी काय!

गुप्तहेर बनण्यासाठी लागणारे सर्व निकष माझ्याकडे होते. मी कफल्लक होतो, पियक्कड होतो आणि पुन्हा नव्याने अविवाहित झालो होतो. त्याहीपेक्षा महत्त्वाचं म्हणजे मी यत्किंचितही गुप्तहेरासारखा दिसत नव्हतो किंबहुना मी इतका साळसूद दिसायचो की, कोणीही आपली बायको विश्वासानं माझ्याकडे सोपवावी आणि जे प्रकरण मला सोडवायचं होतं, त्यामध्ये मी काहीही न करता जवळजवळ दोषी ठरलो होतो.

मी जेव्हा हा नवीन उद्योग सुरू केला, तेव्हा सर्वांत प्रथम मला 'डेम्स फॉन्ड' किंवा शेर्लोम होक्स' यासारखं भपकेदार नाव हवं होतं. माझ्या सगळ्या मित्रांनी ही नावं फेटाळून लावली आणि सत्यजित रे यांना आदरांजली आणि फेलूदा या त्यांच्या सुप्रसिद्ध गुप्तहेराला मानवंदना म्हणून 'फालुदा' नाव सुचवलं. 'फालुदा'- मी जिभेवर घोळवून बघितलं. स्वाद अगदी योग्य होता, कारण मी अगदी पक्का दूधप्रेमी होतो.

माझ्या फोनचा 'जेम्स बाँड' रिंगटोन खणाणला. या रिंगटोनमुळे माझा व्यवसाय फार वाढतो असं नाही; पण तो मला नेहमी एखाद्या गुन्ह्याची उकल करण्याच्या मूडमध्ये ठेवतो. मी

डोळे मिटून फोन उचलला.

"गुप्तहेर फालुदा?" पलीकडून ओळखीचा आवाज आला. अनिश होता. त्याला सल्ला आणि दारू दोन्ही पाहिजे होतं. माझ्या घरी या दोन्ही गोष्टी फुकट मिळतील हे माझ्या सगळ्या मित्रांना ठाऊक होतं.

"मी २० मिनिटांत पोहोचतो रे," अनिश म्हणाला; पण विसाव्या सेकंदालाच त्याची माझ्या दारावर थाप पडली.

मी त्याचं ड्रिंक तयार करायला गेलो.

"ए, पुन्हा तुझं ते मिल्कशेक नको रे बाबा," असं म्हणून त्यानं स्वतःच जाऊन बर्फसुद्धा न घालता सिंगल माल्ट डबल व्हिस्की घेतली.

"सलोनी प्रेमात पडली आहे." अनिश म्हणाला.

"अरे वा!" मी म्हटलं.

"दुसऱ्या कुणाच्या तरी प्रेमात!" तो म्हणाला.

"मग? यात मी काय करणं अपेक्षित आहे?"

"हे चोरीचं प्रकरण आहे हे तुला समजत नाही का? कोणीतरी तिचं हृदय चोरलंय."

"तू तिलाच का विचारत नाहीस?" त्या भुरट्या चोराच्या धाडसाचं मनोमन कौतुक करत मी सुचवलं.

"तो कोण आहे हे तिलादेखील माहिती नाही, म्हणजे ती तसं म्हणते." अनिश उत्तरला.

"ती जेव्हा पूर्वपदावर येईल, तेव्हा तिच्याशी चर्चा कर ना. गुन्हेगार कोण ते कधीतरी कळेलच."

"फालुदा, मी तोपर्यंत नाही थांबू शकत. सध्या ती माझ्यापासून तोंड लपवते आहे."

"तिच्या फोनमधले मेसेजेस किंवा ई-मेल्स चाळून बघ."

"त्या यंत्राशी माझं काही जमत नाही हे तुला माहिती आहे ना."

"तू तिचा पाठलाग का करत नाहीस?"

"तुला काम करायचं नाही का? हे बघ, मी तुला याचे पैसे देणार आहे."

हां, आता प्रकरणावर वेगळाच प्रकाश पडला.

"सांग बघू मला सगळं." मी म्हटलं.

कर्तव्यदक्ष मित्राप्रमाणे मी ताठ बसून त्याची करुण कहाणी ऐकली.

या अशा चविष्ट, निंदनीय कहाण्या ऐकायला मला अतिशय आवडतात. तो कण्हत होता, विव्हळत होता आणि अर्धी बाटली संपेपर्यंत पुनःपुन्हा ग्लास भरत होता.

सलोनी आणि अनिश यांचा इतक्या वर्षांचा सुखी संसार होता की, चक्क जन्मोजन्मीच्या प्रेमावर माझा विश्वास बसू लागला होता.

"तिला काय झालंय मला कळतच नाही. तिला त्याबद्दल बोलायचंच नाही. इतक्या वर्षांनंतर हे भोग माझ्या वाट्याला आले आहेत. सलोनी माझी आहे – कायदेशीरपणे. तिनं माझ्यावर प्रेम केलं पाहिजे आणि आज ती मला सांगते की, ती माझ्यावर प्रेम करू शकत नाही, कारण तिचं हृदय कोणीतरी चोरलंय!" अनिश रुद्ध कंठाने पुटपुटला.

"ज्याने माझ्या विश्वासाचा खून करून सलोनीचं हृदय चोरलं, तो नक्कीच कोणीतरी माहितीतला असणार. आता यातलं सत्य तू शोधायचं."

सलोनीचं हृदय चोरणारा शर्विलक बावळट, भोळसट नक्कीच नव्हता.

"खूपच मोहक आहे – ही सलोनी," अनिश अडखळत म्हणाला. "तिचा मित्र, सल्लागार, नवरा असण्यापेक्षा मला तो बदमाश खुनी, चोर होणं जास्त आवडलं असतं." तो बडबडतच होता. "पण जगाची रीत उलटीच असते. म्हणतात ना – ज्याला निरपेक्ष प्रेमाची आस असते, त्यालाच मन दुखावणाऱ्या घटना सोसाव्या लागतात." असं म्हणत त्यानं त्याचा संपलेला ग्लास एका झटक्यात भरला. एक घुटका घेऊन तो पुन्हा बोलू लागला.

"तू त्याला शोधून तर काढ, मग मी माझ्या दातांनी त्याच्या फुफ्फुसांचा लचकाच तोडतो." अनिश गुरगुरला. "मला सुगावा तर लागू दे, मग त्याच्या मूत्रपिंडाची निरगाठच बांधून टाकतो."

सुगावा, खून, चोरी- या शब्दांनी माझ्या अंगात उत्साह संचारला.

"या प्रकरणाचा छडा लावण्याचं मी तुला वचन देतो," मी व्यावसायिक गुप्तहेराचा आवाज काढून म्हटलं. अर्थातच आतापर्यंतची ही सर्वांत सनसनाटी केस होती.

मला पहिल्यापासून सुरुवात करावी लागणार होती; त्यामुळे 'सीआयडी' मालिका बघत मी नारळाच्या दुधातली व्होडका संपवली आणि नक्की काय घडलं ते प्रत्यक्ष सलोनीलाच विचारण्यासाठी तिच्याकडे गेलो.

सलोनीने जिथे स्वतःला कोंडून घेतलं होतं, त्या बेडरूमकडे अनिश मला

घेऊन गेला.

"अशा विस्कटलेल्या स्थितीतसुद्धा ती किती नेत्रसुखद दिसते नाही?" आत डोकावून तो म्हणाला. "कमनीय बांधा, रेखीव नाकडोळे, आकर्षक चेहरा आणि घाटदार अवयव!"

"तिनं स्वतःचं हृदय दुसऱ्याला चोरू दिलं हे विसरू नको." मी अनिशला आठवण करून दिली.

त्यानं संकटाला सामोरं जाण्यासाठी करारी चेहरा केला.

मी आत जाताना अनिशनं माझा हात धरला. "अहाहा! एका स्त्रीला परमानंदात चूर होऊन तिच्या नाजूक रहस्याची विनासंकोच कबुली देताना बघणं म्हणजे..." तो एक उसासा सोडत म्हणाला.

मी हसून त्याच्या समोरच दरवाजा बंद केला. आतमध्ये सलोनी पलंगावर अस्वस्थपणे तळमळत होती. सौंदर्याची पारंपरिक लक्षणं आवडणाऱ्या एखाद्यानं सलोनीचं हृदय चोरलं असेल यावर विश्वास ठेवणं कठीण होतं. माझ्या दृष्टीनं ती पृथ्वीतलावरची तर राहूच दे, तिच्या कॉलनीतलीही सर्वांत आकर्षक स्त्री म्हणता येणार नाही. स्त्री सौंदर्याच्या पारंपरिक व्याख्येत बसणाऱ्या स्त्रीलाच माझी पसंती आहे हे मला इथे मान्य केलं पाहिजे.

"सलोनी, हे खरं आहे का?" तिच्याकडून सत्य वदवून घेण्यासाठी मी टोकाचं चातुर्य वापरत विचारलं.

"अं... होय." ती भ्रमिष्टासारखी हसून उसासत उत्तरली.

"कोण आहे तेवढं मला सांगून टाक. मी त्याला आयुष्यभर पश्चात्ताप करायला लावतो की नाही बघ."

"त्यापेक्षा तू त्याला पुनरावृत्ती करायला का लावत नाहीस?" ती खरोखरच असं म्हणाली यावर माझा विश्वासच बसेना.

"तो कोण आहे हे शोधायलाच मी इथे आलोय." मी माझा हेतू आणि भूमिका स्पष्ट करत म्हणालो.

"तुला शोध लागेल अशी मला आशा आहे."

"मी तुला शब्द देतो." मी म्हणालो आणि पुन्हा गुप्तहेराच्या भूमिकेत शिरलो.

"तर मग मला पटकन त्याचं नाव सांगून टाक."

"अरेच्चा! तू गुप्तहेर आहेस असं मी समजत होते." ती हसून पुन्हा सुखस्वप्नात गढून गेली.

बाळाच्या आगमनाच्या वार्तेची वाट पाहणाऱ्या पित्यासारखा अनिश बाहेर

थांबला होता.

"छे! ती काहीच मदत करत नाही." मी म्हणालो.

एखाद्या नेमबाजाच्या गोळीनं चक्काचूर झालेल्या खिडकीच्या काचेप्रमाणे त्याच्या चेहऱ्याची शंभर शकले झाली.

"अरे, पण यापेक्षाही वाईट घडू शकलं असतं असा विचार कर ना. ती दोघं पळून जाऊ शकली असती. तसं घडलं नाही, त्यामुळे अजूनही आशेला थोडीफार जागा आहे."

"अरे, पण ती मूग गिळून बसलीय ना."

"याचा छडा लावण्याचे माझ्याकडे इतर उपाय आहेत." मी धूर्तपणे हसत म्हणालो.

हा संपूर्ण प्रसंग 'कोरडेपणाने' पार पडला; त्यामुळे पुढच्या म्हणजे अनिशच्या चौकशीसाठी अनिश आणि मी एका बारमध्ये शिरलो. मी घुसळलेल्या फेसाळत्या लस्सीबरोबर व्होडका मागवली, तर अनिशनं त्याची नेहमीची सिंगल माल्ट.

"तुझा कोणावर संशय आहे का?" एखाद्या सावध गुप्तहेराप्रमाणे इकडेतिकडे बघत मी विचारलं.

"संशय?" एखादा केसाळ प्राणी जिभेवर वळवळत असल्याप्रमाणे अनिशच्या तोंडून शब्द आला. "त्या दिवशी पार्टीला आलेल्या प्रत्येकावर माझा संशय आहे."

"म्हणजे विपीन, नीरज, रॉबी आणि मी."

"तुला खरंच तिचं हृदय चोरावंसं वाटेल?"

आता या असल्या प्रश्नाचं उत्तर कसं द्यायचं? 'हो' म्हणणं हा निर्लज्जपणा आणि 'नाही' म्हणणं हा अपमान!

"तू किती लवकर त्याला शोधून काढू शकतोस?" त्यानं विचारलं.

"हे बघ, तू आणि सलोनीनं मला काहीच मदत केलेली नाही. ती उत्तरच देत नाही आणि तू सगळ्यांचीच नावं घेतो आहेस; त्यामुळे मला जरा वेळ लागेल."

त्यानं खेळीमेळीत चेकबुक बाहेर काढलं. माझ्या चेहऱ्यावर तत्क्षणी फुललेल्या हास्यानं 'गुप्तहेर मित्रासाठी नाही, तर पैशासाठी काम करतात' असा चुकीचा संदेश गेला. त्यानं सही करून चेक माझ्या हातात दिला.

मला खरंतर 'कशाला! कशाला!' म्हणायचं होतं; पण कसं कोण जाणे, माझ्या तोंडून शब्द उमटले, "तू यावर आकडा घालायला विसरलास."

"तुला किती पाहिजेत ते तूच ठरव."

मला माझी व्होडका संपवायला आणि बिल द्यायला तिथेच सोडून तो त्याची

बाटली घेऊन लडखडत बाहेर गेला.

माझ्या स्टुडिओ अपार्टमेंटमध्ये परत आल्यावर हातात जिन आणि फालुदा घेऊन मी कोपऱ्यातल्या आरामखुर्चीत विसावलो. माझा हात सिगारेटच्या पाकिटाकडे गेला.

त्यातली एक शिलगावली आणि विचारमग्न अवस्थेत धूम्रवलयं सोडू लागलो. शनिवार रात्रीची पार्टी मनश्चक्षूंनी पुन्हा पहिली. सलोनीशी कुणी आक्षेपार्ह वागलं होतं का ते आठवू लागलो.

चांगले-चुंगले कपडे घालून आलेल्या आणि सभ्यतेच्या मर्यादा फार काही निक्षून न पाळणाऱ्या 'पार्टी ॲनिमल्स'च्या इतर कुठल्याही पार्टीसारखीच तीही पार्टी होती.

मी जेव्हा अनिशच्या आलिशान बंगल्यात पोहोचलो, तेव्हा प्रथम काय लक्षात आलं असेल तर ते तिथलं संगीत. मनाला शांतपणे सुखावणाऱ्या सुरांपेक्षा हृदयाची धडकन वाढवणाऱ्या संगीताची निवड केलेली जाणवली. सर्वांत आधी सलोनीनंच माझं स्वागत केलं. ती माझ्या 'टाइपची' नसली तरी तिचा झगमगता जांभळा इव्हिनिंग गाउन अप्रतिम होता.

"अरे वा! मला माझ्या भावी पत्नीला भेट द्यावासा वाटेल, इतका तुझा गाउन सुंदर आहे." मी म्हणालो; पण तिनं काही प्रतिक्रिया देण्याच्या आधीच अनिशने तिला आत बोलावलं. तो जरा चिडलेला वाटला; पण ते नेहमीचंच होतं.

विपीन, नीरज आणि रॉबी त्यांच्या बायकांबरोबर अगोदरच आलेले होते. स्वागताच्या टाळ्या, मिठ्या वगैरे झाल्यानंतर सगळ्या बायका गावगप्पा मारायला एकत्र बसल्या. आईचा हात झटकून मैदानाकडे धाव घेणाऱ्या मुलांप्रमाणे पुरुषांनी बारची दिशा धरली. मी दारूमध्ये फळांचे रस आणि दूध घालून वेगवेगळे प्रयोग करण्याच्या मागे लागलो. फाटलेल्या दुधाच्या मिश्रणाखेरीज त्यातली बहुतांश मिश्रणं विरजून गेली.

"ए फालुदा, इकडे ये." अनिशनं मला हाक मारली. सगळ्यांच्या चेहऱ्यावर आदिवासींचे मुखवटे होते. सलोनीनं माझ्या हातात एक मुखवटा दिला आणि संगीताचा आवाज वाढवला. मग काय! डान्स फ्लोअरवर सगळ्यांना ऊतच आला. रॉबीनं जेव्हा ब्रेकची घोषणा केली, तेव्हा मला वाटतं, सलोनीच्या कमरेभोवती विपीनचा हात होता. विपीन. मी मनात नोंद केली.

मी माझ्या स्टुडिओमध्ये डोळे मिटून बसलो असताना सलोनीच्या हालचाली डोळ्यांसमोर आणायचा प्रयत्न करत होतो. ती पार्टीचा केंद्रबिंदू असल्यानं ते काम

फारसं कठीण नव्हतं. 'ट्रुथ ऑर डेअर गेम'मध्ये नीरजनं सलोनीचा मुका घेतल्यामुळे कौटुंबिक चढाओढीला वेगळाच रंग चढला. नीरज – माझ्या संशयितांच्या यादीत मी हे नावही घातलं.

रात्री खूप उशिरा- जेव्हा समुद्रकिनाऱ्यावरच्या कचऱ्यासारखे सगळे इतस्ततः पसरले होते- तेव्हा सलोनीनं आंधळी कोशिंबीर खेळण्याची टूम काढली. रॉबीचे डोळे बांधून त्याला गोल गोल फिरवलं.

अखेरीस त्यानं सलोनीला पकडलं; पण तोंडाने त्याच्या बायकोचं नाव घेत होता. अनिशनं त्याची हुबेहूब नक्कल केली, तेव्हा तर आमची हसून हसून मुरकुंडी वळली. मला आठवतंय, रॉबीचे हात सलोनीच्या कमरेभोवती होते. रॉबी – संशयितांच्या नावांमध्ये आणखी एक भर पडली.

तिचं हृदय चोरलं जाऊ शकेल असे इतके प्रसंग होते की, त्यातला नेमका क्षण वेगळा काढणं मला अवघड होतं. असा धिंगाणा आमच्या पार्ट्यांमध्ये नेहमीच चालायचा. मात्र, या वेळी आमच्यातला एक मित्र रडीचा डाव खेळला होता, अनिशचा त्यानं विश्वासघात केला होता.

तो आमच्यापैकीच एक होता. आम्ही खाताना, पिताना, नाचताना, खिदळताना तो आमच्याबरोबरच होता. आम्ही हस्तांदोलन करत असताना किंवा एकमेकांच्या पाठीवर थापा मारताना त्यानं सलोनीकडे चोरटे कटाक्ष टाकले असणार, तिच्या बोटांना, खांद्याला निसटते स्पर्श केले असणार. बाकी सगळे नाच, गप्पा, पिण्यात मग्न असताना त्यानं सलोनीचं हृदय चोरलं होतं. आता पंचाईत अशी होती की, माझ्या स्मरणशक्तीला ताण दिला तरी मी त्याला मुळीच हेरू शकत नव्हतो. माझ्या सगळ्या संशोधनातून माझ्याकडे तीन संशयित जमा झाले होते – नीरज, विपीन आणि रॉबी.

या चोरीमुळे अनिश खचला असेल; पण कधीतरी हे होणारच होतं. रविवारी सकाळीदेखील तो तुम्हाला घरी बिन बॅगमध्ये कंबर रुतलेली, छाती जर्नल्सच्या मागे दडलेली आणि सात आकडी नफा मिळवण्यात आत्ममग्न अशा अवस्थेतच सापडणार. तो सांगायचा की, तो शेअर मार्केटमध्ये काम करतो; पण त्याच्या दिवसागणिक वाढणाऱ्या संपत्तीचं एकही रहस्य त्यानं आजतागायत कधी कोणाला सांगितलं नव्हतं. आता तर तो त्यामध्ये इतका गढून गेला होता की, त्या कुशल चोरानं सलोनीला अख्खी चोरायच्या ऐवजी फक्त तिचं हृदयच कसं काय चोरलं हे एक कोडंच आहे.

तो नेहमी म्हणायचा-

आपल्यावर प्रेम करणाऱ्या स्त्रीशी लग्न करणं-

आणि आपला अहंकार गोंजारण्यासाठी-

तिला तुच्छ लेखण्याचा माज करणं- अहाहा!

या बाबतीत अनिश अगदी नालायक होता आणि त्या जमातीला साजेसा संवेदनाशून्यही. लग्न म्हणजे पुरुषप्रधान संस्कृतीचं क्षेत्र आहे हे त्याचं ठाम मत होतं. सलोनी त्याच्या नेमक्या कोणत्या गुणावर भाळली हे मला आजतागायत समजलेलं नाही. वास्तविक पहिल्या विनम्रतेची पुटं झडल्यावरचं त्याचं वागणं - बोलणं कोणत्याही स्त्रीला तिटकारा वाटेल असंच होतं. सलोनीबरोबर पोहायला जायचा ठरलेला बेत, त्यानं राष्ट्रीय अर्थसंकल्प पाहण्यासाठी रद्द केला होता. टॉवेलमध्ये लपेटलेल्या 'फिगर'पेक्षा दशांश चिन्हं ल्यालेली 'फिगर' बघताना त्याचे डोळे अधिक चकाकण्याची शक्यता जास्त आहे. दिवे गेल्यावर बायकोबरोबर कॅन्डल लाइट डिनरची मजा लुटण्यापेक्षा बिघडलेला फ्यूज दुरुस्त करणं तो अधिक पसंत करतो. आता हे सगळं मला कसं बरं ठाऊक? दर शनिवारच्या आमच्या ट्रुथ ऑर डेअरच्या गेममध्ये असे बरेच गौप्यस्फोट होत असतात. अनिश आणि सलोनी खडू आणि चीजइतके भिन्न आहेत असंही म्हणता येत नाही, कारण त्या दोन्हींत कॅल्शियम हा तरी समान धागा आहे.

सलोनीच्या बाबतीत बोलायचं, तर तिचं पुरुषांबरोबर छान जमतं किंबहुना विनोदबुद्धी आणि जागतिक माहिती या बाबतीत ती पुरुषांनाही मागं टाकते. विशेष म्हणजे रूप, फॅशन आणि कुटाळक्या यांमध्ये ती इतर बायकांपेक्षा उघडउघड वरचढ असूनही बायकांशीही तिचं चांगलं मेतकूट असतं.

माझ्या यादीतल्या तीन संशयितांपैकी कोणीही, अनिश आणि सलोनीमध्ये मत्सराची ठिणगी पडून भांडण होण्याची बराच काळ वाट बघत असण्याची शक्यता आहे; पण 'पती-पत्नीची निष्ठा सात वर्षांनंतर टिकत नाही' अशा अर्थाच्या म्हणीनुसार तसंही काही न घडता अनिश आणि सलोनी यांचं नातं चिरकाल टिकण्याची चिन्हं दिसू लागल्यावर मात्र त्यानं घायकुतीला येऊन ही कृती केली असावी; पण तो आहे तरी कोण? ही गोष्ट सागरात सुई शोधण्याइतकी कठीण नव्हती – केवळ तीनच तर संशयित होते – विपीन, नीरज आणि रॉबी.

आता गुन्हेगारांच्या मानसिकतेच्या दिशेनं काम करायला हवं होतं. मी तिघांनाही आधी न कळवता अचानक भेट द्यायचं ठरवलं.

विपीन हा अभ्यासू, सभ्य, तिघांतला सर्वांत असंभाव्य. थोर साहित्यिकांनी आपल्याला दाखवून दिलेलं आहे की, ज्याच्यावर कमीतकमी संशय असतो, तोच

खरा अपराधी असतो.

तो इतका सालस आहे की, सुंदर स्त्रीसमोर पापण्यांची उघडझापही करणार नाही - हे अर्थातच डोळे मिचकावण्यापेक्षा वेगळं! त्यानं त्याच्या ऑफिसमधल्या मुलीशी लग्न केलंय आणि हा त्याच्या पदरात पडलेला सर्वोत्तम भावनिक सौदा होता हे सिद्ध केलंय. सहा वर्षांत ती सेल्स मॅनेजर झाली. व्यभिचारासारखी मोहात पाडणारी पण धोकादायक गोष्ट करणाऱ्यांतला तो नाही.

मी त्याला त्याच्या ऑफिसमध्ये भेटलो.

काही सेकंदांतच मी पहिलं वाक्य फेकलं.

"मला वाटतं, सलोनी कॅनडाला स्थलांतर करतेय."

"अरे वा! ती आता नायगारा बघू शकेल."

एवढंच! जास्त नाही, कमी नाही. खेदाचं, विरहाचं कोणतंही लक्षण नाही. एखादा पागल प्रेमी इतका संतुलित राहणं शक्य नाही; त्यामुळे तो निरपराधी आहे हे नक्की!

आता सामना नीरजशी. आयुष्यात आव्हानं स्वीकारणं आणि संधिसाधूपणा याकडे नीरजचा कल आहे. स्त्रियांना नादी लावणारे प्रेमवीर फक्त टीव्हीवरच्या मालिकांतच असतात, असं मानणाऱ्या एका साध्याभोळ्या, मुलीला खिंडीत गाठून त्यानं तिच्याशी लग्न केलं होतं. नीरज शारीरिक तंदुरुस्तीबद्दल आग्रही असला तरी अनिशशी स्पर्धा करू शकत नव्हता; त्यामुळे सलोनीचं हृदय चोरण्यासारखं आत्मघातकी कृत्य करण्याचं धाडस त्यानं केलेलं नसणार.

मी त्याला कॉफीसाठी भेटलो.

"तुला अनिशबद्दल कळलं असेलच."

"काय रे?"

"तुझे उद्योग त्याला कळून चुकलेत."

नीरजचा चेहरा काही पडला-बिडला नाही. "मी त्याला सांगणारच होतो."

माझा चेहरा उजळला.

"अरे, पण माझ्या अपार्टमेंटसाठी तो देऊ करत होता, त्यापेक्षा चांगलं डील मला मिळालं."

एकही घर्मबिंदू नाही की सलोनीचा उल्लेख नाही.

म्हणजे नीरजदेखील निर्दोष!

आता एकटा रॉबीच राहिला असल्यामुळे तर्कशास्त्रानुसार तोच अपराधी असला पाहिजे; पण दुनियेचा न्याय तर्काधिष्ठित नसतो, कारण त्याच्या लग्नाच्या गुलाबी

स्वप्नातून तो लवकरच जागा झाला.

त्याचं आणि त्याच्या बायकोचं एकमेकांवर प्रेम आहे, कारण त्यांच्या त्यांच्या करिअरबद्दल दोघांची मतं सारखी आहेत. बहुतांश काळ ती दोघं वेगवेगळ्या खंडांत काम करत असतात; त्यामुळे रॉबीला त्याच्या लग्नाचं फळ क्वचितच चाखायला मिळतं. साहजिकच निषिद्ध असलेलं दुसऱ्याचं फळ चाखण्यासाठी आतुर असू शकेल असा तो सर्वांत संभाव्य इसम होता.

पण त्याच्यावर आरोप करण्यापासून मला रोखणारं एकमेव कारण म्हणजे तो स्त्रियांना प्रचंड घाबरायचा. त्याच्या स्वतःच्याच बायकोला पूर्वकल्पना न देता स्पर्श केला म्हणून तो इतका घाबरला की, मेल्यानंतर होतं तसं त्याचं शरीर काही काळ काष्ठवत् झालं होतं.

सध्या त्याची बायको घरी होती; त्यामुळे त्याच्या घरात त्याच्यावर निशाणा साधणं सोपं जाईल असं वाटून मी त्याचं घर गाठलं.

"येत्या शनिवार-रविवारी सलोनी तुझ्या बायकोशी बोलायला येणार आहे." मी उद्गारलो.

तो जर अपराधी असेल तर हे ऐकल्यावर त्यानं बायकोसमोर गुडघे टेकून मुसमुसत क्षमायाचना करणं अपेक्षित होतं; पण झालं उलटंच! त्यानं आनंदानं उडीच मारली. "अरे वा! म्हणजे गोल्डमन अॅन्ड सॅक्समध्ये तिला एच.आर.चा माणूस सापडला म्हणायचा."

माझा कुठलाच मित्र अपराधी नव्हता हा मोठाच अपेक्षाभंग होता. म्हणजे आता उरलो फक्त – मी, आणि मी स्वतःच गुप्तहेर असलो तरी मी निष्पाप असेन असं धरणं योग्य नाही.

म्हणून, व्होडका आणि ताक मिसळलेला उंच ग्लास हातात धरून अनिश मला प्रश्न विचारतो आहे असा प्रसंग मी मनात उभा केला.

'तू तिच्यासारख्या स्त्रीचं हृदय चोरू शकतोस?' त्यानं विचारलं.

'नाही.' मी उत्तरलो.

'का बरं?'

मी अडखळलो, 'कारण – ती रेणुकासारखी नाही.'

'हे काय उत्तर झालं का? कृपा करून, तुझा भावुक भूतकाळ इथे मध्ये आणू नकोस.'

'बरं हं दीडशहाण्या, सलोनी अगदी ऐशआरामाचं सुखासीन जहाज – लक्झरी यॉट असली तरीही मला तिचं आकर्षण वाटणार नाही.'

'हेही उत्तर नाही.'

'मग ऐक, सलोनी मला उत्तेजित करू शकेल अशा प्रकारची स्त्री नाही. हे तरी उत्तर म्हणून पटेल का तुला?'

'पण तू तिच्याशी बऱ्यापैकी आत्मीयतेनं बोलतोस की.'

'त्याचं कारण म्हणजे तुझ्यासारख्या अर्ध्या-कच्च्या बटाट्याशी लग्न केल्याबद्दल मला तिची दया येते.'

ही चौकशी मध्येच थांबली, कारण रेणुकानं माझ्या विचारांचा ताबा घेतला. आमचं लग्न चांगलं सात महिने टिकलं. नंतर, ज्याची बायको त्याला फसवत होती अशा, माझ्याच एका गिऱ्हाइकाबरोबर पळून जायची तिला 'सुबुद्धी' सुचली. मात्र, माझ्या गिऱ्हाइकानं मला फसवलं नाही. इमानेइतबारे त्यानं माझ्या कामाचा मोबदला चुकता केला, तेव्हापासून प्रत्येक स्त्रीची तुलना मी रेणुकाशी करू लागलो. त्यांपैकी एकही – अगदी सलोनीसुद्धा – त्या निकषांना पात्र ठरली नाही.

प्रसंगजन्य पुरावा शोधण्यासाठी मी सलोनीला पार्टीत कधीकधी स्पर्श केला ते आठवू लागलो. आदिवासी मुखवटा माझ्या हातात देताना तिच्या बोटांचा झालेला निसटता स्पर्श वगळता कोणीही माझ्याकडे अपराधी म्हणून बोट दाखवलं नसतं.

हे विलक्षणच कोडं होतं. चोरी तर झाली होती; पण चोर सापडत नव्हता. मग हे घडलं कसं? विचार करतच मी पुन्हा ग्लास भरायला गेलो.

या घटनेत रॉबीची श्रीमंती, विपीनची बुद्धिमत्ता किंवा नीरजचा धीटपणा आणि अर्थातच अनिशचं दुर्लक्ष हे सगळे घटक सारखेच महत्त्वाचे होते. हे असलं संशोधन काही कामाचं नव्हतं, कारण हृदयाचा वेध ही क्षणार्धात घडणारी आणि फक्त शिकारी आणि शिकार यांनाच उमगणारी गोष्ट असते.

आणखी काही धागेदोरे आवश्यक होते. ते अस्तित्वातच नसल्यामुळे मलाच ते तयार करावे लागणार होते. मी अनिशला फोन केला.

"नीट ऐक. आज सलोनीला खरेदीला जाऊ दे."

"तुला काय वेड-बीड लागलंय की काय? बायका प्रेमात पडल्या की, त्या दुप्पट खर्च करतात."

"हे बघ, तू आज ही गुंतवणूक केलीस, तर चोर सापडण्याची शक्यता आहे." मी म्हणालो.

माझ्या सल्ल्यावर त्यानं थोडा विचार केला. "पण चोराचा तिच्या खरेदीशी काय संबंध?"

"ती वेगवेगळे कपडे घालून दाखवण्यासाठी नक्कीच त्याला फोन करेल. तो नक्कीच तिथे जाईल – आणि मग मी त्याला पकडेन."

"पण सलोनी बाहेर जाण्याच्या मूडमध्ये आहे असं मला वाटत नाही."

"तिचा मूड बदलेल. तू फक्त 'शॉपिंग' हा जादूचा शब्द उच्चार आणि मग बघ तिचे डोळे कसे लकाकतात."

हे अगदीच तर्कशुद्ध होतं.

पाचच मिनिटांत अनिशचा फोन आला.

"ती सेंट्रल मॉलमध्ये चाललीय."

तिच्याआधी मी तिथे पोहोचलो. ती मॉलमध्ये शिरताच मध्ये सुरक्षित अंतर ठेवून मी तिचा पाठलाग करू लागलो. तिचा प्रियकर नक्कीच तिला कुठेतरी गाठणार – आणि त्यांच्या भेटण्याचं ठिकाणच त्याचा पर्दाफाश करण्यासाठी उत्तम! सहा तास तिच्या मागे मागे फिरून मी बेशुद्ध पडायला आलो. सलोनी दोन कार्ट्स भरून खरेदी करून बाहेर आली.

मी एका खांबाच्या मागे लपलो, तेवढ्यात अनिशचा फोन आला.

"अरे, तिनं माझ्या क्रेडिट कार्डाचा पूर्ण निचरा केलाय."

"तो इथे नाही," मी कुजबुजलो.

"मग आता?"

"उद्या तिला परत खरेदीला जाऊ दे. उद्या तिचा प्रियकर आल्याशिवाय राहणार नाही."

अनिशनं फोन ठेवला. बहुधा तो भोवळ येऊन पडला असावा.

दुसऱ्या दिवशी सलोनी वर्टेक्स मॉलमध्ये खूप फिरली; पण निष्पन्न काहीच झालं नाही. आणखी दोन दिवस सकाळपासून संध्याकाळपर्यंत मी तिचा पाठलाग केला. ती मला बाजारात शिरताना, अँटिक शॉप्समधून भटकताना, रस्त्यातून चालताना, फुटपाथवरून खालीवर करताना दिसली – खाली वाकून भाजी घेताना, टाचा उंचावून फुलं तोडताना, फुटपाथवरच्या बाकावर टेकताना आणि कॉफी घेताना मी तिला बघितलं. तिची चाल अगदी निवांत होती. कुठेही घाई गडबड नव्हती. अधूनमधून ती आजूबाजूला कटाक्ष टाकत होती, ते स्वप्नाळू असतील; पण चोरटे नक्कीच नाहीत.

एक-दोनदा तर तिनं मला जवळजवळ पकडलंच; पण मी अगदी सुरक्षित जागी लपल्यामुळे मी पकडला जाणं शक्य नव्हतं – आणि जरी तसं झालं असतं तरी मी सुखद आश्चर्याचा धक्का बसल्याचं ढोंग करायचं ठरवलं होतं.

पण तिचा प्रियकर मात्र सापडला नाही. तो आहे तरी कुठे? समोर का येत नाही? मी पार गोंधळून गेलो.

एखाद्या स्त्रीचं हृदय चोरायचं आणि तिला भेटायला कचरायचं हे वागणं अगदी

लांच्छनास्पद होतं. पकडलं जाण्याची जोखीम पत्करण्याचं धाडस त्याच्या अंगी नाही? माझ्या सहनशीलतेची कसोटी होती; पण त्या कणाहीन इसमानं काही दर्शन दिलं नाही.

त्या एका क्षणी मला वाटून गेलं की; अखेर अपराधी हा गुप्तहेरच निघाला असता तर किती बरं झालं असतं! पण आपण अशा युगात राहतो, जिथे अशा सरळ, सोप्या उत्तरांना बंदी आहे.

हे लाजिरवाणं होतं. मी गुप्तहेर असूनही कर्तव्य बजावत असताना ड्रिंक घ्यायचं पार विसरलो होतो. मला 'मिल्की बार' दिसला. चला, दिवसभराचं काम संपवायला चांगलं निमित्त मिळालं.

मी कोल्ड कॉफीबरोबर व्हिस्की मागवली. वेटर ती घेऊन आला, तेवढ्यात मागून आवाज आला, "हरकत नसेल तर मी इथे बसू का?"

माझ्या शेजारी सलोनी उभी होती – तोच चमचमता जांभळा गाउन घालून. या हल्ल्यासाठी मी तयार नव्हतो.

"बसू का?" तिनं पुन्हा विचारलं.

मी ताडकन उठून तिच्यासाठी खुर्ची ओढली आणि त्याच झटक्यात वेटरला खूण केली.

"तू गेले दोन दिवस माझा पाठलाग करतोयस." ती जरा मोठ्यानेच कुजबुजली.

काही माना गर्रकन आमच्या दिशेनं फिरल्या.

"हे बघ, मला माफ कर. तुझा प्रियकर नक्कीच तुझ्या मागे मागे येईल, असं वाटलं म्हणून–"

"ही अनिशची कल्पना की तुझी?" ती हसली.

"माझी. तो वेडेपणा होता हे मला मान्य आहे." मी ओशाळून मान खाली घातली.

"अर्थातच नाही. तुझा अंदाज अगदी बरोबर होता."

तिला काय म्हणायचं होतं ते मला कळलंच नाही.

"त्यानं केलाच माझा पाठलाग."

तिघांतला कोणी संशयित आमच्या टेबलाकडे येतोय का बघायला मी इकडेतिकडे नजर फिरवली.

"तिकडे नाही, इकडे बघ." ती म्हणाली.

मी वळलो आणि बघतो तर काय, तिचे डोळे प्रेमानं ओथंबले होते. उल्कापाताप्रमाणे माझ्या डोक्यात प्रकाश पडला. तो कोण ते मला कळलं होतं. जो तिचा पाठलाग करणं अपरिहार्य होतं, त्यानं खरोखरच तिचा पाठलाग केला होता; पण मी त्याला

पकडणं शक्यच नव्हतं, कारण त्याच्याच डोळ्यांनी मी शोधत होतो.

"अरे वेड्या, तूच आहेस तो," सलोनी म्हणाली.

"पण - पण हे कसं शक्य आहे? तुझ्या हृदयाला स्पर्श करण्यासारखंदेखील मी काहीच केलेलं नाही, मग ते चोरणं तर दूरच!'

"तू माझ्या हृदयाला स्पर्श केलायस." ती हळुवारपणे म्हणाली.

मी खालमानेनं माझी कॉफी आणि व्हिस्की पीत त्या शनिवारची रात्र झरझर डोळ्यांखालून घालू लागलो.

मी तिचं हृदय चोरण्याचा एकही प्रसंग मला दिसला नाही. मी वर बघितलं. तिच्या जांभळ्या गाउनचं कौतुक माझ्या डोळ्यांत उमटलं असावं.

"अशाच- अगदी अशाच नजरेनं तू त्या दिवशी पार्टीत माझ्याकडे पाहिलं होतंस." सलोनी म्हणाली.

"आणि मी म्हटलं होतं – माझ्या भावी पत्नीला भेट द्यायला आवडेल असा तुझा ड्रेस आहे."

"हो आणि इतर कोणत्याही कौतुकापेक्षा माझ्यासाठी ती प्रशंसाच लाख मोलाची होती."

"काय? इतकं साधं विधान?"

"हो. माझी आई जाण्याआधी तिनं तो माझ्यासाठी शिवला होता."

"ओह! हे मला ठाऊक नव्हतं." मी पुटपुटलो.

"अनिशला तर माहिती होतं ना! तरीही मला म्हणाला की, तू यात चेटकिणीसारखी दिसतेस. – असं म्हणाला माझ्या आईबद्दल–"

तिनं घशातला आवंढा ग्लासातल्या पेयाबरोबर गिळला.

"त्या ड्रेसचे उत्स्फूर्तपणे कौतुक करणारा तू पहिला होतास. त्याच क्षणी तू माझ्या हृदयाला स्पर्श केलास - आणि - ते चोरलंस."

आता आवंढा गिळण्याची पाळी माझी होती. तो कसा घशात आला कोण जाणे!

अचानक जेम्स बाँडचा रिंगटोन खणाणला. अनिशचा फोन. मी तो काटला. तो तिथे असता तर मी आनंदानं त्याचा गळा घोटला असता.

मी आणखी एक घोट घेतला आणि मान हलवली. "हृदयाची चोरी ही एकमेव अशी चोरी आहे जिथे लुटल्या गेलेल्याला समजतं; पण लुटणाऱ्याला नाही."

"चाणाक्ष निरीक्षण आहे तुझं." ती हसली.

"तर गुप्तहेर महाशय, चोरल्या गेलेल्या हृदयाच्या अद्भुत प्रकरणाचा छडा लागला; पण समस्या सुटली नाही."

मी तिच्याकडे बघितलं, "एक गोष्ट खरी असती तर किती छान झालं असतं!"

"कुठली?"

"तू मला आवडण्यासारखी असतीस तर –'' मी म्हणालो.

सलोनी तिच्या ग्लासकडे टक लावून बघत होती. तिची त्यावरची पकड अधिकाधिक घट्ट होत होती.

"आता तुझं हृदय सापडलंय तर ते परत केलं पाहिजे; पण माझ्या हातून ते भंगेल अशी भीती वाटते.''

"ते तू केलंच आहेस.''

"मला माहीत आहे; पण म्हणून तुझ्या ड्रेसचे सौंदर्य मुळीच कमी होत नाही.''

अनिशचा परत फोन आला. मी तो उचलायची किंवा काटायचीही तसदी घेतली नाही. मी आमच्यासाठी पुन्हा ड्रिंक्स मागवली. शेवटी, भावनांच्या झंझावाताची मला यत्किंचितही जाणीव न होता मी जिचं हृदय चोरलं, त्या स्त्रीबरोबर निवांतपणे ड्रिंक घेणं हा एक अलौकिक अनुभव नव्हे काय!

✍

मानसला टीव्हीवरच्या जाहिरातींचा मनस्वी तिटकारा आहे. मला मात्र त्या अतिशय आवडतात- खरंतर मी त्या बनवते. हजारो, लाखो लोक त्यांची रोज टर उडवतात; पण जेव्हा ते मॉलमध्ये जातात, तेव्हा त्यांच्या भोजनाला स्वादिष्ट, रुचकर बनवणारं तेच मसाल्याचं तपकिरी पाकीट, त्यांच्या शर्टला शुभ्र पांढरा, चुरचुरीत स्वच्छ बनवणाऱ्या साबणचुऱ्याचं तेच निळं पाकीट किंवा त्यांच्या मुलाची उंची वाढवणारं तेच चॉकलेटी ऊर्जावर्धक पेय विकत घेतात. बहुतेक लोक अशा जाहिरातींना फशी पडतात. मीदेखील अपवाद नाही. एखादं वर्तुळ चौकोनी आहे असं शंभर दिवस- दिवसांतून शेकडो वेळा सांगत राहिलं तर खरोखरच वर्तुळ हे चौकोनीच असतं यावर विश्वास बसू लागतो. हेच तर जाहिरातीमागचं तत्त्व आहे.

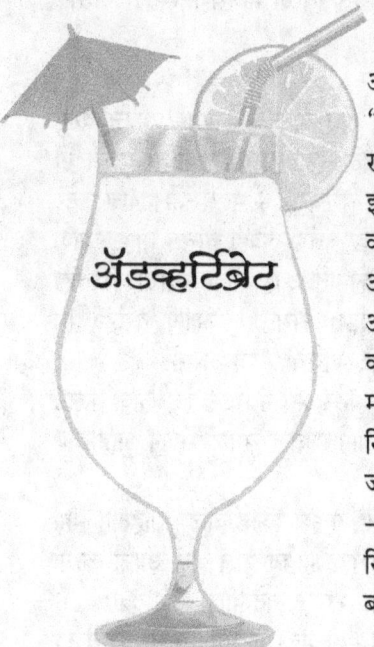

ॲडव्हर्टिब्रेट

घरच्या लोकांनी मला वीस वर्षं 'निर्मिती' अशी हाक मारली आणि माझ्या नावाचा अर्थ 'निर्माण करणं' असाच आहे अशी माझी पक्की खात्री झाली. त्याचे काही फार गंभीर परिणाम झाले असं नाही. उगीच कुठे एखाद्या चित्रपटाच्या कथानकाचा ताप, किरकोळ लघुकथांचे झटके आणि कवितेचे इथे-तिथे उठलेले पुरळ- इतकंच! आणि मग एक दिवस- चमत्कार घडला. मी कॉपीरायटिंगला बळी पडले आणि जाहिरातींसाठी मजकूर लिहू लागले; त्यामागचं कारण म्हणजे निव्वळ आकडेमोड. माझं लिखाण मला जगातल्या जास्तीतजास्त लोकांपर्यंत पोहोचायला हवं होतं – आणि कथा, कविता वाचणाऱ्या किंवा अगदी सिनेमे बघणाऱ्या लोकांपेक्षा टीव्हीवरच्या जाहिराती बघणाऱ्यांची संख्या जास्त आहे.

ॲडव्हर्टिब्रेट । ८९

मी कथा - कवितांनाच धरून राहायला हवं होतं, असं मानसला अजूनही वाटतं. तो माझ्या सृजनशीलतेवर लुब्ध आहे आणि मला कधीतरी कादंबरीकार होण्याचा झटका येईल अशी आशा बाळगून आहे.

पण एकदा का मी माझ्या ऑफिसच्या दारात पाऊल टाकलं की, क्रिएटिव्ह डिपार्टमेंटमधली मी सर्वांत महत्त्वाची व्यक्ती असते, जेव्हा मी जाहिरातींच्या लॉन्चेसना जाते, तेव्हा कौतुक येतं ते माझ्याच वाट्याला आणि जेव्हा मी कुणाच्या घरी जाते, तेव्हा लोक छोट्या पडद्यावर दृष्टी खिळवून मालिकांच्या मधल्या ब्रेकमध्ये मी बनवलेल्या जाहिराती बघत असतात. मला एखाद्या देवतेप्रमाणे सर्वशक्तिमान असल्यासारखं वाटायचं.

जाहिरातींच्या अवकाशात माझा विहार असायचा. चित्रविचित्र शब्द वापरून विशिष्ट दुनिया निर्माण करायची – टीव्हीवर २० सेकंद टिकणारी किंवा दैनिकांत एक दिवस एका कॉलममधल्या एक इंच जागेपुरतं अस्तित्व असणारी. मग अमुक साबण, लिपस्टिक्स, गाड्या, सेल फोन्स, आरोग्यदायी पेयं आणि साखरपुड्याच्या अंगठ्या यांमध्ये तुम्हाला आरोग्य, संपत्ती, यश, आनंद आणि अगदी जीवनाचा जोडीदारसुद्धा मिळवून द्यायची कशी किमया आहे, हे त्या अल्पकाळात किंवा जागेत मला सगळ्यांना पटवायचं असायचं. मी जे करते त्याचा मानस तिरस्कार करतो; पण माझ्यावर प्रेम करतो. तेवढं पुरेसं आहे.

ऑफिसमध्ये वेड्यासारखी धांदल होती. तीन-तीन कॅम्पेन्सवर एकाच वेळी काम चाललं होतं. मानसला फोन करायलाही वेळ नव्हता, घरी जाणं तर दूरच! मी त्याचे फोन घेतले नाहीत, त्याच्या व्हॉट्सॲप मेसेजेस, ई-मेल्स कशालाच उत्तर दिलं नाही. तो अर्थातच समजून घेईल; पण तो वर्तमानपत्रही वाचत नाही आणि टीव्हीही बघत नाही. मग मी खरंच इतकी कामात आहे यावर त्याचा विश्वास बसेल? हो अर्थातच! असं तर सारखंच घडत असतं - आणि तसंही प्रेम करणाऱ्यांना समर्थनाची नव्हे तर फक्त प्रेमाची, मायेची गरज असते.

मानसनं माझा फोन घेतला नाही. माझा व्हॉट्सॲप नंबरदेखील ब्लॉक केला. फक्त एक छोटासा टेक्स्ट मेसेज पाठवला 'आपल्यातलं सगळं संपलं आहे.'

मी त्याला फोन करायचा खूप प्रयत्न केला. एकच रेकॉर्ड वाजत राहिली – हा नंबर अस्तित्वात नाही. त्याचं फेसबुक अकाउंटसुद्धा गायब झालं होतं. आता त्याचा ई-मेल अड्रेस नाहीसा होईल आणि मग त्याचा खरा पत्तादेखील! अरे देवा!

तसं झालं नाही ना याची खात्री करायला मी त्याला भेटायला गेले. त्याचं घर

तिथेच होतं - अजून तरी. त्यानं माझ्या तोंडावरच दार बंद केलं. खिडक्यांचे पडदेही ओढून घेतले - मला बाहेरच ठेवून. हद्दपार झालेली देवता.

आता मी काय करायचं? मला त्याच्यासाठी वेळ नव्हता याखेरीज माझं काय चुकलं असेल? त्याला दुर्लक्षित वाटलं असेल का? की तो दुसऱ्या कोणाच्या प्रेमात पडला होता? कोणीतरी माझ्यापेक्षा अधिक सुंदर? मानसचं प्रेम मी पुन्हा कसं मिळवू?

जाहिरातींच्या दुनियेत कुठल्याही समस्येला एक उपाय असतो. तुम्हाला पाहिजे ते मिळवण्यासाठी अधिक आकर्षक, अधिक मोहक बना आणि - हो! तुम्ही चषक, स्पर्धा, करार - काहीही जिंकू शकता. आयुष्यही जाहिरातींची मालिका असती तर किती छान झालं असतं!

काही शब्द जुळवून मी एक नवं जग निर्माण करू शकले असते – त्या शब्दांना मी चित्रविचित्र म्हटलं होतं; पण तरीही ते विश्वसनीय होते. मानस आणि माझं नातं कधीच तुटणार नाही असा मला विश्वास होता आणि त्याच्यासाठी आता मी अविश्वसनीय कृती करणार होते – मी इतकी सुंदर दिसणार होते की, तो मला अव्हेरू शकणारच नाही.

***

सकाळी उठून मी प्रूडोंट टूथपेस्टनं दात घासले, ओलोय फेसवॉशनं चेहरा धुतला आणि कपभर कॉम्प्लॉन प्यायले.

मी जर यावर अढळ श्रद्धा ठेवली, तरच या सगळ्याचा उपयोग होणार. "विश्वास ठेव, विश्वास ठेव, विश्वास ठेव" मी स्वतःशीच घोकत राहिले.

मग मी लॉक्स साबणाने अंघोळ केली, केसांना 'पॅरेशॉट' तेल लावलं.

हे सगळं भलतंच धार्मिक कर्मकांड बनत चाललं होतं. या सगळ्या ब्रॅन्ड्ससाठी मी काम केलं होतं; आता त्यांनी माझ्यासाठी काम करायचं होतं. "विश्वास-विश्वास-विश्वास-" माझी घोकंपट्टी चालूच होती.

मी ओठांवर 'लॉक्मे' फिरवलं, त्वचेवर नोव्हिया लावलं; मग आली माझी वॉरसाचेचे कपडे आणि गुची पादत्राणे!

या सगळ्या सरंजामाचा परिणाम नक्कीच झाला. माझ्यात मस्तपैकी बदल घडताना मला दिसत होता.

आता फक्त त्याला फोन केला की, झालं; पण सबूर! अद्याप मी तसं करू शकत नव्हते. मी समोरच्या दुकानात धावले आणि सेमसॉंगचा हॅन्डसेट घेतला. चला, सगळी तयारी झाली. आता फोन फिरवायचा आणि फक्त एकदाच, आयुष्य

जाहिरात दुनियेत परिवर्तित होण्याच्या चमत्कारासाठी प्रार्थना करायची.

***

आणि खरंच चमत्कारच होता तो. त्याचा फोन बंद नव्हता. त्यानं फोन उचलला. त्याचा राग मावळला होता.

''परिस्थिती बदलली असेल अशी मी आशा करतो.''

''किती बदलली आहे यावर तुझा विश्वासच बसणार नाही.'' मी म्हटलं.

''तू म्हणतेस तर ठीक आहे.''

''खरंच?''

''आहेस तशी मला भेट.'' तो प्रांजळपणे म्हणाला.

''कॉफे काफी डे?'' मी विचारलं. तिथेच तर 'कॉफीबरोबर बरंच काही घडतं.'

''मी पोहोचतो.'' तो म्हणाला.

माझा विश्वासच बसेना. किती जाहिरातीतल्यासारखंच घडत होतं हे! पण मला भानावर येऊन विचका करायचा नव्हता.

मी माझ्या प्रेमाच्या दिशेनं धाव घेतली.

मी तिथे पोहोचेपर्यंत रात्रीचे आठ वाजले होते आणि तिथे कोपऱ्यातल्या एका टेबलाशी तो बसला होता - हातात फुलं घेऊन - लाल गुलाब! चारचौघांसारखंच पण प्रेमाचं वैश्विक प्रतीक! मी धडधडत्या हृदयानं त्याच्याकडे चालत गेले.

''मानस'' मी भावनाविवशतेनं हाक मारली. त्याच्या चेहऱ्यावर आनंद झळकला; पण मला बघताच मृगजळाप्रमाणे विरून गेला. 'मी कोण?' अशा आशयाचं प्रश्नचिन्ह त्याच्या चेहऱ्यावर उमटलं.

''अरे, मी निर्मिती,'' मी जरा उपरोधानंच म्हटलं.

तो ताडकन उठला. ''क-क-काय झालं तुला?'' त्याची जीभ अडखळत होती.

मी पुढे होऊन त्याच्या खांद्याला स्पर्श केला. तो ज्या तऱ्हेने मागे सरकला, धडपडला आणि पळून गेला ते भयंकरच होतं.

''मानस, माझ्याशी असा नको रे वागूस. मानस, मी बदलले आहे.'' मी ओरडले आणि त्याच्यामागे धावले.

आता काय चुकलं, मला कळेचना. मी आता पूर्वीची राहिले नव्हते.

''मानस, मानस!'' मी पुन्हा ओरडले. तो जरा वळला. क्षणभर आमची नजरानजर झाली. माझ्या नजरेत आशा, त्याच्या डोळ्यांत अविश्वास! अचानक

त्याच्या हातातून एक सुबकशी पेटी खाली पडली. त्यात काय होतं मला माहीत होतं – हिऱ्याची अंगठी – तोनिश्कमधली! तिनं जाहिरातीत म्हटल्याप्रमाणे 'मनं जोडणं' अपेक्षित होतं ना? ती उचलायला तो पुढे झाला नाही; फक्त माझ्याकडे बघत राहिला.

"कधीतरी हे घडणार याची मला भीती वाटतच होती."

"काय?"

"की, तू स्वतःच एक ॲडव्हर्टिब्रेट बनणार."

"काय बनणार?"

"एक चालती बोलती जाहिरात."

मानस नजर झुकवून वळला. समोरचा पूर्ण उंचीचा आरसा मला सांगत होता की, मी कितीतरी अधिक मोहक दिसत होते. अधिक गोरी, उंच आणि सडपातळ! मखमली ओठ आणि मुलायम त्वचा. खरंतर इथे किती, काय काय घडायला हवं होतं – घडलंही होतं. मी तिथे उभी होते – एखाद्या परित्यक्त देवतेसारखी!

✐

आनंदनिधान फलाट

प्रभूनं आश्चर्यजनक ताकदीनं आगगाडीत उडी मारली. रोज सकाळची ६.४०ची लोकल पकडणं आज कंटाळवाणं नव्हतं. डब्यातल्या गर्दीतून, घामट शरीरांपासून बचाव करत तो वाट काढत गेला, कारण आज तो त्या गर्दीचा भाग नव्हता. सहा महिन्यांच्या अथक परिश्रमांनंतर तो आज एका अविश्वसनीय ध्येयाप्रत पोहोचला होता. त्याच्या अभिनव जाहिरात धोरणामुळे त्यांच्या तुल्यबळ स्पर्धकांकडून मार्केट शेअरचा एक मोठा हिस्सा त्याच्या कंपनीनं हस्तगत केला होता. जरी तो त्या सामान्य माणसांत उभा होता, धक्के खात होता तरी त्यानं त्यांच्यापेक्षा कितीतरी उच्च स्थान पटकावलं होतं. प्रभू जमिनीपासून जणू चार अंगुळे वर चालत त्याच्या ऑफिसमध्ये शिरला. शिपाई, रिसेप्शनिस्ट, सहकारी, वरिष्ठ अधिकारी सगळ्यांनी त्याचं तोंड भरून स्वागत केलं. त्याच्या प्रचंड यशामुळे पादाक्रांत केलेल्या मैलाच्या दगडाचे रोमांच त्याला अजूनही जाणवत होते. त्याच्या बॉसेसना त्याचं कौतुक वाटत असणारच. त्यांना याचीही जाणीव असणार की, आता त्याला पगारवाढ आणि कन्सेप्ट्स लीडर या पदावर बढती देणं हे तरी किमान त्यांनी केलं पाहिजे.

दिवस उत्सवी वातावरणात सरला आणि ऑफिस बंद व्हायच्या वेळी त्याच्या खातेप्रमुखांनी त्याला बोलावणं पाठवलं – बहुधा खासगीत पाठीवर थाप मारण्यासाठी, पगारी सुट्टी – बोनस–

तासाभरानंतर तो चेहऱ्यावर कृत्रिम हास्य चिकटवून आणि हातात एक फाइल घेऊन खोलीबाहेर आला – त्याचं पुढचं काम – ज्याची जबाबदारी फक्त त्याचे सशक्त खांदेच तोलू शकतील.

विरजलेल्या मनःस्थितीत प्रभूनं फलाटावरच्या गर्दीबरोबर लोकलमध्ये स्वतःला झोकून दिलं. त्या साचलेल्या गतीत आता त्याला घुसमटायला होत होतं. वाटेतल्या स्टेशन्सवर गर्दी उतरत होती. मात्र, प्रभू त्याच्या कोपऱ्यातल्या आसनावर खिळून बसला होता, समुद्रकिनाऱ्यावरच्या कचरापेटीसारखा एकटाच– आणि मग – गाडीत नवीन लोंढे चढत होते.

ऑफिसमधल्या हास्यास्पद विरोधाभासानं त्याच्या तनामनाला वेदना होत होत्या. त्याच्या पाठीवर मारलेल्या थापा वास्तविक, त्याच्या बरगड्यांना दिलेल्या ढुसण्या होत्या - आणखी जोरात पळ, अधिक कठोर मेहनत कर - आणि मग एकदा का प्रभू नावाचा यशस्वी घोडा रेस जिंकला की, मग त्याची रवानगी तबेल्यात – गवताची एक जास्त पेंडी देऊन – याची जेव्हा त्याला जाणीव झाली, तेव्हा त्याचं डोकं भणभणायला लागलं. त्यानं मूर्खासारखी जॉकी बनण्याची अपेक्षा केली होती का? रेससाठी सज्ज व्हायला त्याला एका रात्रीची विश्रांती मिळणार होती.

थंडगार शॅम्पेन उघडायची त्याची इच्छा मावळली होती. आता त्याला त्याचे प्रक्षोभक विचार बधिर होईपर्यंत फक्त बिअर ढोसायची होती. गाडीच्या रुळापाशीच सुरू होऊन विस्तारलेल्या झोपडपट्टीच्या मागे अस्ताला जाणाऱ्या सूर्याकडे बघून तो कडवट हसला. घरी जायचा रस्ता संपतच नव्हता. आगगाडीची लयबद्ध गती त्याला गोंजारत होती. खिडकीबाहेरचा अंधार धुळीप्रमाणे त्याच्या डोळ्यांत शिरला. अखेर मन म्हणाले- नीज.

मग दोन गोष्टी एकदम घडल्या. गाडी एक गचका खाऊन थांबली आणि लख्ख प्रकाशाने कोमट पाण्याप्रमाणे त्याच्या तोंडावर शिपकारा मारला. तो डोळ्यांची उघडझाप करत बाहेर डोकावला. सकाळ झाली तरी तो अजून गाडीतच? इतका वेळ झोपला की काय? कुठे पोहोचला होता? त्यानं काही ओळखीच्या खुणा दिसतात का पाहिलं. स्टेशनवरच्या गर्दीतून त्याला नावाची पाटी दिसली – 'कैवल्यनगरी'. त्याचं लक्ष वेधून घेतलं ते गर्दीनं किंबहुना नसलेल्या गर्दीनं. भल्यामोठ्या, प्रशस्त फलाटावर जेमतेम पन्नास माणसं होती. कोणालाही कुठेही जायची घाई नव्हती. रंगीबेरंगी कपडे घातलेल्या चारजणांचा एक गट मासे पकडण्याचा गळ आणि जाळं बांधत होता. सगळे शीळ घालत, हसत, बिअरची बाटली एकमेकांकडे देत होते. तेवढ्यात लाल शर्ट घातलेला एक मुलगा खांद्यावर आंब्याची मोठी पेटी घेऊन खिडकीशेजारून गेला. तो थांबला आणि एक पाऊल मागे येऊन त्यानं प्रभूला एक आंबा देऊ केला.

"न- नको, नको. धन्यवाद!" प्रभू अवघडून म्हणाला.

“गिफ्ट आहे.” तो म्हणाला.

प्रभूनं त्याच्याकडे काही क्षण बघून मान हलवली. तो मुलगा खांदे उडवून पुढे गेला. दूरवर त्याला एक म्हातारा हातगाडी ओढत येताना दिसला. ते कष्टाचं काम होतं तरी म्हातारा मजेत येत होता. तो जवळ आला आणि प्रभूला बघून त्याचं हास्य रुंदावलं.

“मी शॅम्पेनची बाटली उघडली, तर मला कंपनी देणार का? माझ्याकडे भरपूर पेट्या आहेत.” तो त्याच्या गाडीकडे निर्देश करत म्हणाला. प्रभूने काही उत्तर देण्याआधीच पोहण्याचे कपडे घातलेल्या काही माणसांनी त्या म्हाताऱ्याला मागे खेचलं.

“चला, पार्टी सुरू व्हायची वेळ झाली. बीचवर सगळे तुमच्या शॅम्पेनची वाट बघताहेत.”

“हो, हो. चला चला.”

म्हातारा वळला. तोपर्यंत बाकीच्यांनी गाडी ढकलायला सुरुवात केली होती. एकजण मागे वळून म्हणाला, “आणि तू? आम्ही केव्हाची तुझी वाट बघतोय. ही तुझी पार्टी आहे. तूच उत्सवमूर्ती आहेस. चल, उतर.”

प्रभू जागच्या जागी थिजला. “तुम्ही- तुम्ही मला कसं ओळखता?” तो लकवा मारल्यासारखा बसून राहिला.

“उतर ना लवकर,” तो माणूस आग्रह करत म्हणाला.

संगीताचे कर्कश स्वर ऐकू आले, तेवढ्यात गाडी सुरू झाली. प्रभूचा निर्णय होईपर्यंत गाडीनं वेग पकडला. तो माणूस अजूनही प्रसन्न हसत त्याला बोलावत होता. तो दिसेनासा होईपर्यंत प्रभू मान हलवत राहिला.

“तुम्हाला इथेच उतरायचं आहे ना?” तिकीट चेकर त्याचा दंड हलवत होता. गाडी थांबली होती, बरीचशी रिकामी झाली होती. प्रभूनं मान झटकून बाहेर पाहिलं. मिट्ट काळोख! ओळखीची चहाची टपरी, वर्तमानपत्रांचा स्टँड, पाण्याचा नळ या सगळ्या खुणा त्याचं स्टेशन आल्याची साक्ष देत होत्या.

घरी जाताना तो कुठेतरी हरवल्यासारखा चालत होता.

नाही, ते स्वप्न नव्हतं. कसं असेल? इतकं स्पष्ट, रंगीबेरंगी, लखलखीत, इतकं खरं. स्टेशनचं नावदेखील त्याला दिसलं होतं – कैवल्यनगरी.

याआधी ते कधीच कसं दिसलं नव्हतं – आणि फक्त काही स्टेशन्स मागे इतका सूर्यप्रकाश कसा असू शकेल? तो भांबावलेल्या अवस्थेतच घरी पोहोचला. बेल वाजवली. त्याच्या पत्नीनं – ईशानं दार उघडलं आणि पाठ फिरवून बेडरूममध्ये निघून गेली.

ते दिवास्वप्न नव्हतं याची प्रभू अजूनही खात्री करून घेत होता – नाही - ते लोक, पार्टी, सूर्यप्रकाश! आणि सगळ्यांना त्याचं नाव कसं काय माहिती होतं – रेल्वे स्टेशनवर पार्टी- वेडेपणा- कैवल्यनगरी- ते स्वप्नंच असणार; पण थोडा वेळ का होईना त्याला खाली उतरून पार्टीत सामील व्हायला नक्कीच आवडलं असतं.

***

रात्रीचे नऊ वाजले तरी प्रभू ऑफिसमध्येच होता. निराशेशी, चिडचिडीशी सामना करत बसला होता; त्याचा कॉम्प्यूटर त्याच्याकडे डोळे वटारून बघत होता.

"तुझा प्राण गेला तरी ही डेडलाइन तुला पूर्ण करावीच लागेल." त्याचा बॉस घरी जाताना बजावून गेला होता. प्रभूनं रागानं दात-ओठ खात, वरवर हसून होकार दिला होता. घामेजलेल्या हातानं त्यानं खिशातले गेस्ट पास चुरगाळून टाकले – मेहदी हसन ग़ज़ल नाइटचे पास.

संध्याकाळी ५.३० वाजता त्यानं घरी फोन करून कार्यक्रम रद्द केला होता. ईशा भयंकर संतापली होती. त्यानं तिची समजूत घालण्याचा प्रयत्न केला; पण त्याची भांडवलशाहीच्या बुजबुजाटातली फालतू नोकरी, त्याची संसाराबद्दलची कमी झालेली बांधिलकी, बदललेली ध्येयं आणि बिघडत जाणारं त्यांचं वैयक्तिक आयुष्य याबद्दल तिनं टीकेची झोड उठवली.

ईशा म्हणाली ते खरंच होतं. तो काय गमावत होता हे त्याला कळत होतं. कधीतरी प्रामाणिकपणाच्या क्षणी त्यानं स्वतःशी कबुली दिली होती की, काही वर्षांपूर्वी जर या नोकरीत पडला नसता तर एव्हाना तो गायक बनला असता, बऱ्यापैकी स्थान मिळवलेला गायक... आणि – आज तो इथे होता; श्रोत्यांमध्ये बसण्याचं भाग्यदेखील त्याच्या नशिबी नव्हतं.

अखेर मध्यरात्री अवसान गळालेल्या स्थितीत डेडलाइन पूर्ण झाली. जी लढाई मुळात लढायचीच इच्छा नव्हती ती जिंकून घरी जाण्यासाठी त्यानं शेवटची गाडी पकडली. डब्यातल्या तुरळक प्रवाशांमधून वाट काढत तो खिडकीजवळच्या सीटवर कोसळला. त्याच्या अंगात जराही ताकद नव्हती. आपल्याला मनापासून आवडणाऱ्या गोष्टीचा त्याग करणाऱ्या एखाद्या गुन्हेगाराप्रमाणे त्याला वाटत होतं. एका 'डेडलाइन'साठी त्यानं एका 'लाइव्ह' शो चा बळी दिला होता. आता तो मेहदी हसनच्या मैफलीत त्याच्या भावपूर्ण आवाजातल्या उत्तमोत्तम ग़ज़ला ऐकत असता तर काय बहार आली असती. गाडी सुरू झाली तसं तो गुणगुणू लागला. स्टेशन्स मागे पडत होती- एक - दोन - तीन - त्याला स्वतःलाच गायक व्हायला किती

आवडलं असतं – सकाळी रियाज, रात्री मैफल, जाईल तिथे टाळ्यांच्या गजरातून वाट काढत – *आकांक्षा- इच्छा, आकांक्षा जर घोडे असते तर भिकारी त्यावर स्वार झाले असते.* त्याचा मूड आणखी काळवंडला, गाडी ज्या बोगद्यात शिरली होती त्याहीपेक्षा जास्त.

"एक ना एक दिवस मी ते करीनच," तो मोठ्यानं म्हणाला. त्याच्या आवाजामध्ये निग्रहाची छटा होती. बोगद्याच्या शेवटी दिसणारा उजेड – त्यानं खिडकीतून डोकावून पाहिलं, तेव्हा त्याला दिसला. प्रत्यक्षात तिथे होता. गाडी सुसाट चालली होती त्या प्रकाशाकडे – स्वच्छ, लखख प्रकाश! त्यानं आसपासच्या अंधाराकडे पाहिलं, डोळ्यांची उघडझाप केली, स्वतःला चिमटा काढला, केसांची बट ओढून बघितली. सगळं त्याला जाणवत होतं- तो झोपेत नव्हता. बोगद्याच्या शेवटी असलेला प्रकाशाचा झोत वेगानं जवळ येत होता. तो सावरून उठला आणि दारापाशी गेला.

"तुम्हाला उजेड दिसतोय का हो?" त्यानं विचारलं. दमलेल्या सहप्रवाशाने डोळेसुद्धा न उघडता मान डोलवली.

"तो सूर्यप्रकाशच आहे ना?" त्यानं पुन्हा विचारलं. दुसऱ्या माणसानं हसून मान डोलवली आणि तो पुन्हा हसला.

गाडीच्या गतीत त्याच्या हृदयाचे ठोके पडू लागले. गाडीचा वेग कमी झाला होता. प्रभू दांडीला धरून बाहेर वाकला. गाडी 'कैवल्यनगरी'च्या पाटीसमोर थांबली. फलाटावर गर्दी होती; पण वातावरण वेगळं होतं. कोणालाही घाई नव्हती. उंची लखनवी कपडे घातलेले लोक इतरांना मदत करत फिरत होते.

रंगीबेरंगी शेरवानी घातलेले पुरुष लोड-तक्क्यांनी सजवलेल्या उंची गालिचावर बसले होते. प्रत्येकासमोर झुरके मारायला हुक्का ठेवला होता. एका बाजूला मुख्य पाहुण्यांसाठी उत्तम बिछायत मांडली होती.

ही कोणती जागा होती? प्रभूला प्रश्न पडला. गर्दीच्या गोंगाटालासुद्धा कवितेची लय होती. सगळेजण उर्दूमिश्रित हिंदी बोलत होते. एखाद्या मैफलीचं वातावरण होतं.

"आइये जनाब," एका पांढरी दाढीवाल्याने अदबीने प्रभूचं स्वागत केलं. त्या थेट आमंत्रणानं प्रभू थबकला आणि त्यानं उत्तरादाखल नकारार्थी मान हलवली. तो माणूस सोडून देणार एवढ्यात पानानं रंगलेल्या तोंडाचा एक गृहस्थ ओरडला, "प्रभू मियाँ, तुम्हाला आलंच पाहिजे. तुम्ही चांगले गायक आहात. उस्ताद मेहदी हसन येईपर्यंत त्यांच्या काही ग़ज़ला गाऊन मैफलीत जान आणा."

"वल्लाह!" सगळे त्याच्या दिशेनं हात उंचावून ओरडले.

"पण- पण, मी खरंच नाही –" प्रभू मागे सरत पुटपुटला.

"इन्शाल्लाह! तुम्हाला आलंच पाहिजे." त्या माणसाने आग्रह करत त्याचा मोकळा हात धरला. प्रभूला अंगातून एक लहर चमकून गेल्याचं जाणवलं, विजेसारखी पण सुखद!

"मी उतरू की माझा हात सोडवून घेऊ?" गाडी एक धक्का देऊन सुरू झाली, तरी तो अजूनही विचारांच्या गुंत्यात फसला होता. त्याचा हात त्या माणसाच्या पकडीतून झटकन सुटला. कित्येक माणसं हात उंचावून त्याला बोलवत होती.

'कृपा करून उतरा जनाब, तुमच्याशिवाय मैफल बेजान होईल.' त्या माणसानं पुन्हा मनधरणी केली. प्रभू दारात उभा होता आणि गाडी त्याला लालभडक उन्मादाकडून काळोख्या, उदास वास्तवाकडे घेऊन जात होती. त्यानं डोळे मिटून मान हलवली. जेव्हा त्यानं डोकं परत बाहेर काढलं, तेव्हा त्याचे डोळे अंधारानं माखले होते.

तो त्याच्या आसनावर बसला – गोंधळून. तो सगळा आभास कसा असू शकेल? ते लोक – ते त्याच्याशी बोललेदेखील. प्रत्येक गोष्ट कल्पनेची भरारी वाटत होती – रात्र, लोकल – पण माझा हात धरलेल्या हाताचं काय? मी ते आमंत्रण स्वीकारायला हवं होतं का? मी एक-दोन ग़ज़ला म्हटल्या असत्या, कदाचित मी म्हणायला हव्या होत्या.

त्यानं हताश होऊन मान हलवली. त्यानं हातची संधी गमावली होती – अनेक वर्षांपूर्वी गमावली होती तशीच – एक दिवस गायक बनण्याच्या आशेनं त्यानं रियाज केला होता – की तोही आभासच होता?

"नाही, नक्कीच नाही. पुढच्या वेळी मी मुळीच मागे हटणार नाही. कुठेतरी मला निश्चयानं पाऊल रोवायलाच हवं – पुढच्या वेळी मी खाली उतरणार आहे – पुढच्या वेळी–"

दुसऱ्या दिवशी सकाळी प्रभू स्टेशनवर आला तो - ही कैवल्यनगरी खरोखर आहे की त्याचा दृष्टिभ्रम आणि असली तर कुठे आहे- याचा शोध घेण्याच्या निश्चयानंच तो तिकीट खिडकीजवळ येऊन रांगेत उभा राहिला.

"एक कैवल्यनगरी रिटर्न," तो म्हणाला आणि प्रतिक्रियेची वाट बघू लागला.

"कुठली लाइन?"

"सेन्ट्रल,"

"सेन्ट्रल लाइनवर अशी कुठलीच जागा नाही."

"आहे," तो ठासून म्हणाला.

"मी इथे बत्तीस वर्षांपासून काम करतोय आणि मला इतर स्टेशन्सबाबत इतर

कोणाहीपेक्षा जास्त –''

प्रभू ताडकन तिथून निघून गेला.

"कैवल्यनगरीला कसं जायचं हो?'' त्यानं स्टेशनमास्तरला विचारलं.

"मी तुम्हाला खात्रीनं सांगू शकतो की, असं कुठलंही स्टेशन नाही. हां, कदाचित एखादी कॉलनी किंवा सोसायटी असू शकेल. बाकीचा पत्ता काय आहे?''

प्रभू मान हलवून निघाला.

"अहो, तुम्ही ते पुस्तक विकत का घेत नाही?'' पुस्तक विक्रेत्यानं ओरडून विचारलं.

प्रभू गेली २० मिनिटं 'प्रवासी गाइड - मुंबई' या पुस्तकाची पानं चाळत होता.

"मला पाहिजे ते यात नाही,'' अनुक्रमणिकेत 'क' खाली कल्याण ते कुर्ला या नावांवर पुन्हा एक नजर फिरवून प्रभू उत्तरला.

"तुमच्याकडे मुंबईचा तपशीलवार नकाशा आहे का?'' त्यानं विचारलं.

"आहे–पण –''

"मी विकत घेणार आहे.'' प्रभूनं त्याची काळजी दूर केली.

नंतर एका बाकावर बसून त्यानं नकाशा बारकाईनं अभ्यासला, क पासून सुरू किंवा नगर – नगरी नं शेवट होणारा शब्दन्‌शब्द तपासला.

प्रभू थकला, निराश झाला; तो दृष्टिभ्रमच असल्याच्या संशयाचं खात्रीत रूपांतर होऊ लागलं. ऑफिसला उशिरा पोहोचला, धुक्यातून पाहिल्यासारखे सगळे फोल्डर्स बघितले. ब्रेन स्टॉर्मिंग, डिझाइनिंग, मिडिया प्लानिंग, प्रेझेन्टेशन - सगळं सगळं त्याला सारखंच दिसत होतं. रोज तेच तसंच. त्याच्या प्रेझेन्टेशनमध्ये गडबड झाली. वरिष्ठ, सहकारी, क्लायंट, प्रत्येकाला त्याची घसरण स्पष्ट जाणवत होती; पण त्याच्यावर आजूबाजूच्या गर्दी-गडबडीचा काहीही परिणाम होत नव्हता. मनानं तो अजूनही गाडीतल्या बाकावर बसून कैवल्यनगरीची वाट बघत होता.

घरीदेखील तो अलिप्त वाटत होता. हा विचित्र बदल ईशाच्या लक्षात आला होता; पण तिनं त्याचा संबंध कामातल्या ताणाशी जोडला. तिनं अंदाज बांधण्याचा प्रयत्न केला; पण त्याच्याकडे सांगण्यासारखं काहीच नव्हतं. तिनं खोदून खोदून विचारलं; पण तो कोशात गेल्यासारखा होता. तिचा त्रागा वाढू लागला आणि अनेक गोष्टींतून व्यक्त होऊ लागला. ती भुणभुण करायला, टोमणे मारायला लागली. भांडणासाठी क्षुल्लक निमित्त शोधू लागली; पण तो निर्लेप, त्रयस्थच राहिला

किंबहुना तो जास्तच दूर जातोय असं वाटायला लागलं.

घराबाहेर राहण्याचा त्याचा काळ वाढत चालला. घरी यायला कधी मध्यरात्र, कधी पहाट, कधी त्याहीनंतर. ईशाची चिडचिड खूपच वाढली, तिच्या सहनशक्तीचा अंत बघू लागली; पण तिनं तोल सांभाळला होता – अजून तरी –

प्रभू रोज गाडीतून जाताना प्रत्येक स्टेशन नीट बघायचा – ठाणे, मुलुंड, नाहूर, भांडूप, कांजुरमार्ग – अपेक्षा. विक्रोळी, घाटकोपर, विद्याविहार, कुर्ला, सायन – काकुळती. माटुंगा, दादर, परळ, करी रोड, चिंचपोकळी – घायकुती. भायखळा, सॅन्डहर्स्ट रोड, मस्जिद बंदर, सी एस टी – थकवा.

रोज रात्री तोच क्रम उलटा. प्रत्येक बोगद्यात आशा, प्रार्थना आणि अंधार आणि मग हतबल अवस्थेत घर गाठणं. त्या फसव्या, आभासी कैवल्यनगरीचा मागमूस नाही. उद्या परत नीट बघायला हवं.

ऑफिसमध्ये तो अत्यंत अलिप्ततेनं काम करत राहिला आणि त्यामुळेच एक महत्त्वाचं प्रेझेन्टेशन फसलं. क्लायंट विनम्रपणे हसून बाहेर गेला; पण त्याच्या सहकाऱ्यांची खात्री झाली की, तो काही परत येणार नाही.

त्याच संध्याकाळी स्वतःच्या चुकीबद्दल अनभिज्ञ असलेला प्रभू संचालक मंडळानं तातडीनं बोलावलेल्या मीटिंगला गेला. त्यांच्यात बसूनही बराच वेळ त्याला उमगलंच नाही की, ते सगळे शब्दांनी त्याची गचांडी पकडायला येताहेत, त्याला विचार करायला वेळ, अवकाश न देता त्याच्याकडून जबाब मागताहेत. काही दिवसांपूर्वी त्याचा उदोउदो करणारे लोक हेच का? फक्त एका पंधरवड्यात त्यांनी खूपच विखार गोळा केला होता – आणि तो या असल्या नरभक्षक कळपासाठी त्याचं रक्त आटवत होता. ते सगळे त्याच्या चिंधड्या उडवत असताना तो सुन्न बसून होता.

गोंधळ, वेदना- आणि मग कमालीचा क्रोध. त्याच्या एका सहकाऱ्यानं त्याला जी.एम.च्या छातीवरून ओढून बाजूला केलं, तेव्हा कुठे त्याला भान आलं की, तो काय करून बसला. जी.एम. जमिनीवर पडला होता, शर्ट फाटलेला, रक्ताळलेला – चेहरा भयभीत, सुजलेला. प्रभूनं अखेर पलटवार केला होता.

त्याच्या आतला अंगार ते वातानुकूलित वातावरणदेखील तापवत होता – काहीही न बोलता, करता तो खोलीबाहेर पडला. त्यानं जेव्हा छातीवरचं जड ओझं उतरल्यासारख्या स्थितीत रस्त्यावर पाऊल टाकलं, तेव्हा मध्यरात्र उलटून गेली होती. त्यानं घरी फोन केला. त्याच्या या बाचाबाचीबद्दल ईशाला सांगायलाच हवं. पुढच्याच क्षणी आन्सरिंग मशीनवर तिचा आवाज ऐकू आला, 'प्रभू, मी प्रयत्न

केला, खूप प्रयत्न केला रे; पण आता मला नाही सहन होत. आपण लग्न केलं, कारण आपलं एकमेकांवर प्रेम होतं – काम, पैसा ही केवळ जगण्यासाठी साधनं होती – पण तू हे विसरलेला दिसतोस. तू पैशाच्या भोवऱ्यात सापडलाहेस आणि तुला त्या सापळ्यातून बाहेर पडायचं नाही. या झंझावातात मी तुला गमावलं आहेच, आता मी फक्त बाजूला होतेय. मला जरा शांती हवीय, प्लीज, अरे देवा,' – ती त्याच्या कानात थोडा वेळ रडली आणि अखेर त्याच्या खांद्यावर तिचा आवाज गतप्राण झाला.

घर आणि ऑफिस दोन्ही गिळंकृत करणाऱ्या धरणीकंपानं हादरून तो स्टेशनवर गेला - कुबड्यांशिवाय चालणाऱ्या लंगड्यासारखा – घरी जाणारी गाडी येण्याच्या वेळेत – घरी – पण आता त्याला घर म्हणता येईल? आता ऑफिसला जाणारी गाडीही कधीच पकडण्याची गरज नाही.

हा शेवटचा प्रवास असू शकतो - पण कैवल्यनगरी शोधायची ठरली, तर मात्र नाही - शॅम्पेन - संगीत - आणि आता - ईशा. सगळंच संपलं होतं... हातातून निसटलं होतं.

नकळत तो खिडकीजवळ बसला आणि थकून मागे टेकला. गाडी सुटली. आज गाडीची लयबद्ध गती त्याला आणखी अस्वस्थ करत होती. तो उठून दाराजवळ गेला. त्यानं सहप्रवाशांकडे पाहिलं – दमले-भागलेले, झोपण्याचा प्रयत्न करणारे – गोठ्याकडे नेल्या जाणाऱ्या गुरांसारखे.

नावांच्या पाट्यांकडे लक्ष ठेवत मागे पडणारी स्टेशन्स तो बघत होता. कैवल्यनगरी नाही. त्याची नजर 'नो स्मोकिंग'च्या पाटीकडे गेली आणि त्याच्या रागाचा पारा चढला. त्यानं सिगारेटचं पाकीट काढलं आणि कोपऱ्याकडे तोंड करून एक सिगारेट शिलगावली. छाती भरून झुरका घेतला, ठसका लागला; पण त्यानं त्या पाटीवर धूर सोडला आणि खोकत राहिला – डोळ्यांची आग होईपर्यंत. त्यानं वर बघितलं तर प्रवासी अवाक् होऊन त्याच्याकडे बघत होते.

गाडीचा वेग कमी होत होता. खिडकीबाहेर त्याला सूर्यप्रकाश दिसला. गाडी थांबली. सगळे कुरकुरले.

प्रभूला अत्यानंद झाला. 'कैवल्यनगरी'

"मला वाटलं होतं, मला ही कधीच सापडणार नाही, मला वेड लागलंय; पण देवाचे शतशः आभार – ही काय इथेच आहे.'' तो ओरडला.

उभ्या असलेल्या लोकांतून वाट काढत तो दारापाशी गेला. "ही कैवल्यनगरीच आहे, हो ना?'' त्यानं अविश्वासानं सहप्रवाशांकडे पाहिलं.

त्या स्टेशनवर नुकत्याच सुरू झालेल्या हिवाळ्याच्या सकाळचा उबदारपणा होता. लांबच्या कोपऱ्यात त्याला पाटी दिसली – ''कैवल्यनगरी'', पण काहीतरी चुकत होतं. स्टेशनवर कोणीच नव्हतं, चिटपाखरूही नाही; सगळं स्तब्ध!

त्याच्या उजवीकडे त्याला हालचाल जाणवली. एक स्त्री त्याच्या दिशेनं येत होती. ती जवळ आली, तसा तो अवाक् झाला – ती ईशा होती. तिनं थांबून त्याच्याकडे बघून हात हलवला, वळली, हसली आणि पळायला लागली. हसत हसत तिनं मागे वळून पाहिलं आणि पुन्हा पळत दिसेनाशी झाली.

''ए , कुठे चाललीस? अगं, थांब ना माझ्यासाठी.'' तो म्हणाला आणि त्यानं बाहेर उडी मारली. ''इथे किती ताजतवानं वाटतंय, किती उजेड, स्वच्छता...''

एकदाचा तो छातीत शांती भरून धावला. तो कैवल्यनगरीला पोहोचला होता – परमसुखाच्या प्रदेशात.

गाडीच्या डब्यातले आवाज एकामागून एक जागे झाले.

''हा माणूस कुठे चाललाय?'' एकजण बाहेच्या अंधारात पाहत म्हणाला.

''तो बाहेर कोणाशी तरी बोलत होता.''

''तो या जागेला काय म्हणाला?''

''त्यानं काही फरक पडत नाही. इथे रेल्वेचं भंगार आहे – इंजिनांचं कब्रस्तान.''

''तो याला 'कैवल्यनगरी' म्हणाला.'' चाललेल्या कुजबुजीच्या वर खोलातून एक आवाज आला. ''परमसुखाचा प्रदेश; पण तो इथे नाही. कैवल्यनगरी आणखी एक-दोन स्टेशन्स पुढे आहे.''

✍

संकेतस्थळ : प्लँचेट

शिरीनचा अर्थातच प्लँचेट किंवा अशारीर योनीवर विश्वास नव्हता. तरीही ती त्या कल्पनेची टर उडवण्याची जोखीम पत्करू शकत नव्हती. ती अशा काही पेचात सापडली होती की, या गूढ दरवाजाकडे पाठ फिरवणं म्हणजे तिच्या सद्भाग्याकडे पाठ फिरवण्यासारखं होतं. एका बारबालेपासून एका कोट्यधीशाची पत्नी होण्यापर्यंत शिरीननं अक्षरशः एखाद्या परीकथेतील भाग्य अनुभवलं होतं – आणि ते हातचं जाऊ नये यासाठी ती वाट्टेल ते करायला तयार होती.

ऋषीच्या आणि तिच्या विवाहानं वास्तविक त्याच्या उच्चभ्रू दुनियेत वादळ उठायला हवं होतं; पण शिरीननं स्वतःला त्या भूमिकेत इतकं चपखल बसवलं की, कोणालाही तिच्या असभ्य पार्श्वभूमीची गंधवार्ताही लागली नाही. किंबहुना अल्पावधीतच तिनं तिच्या वागणुकीनं सासरच्या मंडळींना जिंकून घेतलं, विशेषतः धाकट्या दिराला – धीरला.

शिरीननं त्याच्या छचोर वागण्याला कधीच आक्षेप घेतला नव्हता. हळूहळू त्याचा धीटपणा वाढत गेला. ते दोघंही आपल्या भावना इतरांसमोर उघड न करण्याइतके सुज्ञ होते; पण चोरटे क्षण गमावत नव्हते – एखादा निसटता स्पर्श, हात धरणं, एखादं चोरटं चुंबन. ऋषीनं हे कधी स्वतःच्या डोळ्यांनी पाहिलं नसेल; पण त्या दोघांच्या डोळ्यांत त्याला दिसलं असण्याची शक्यता होती. ते दिसलं नसावं अशी शिरीनला आशा होती.

दुसरीकडे शिरीनची सासू तिच्या घरकामातल्या सहभागाबद्दल आणि आचारी, मोलकरणी, माळी अशा सगळ्या नोकर-चाकरांशी तिनं जुळवून घेतल्यामुळे खूश होती. मात्र, शिरीनला त्यांचा

रखवालदार पसंत नव्हता. तिच्या आग्रहामुळे त्याला काढून, काम शोधत आलेल्या लेपचा नावाच्या गुरख्याला नेमलं गेलं.

ऋषी तिच्यावर इतका लुब्ध होता की, त्यांच्या लग्नाच्या वाढदिवशी त्यानं त्याच्या संपूर्ण मालमत्तेची वारसदार म्हणून तिचं एकटीचं नाव लावलं. आयुष्य उदारहस्ते तिच्यावर सुखाची उधळण करत होतं.

शिरीन अशीच कायम सुखात लोळली असती – जर ऋषीचं अकाली निधन झालं नसतं तर!

अचानकच घडली ती दुर्घटना. एक दिवस सकाळी ऋषी उठला, तेव्हा त्याचं डोकं जरा दुखत होतं – किरकोळ हँगओव्हर असल्यासारखं. त्याची पिण्याची सवय सर्वश्रुत होती; त्यामुळे त्याच्या तक्रारीकडे घरातल्या कुणीच सहानुभूतीने पाहिलं नाही. शिरीननं त्याला एक गोळी दिली; पण काही फरक पडला नाही. उलट डोकं जास्तच ठणकायला लागलं.

लेपचा त्याच्या नेपाळमधल्या गावातल्या एका झाडाची औषधी साल घेऊन आला. त्याच्या मते त्यात जादूसारखे गुणधर्म होते. ऋषीचा असल्या भंपकपणावर मुळीच विश्वास नव्हता आणि असल्या प्रयोगांना त्याचा सक्त विरोध होता; पण लेपचाच्या सूचनेनुसार शिरीननं त्याचा लेप करून नवऱ्याच्या कपाळावर लावला.

ऋषीला तत्काळ आराम पडला आणि नामोहरम झालेल्या राक्षसाप्रमाणे त्याची डोकेदुखी पळून गेली. ऋषी नेहमीप्रमाणे ऑफिसला गेला; पण जास्त वेळ काम करू शकला नाही. त्याला इतका थकवा वाटत होता की, रजा घेऊन घरी यावं लागलं. कर्तव्यदक्ष शिरीननं त्याला झोप लागेपर्यंत मसाज केला. दुसऱ्या दिवशी सकाळी डोकेदुखी पुन्हा हजर! शिरीननं पुन्हा तो लेप मलमासारखा लावला. या लेपाचा फायदा होतो हे ऋषीला माहिती होतं; पण त्यानंतर मात्र त्याला जीवघेणा थकवा यायचा.

दिवसेंदिवस त्याची तब्येत बिघडत चालली. त्यानं त्याच्या डॉक्टरला दाखवलं; पण त्याला ऋषीमध्ये किंवा त्या विचित्र औषधामध्ये काहीच आक्षेपार्ह सापडलं नाही.

घरी शिरीन पतिव्रता स्त्रीप्रमाणे त्याच्या उशाशी बसून त्याचं दुखणारं अंग दाबून देत होती. सकाळी ऋषीनं ते औषध लावून घ्यायला नकार दिला, कारण त्यामुळे त्याच्या डोकेदुखीचं अंगदुखीत परिवर्तन होत होतं; पण शिरीन त्याचं काहीही ऐकत नव्हती. ती जिथे त्याची सगळी मालमत्ता तिच्या नावावर करायला उद्युक्त करू शकली तिथे तिची ही मामुली विनंती मान्य करायला त्याला भाग पाडणं कितीसं अवघड होतं!

दुपारपर्यंत त्याच्या शरीरानं सूचना दिली की, काहीतरी भयंकर घडतंय. त्यानं

ते चमत्कारिक उपाय ताबडतोब थांबवण्याचा निर्णय घेतला; पण त्याआधी त्याला त्याच्या वकिलाची भेट घ्यायची होती.

ते औषध थांबवलं; पण ऋषीची प्रकृती खालावतच गेली. त्यानं घाबरून जाऊन तातडीनं हॉस्पिटलमध्ये जाण्याचा आग्रह धरला. त्याचे दिवस भरले आहेत याची जणू काही त्याला कल्पना आली होती. शिरीन होऊ घातलेल्या विधवेसारखी दुःखीकष्टी दिसत होती; पण तिनं जेव्हा ऋषीनं धीरजवळ उच्चारलेले शेवटचे शब्द ऐकले, तेव्हा मात्र ती पुरती हादरली. 'धीरू,' ऋषी खोल आवाजात म्हणाला, 'मी माझं मृत्युपत्र बदललं आहे आणि काळजीपूर्वक लपवून ठेवलं आहे. मी –' त्यानंतर त्याची वाणी मूक झाली; पण डोळे मात्र नाही. ते डोळे उघड्या दाराकडे एकटक बघत होते, कारण शिरीन बाहेर होती.

ती लगेच आत आली आणि धीर करून, डॉक्टरांना फोन करून बोलावण्याच्या प्रयत्नात असताना तिनं ऋषीच्या निष्प्राण हातात ती झाडाची साल पाहिली. तिला कळेना ती त्याच्या हाती लागलीच कशी. तिनं झटक्यात ती त्याच्या हातातून घेऊन ड्रेसिंग टेबलाच्या खणात ठेवून दिली. इतर औषधांमध्ये ती वेगळी ओळखू येत नव्हती. तिनं आरशात पाहिलं. तिच्या मनात काय चाललं होतं त्याची पुसटशी खूणदेखील चेहऱ्यावर नव्हती. अपेक्षेप्रमाणे ऋषीनं अखेरचा श्वास घेतला होता. त्याच रात्री लेपचा गायब झाला.

ऋषीच्या डॉक्टरांनी मरणोत्तर तपासणीची तयारी केली; पण त्यात काहीच आक्षेपार्ह आढळलं नाही. लेपचा म्हणाला नव्हता का की, या औषधामध्ये जादूचे गुणधर्म आहेत!

नंतरच्या दिवसांमध्ये शिरीन विधवेची भूमिका निभावत होती; पण बदललेल्या मृत्युपत्राच्या भानगडीमुळे ते कठीण होत चाललं होतं. रडवेल्या चेहऱ्यानं ती सांत्वनाला येणाऱ्या हितचिंतकांना भेटत होती खरी; पण मनातल्या मनात सगळा बंगला धुंडाळत होती. कागदांचा प्रत्येक गठ्ठा, कचरा-रद्दीचा प्रत्येक ढीग, पलंगाखाली, माळ्यावर आणि अगदी पायपुसण्याच्या खालीसुद्धा!

पण सगळे निघून गेल्यावरही बिचारी ते शोधू शकत नव्हती. आपली सून तिच्या खोलीत बसून शोक करण्याऐवजी घरभर काहीतरी शोधतेय हे पाहून तिच्या सासू-सासऱ्यांना नक्कीच विचित्र वाटलं असतं.

करायचं तरी काय? कोणालाही संशय न येता मृत्युपत्र शोधायचे बरेच उपाय तिला सुचले; पण तिनं ते लगेच रद्दबातल केले. ऋषीनं तिला दिलेली अंगठी हरवली किंवा एखादा फोटोंचा अल्बम हरवला आणि तो शोधतेय म्हटलं तर सगळेच तिच्याबरोबर शोधायला लागणार. ते शोधताना कोणाला ते मृत्युपत्र

सापडलं तर? छे! ही जोखीम तिला मुळीच पत्करायची नव्हती. बेडरूममध्ये एकटी बसून ती विचार करत होती की, मुळात ऋषीनं मृत्युपत्र बदललंच का? धीर आणि तिच्याबद्दल त्याला कळलं होतं का? नाही! अशक्य! तसं असतं तर त्यानं खुद्द धीरलाच विश्वासात घेतलं नसतं.

दुसरी शक्यता होती ऋषीची बहीण – अस्मि, कारण तिची धीरशी सख्खा भाऊ असूनही तशी जवळीक नव्हती. शिरीन तिला पहिल्यापासूनच पसंत नव्हती. ऋषीच्या आजारपणात तिनं तर त्याचं मन कलुषित केलं नसेल? अस्मि. ती नक्कीच ऋषीच्या डोक्यात नको ते भरायला सक्षम होती.

"ऋषीनं मृत्युपत्रात काय बदल केलेत कोण जाणे." धीर हळहळत म्हणाला. शिरीनच्या काळजाचा ठोका चुकला. तो हळूच कधी आत आला, तिला कळलंच नव्हतं. त्यानं तिच्या गालावर हात ठेवला आणि तो तिच्या मानेवरून खांद्यापर्यंत सरकवला. याआधी धीरनं कधीच इतका धीटपणा दाखवला नव्हता.

"ऑफिस, बैठकीची खोली, सगळीकडे शोधलं; पण कुठेच नाही. ऋषीनं जर लपवलं असेल तर फक्त तोच सांगू शकेल ते कुठे आहे." धीरनं स्वतःच स्वतःच्या प्रश्नाचं उत्तर दिलं.

"जाऊ दे ते नवीन मृत्युपत्र! ऋषीचं सगळं काही मला मिळणार आहे आणि मी त्यातला अर्धा हिस्सा तुला देणार आहे." शिरीननं धीरचं लक्ष दुसरीकडे वळवण्यासाठी त्याच्या मानेला गुदगुल्या केल्या.

"कदाचित ऋषीला त्याच्या संपत्तीतला काही भाग आमच्या आई-वडिलांना त्यांच्या म्हातारपणासाठी द्यायचा असेल..."

"किंवा अस्मिला." शिरीनच्या मनात आलं.

"ऋषीचा हात नेहमी सढळ असायचा. त्यानं सहज सगळं काही अस्मिला दिलं असेल. तिला ऋषीच्या यशाचा नेहमी हेवा वाटायचा; पण मला वाटतं, पैशाची खरी गरज तिलाच आहे – माझ्यापेक्षाही जास्त!" धीर आता तंद्रीत बोलत होता. "बहुतेक तो मला काहीतरी महत्त्वाचं सांगत असावा – ज्याची मला पैशापेक्षाही अधिक आवश्यकता भासेल, दोन शब्द – कदाचित त्याचा माझ्यावर किती जीव आहे हे सांगण्याचा प्रयत्न करत असावा; पण - पण ते सांगण्याआधीच तो गेला." धीरनं मान हलवली. अचानक तो रडायला लागला आणि त्यानं शिरीनच्या खांद्यावरचा हात काढून घेतला. "त्यानं नवीन मृत्युपत्रात जे काही नवीन बदल केलेत त्यात उघड्या टपाची जीप मला ठेवायला मिळाली म्हणजे झालं." त्यानं हसून डोळे पुसले आणि निघून गेला.

ऋषी आणि धीर म्हणजे दोन भाऊ किती भिन्न असू शकतात त्याचं उदाहरण – एक श्रीमंत मालदार, दुसरा भणंग कवी. ऋषीला आकडे प्रिय, तर धीर शब्दांत रमणारा. ऋषी चाणाक्ष, चलाख, तर धीरच्या मनात अनुकंपा. ऋषीकडे शिरीन होती; पण धीरकडे तिचं हृदय. ऋषी बेफिकीर, धीर दुसऱ्याच्या भावना जाणणारा; पण शिरीनकडे बेबंदपणे ओढला गेलेला. ते त्याचं एकमेव पाप होतं. भावावरच्या त्याच्या आत्यंतिक प्रेमामुळे, प्रत्येक वेळी करू नये ते केल्यावर तो एक छोटी अपराधी कविता लिहायचा. धीर आयुष्य वाया घालवत असल्याबद्दल ऋषी त्याच्यावर नाराज होता; पण धीर नेहमी भावाचं भलंच चिंतायचा.

धीरच्या मनात केव्हा काय येईल याचा शिरीनला अंदाज येत नव्हता; त्यामुळे ती कुठलाच धोका पत्करत नव्हती. तिला तो रहस्यमय कागद शोधून नाहीसा करायचाच होता. त्यात काहीही असलं तरी त्याच्या संपूर्ण साम्राज्याहून अधिक काय असणार? – आणि तिची दुष्ट शंका खरी ठरली तर ती जिथून आली, तिथे परत जावं लागणार – मुंबईच्या त्या गलिच्छ, कोंदट नरकात.

'ते कुठे लपवलंय ते फक्त ऋषी स्वतःच सांगू शकेल' शिरीनला धीरचे शब्द आठवले. तिचे डोळे विस्फारले. तिला हवं ते शोधण्याचे सरधोपटमार्ग नसतील, तर मग काहीतरी अतर्क्य करणं भागच होतं. ती लगबगीनं कपाटाजवळ गेली आणि ऋषीच्या खणात शोधू लागली. तिला ते कार्ड सहज सापडलं. मात्र, ती जे करायला निघाली होती त्यावर विश्वास बसणं सहज, सोपं नव्हतं.

***

आपल्या जवळच्या माणसाच्या मृत्यूचं दुःख विसरण्यापेक्षाही लोकांना प्लँचेटवर विश्वास ठेवणं जड जातं. कितीही बोलावलं, विनवलं, आर्जवं केली आणि तरीही तो दूरस्थ आत्मा या जगात परतला नाही तर ती गोष्ट विष पचवण्याइतकी कठीण असते. सेतूनं हे सगळं बघितलं होतं – त्याच्याकडे आलेले सगळे लोक कसे हात जोडून, अश्रुपूर्ण डोळ्यांनी, चिंतित मनांनी आणि आशा बाळगून म्हणायचे की, आणखी एक संधी मिळाली तर ते कसे वेगळे वागले असते.

- "मी भांडून, घर सोडून जायला नको होतं," वडिलांच्या मृत्युनंतर मुलगा म्हणतो.
- "माझं तिच्यावर खरं प्रेम होतं हे तिला कधी कळलं का?" छुपा रोमिओ त्याच्या एकतर्फी प्रेम प्रकरणाचं गाऱ्हाणं गातो.
- "तिला 'सॉरी' म्हणण्याची एक तरी संधी मला हवीय, फक्त एक –" बायकोच्या हातातली आत्महत्येची चिठ्ठी वाचताना संशयी नवरा शोक करतो.

मृत्यूनंतरही आपला निरोप पोहोचवावा, कबुली द्यावी, अपराधीपणाचं ओझं हलकं करावं असं त्यांना वाटत असतं. म्हणून ते सेतूकडे येतात, कारण सेतू 'माध्यम' होता, त्याच्याकडे अशारीर दुनियेची गुरुकिल्ली होती. ते समोर बसलेले असताना सेतूला त्यांच्या मनातल्या शंका जाणवायच्या.

- हा काय बालिशपणा चाललाय माझा?
- हा वेडेपणा आहे; पण एकदा प्रयत्न करायला काय हरकत आहे?
- हे सगळं खरं असलं म्हणजे झालं – पण मला वाटतं, असावं.
- हे यशस्वी झालं म्हणजे मिळवलं – अर्थात यशस्वी होईलंच.
- इतकेजण शपथेवर सांगतात की, हे घडतं, माझ्या बाबतीत घडलं तर ठीक.
- हा सेतू भोंदू तर नसेल!
- कृपा करून प्लँचेट खरं असू दे रे देवा!

"हे खरंच घडतं का?" शिरीननं सेतूला विचारलं.

"प्रत्येक वेळी हा प्रयोग असतो. बहुतेक वेळा घडतं." सेतू विनम्र; पण आश्वासक शब्दांत म्हणाला. त्याच्या विवेकी नजरेलादेखील तिचं कमालीचं रेखीवपण जाणवलं.

ध्यान लावण्यासाठी डोळे बंद केल्याशिवाय तिच्या चेहऱ्याकडे टक लावून बघण्यापासून तो स्वतःला रोखू शकला नसता. ऋषीच्याच एका पार्टीत तिला पाहिल्याक्षणी अवाक् झालेला त्याचा चेहरा तिला आठवत होता. आपण 'माध्यम' असल्याचं त्यानं नाइलाजानं ऋषीला सांगितल्याचंही तिला आठवलं.

"म्हणजे तुम्ही आत्म्यांशी बोलू शकता आणि त्यांच्याशी बोलू इच्छिणाऱ्या लोकांची त्यांच्याशी गाठ घालून देता?" ऋषीनं प्रामाणिक कुतूहलानं विचारलं होतं.

सेतूनं जरा ओढूनताणूनच स्मितहास्य केलं होतं.

बिझिनेसमन असलेल्या ऋषीनं त्याचं कार्ड आग्रहानं मागून घेतलं होतं. 'केव्हा कोणाला कशाची गरज लागेल सांगता येत नाही.' ऋषीची भविष्यवाणी ऐकून शिरीन हसली होती.

सेतू दीर्घ, खोल श्वास घेत होता. अशा प्रकारच्या बैठकीसाठी मन एकाग्र होण्यासाठी स्वस्थ, शांत असणं आवश्यक असतं, कारण शेवटी तुम्ही ज्याला बोलावता आहात तो पाहुणाच आहे. त्या पाहुण्याचं आमंत्रण, स्वागत आणि निरोप हे सगळं अत्यंत अदबीने झालं पाहिजे यावर सेतूचा कटाक्ष असे.

"मला माझ्या पतीशी बोलायचं आहे." शिरीन म्हणाली.

सेतूच्या काळजाचा ठोका चुकला. "मिस्टर ऋषी - गेले - छे!"

बसलेला धक्का लपवत त्यानं शिरीनकडे पाहिलं. 'इतक्या स्वर्गीय सौंदर्याशी आयुष्य इतकं निष्ठुरपणे कसं वागू शकतं?' चेहरा शक्य तितका निर्विकार ठेवून सेतू विचार करत होता.

त्या गुंत्यात अधिक न अडकण्यासाठी तो बैठक घ्यायच्या खोलीत गेला. काही वेळानं त्यानं तिला बोलावलं. तिनं दारातच उभं राहून आत पाहिलं. रुंद कड असलेल्या एका घमेल्याजवळ सेतू बसला होता. त्यानं त्यात बादलीतलं पाणी भरलं. मग एक मेणबत्ती पेटवून घमेल्याच्या रुंद कडेवर ठेवली. ती चंबू केलेल्या ओठांसारखी दिसत होती.

मंत्रमुग्ध झाल्यासारखी ती त्याची प्रत्येक हालचाल बघत होती. सेतूनं दिवा बंद केला. अचानक झालेल्या अंधारानं ती भानावर आली. तिला आता फक्त खुर्चीत बसलेल्या सेतूचा मेणबत्तीजवळ आलेला चेहरा दिसत होता. मेणबत्तीच्या पलीकडच्या बाजूला घमेल्यातल्या पाण्यावर काळसर सोनेरी तरंग दिसत होते, सूर्यास्ताच्या वेळी एखाद्या तळ्यात दिसावे तसे. घमेल्याच्या तळाशी तिला काहीतरी दिसलं. तिनं पुढे होऊन डोकावून पाहिलं. एक गोळा होता – बुडालेल्या लाल सूर्यासारखा दिसणारा. बसल्याबरोबर प्रथम तिची नजर गेली ती घमेल्याच्या परिघावर काळ्या रंगात रंगवलेल्या इंग्रजी O अक्षराकडे. नंतर P Q R S अशी Z पर्यंत अक्षरं होती आणि O च्या अगोदर N M L अशी A पर्यंत. ० ते ९ आकडे होते आणि शेवटी शेजारी शेजारी रंगवलेल्या एक YES आणि NO ने वर्तुळ पूर्ण झालं होतं.

"हे कुठल्या प्रकारचं प्लँचेट आहे?" शिरीन स्वतःशीच उद्गारली. लहानपणी तिनं भावंडांना लाकडाच्या फळ्या, ड्रॉइंग बोर्ड्स घेऊन प्लँचेट करताना पाहिलं होतं. आत्ता समोर दिसत होतं त्यातलं काहीच तिनं पाहिलेल्याशी जुळत नव्हतं – घमेलं, गोळा, पाणी किंवा अक्षरं – काहीच नाही. मेणबत्तीची ज्योत थरथरली आणि त्यांच्या भिंतीवरच्या मोठ्या सावल्याही हलल्या. सेतूनं तिला समोरच्या खुर्चीवर बसण्याची खूण केली. मेणबत्तीच्या प्रकाशानं तिच्या चेहऱ्यावर सोनेरी झळाळी आली होती; तिच्या सौंदर्याला एक गूढरम्य डूब देत होती.

"तुम्ही तयार आहात का?" त्यानं विचारलं – जणू ती बळी जाण्याच्या आधीचे विधी करायचे होते. त्यानं त्याचा हात पाण्यात बुडवला आणि तिलाही तसं करायला सांगितलं. तिनं मान डोलवून हात पाण्यात घालून गोळ्याला स्पर्श केला. तिनं त्याला काही विचारायच्या आतच त्यानं डोळे मिटले होते.

"मिस्टर ऋषी, तुम्हाला माझा आवाज ऐकू येतोय का?" सेतूनं मखमली; पण भरदार आवाजात विचारलं, "आम्हाला तुमच्याशी जरा वेळ बोलायचंय."

बराच वेळ काहीच घडलं नाही. ती रिकामी स्तब्धता इतकी जीवघेणी होती की, शिरीन मोठ्यानं ओरडायच्या बेतात होती. तिच्या दंडात गोळा येत होता. दुसऱ्या हातानं दंड चोळत ती तशीच बसून राहिली.

"तुमच्या पत्नीला तुम्हाला काही महत्त्वाचं विचारायचं आहे. तुम्ही तिला एक संधी का देत नाही?'' सेतूनं विचारलं. खूप वेळ ते वाट बघत बसून राहिले. शिरीन नाद सोडणार एवढ्यात – तिच्या बोटांखाली तिला त्या गोळ्याची किंचित हालचाल जाणवली. ती हसली. बहुधा तिच्या मनाचे खेळ असावेत. गोळा हळूहळू गरम व्हायला लागला.

ते सत्य होतं की भास याची तिला शंका आली. आता त्यांच्या बोटाखाली तो गोळा वळवळू लागला. त्यातून इतकी उष्णता बाहेर पडत होती की, भोवतालचं पाणीही गरम व्हायला लागलं.

शिरीननं स्वतःला ठामपणे सांगितलं, "बोटांना फक्त स्पर्शाची जाणीव होते, भास होत नाहीत.''

तो वळवळणारा लाल गोळा दाबून ठेवणं आता अशक्य होत होतं; पण सेतूनं तिला तिचं बोट त्यावर स्थिर ठेवायला सांगितलं. गोळा अधिकच जोरानं धडपड करत होता. तिच्या हाताभोवतीची उष्णता वाढत होती. नंतर तो गोळा वर येऊ लागला, तिचं बोट ढकलू लागला; समुद्रात खोल बुडी मारलेला एखादा पाणबुड्या जसा वर यावा तसा तो गोळा पाण्याच्या वर यायचा प्रयत्न करत होता. अखेर श्वास घेण्यासाठी वर आल्यासारखा तो गोळा पाण्याच्या वर आला.

"ऋषिकेश भाटकर, तुम्हीच आहात का?'' सेतूचा आवाज एखाद्याला शुद्धीवर आणताना असतो तसा अगदी हळू होता. तो गोळा त्यावर ठेवलेल्या दोन बोटांसह तरंगत 'येस'कडे गेला. सेतू किंचित हसला. संपर्क झाला होता. शिरीन तिला बसलेला धक्का लपवू शकली नाही. तिचे ओठ हसले; पण डोळे त्या तरंगत्या गोळ्याकडे एकटक बघत होते, जणू विहिरीतून एखादं प्रेत तरंगत वर आलं होतं. स्थिर राहण्याचा निकराचा प्रयत्न करत ती चाचपायला लागली. "ओह, माझा तर विश्वासच बसत नाही. सोन्या! मला किती आठवण येते रे तुझी.''

गोळा मधोमध होता. "मला तुला कित्ती गोष्टी सांगायच्या आहेत.''

काहीच हालचाल नव्हती. तिनं खांदे उडवून सेतूकडे पाहिलं आणि एक उसासा सोडून पुढे म्हणाली, "रागावलास का रे माझ्यावर?''

तिची नजर घमेल्याच्या मध्यभागावरून सेतूच्या चेहऱ्याकडे गेली. तो निर्विकार होता.

“माझं तुझ्यावर खूप प्रेम आहे रे ऋषी, खरंच!”

एकदम तिच्या बोटाला धक्का बसला. गोळा रागानं गेल्यासारखा एका अक्षराकडून दुसऱ्या अक्षराकडे जात होता, सेतूचं बोट त्याच्याबरोबर जात होतं. S.H.U.T. U.P. – गप्प बस.

गोळा पुन्हा मध्यभागी आला. सेतूनं आजवर कधीही आत्म्याने अपशब्द उच्चारलेले ऐकले नव्हते. त्यानं चेहरा कोराच ठेवला.

शिरीन त्या उत्तरानं हादरली; पण तिनं पुन्हा प्रयत्न केला.

“धीर आणि माझ्यामध्ये काही आहे असं तुला वाटत असेल, तर मी शपथ घेऊन सांगते की, तसं काहीही नाही.”

या वेळी गोळा एखाद्या मोटारबोटीसारखा गेला. B.I.T.C.H. – कुत्री! आणि पुन्हा मध्ये आला.

“मी ऽ मी - प्लीज ऋषी, तो तुझा भाऊ आहे. असलं काही लाजिरवाणं कृत्य करण्याचा विचारसुद्धा आमच्या मनात येणार नाही. गळ्याची शपथ! मी फक्त आणि फक्त तुझ्यावरच प्रेम केलं रे. शेवटपर्यंत मी तुझी किती काळजी घेतली, हो की नाही? माझ्यावर विश्वास ठेव रे.” शिरीन रडायला लागली, तिचं गोळ्यावरचं बोट निघालं. आता तो गोळा सुसाट वेगाने धावू लागला – B.U.L.L.S.H.I.T. – साफ खोटं. गोळा एखाद्या नियंत्रित पाणतीरासारखा परत मागे आला.

शिरीननं एक दीर्घ श्वास घेऊन, सावकाश सोडला.

“मी असं ऐकलं की, तुझं मृत्युपत्र तू बदललंस!” शिरीन शांतपणे म्हणाली. तिनं हळूच सेतूकडे पाहिलं. त्याच्या चेहऱ्यावर काहीच भाव नव्हते.

“काय लिहिलंस तू नवीन मृत्युपत्रात? माझं नाव काढून टाकलंस का? हे खोटं आहे म्हणून सांग रे मला. प्लीज. ते बदललंस, तेव्हा तू खूप चिडलेला असशील; पण खरंतर तुला तसं करायचं नव्हतं, हो ना? तू तुझ्या शिरीनशी असा वागूच शकत नाहीस. आपल्या प्रेमासाठी तरी तू माझ्यावर विश्वास ठेवायला हवास. मला माहिती आहे की, तुझं माझ्यावर खूप प्रेम आहे आणि तुलाही ते ठाऊक आहे. धीर आणि माझ्याबद्दल काहीतरी वेडेवाकडे विचार तुझ्या डोक्यात भरले असणार. अस्मिनं काहीतरी रचून तुला सांगितलं असणार. मग तू असंच करशील याची तिला खात्री होती. तिनं हे सगळं पैशासाठी केलं हे तुला समजत नाही का? प्लीज, मला खरं काय ते सांग ना. तू खरंच नवीन मृत्युपत्र केलंस का? ते कुठे ठेवलंस? हे बघ, जर ते धीरला सापडलं, तर तो मला घराबाहेर काढेल आणि मग तू काहीही करू शकणार नाहीस. त्याला सापडायच्या आधी मला ते नाहीसं केलं पाहिजे.”

शिरीन आता उघडपणे हुंदके देत होती.

"तुला माझं रक्षण केलं पाहिजे. प्लीज." तिची बाजू मांडून झाली होती.

धीम्या गतीने; पण ठामपणे गोळा निर्णायक अक्षरांकडे सरकू लागला. N.E.V.E.R. - मुळीच नाही. आणि मग तो बुडणाऱ्या जहाजाप्रमाणे पाण्याच्या तळाशी गेला.

दोन लढाऊ राज्यांमध्ये तह होऊ शकतो; पण स्त्री-पुरुषांमधील लढाई मृत्यूनंतरही चालू राहू शकते. घडलेली देवाणघेवाण काही काळ सेतूच्या मनात रेंगाळत राहिली.

अनेक कौटुंबिक कलहांचा, व्यावसायिक शत्रुत्वाचा आणि इतर अनेक अर्धवट राहिलेल्या भानगडींचा तो साक्षी होता. त्यातलं काहीच नंतर त्याच्या लक्षात राहायचं नाही; पण या वेळी मामला जरा वेगळा होता. शिरीन निर्दोष असावी, असं त्याला मनापासून वाटत होतं. इतक्या सात्विक चेहऱ्यामागे इतकं कलुषित मन असू शकेल यावर विश्वास ठेवायला तो तयार नव्हता.

***

विचारमग्न अवस्थेतच शिरीन घरी पोहोचली. त्यानं इतके अपशब्द का वापरले? लेपचा आणि त्याच्या औषधाबद्दल त्याला कळलं की काय? नाही, शक्य नाही. डॉक्टरांनादेखील ते समजलं नाही.

पण तरीही ती विषण्ण होती. प्लँचेट यशस्वी झालं; पण तिचा बेत नाही. ऋषी जिवंत असताना तिच्या मनाप्रमाणे त्याला वागायला लावण्याची तिची शक्ती आता निष्प्रभ ठरली होती. अर्थात तेव्हाची गोष्ट वेगळीच होती. तिच्या आकर्षक शरीराची त्याला मोहिनी पडायची; पण आता तो शारीरिक आकर्षणाच्या नियमांच्या पलीकडे गेला असल्यामुळे तिची जादू न चालणं स्वाभाविक होतं.

तिची अस्वस्थता तिनं आपल्या वागण्यात कुठेही डोकावू दिली नाही. घरात आल्याबरोबर खांदे पाडून, दुःखभरल्या आवाजात, धीम्या हालचाली करत ती वावरू लागली. वाट्टेल ते झालं तरी तिच्या उद्योगांबद्दल कुणालाही संशय येत कामा नये.

नोकरचाकर घरातलं काम करत असताना ती त्यांच्याकडे जातीनं लक्ष देत होती. सगळे जेवल्यावर जेवली आणि सगळे झोपायला जाईपर्यंत थांबली.

नंतर बऱ्याच उशिरा ती खोलीत गेली आणि दार उघडं ठेवून बाहू पसरून धीरची वाट बघू लागली. ते एकमेकांच्या कुशीत शिरून कुजबुजू लागले.

"हे असं सुरू ठेवून चालणार नाही. मला आत्तासुद्धा अपराधी वाटतंय." धीर म्हणाला.

"हे बघ, आपल्या एकमेकांबद्दलच्या भावना प्रामाणिक आहेत, त्या व्यक्त करण्याइतकं बहुमूल्य दुसरं काहीच नाही." शिरीन म्हणाली.

"मग आपण ऋषीला का नाही सांगू शकलो?"

दोघंही थोडा वेळ गप्प राहिले.

"तो असताना आपण कबुली दिली असती तर फार बरं झालं असतं. मी प्रयत्न केला; पण धीर झाला नाही."

शिरीनची बोटं हलकेच धीरच्या पाठीवरून सरकली. त्याच्या शरीरावर रोमांच उभे राहिले. काही क्षणांतच ते एकमेकांच्या मिठीत शिरले. त्यांच्या प्रणयाचा भर ओसरल्यावर शिरीनच्या पर्समधून डोकावणारं एक कार्ड धीरला दिसलं. सेतू हे नाव ओळखीचं वाटलं. त्यानं कुतूहलानं एक भिवई उंचावली.

"हे काय?" म्हणत त्यानं कार्ड बाहेर काढलं.

"क- काही नाही" शिरीन चाचरत म्हणाली.

धीरनं कार्ड वाचलं.

"तू या माणसाला भेटलीस?"

शिरीननं चेहरा लपवला. "मला माहिती आहे तो वेडेपणा होता; पण म्हटलं प्रयत्न करून बघायला काय हरकत आहे!"

धीरला हे ऐकून जवळजवळ चक्करच आली.

"पण सगळं व्यर्थ." तिनं ते कार्ड चुरगळून कचरापेटीत फेकून दिलं.

"या असल्या भंपक गोष्टी खरंच घडतात, असं तुला वाटतं?"

"या भंपक गोष्टी घडतात. मात्र, ऋषी माझ्याशी बोलला नाही."

"छे! माझा विश्वास नाही."

"नसू दे मग," शिरीन फणकारली.

तो सगळा प्रसंग एक दुःस्वप्न समजून शिरीन सोडून देण्याच्या बेतात होती, तेवढ्यात तिच्या लक्षात आलं की, या कामी धीरची मदत होऊ शकेल. ऋषीने तिच्याशी बोलायला नकार दिला होता; पण तो त्याच्या प्रिय भावाशी नक्कीच बोलेल. नवीन मृत्युपत्र कुठे ठेवलं आहे ते तो धीरलाच नव्हता का सांगत? – ते एकदा कळलं की, मग धीरच्या आधी ती ते हस्तगत करेल.

"धीर," शिरीननं आवाजात कमालीची आस्था आणली. धीरला ते आवडायचं.

"तू बोलशील ऋषीशी?" शिरीन रडवेल्या आवाजात म्हणाला आणि मग एखाद्या कसलेल्या अभिनेत्रीसारखी रडू लागली; अगदी खरे अश्रू वगैरे.

धीरच्या गळी उतरवणं फार काही कठीण नव्हतं. प्लँचेटवर दोघा भावांना थोडा वेळ मजा करू दे, मग धीर मृत्युपत्राबद्दल विचारू शकेल.

"जाताना शेवटी त्याला फार त्रास झाला का असं विचार हं त्याला," शिरीन पुन्हा नव्यानं हुंदके देऊ लागली आणि मग भेट संपल्याचा इशारा म्हणून तिनं स्वतःला पलंगावर झोकून दिलं. धीरदेखील इशारा समजला आणि कचरापेटीतून ते

कार्ड उचलून घेऊन बाहेर गेला.

***

''मला ऋषीशी – माझ्या भावाशी बोलायचंय,'' धीर शांतपणे म्हणाला.

ताबडतोब मेणबत्तीच्या प्रकाशातला शिरीनचा चेहरा सेतूच्या डोळ्यांसमोर तरळून गेला.

ऋषी तिला 'कुत्री' म्हणाला होता.

'म्हणजे हा धीर असणार,' सेतूनं निष्कर्ष काढला.

काही मिनिटांतच प्लँचेटची तयारी झाली.

धीरनं त्याकडे जरा संशयानंच पाहिलं.

''हे काम करतं.'' सेतू हसला.

पंधरा-एक मिनिटांतच सेतूनं ते सिद्ध केलं. गोळ्यावर असलेल्या त्यांच्या बोटांना तो गोळा वर येताना जाणवला. सेतू तो गोळा हलवतोय की काय या शंकेनं धीरनं फक्त एक भिवई उंचावली.

''पाहिजे तर तुमच्या भावाशी बोला.'' सेतू म्हणाला.

उंचावलेल्या भिवईचं काय करायचं ते न कळून धीरनं दुसरीही भिवई उंचावली आणि त्या अतर्क्य भेटीसाठी मनाची तयारी करू लागला.

''ऋषी, तूच आहेस का?'' त्यानं अत्यंत संशयभरल्या आवाजात विचारलं.

काही क्षण काहीही घडलं नाही.

'भय्या?'

गोळा एका अक्षराकडून दुसऱ्या अक्षराकडे जाऊ लागला. B.E.W.A.R.E. – सावध राहा.

''सावध राहू? कशापासून ऋषी?''

गोळा अनियंत्रितपणे हलू लागला. S.H.I.R.I.N शिरीन.

''शिरीनला काय होणार आहे? तिला काही धोका आहे का?''

आता जसजसा गोळा अक्षरांकडे जात होता तसे सेतूचे ओठसुद्धा धीरबरोबर हलू लागले. M.U.R.D.E.R. – खून.

''शिरीनचा खून होणार आहे? पण हे असलं कृत्य कोण करेल? इतकी चांगली, सुंदर, समजूतदार –''

स्वतःच्या पत्नीच्या या वर्णनाकडे दुर्लक्ष करत गोळ्यानं आपला प्रवास चालू ठेवला. S.H.E. आता तर संपूर्ण वाक्य होतं. गोळा ठाम निर्णायकपणे हलत होता; जणू ऋषी त्याचं म्हणणं स्पष्टपणे मांडत होता.- K.I.L.L.E.D. दोघंही श्वास

रोखून वाट बघत होते. M.E. – तिनं माझा खून केला.

"अरे देवा, छे! अशक्य; शिरीन? नाही नाही. माझी शिरीन इतकी नाजूक, कोमल, प्रेमळ-"

त्या एका क्षणात अनेक गुपितं उघड झाली. ऋषीनं तिची जी बाजू दाखवली त्यापासून धीर पूर्णपणे अनभिज्ञ होता आणि तिनं पतीपासून शक्य तितका काळ जे लपवलं होतं, ते त्याच्या तोंडून निसटलं होतं.

स्वतःला सावरून पुन्हा पहिल्यासारख्या स्वरात तो म्हणाला, "तिनं तुला मारलं? पण - तू तर आजारी होतास." गोळा पुन्हा हलू लागला.

L.E.P.C.H.A. H.E.L.P.E.D. H.E.R. - तिला लेपचाने मदत केली. गोळा त्यांच्या बोटांना झटत होता. जणू काही तो त्यांना प्रत्यक्ष खुनाच्या ठिकाणी नेऊ पाहत होता आणि तो खुनाचा दुष्ट सापळा कसा रचला ते दाखवू पाहत होता.

H.I.S. M.E.D.I.C.I.N.E. W.A.S. P.O.I.S.O.N. त्याचं औषध म्हणजे विष होतं.

"बापरे! नाही नाही. माझा विश्वासच बसत नाही. पोस्ट मार्टेममधेही काही निघालं काही."

ऋषी शिरीनच्या कोमल देहावर खुनी म्हणून शिक्का मारू पाहत होता हे धीरला सहन होत नव्हतं. त्यांच्या चोरट्या प्रेमाचा सुगावा लागल्यामुळे तो बहुधा संतप्त नवऱ्यासारखा वागत होता.

'मग मरताना ऋषी मला काय सांगू पाहत होता?' धीरच्या मनात विचार आला. अचानक त्याच्या प्रेमांध दृष्टीवर एका वेगळ्याच झोताची छाया दिसत होती. 'मृत्युनंतर ऋषी खोटं कशाला बोलेल?'

त्याच्या भावाच्या मृत्यूनं जे शब्द हिरावून घेतले होते ते आता धीरला ऐकायचे होते.

"ठीक आहे ऋषी. माझा विश्वास आहे तुझ्यावर. तू अखेरच्या क्षणी मला काय सांगत होतास ते आता मला सांग."

गोळा हलू लागला. मृत्युशय्येवर असलेला, त्याचा हात धरून बोलण्याचा निकराचा प्रयत्न करत असलेला ऋषी त्याच्या डोळ्यांसमोर आला.

'I. C.H.A.N.G.E.D. T.H.E. W.I.L.L. - मी मृत्युपत्र बदललं.

धीरनं सेतूकडे पाहिलं. तो आतापर्यंत अलिप्तपणे, दखल न देता फक्त पाहत होता. त्यानं बरंच काही पाहिलं, ऐकलं आहे याची धीरला जाणीव झाली. बहुधा सेतूला त्याच्या मनातले भाव जाणवले असावेत. त्यानं धीरकडे पाहून एक आश्वासक, निर्मळ, प्रामाणिक स्मित केलं – फक्त एखाद्या संतालाच शोभेल असं.

"ते मृत्युपत्र –" धीर पुन्हा म्हणाला, "ती अजूनही शोधतेय. सगळ्या घराची उलथापालथ केली; पण तिला काही ते कुठेही सापडलं नाही आणि ती जर तुझ्याशी अशी वागली असेल तर तिला ते कधीच सापडता कामा नये. मी तशी काळजी घेईन; पण ते आहे तरी कुठे?" गोळ्यानं धीरच्या थरथरत्या बोटाला दिशा दाखवली. धीर एक-एक अक्षर वाचू लागला.

Y.O.U.R. P.O.E.M.S. - तुझ्या कविता.

"माझ्या कवितांची फाइल?"

सेतूलाही त्याचं आश्चर्य लपवता आलं नाही. आता पुढे काय काय घडणार हे कळून घ्यायला त्याला फार आवडलं असतं; पण शिरीन किंवा धीर त्याच्याकडे परत आल्याशिवाय ते शक्य नव्हतं.

***

प्लँचेट करताना ऋषीवर विश्वास ठेवणं सहज शक्य होतं; पण त्या वातावरणातून बाहेर पडल्यावर धीरला तो सगळा वेडेपणा वाटू लागला. शिरीनला – त्याच्या रेखीव परीला – हे असलं काही करताना तो डोळ्यांसमोर आणू शकत नव्हता. ऋषी त्याची दिशाभूल करत असण्याचीही शक्यता होती. मत्सरी नवरे बऱ्याचदा असं वागतात. सत्य शोधायचा काहीच मार्ग दिसत नव्हता. शिरीन जरी दोषी असली तरी ती ते कबूल करणं शक्यच नाही. डॉक्टरांनाही काही संशयास्पद आढळलं नव्हतं. लेपचा आता त्यांच्याकडे काम करत नव्हता.

त्याच्या काळजात एक तीव्र कळ उठली. ऋषी तिच्यावर आरोप करताना भरकटला असेल, तरीही खरं काय ते शोधेपर्यंत हे मृत्युपत्र तिच्या हाती लागता कामा नये.

एकदम त्याच्या मनात एक नाव चमकून गेलं - लेपचा! तो सापडला तर सगळंच कोडं सुटेल; पण नेमकी काहीच माहिती नसताना एका नेपाळीला शोधणं पोलिसांनादेखील फारच अवघड होतं. तो गायब असताना त्याला शोधायचं तरी कसं?

थोड्या वेळानंतर धीरला सुचलं की, त्याला शोधण्याची गरज नाही; एक सोपी युक्ती पुरेशी आहे.

रात्री उशिरा तो शिरीनच्या खोलीत गेला. दार उघडंच होतं.

"काय म्हणाला ऋषी?" शिरीननं अपेक्षित प्रश्न विचारला.

"मृत्युपत्रात काही बदल केले आहेत एवढंच त्यानं मला सांगितलं; पण आणखी काही सांगायला साफ नकार दिला. जाऊ दे, सध्या ते राहू दे. माझं डोकं

भयंकर दुखतंय.'' तो जायला निघाला; पण पुन्हा मागे वळून म्हणाला, ''उद्या मी पोलिसांना लेपचाला शोधायला सांगणार आहे.''

त्यानं जणू तिच्या डोक्यात दंडुका घातल्याप्रमाणे ती जवळजवळ कोसळलीच; पण क्षणार्धात तिनं स्वतःला सावरलं. ''का रे? त्यानं काही चोरलं का?''

''माझा संपूर्ण महिन्याचा पॉकेट मनी घेऊन पळालाय. तो गेलेल्या दिवसापासूनच ते पैसे गेलेत आणि नवीन नोकर तो एकटाच होता. बाकीचे सगळे खूप जुने आहेत.''

''तुझा पॉकेट मनी?'' शिरीन हसली. ''एवढ्याशा रकमेसाठी तू पोलिसांना कामाला लावणार?''

''एवढी असो की तेवढी; पण मी कोणाला चोरी पचू देणार नाही.''

''जाऊ दे रे, मी देते तुला तेवढे पैसे. आता इकडे ये, माझ्याजवळ.'' शिरीन म्हणाली आणि तिनं त्याच्या मानेला गुदगुल्या केल्या.

''प्रश्न पैशाचा नाही. ते पैसे मी माझ्या कवितांच्या फाइलमध्ये ठेवले होते. त्या बदमाशाला ते माहिती होतं आणि पैशाबरोबर तो माझ्या सगळ्या कवितासुद्धा घेऊन गेला. त्यासाठी त्याला पकडायलाच हवं, नाहीतर ही माझी डोकेदुखी कधी थांबणारच नाही.'' धीर झटकन खोलीतून निघून गेला.

शिरीनच्या मनामध्ये उलटसुलट विचारांचं तुंबळ युद्ध चालू होतं. धीरला थांबवलंच पाहिजे. पोलीस मध्ये येता कामा नयेत – आणि लेपचा अदृश्यच राहिला पाहिजे; पण धीर त्याच्या कवितांसाठी वाट्टेल ते करेल. शिरीनची मती गुंग झाली. ती आरशातल्या स्वतःच्या प्रतिबिंबाकडे बघत राहिली. तिचा चेहरा काळाठिक्कर पडला होता.

धीरच्या खोलीचं दार उघडं होतं. फिकट पिवळ्या प्रकाशात तिला तो डोक्याला रुमाल बांधून पलंगावर पडलेला दिसला. शिरीन त्याच्याजवळ बसली आणि त्याचं डोकं दाबून देऊ लागली. पाठीमागच्या खोलीतून तिला तिच्या सासऱ्यांचं सतत खोकणं ऐकू येत होतं. तिला तिथे पाहून कोणीही चौकशा केल्या असत्या; पण ती आता अशा लहानसहान भीतीच्या पलीकडे गेली होती. धीरचे बरं वाटल्याचे उसासे बराच वेळ चालू होते. मग ती खास त्याच्या डोकेदुखीसाठी बनवलेला 'त्या' औषधाचा लेप घेऊन आली. तो अगदी रामबाण उपाय होता आणि तो वापरण्याचा तिचा निर्णय रामबाणाइतकाच पक्का होता. पोलीस लेपचाला घेऊन आले, तर ती तिच्यासाठी अधिक तीव्र डोकेदुखी ठरणार होती. सकाळी औषधाचा परिणाम दिसेल या आशेनं तिनं तो लेप धीरच्या कपाळावर चोपडला. मोलकरीण कशी सकाळी त्याचा नाश्ता घेऊन त्याच्या खोलीत जाईल आणि 'धीर मेला' अशी किंचाळत

कशी बाहेर धावेल हे तिच्या डोळ्यांसमोर तरळू लागलं.

तिनं धीरच्या शांत चेहऱ्याकडे शेवटची नजर टाकली आणि त्याच्या गालावर अखेरचे ओठ टेकवले. "धीर," तिनं हलकेच हाक मारली, मग जरा मोठ्याने. उत्तरादाखल त्याचं घोरणं ऐकू आलं. तो गाढ झोपल्याची खात्री होऊन ती पाय न वाजवता खोलीच्या बाहेर गेली.

धीर ताडकन उठून बेसिनकडे धावला. आरशात त्याला कपाळावर लावलेला जवळजवळ पारदर्शक असा तो लेप दिसला. त्यानं साबणानं तो खसखसून धुऊन काढला आणि त्याचबरोबर तिच्याबद्दल रेंगाळत असलेल्या थोड्याफार भावनाही!

प्रेम आंधळं असतं; पण स्वार्थ नाही. तो तिला ओळखत होता, तेव्हापासून शिरीन धूर्त होतीच; पण प्रेम आणि वासनेमुळे, ती निसरड्या मुठीची दुधारी सुरी आहे याकडे त्याचं दुर्लक्ष झालं होतं.

या लहानशा प्रयोगामुळे त्याला उत्तर मिळालं. तो आता काय करणार हेही ठरलं.

नाही, तो पोलिसांकडे जाणार नव्हता, कारण लेपचाचा ठावठिकाणा लागणं अशक्यप्राय होतं.

त्यानं घड्याळ पाहिलं. सकाळचे ६.३०.

त्यानं तिला फोन केला. "गुड मॉर्निंग! शिरीन."

पलीकडच्या फोनमधून जणू धीरचा कान खेचला गेला.

"माझी डोकेदुखी थांबली; पण मी मेलो मात्र नाही याचा अर्थ तुझ्या औषधाची अर्धी जादू खलास झाली आहे."

"हे काय बोलतोस तू?"

"तीच युक्ती परत वापरणं काही फार शहाणपणाचं नाही." तो म्हणाला. "बरं, मी आपल्या प्रेमाखातर तुला एक शेवटची संधी देतो. तू ऋषीशी आणि माझ्याशी खेळ केलेस; आता आपण आणखी एक खेळ खेळू या. खेळाचं नाव आहे 'तुला मृत्युपत्र सापडेल का?' अखेर मला ओपन जीप ठेवायला मिळणार असं दिसतंय."

"म्हणजे तुला मृत्युपत्र सापडलं?"

"होय, पण मी ते जिथे मिळालं, तिथेच ठेवलंय, तुला योग्य संधी मिळावी म्हणून. एक ठळक संदर्भ म्हणजे ते माझ्या हृदयाच्या अगदी जवळ ठेवलेलं आहे. तुला मध्यरात्रीपर्यंत वेळ आहे."

"आणि त्यानंतर?" तिनं बऱ्यापैकी हिंमत करून विचारलं.

धीर काही बोलला नाही; पण त्यानं इतक्या झटकन फोन बंद केला की, तिला

घुसमटल्यासारखं झालं.

शिरीन घायकुतीला आली. इतक्या भराभर परिस्थिती कशी बदलली? लेपचाने पोलिसांजवळ कबुली दिली की काय? धीरला त्या जादूच्या औषधाबद्दल कसं काय कळलं? पण या प्रश्नांमध्ये लक्ष घालायला तिच्याकडे वेळ नव्हता. ती धावतच दरवाजापर्यंत आली. धीर तिला अच्छा करून, उघड्या टपाच्या जीपमधून सुसाट निघून गेला.

तासाभरातच तो खंडाळ्यातल्या त्याच्या आवडत्या बारमध्ये पोहोचला. आता शिरीन त्याला फोन करेपर्यंत किंवा तिला दिलेली मुदत संपेपर्यंत तिथे आरामात बसून तो ड्रिंकचा आस्वाद घेणार होता. ती जिंकेल की नाही याची त्याला काळजी नव्हती; पण त्याची अनोखी योजना पार पडावी यासाठी तो उत्सुक होता.

दिवसभर फोन आला नाही; त्यामुळे धीरला प्रेम, वासना, अपराध आणि प्रायश्चित्त अशा विषयांवर बऱ्याच कविता लिहिता आल्या.

***

सेतू झोपला नव्हता; पण भलत्या वेळी धीरचं येणं त्याला फारसं रुचलं नाही.

"खरंच तातडीचं काम आहे,'' धीरनं आग्रह धरला.

"हो, जरूर,'' सेतू किंचित हसून म्हणाला.

धीर आत गेला. आतल्या खोलीत सेतू बैठकीची तयारी करू लागला – घमेलं, पाणी, मेणबत्ती आणि गोळा.

"ऋषीला आणखी प्रश्न विचारायचे आहेत का?'' सेतूनं मेणबत्ती पेटवत विचारलं.

"नाही, या खेपेला शिरीनशी बोलायचं आहे.'' धीर उत्तरला.

सेतू चमकला आणि त्यानं डोळ्यांची इतकी जलद उघडझाप केली की, तो आणखी थोडा जवळ असता तर मेणबत्ती विझली असती.

"इतकी तरुण–काय हे दुर्दैव!'' तो पुटपुटला. त्याच्या नजरेसमोरून अनेक दृश्यं तरळून गेली.

थोड्या वेळानं दोघांचे हात पाण्याखाली गोळा चाचपू लागले. सेतूनं पाण्यावरचे काळसर सोनेरी तरंग जरा विरू दिले. एक दीर्घ श्वास घेऊन सोडताना तो बोलू लागला. "शिरीन, मला तुझ्याशी जरा बोलायचं आहे. प्लीज!'' त्याचा आवाज जणू काही तिला उत्तेजित करत होता.

"खूप महत्त्वाचं बोलायचं आहे, प्लीज! शक्य तितक्या लवकर ये." त्याच्या विनंतीत कळकळ होती.

बराच वेळ काही घडलं नाही. वेळ जाऊ लागला तशी त्या खोलीत चिंता दाटली. सेतूनं पुन्हा विनंती केली, अतिशय सावकाश, शांतपणे, पण हे काहीतरी विचित्र होतं. पाणी अजूनही स्तब्ध होतं. ना तरंग - ना बुडबुडे आणि गोळा खाली जहाजाचा नांगर असावा तसा रुतला होता.

सेतूला मेणबत्तीच्या प्रकाशातला शिरीनचा चेहरा आठवला आणि त्या हताश अवस्थेतही ती किती आकर्षक दिसत होती, हेही त्याला नाइलाजानं मान्य करावं लागलं.

'कसा झाला असेल तिचा मृत्यू?'

त्यानं धीरचं निरीक्षण करण्याचा प्रयत्न केला.

'हा विरहाच्या दुःखात चूर झालेला प्रेमी दिसतो का?'

'तिच्या आत्महत्येला कारणीभूत झाल्याबद्दल अपराधी दिसतो का?'

'तिचा खून करून, तसं का केलं याचं समर्थन करणाऱ्या खुन्यासारखा?'

सेतूने बारकाईनं पाहिलं; पण यातली कोणतीच छटा त्याच्या चेहऱ्यावर दिसली नाही. सेतूला तो खेळ सुरू व्हायची वाट बघणाऱ्या खेळाडूसारखा भासला.

अचानक धीरचा चेहरा कसनुसा झाला. - क्षणार्धात सेतूलाही त्याचं कारण कळलं. त्याच्याही हाताला झिणझिण्या जाणवल्या आणि त्याची तीव्र कळ थेट खांद्यापर्यंत गेली. त्यानं बोट सोडवायचा प्रयत्न केला; पण सोडवू शकला नाही. खाली रुतलेला गोळा जराही हलत नव्हता. मग अकस्मात कोणीतरी किंवा काहीतरी त्याचं बोट पाण्यात खेचत होतं... त्यानं पुन्हा बोट काढून घ्यायचा प्रयत्न केला; पण ते दगडाखाली अडकावं तसं ते घट्ट चिकटलं होतं.

"हे काय चाललंय?" सेतूनं भयभीत आवाजात धीरला विचारलं.

धीरनं ओठ चावत वेदना सहन करण्याचा प्रयत्न केला; पण थोड्या वेळानं सोडून दिला आणि त्याचा चेहरा पिळवटून निघाला. आता डंख अधिकच तीव्र झाला होता आणि हाताला बसणारी ओढ जास्त ताकदवान. एखादी मगर जबड्यात पकडून ओढत असल्यासारखा त्याचा हात अडकला होता.

"खरं सांग, तू काय केलंस तिला?" सेतू ओरडला.

धीरच्या भीतीनं आता कमाल मर्यादाही ओलांडली होती. बोट सोडवून घेण्यासाठी तो देत असलेल्या झटक्यांनी गोळा हलत होता; पण तिथल्या तिथेच, तळातच! तो गोळा आता जणू न्यूट्रॉन स्टार बनला होता.

"सेतू," तो फुसफुसला, "ही संपूर्णपणे माझी चूक आहे. मी असं करायला

नको होतं.''

"काय?''

"मला वाटलं, हे सोपं असेल.''

धीरच्या तोंडून शब्द फुटला नाही; पण चेहरा आक्रंदत होता.

"ती कुत्री जिवंत आहे.''

"जिवंत आहे? म्हणजे?''

"होय, ती घरी आहे.''

"जिवंत व्यक्तीला बोलवायची ही कसली तुझी कल्पना?''

"म्हणजे मी तिला ठार मारू शकेन.''

"काय? तुला तिचा खून करायचाय? – जिवंतपणी तिला इथे बोलावून?''

"होय, तू जर तसं करू शकलास तर तिला मरून इथे यावं लागेल, आपल्या प्रश्नांची उत्तरं द्यायला.''

सेतू कोलमडलाच; पण ही युक्ती भन्नाट होती हे त्याला मान्य करावं लागलं.

"या बाईनं तिच्या नवऱ्याला मारलं, मलाही मारायचा प्रयत्न केला. ऋषी त्या दिवशी खरं बोलत होता.''

खेचाखेच अजून चालूच होती. धीरने हतबल होऊन त्याच्याकडे पाहिलं.

"मी नाही हे थांबवू शकत, फक्त जर –''

"तुला काहीतरी केलंच पाहिजे.''

त्याच्या हाताला जाणवणाऱ्या झिणझिण्या आता अधिकाधिक तीव्र होत होत्या. त्याच्या हातातलं सगळं चैतन्य तो गोळा हळूहळू पण निश्चितपणे खेचत होता, मग त्याचा प्राणही शोषला जाईल. सेतूनं आयुष्यभर माध्यम म्हणून काम केलं होतं; पण आज प्रथमच तो एक साथीदार बनला होता. जर त्यानं मदत केली नाही तर त्याचाही घमेल्यात बुडून बळी जाईल.

सेतूनं डोळे मिटले. क्षणभर त्याचा चेहरा कठोर झाला. निर्णय घेताना त्याच्या मनातली चलबिचल चेहऱ्यावर स्पष्ट दिसत होती. त्याला निर्णय घ्यावाच लागणार होता. त्यानं आतापर्यंत कधीही असं केलं नव्हतं; पण आता निर्णय घेणं भाग होतं. हे घडू देणं शक्य नव्हतं. खून नाही. शिरीनचा नक्कीच नाही, प्लीज! सेतूच्या मनात विचार आला; पण ती स्वतःच खुनी असेल तर? पण म्हणून काय झालं? जगाचा न्यायनिवाडा करण्याचा अधिकार त्याला नाही.

पाण्यातल्या एखाद्या ॲनाकोंडाप्रमाणे गोळा आता त्याचं बोट आत खेचत होता. सेतूच्या अंतर्मनानं प्रतिकार केला, 'जिवंत राहणं हे काही पाप नाही,' त्याच्या मनानं कौल दिला आणि त्याचा निर्णय पक्का झाला.

"शिरीन, मला तुझ्याशी बोलायचं आहे, प्लीज!'' सेतू अतिशय शांतपणे म्हणाला.

'स्थिर राहा,' स्वतःला सावरण्याचा प्रयत्न करत तो स्वतःशीच म्हणाला. 'चित्त एकाग्र कर.' त्यानं स्वयंसूचना दिली.

'आणखी एकाग्र,' त्याचं मन म्हणालं.

हळूहळू त्यानं त्याची संपूर्ण शक्ती गोळ्यावर एकवटली- त्या दोघांसाठी गोळ्याला वर यावंच लागेल - पण त्यांना खेचणारा तो अदृश्य दोर दुसऱ्या बाजूनं कोणाला तरी बांधलेला होता.

तिकडे शिरीन घायकुतीला आली होती.

"तुला मध्यरात्रीपर्यंत मुदत आहे," ती स्वतःलाच मोठ्यानं म्हणाली. ती पलंगावर तळमळत होती. धीरचं आव्हान स्वीकारून, त्याचा डाव त्याच्यावरच उलटवण्यासाठी तिनं मेंदूचा भुगा केला होता. 'माझ्या हृदयाच्या अगदी जवळ,' त्याचे शब्द तिला आठवले.

'पण त्याच्या त्या घाणेरड्या खोलीत काहीच नाही,' ती म्हणाली.

ती उठून स्वयंपाकघराकडे धावली. तिच्या सासू-सासऱ्यांनी तिच्याकडे प्रश्नार्थक नजरेनं पाहिलं; पण तिला आता कसलीच फिकीर नव्हती.

पेल्यात दूध ओतून घेताना तिला जरा गरगरल्यासारखं वाटलं. मनावरच्या प्रचंड ताणाचा परिणाम! तिचा हात दगडाखाली व्यवस्थित अडकलेला आहे हे धीरला पक्कं ठाऊक आहे, हे तिला मान्य करावंच लागलं. तिनं दुधाचा घोट घेतला; पण तो सहजासहजी घशाखाली उतरेना. क्षणभर तिला उलटी होईल असंही वाटलं; पण नाही, जबरदस्त इच्छाशक्तीनं तिनं तो घोट गिळला; पण आता श्वास घेणंदेखील त्रासदायक होत होतं.

'मला जरा विश्रांती हवी आहे,' तिला वाटलं आणि तिनं पेला परत फ्रीजमध्ये ठेवला.

'मूर्ख कवी, आपल्या कवितांमध्येच का रमला नाही?' पाण्यात हेलकावे खाणाऱ्या जहाजाप्रमाणे स्वयंपाकघर तिच्याभोवती फिरत होतं, ते स्थिर करायला तिनं टेबलाच्या कोपऱ्याचा आधार घेतला. तिनं पाण्याच्या नळाखाली डोकं धरलं – आता कुठे तिच्या श्वासाची गती पूर्ववत् होऊ लागली.

घमेल्यात पुन्हा हालचाल होऊ लागली, एक भोवरा आपली वर्तुळाकार गती घेऊ पाहत होता. सेतू अजूनही एखाद्या पाषाणासारखा स्थिर होता, धीर डोळे विस्फारून त्यानं डोळे उघडायची वाट पाहत होता; पण सेतू एकाग्रचित्त होता. ताणामुळे त्याचा चेहरा फुलला होता, लालबुंद झाला होता. त्याची सगळी शक्ती

खेचली जात आहे असं त्याला जाणवत होतं. कदाचित ती त्या गोळ्याच्या माध्यमातून शिरीनला पोहोचत असावी. वेदना मुकाट्यानं सहन करण्याशिवाय गत्यंतर नव्हतं. प्रत्यक्ष झिणझिण्या तितक्या असह्य नव्हत्या; पण भीतीचं पातं त्याची एक-एक नस चिरत होतं, ते सहनशक्तीच्या मर्यादेपलीकडचं होतं. गोळा अजूनही तळात घट्ट रुतून त्या दोघांना आत ओढत होता. घमेल्याला आता खवळलेल्या समुद्राचं स्वरूप आलं होतं.

"स्थिर राहा आणि तुझ्या मनाला सावर," जहाजाच्या कप्तानाप्रमाणे सेतू ओरडला.

शिरीन मिनिटागणिक निस्तेज होत चालली होती. तिचा तोल जात होता, आता एका हातानं नव्हे, तर दोन्ही हातांनी तिला भिंतीचा आधार घ्यावा लागत होता. मेंदूला किंचित झिणझिण्या येत होत्या. हरपणारी शुद्ध रोखण्यासाठी तिनं डोकं हलवलं. आता तिच्या भोवतालचं सगळंच ढवळून, गतिमान होऊ लागलं. ते स्थिर होईपर्यंत ती थांबली. पेंगुळलेल्या अवस्थेत ती धीरच्या खोलीकडे निघाली. प्रत्येक पाऊल महत्प्रयासानं उचलावं लागत असल्यामुळे तिला पाण्याखाली चालल्यासारखं वाटत होतं. डोळे पूर्ण उघडे ठेवले तर बुबुळं आपोआप वरती खेचली जात होती. एखादी गाडी खड्या चढावर ढकलताना लागावी तशी श्वास घेताना धाप लागत होती; पण कितीही खडा चढ असला तरी ती गाडी ढकलणार होती.

धीरला त्या गोळ्याची ओढ बघून प्रचंड मोठ्या व्हॅक्यूम क्लीनरपासून ते कृष्णविवरांपर्यंत सगळ्याची आठवण होत होती.

सेतू धापा टाकत होता. माशाच्या कल्ल्यांप्रमाणे त्याच्या नाकपुड्या आकुंचन-प्रसरण पावत होत्या. त्याच्या नसा तट्ट फुगल्या होत्या, आता फुटतील की काय असं वाटत होतं. ओठ विलग झाले होते. शर्यतीच्या शेवटच्या फेरीतल्या घोड्याप्रमाणे तोंडाला फेस आला होता. जीव वाचवण्यासाठी ही शर्यत त्याला जिंकायचीच होती.

"माफ कर ऋषी मला, मी तुला मारायला नको होतं." शिरीन भ्रमिष्ट होऊ लागली. "मृत्युपत्र कुठे आहे ते प्लीज मला सांग रे. तरच माझं आयुष्य सावरेल." तिचा शब्द आता बोबडा येत होता.

"धीर, मी त्याला फक्त त्याच्या पैशांकरता मारलं; पण मला तुला मारायचं नव्हतं. कुठे आहे ते मृत्युपत्र धीर? तुझ्या हृदयाच्या जवळ, तुझं हृदय!" ती हसली. "साला कवी, तुझ्या हृदयाजवळ! मी नाही का तुझ्या हृदयाजवळ? होय आणि तुझ्या कवितासुद्धा! खरंतर माझ्यापेक्षा त्याच तुला अधिक जवळच्या आहेत."

"ओह!" अचानक ती आनंदाने ओरडली.

"हा! हा! धीर, मी तुला हरवलं. तुझं कोडं मी सोडवलं." ती फुसफुसली आणि जमिनीवरून रांगत धीरच्या पलंगाकडे गेली.

आता ती रांगत नव्हती, तर कठोर प्रयत्नांनी पलंगावर सरपटत होती. डोळे मिटत होते, श्वास अडकत होता, तरी ती पलंगावरून पलीकडे गेली. एक झटका देऊन तिनं पलंगाजवळचा ड्रॉवर उघडला, त्यातली फाइल काढली आणि एकामागून एक कविता उलटू लागली; गेल्या कित्येक महिन्यांपासून पाहिजे असलेली वस्तू मंदावलेल्या दृष्टीनं शोधू लागली. तिची मुदत जवळजवळ संपत आली होती, लवकरच खेळ संपल्याची शिट्टी ऐकू येणार होती – जिंकण्यासाठी आयुष्य पणाला लावावं लागणार होतं. सुवाच्य अक्षरांत लिहिलेल्या दोन प्रेमकवितांच्या मध्ये एक लपू पाहणारा कागद उठून दिसत होता. तिच्या चेहऱ्यावर फुललेलं स्मित मर्त्य भावनांच्या पलीकडचं होतं.

धीरच्या शरीर आणि मेंदूला त्यातून वाहणाऱ्या प्रवाहाची जाणीव नव्हती. घट्ट रुतलेल्या गोळ्यामुळे सेतूला हादरे बसत होते. आता दोघांच्याही सहनशक्तीचा अंत होणार असं वाटत असतानाच अचानक सगळंच स्तब्ध झालं. सेतूला अद्यापही झटके बसत होते, धीरची शुद्ध हरपायच्या बेतात होती; पण तिरस्काराची एक लहर विजेसारखी त्याच्या अंगात चैतन्य निर्माण करून गेली – त्याच्या भावाचा थंड डोक्यानं खून करणाऱ्या स्त्रीबद्दलचा तिरस्कार. तिला अद्दल घडलीच पाहिजे. वाट्टेल ती किंमत देऊन त्याला जिवंत राहिलंच पाहिजे. त्याचं मन गोठलं.

पुढच्या क्षणी त्याला आमूलाग्र बदल जाणवला – एक उष्ण झोत, उष्ण नव्हे; कोमट! पहिल्यांदाच गोळ्याची हालचाल झाली. त्याच्या बधिर झालेल्या बोटाखाली गोळा वळवळू लागला आणि अल्पावधीतच वर येण्यासाठी धडपडू लागला. शक्तीत झालेला तो बदल फारच अकस्मात होता. पाणतीराप्रमाणे तो सुसाट वेगाने बुडबुड्यांचा फवारा उडवत पाण्याच्या पृष्ठभागावर आला. एक अख्खं मिनिट काहीच घडलं नाही. मग सेतू आणि धीरचे ओठ त्यांची बोटं ज्या अक्षरांकडे तो गोळा जात होता, ती अक्षरं वाचू लागले. धीरसाठी निरोप होता- I. F.O.U.N.D. T.H.E. W.I.L.L.

मला मृत्युपत्र सापडलं.

✍

वर्षानृत्य

ज्यातून काहीच निष्पन्न होत नाही, अशा प्रकारचा तो वाद होता. सगळी चिवचिव, कावकाव, किलबिल, मिठूमिठू यातून जंगलाची शांतता भंगण्यापलीकडे काहीही घडलं नाही. पोपट अंघोळ करता करता शीळ घालत होता. चिमणी अंघोळ करून पंख वाळवत होती. कावळा त्याची अंघोळ आधीच झाली आहे, असं भासवत होता. कोकिळेनं सगळ्यांच्या नजरा चुकवण्यासाठी एका मोठ्या खडकामागे जाऊन पाण्यात बुडी मारली. ते तळं इतकं लहान होतं की, सगळ्यांना सगळे दिसत होते; पण कोकिळेला तिच्या स्वभावाप्रमाणे वागू द्यायचं असंच बाकीच्यांनी ठरवलं होतं. गरुड दिवसभराची दगदग झाली की, संध्याकाळी अंघोळ करायचा. आत्ता तो फक्त त्याची तहान भागवत होता. त्याचे सशक्त पंजे खडकावर रुतवून त्यानं चोच पाण्यात बुडवली.

तेवढ्यात मोरपंखी - मोर तिथे आला आणि पाण्यात शिरला. सगळे स्तब्ध झाले. तो अंग धूत असताना सगळे त्याच्याकडे बघत होते. पाण्यामुळे त्याच्या मोरपंखी पिसांना आणखी झळाळी आली. त्याला बराच वेळ लागला; पण सगळे त्याला निःशब्दपणे न्याहाळत होते. तो पाण्यातून बाहेर आला आणि जणू काही त्याचं गमन जाहीर करण्यासाठी त्यानं आपला देखणा पिसारा फुलवला. तो थरथरवला, तेव्हा त्याच्या पिसांतल्या पाण्याचे तुषार सगळ्यांच्या अंगावर उडाले. क्षणार्धात तो निघूनही गेला.

अचानक सगळ्यांना एकदम कंठ फुटला.

"याच्या या दिखाऊपणाच्या बाबतीत काहीतरी करायलाच पाहिजे." पोपट किरकिरला.

"मी पुन्हा संपूर्ण भिजलो," कावळा कावकावला.

"आपण कोणीही त्याच्या खिजगणतीतही नव्हतो." कोकिळा कुहुकली.

"हल्ली तो असाच वागायला लागलाय. मला वाटतं, तो आपल्याला तुच्छ समजू लागलाय." कावळा कावकावला.

"तो आपल्यातलाच एक आहे हे त्यानं विसरता कामा नये," कोकिळा कुहुकली.

"ए, पण तो कित्ती सुंदर आहे नाही?" चिमणी चिवचिवली.

"पण त्याचा अर्थ त्यानं आपल्याकडे दुर्लक्ष करावं असा मुळीच नाही." पोपट किरकिरला.

"पण तो कुठे कधी कुणाला काय म्हणतो?" चिमणी चिवचिवली.

"तीच तर समस्या आहे ना!" कोकिळा कुहुकली.

"काहीतरी केलंच पाहिजे. त्याचं असं वागणं चालणार नाही." कावळा कावकावला.

"तुम्हाला दुसरे काही उद्योग नाहीत का?" गरुडाचा आवाज पहिल्यांदाच आला.

"मीही सुंदर आहे; पण मी असा वागत नाही." सगळा कोलाहल ऐकून घरट्यातून बाहेर आलेला बिरंगी - खंड्या पक्षी म्हणाला.

"मोरपंखीला जर जंगलात राहायचं असेल, तर त्याला आपल्यातलाच एक बनून राहावं लागेल." पोपट किरकिरला.

"पण तो किती सुंदर आहे!" चिमणी मुद्दा ठसवत चिवचिवली.

"तीच तर समस्या आहे." कोकिळा कुहुकली, "मी इतकी सुंदर गाते; पण नेहमी सगळ्यांमध्ये असते."

"त्याचं देखणं रूपच कारणीभूत आहे, त्याच्या या विचित्र वागण्याला." कावळा कावकावला.

"पण तो इतका सुंदर आहे, त्याला तो तरी काय करणार?" चिमणीची रेकॉर्ड तिथेच अडकली होती.

"केवळ त्याच्या शेपटीचा पिसारा फुलतो म्हणून." पोपट किरकिरला.

"हो, त्याची शेपूट हीच खरी समस्या आहे." कोकिळा कुहुकली.

"आपण त्याला सांगू या की, तुला जर जंगलात राहायचं असेल तर शेपटीचा त्याग करावा लागेल," पोपट उत्साहानं किरकिरला.

सगळे किलबिलले, चिवचिवले, कुहुकले, कावकावले आणि पंख फडफडवून त्यांनी मान्यता दिली.

"तुम्हाला खरोखरच काही उद्योग नाहीत." गरुड पंख पसरून आकाशात झेपावताना म्हणाला; पण ते कुणीच ऐकलं नाही.

"चला, आपण मोरपंखीकडे जाऊन त्याला सांगू या." कावळा कावकावला.

"एक मिनिट थांबा," घुबड कुठूनसं घुत्कारलं. "मागच्याच वर्षा ऋतूत त्यानं आपल्यासाठी सुंदर नृत्य केलं होतं आणि आपण सर्वांनी त्याचं कौतुक करून त्याला हीरो म्हटलं होतं हे तुम्ही विसरलात का?" सगळ्यांना घुबडाचा घुत्कार ऐकू येत होता; पण ते दिसत मात्र नव्हतं.

"पण या वर्षीच्या ऋतूचं काय? नाही नाही, ते काही चालणार नाही."

सगळ्यांनी त्यात सूर मिळवला.

"एकदा त्यानं नागाशी द्वंद्व केलं होतं तेही विसरलात?"

"पण म्हणून चढेलपणे वागण्याचं काही कारण नाही."

"त्याचं शेपूट गेलंच पाहिजे."

"चला, शोधू या त्याला."

"अरे जरा थांबा, कदाचित त्याला काहीतरी समस्या असेल."... पण घुबडाचा आवाज कोणाच्या कानापर्यंत पोहोचलाच नाही आणि ते सगळे मोरपंखीला शोधायला पर्वतशिखराकडे झेपावले.

दरम्यान, मोरपंखीनं बराच वेळ काहीच खाल्लं नव्हतं. त्याला अनेक किडे, लहान प्राणी दिसले होते; पण शिकार करण्याची त्याची मनस्थितीच नव्हती. सबंध उन्हाळाभर असंच चाललं होतं. सूर्य उगवल्यापासून मावळेपर्यंत तो डोंगर, टेकड्या हिंडायचा. प्रत्येक गोष्ट नव्यानं पाहिल्यासारखी पाहायचा – डोंगराच्या चढणीवरचा आणि नंतर दरीत उतरणारा तो वाळलेला पिवळा गवताळ भूभाग, निष्पर्ण स्तब्ध झाडं आणि राखाडी खडकांचे पुंजके. सगळं काही कसल्या तरी प्रतीक्षेत, मोरपंखीप्रमाणेच. छे! विचार करून काही फायदा नाही. मोरपंखीला माहिती होतं; पण एक ना एक दिवस लांडोर परत येईल ही आशा काही सुटत नव्हती. ती त्याला कायमची सोडून गेली आहे हे त्याला ठाऊक होतं; पण तरीही त्याचं एक मन ते स्वीकारायला तयार नव्हतं – अगणित अंधाऱ्या रात्री एकाकीपणे घालवल्यानंतरदेखील!

लांडोर नाहीशी झाल्यापासून मोरपंखी तंद्रीतच होता. तिला शोधण्यासाठी तो मोठ्याने केकारव करत, साद घालत होता – दोन दीर्घ, एक लघु.

ते दोघे एकमेकांना अशीच साद घालायचे. रोज तो तिला शोधण्यासाठी अख्खा डोंगर पालथा घालायचा. अखेर त्याच्या एका मनाने नशिबापुढे हार पत्करायचं ठरवलं. मात्र, तरीही ती चुकून दरीपलीकडच्या दुसऱ्या डोंगरावर गेली असेल ही आशा अजूनही त्याच्या मनात होती- कदाचित गेलीही असेल; पण त्याची साद तिला तिथेही ऐकू जात असेल हे त्याला माहिती होतं. त्याची पहिली साद तिनं

तिथूनच नव्हती का ऐकली? तिला त्याच्यापर्यंत पोहोचायला दोन दिवस लागले होते – मळलेली, उपाशी... तरीही प्रेमातुर!

मोरपंखीचं लांडोरीबरोबरचं आयुष्य सुरुवातीपासूनच स्वप्नवत होतं. ती तशी रूढार्थाने सुंदर नव्हती. तळ्यातल्या स्वच्छ अंघोळीनंतरदेखील तिची कांती मध्येमध्ये निळे पुंजके असलेली तपकिरी, राखाडी अशीच दिसायची. 'मी कोणाला तरी हवासा वाटतो, कोणीतरी माझ्यावर प्रेम करतं' याचा त्याच्या मनात ती जो आनंद निर्माण करायची ते तिचं सौंदर्य होतं. त्या दोघांचं एकत्र येणं ही वरकरणी अगदी स्वाभाविक गोष्ट होती; पण त्याला मात्र आपलं भाग्य इतकं उजळलं यावर विश्वास ठेवणं कठीण जात होतं.

रोजच्यासारखीच तीही सकाळ होती. मोरपंखी फिरत असताना एका झुडपातून त्याला भयभीत किलबिलाट ऐकू आला. त्यानं थांबून कानोसा घेतला. आता आवाज आणखी वाढला आणि त्याबरोबर पंखांची फडफडदेखील ऐकू आली. तो एकदम आत घुसला. थोडा वेळ काहीच दिसलं नाही. मग अचानक त्याला सरपटण्याचा धोकादायक आवाज स्पष्ट ऐकू आला. काय आहे ते कळण्याआधीच तो झुडपांच्या मांडवात उभा होता. तिथे चिमणी घाबरून जमिनीला खिळल्यासारखी उभी राहून नागाच्या काळ्याशार फण्याकडे एकटक बघत होती.

त्याच्या अचानक आगमनामुळे नागाचं लक्ष विचलित झालं. चिमणीनं त्या अनमोल क्षणाचा फायदा उठवत झुडपात दडी मारली. त्यानंतर जे घडलं, तो अंतःस्फूर्ती आणि चपळता यांचा मूर्तिमंत आविष्कार होता – नागाचे क्रोधित फूत्कार आणि मोरपंखीच्या सावध हालचाली. नागानं विद्युतवेगानं झेप घेऊन फूत्कार केला अन् मोरपंखीच्या डोळ्यांपर्यंत उंच फणा उभारला. मोरपंखीनं सफाईनं हल्ला चुकवला.

आसपास कोलाहल ऐकू येत होता. त्यानं दृष्टीच्या आवाक्यातच, हल्ला फसल्यानं चिडलेल्या नागाला पकडलं. नाग पुनःपुन्हा हल्ला करत होता आणि मोरपंखी नख्या आणि चोचीचा वापर करत होता. मागे फिरायला पुरेशी जागा नव्हती; पण तो नागाला आपल्या अंगावरून फेकून देत राहिला. त्याचा एक तडाखा या शत्रूला नामोहरम करायला पुरेसा नाही; पण नागाचा एक दंश त्याला यमसदनाला धाडू शकतो हे त्याला माहीत होतं.

त्याच्या अणकुचीदार नख्यांचे वार झेलूनही नाग नव्या जोमाने पलटवार करत होता. मोरपंखी पुनःपुन्हा नख्या मारून नागाचे हल्ले परतवत होता. अखेर त्यानं नागाला पंजांत पकडलं आणि चोचीने वार करत करत ठार मारलं.

तो जेव्हा बाहेर आला, तेव्हा आरोळ्यांनी आणि किलबिलाटाने त्याच्या विजयाचा दिमाखदार जल्लोष झाला. मोरपंखी थेट तळ्याकडे गेला. तिथे सगळ्या पक्ष्यांनी त्याची राजबिंडी छाती आणि पिसारा धुऊन स्वच्छ केला.

मोरपंखीच्या मनात– धैर्य, प्रेम, राग आणि आनंद अशा संमिश्र भावनांचा कल्लोळ उडाला. पोळणारं वातावरण आता सुखद झालं होतं. हर्षभराने सगळे पक्षी मोरपंखीच्या मागोमाग डोंगरमाथ्याकडे निघाले. तिथून ती डोंगररांग क्षितिजापर्यंत जाऊन दिसेनाशी होत होती. मोरपंखी बेंबीच्या देठापासून चीत्कारला – दोन दीर्घ, एक लघु – एकदा, दोनदा, अनेकदा – आणि सगळ्यांनाच त्याचा प्रतिध्वनीही ऐकू आला. नंतर मोरपंखीनं आपला पिसारा फुलवला आणि किडकिडीत पायांनी तो आत्म्याच्या लयीत पदन्यास करू लागला.

बघणाऱ्यांसाठी ते फक्त विजयनृत्य नव्हतं, तर एका येऊ घातलेल्या शुभवार्तेची चाहूलदेखील होती. होय, पाऊस उंबरठ्याशी आल्याची शुभवार्ता आणि मोरपंखीचं आनंदनृत्य जसजसं अधिकाधिक हर्षविभोर, उन्मनी होत गेलं, तसा पाऊस बरसलाच- प्रथम हलका आणि मग मुसळधार! प्रत्येकाने त्याचा जलबिंदूंनी चमचमणारा, थिरकणारा पिसारा पहिला होता. सूर्यास्तानंतरही प्रतिध्वनी ऐकू येत होता – दोन दीर्घ, एक लघु!

दुसऱ्या दिवशी मोरपंखीच्या ध्यानात आलं की, अंधारातले ते पडसाद म्हणजे लांडोरीची साद होती.

वर्षानृत्याच्या राजकुमाराला भेटण्याच्या आशेनं ती पलीकडच्या डोंगरावरून रात्रभर जंगलात वणवण करत होती – आणि आता - ती त्याच्यासमोर उभी होती - चिखलानं माखलेली, अंगावर ओरखडे घेऊन - त्याची ऐटदार निळीशार मान, डोक्यावरचा मोत्याचा तुरा आणि पाठीमागे रुळणारा लांबलचक रंगीबेरंगी पिसारा न्याहाळत.

तो सापडला म्हणून तिला किती आनंद झाला होता! मोरपंखीला अगदी भरून आलं, तेव्हापासून प्रत्येक गोष्ट ते दोघं एकमेकांच्या सोबतीनंच करत – अगदी जंगलात फिरण्यापासून ते तळ्यात अंघोळ करेपर्यंत. सगळे पक्षी त्यांचा राजकुमार इतका सुखी, तृप्त, समाधानी असलेला बघून आनंदाने किलबिलाट करत. त्या दोघांचं प्रेमपूर्वक एकत्र असणं ही इतरांच्या दृष्टीनं अत्यंत स्वाभाविक गोष्ट होती. आता मोरपंखी जास्त वेळा नृत्य करायचा आणि त्याच्या केकारवामागून लांडोरीची साद यायची. ते दोघं जीवनसंगीताशी किती समरस झाले होते याचंच ते प्रतीक होतं.

हिवाळा आला. आता अधूनमधूनच त्यांची साद ऐकू यायची; पण त्यातली जवळीक निःसंशयपणे जाणवायची. मात्र, आता त्यांच्या तळ्यावरच्या फेऱ्या कमी आणि गुप्तपणे होत होत्या. घुबडानं सर्वांना बजावलं होतं, 'ते दोघं तळ्यात असताना त्यांना कोणी त्रास दिला तर याद राखा.'

सगळे झाडामागे लपून पाहत होते – अचानक कोणाचे तरी पंख फडफडले. मोरपंखी आणि लांडोर ओशाळून अत्यंत नाजूक स्थितीत थिजल्यासारखे झाले.

ते त्यांचं अखेरचं दर्शन. सगळे तळ्यापाशी जमले की, 'त्या दिवसाचा' उल्लेख अपरिहार्य असायचा – एकत्र येण्याचं आदर्श प्रतीक! कधीतरी दोघं दिसतील अशी बाकीच्यांना थोडीफार आशा होती; पण तसं काही घडलं नाही. कित्येक दिवस त्यांचे आवाजही ऐकू आले नाहीत. 'बहुधा, हिवाळा फारच तीव्र आहे.' गरुडाने तर्क केला. त्यांना शोधणं निष्फळ ठरलं.

त्यांना दुसरं तळं किंवा दुसरा डोंगर सापडला की काय? की ते एकमेकांत इतके मग्न झालेत की, इतर पक्षीमित्रांचा त्यांना विसर पडला?

या शंका निवारू शकणारा एकटा गरुडच होता. हेरगिरी करण्याचं अप्रिय काम त्याच्यावर सोपवण्यात आलं होतं. सतत दोन दिवस पाळत ठेवल्यानंतर गरुडाला डोंगराच्या दुसऱ्या बाजूला एका झुडपात मोरपंखीचा पिसारा जाताना दिसला; पण त्याच्या भिडस्त स्वभावामुळे तो पुढे होऊन त्यांना सामोरा गेला नाही. ती जोडी तिथेच असूनही संपूर्ण ऋतूत इतरांपासून दूर राहिली म्हणून सगळे चिडले होते.

उन्हाळा जसा सावकाश यायला हवा तसाच आला आणि त्यांचा केकारव पुन्हा ऐकू आला. त्यांची आशा पुन्हा पल्लवित झाली; पण त्याची प्रतीक्षा फोल ठरली; त्यामुळे मोरपंखीच्या भावनाशून्य वागण्याबद्दलच्या त्यांच्या आकसात भरच पडली. हळूहळू त्यांचे टोमणे उपरोधिक होऊ लागले, मग कडवट आणि नंतर तर सकाळच्या वेळी ते तळं म्हणजे कुचाळक्या करण्याचा अड्डाच बनला. अदृश्य घुबडाच्या सूचनांकडे काणाडोळा होऊ लागला. गरुडासारखी सभ्यताही कोणी अनुसरली नाही आणि आता मोरपंखीच्या अलिप्त वागण्यामुळे त्यांच्या संतापात अधिकच भर पडली.

इतका काळ ते ज्या डोंगरावर राहत आले तो खूप मोठा, दूरवर पसरलेला होता याची पोपटाला जाणीव नव्हती. मोरपंखीला शोधताना थकायला होत होतं. थोडंसं उडाल्यानंतर कोकिळेला फांदीवर टेकावं लागत होतं. चिमणी त्यांच्यात सामील झाली, कारण दुसरा पर्यायच नव्हता. बिरंगी - खंड्या पक्षी पोपटाच्या मागे गेला खरा; पण इतकं दूर जाणं त्याला फारसं रुचलेलं नव्हतं. या शोधमोहिमेत दिशादर्शक म्हणून काम करण्याचा कावळ्यानं खूप प्रयत्न केला; पण गरुडाइतक्या उंचीवर गेल्यावर 'हे आपल्या ताकदीच्या बाहेरचं आहे' हे त्याला मान्य करावंच लागलं.

"गरुडानं आपला खूप वेळ वाचवला असता." पोपट किरकिरला.

"असू दे," कावळा कावकावला.

"तू तेच तेच बोलू नकोस. आपण दिवसभर नुसते गोलगोल फिरतोय."

कोकिळा कुहुकली आणि परत एका फांदीवर टेकली.

"तो कुठे राहतो तुम्हाला माहिती आहे का?" आता बिरंगी कंटाळत चालला होता.

"आता थोडंच पुढे," पोपट किरकिरला.

"तूही तेच तेच बोलू नकोस," कोकिळा कुहुकली.

"तुला तेवढंच बोलता येतं का गं?" चिमणी चिवचिवली.

आता सूर्य वर येऊन भाजून काढत होता. त्यांनी वर बघितलं, तेव्हा वर गरुड घिरट्या घालत होता आणि 'असल्या किरकोळ कामांत सहभागी न होण्याचा' आपला आब राखून होता. तेवढ्यात कावळा पंख फडफडवत येऊन म्हणाला, "मला काहीतरी दिसल्यासारखं वाटतंय."

सर्वप्रथम पोपटानं पंख पसरले. बाकीचे सगळे बसल्या जागेवरून उठून कावळ्याच्या मागे गेले.

तिथे शुष्क, निष्पर्ण वृक्षांनी वेढलेलं एकमेव गुलमोहराचं झाड उठून दिसत होतं. कावळ्यानं तिथे झेप घेतली, बाकीचे त्याच्यामागून गेले. आत शिरल्यावर त्यांना जमिनीवर तपकिरी पानं आणि लाल पाकळ्यांचा सडा पडलेला दिसला – आणि- त्यात एक वेगळं पीस दिसलं- मोरपंखी रंगाचं.

"तो इथेच कुठेतरी असणार," – एक चीत्कार.

"सगळ्यांनी नीट बघा," एक कुहू.

"तो लपला आहे, असं वाटतं का तुम्हाला?" बिरंगी.

"नुसती बडबड करू नका, शोधा जरा," एक तीक्ष्ण कावकाव.

गुलमोहराच्या छताखाली त्यांना बरीच मोरपिसं पसरलेली दिसली. लाल फुलांमध्ये मंद तारकांचा शिडकावा असल्यासारखं दिसत होतं; पण ते जितकं शोभिवंत दिसायला हवं तितकं मात्र दिसत नव्हतं, कारण एका कोपऱ्यात त्यांना मोरपंखी दिसला – जवळजवळ निश्चल. त्याची छाती सावकाश वरखाली होत होती, डोळे निस्तेज होते आणि तुरा म्लान झालेला होता.

जिचा त्याला अभिमान होता आणि बाकीच्यांना हेवा वाटायचा, ती शेपूट मरगळून पडली होती, वाऱ्याच्या झुळकीबरोबर किंचित हेलकावत होती. त्यांना सकाळी जिचा राग आला होता ती चमक कुठेच दिसत नव्हती. आजूबाजूचं वातावरण शांत नव्हे, तर मूक होतं. सगळी पिसं उन्हाळ्याला शरण गेलेल्या पानांसारखी गळलेली दिसत होती. त्याचा पिसारा आता कुणाच्याच मनात तिरस्कार निर्माण करत नव्हता. त्याच्यावर टीका करण्याची, तुटून पडण्याची कुणालाच खुमखुमी उरली नव्हती. सगळे त्याच्याभोवती जमले. ते ओळखत असलेला मोरपंखी हा नव्हताच.

मोरपंखीची चोच हलत होती. खोल गेलेल्या आवाजात तो एकच शब्द सारखा घोकत होता, ''लांडोर, तू का गं निघून गेलीस? तू मला सोडून का गेलीस? सगळं किती छान चाललं होतं! परत ये गं, माझ्याकरता.''

''मोरपंखी,'' पोपटाचा आवाज मृदू होता, ''ऋतू बदलला की, बाकी सगळंही बदलतं – ताजातवाना पावसाळा, आळसटलेला हिवाळा, मग कडक उन्हाळा – पण आता तो संपलाय आणि पुन्हा पावसाळा येण्याची वेळ झाली आहे. आम्ही सगळे पावसाची वाट बघत होतो. तुझी पुन्हा नृत्य करायची वेळ झाली आहे. त्याशिवाय पाऊस तरी कसा येईल?''

आणखी एक नृत्य. मोरपंखीला उठावंच लागणार. त्याला एकदम आतून ऊर्मी आली. आणखी एक नृत्य करण्यासाठी पुन्हा त्याच्या अंगात प्राण संचारले. तो ताकद गोळा करून हृदयापासून साद घालू लागला – दोन दीर्घ, एक लघु – आणि दरीतून पडसाद आले. जणू दऱ्यादेखील त्याचं नृत्य बघायला आतुर झाल्या होत्या – पावसाळा अगदी तोंडावर आला होता ना!

✍

नुरूप त्या दिवशी जरा घुश्श्यातच उठला. आई बदकानं त्याला दुपारपर्यंत झोपू दिलं यामुळे त्याच्या संतापात भर पडली. त्यानंतर तिनं उठवताना त्याचे घेतलेले मुके, मारलेल्या मिठ्या, नंतर कॉफी आणि केक्स! दिखाऊ ममतेचा इतका वर्षाव त्याला घुसमटून टाकायचा – अंघोळीला गरम पाणी, स्वच्छ टॉवेल, धुतलेले कपडे आणि मग ताटली भरून छान छान पदार्थ. मग ती त्याची चोच चकाकेपर्यंत घासायची, त्याच्या डोक्यावरची पिसं विंचरायची, त्याचे पंजे साफ करायची – त्याला अगदी गुदमरायला व्हायचं आणि हे सगळं झाल्यावर आपल्या गोंडस पिल्लाला दृष्ट लागू नये म्हणून ती त्याच्या गालावर काळी तीट लावायची, त्याची त्याला सगळ्यात तिडीक यायची.

तो जर तिच्या स्वतःच्या अंड्यातून बाहेर आलेलं पिल्लू असता तर आणखी किती लाड सहन करावे लागले असते याचा विचार करत तो घराबाहेर पडला. आई बदक आपल्या लाडक्याला, मातकट तपकिरी रंगाचे पंख हलवत, त्याची राखाडी शेपूट रस्त्यावरची धूळ झाडणार नाही याची काळजी घेत डुलत डुलत जाताना डोळे भरून पाहत होती. चोच आकाशाकडे करून आत्मविश्वासानं पावलं टाकत तो चालत होता. त्याच्या डोक्यावरचा पिसांचा झुपका पुन्हा पहिल्यासारखा विस्कटला होता आणि त्याच्या मळकट काळ्या चेहऱ्यावरची तुच्छता केवळ एखाद्या अस्सल राजपुत्रालाच शोभली असती.

नुरूप ज्या दिवशी सापडला, तेव्हापासून सगळेजण त्याच्यावर प्रेम करायचे. तेव्हा तो होता काळ्या पिसांचा एक पुंजका – बावरलेला,

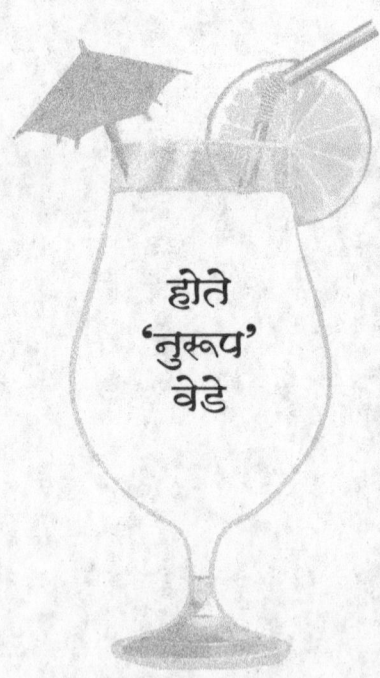

होते
'नुरूप'
वेडे

गोंधळलेला अन् एकाकी- पण आई बदकानं त्याला आपल्या पंखाखाली घेतल्यावर आता मात्र चित्र बदललं होतं. इथे तो अगदी प्रेमळ, आनंदी, समाधानी वातावरणात वाढला. कोणीही त्याच्या बेढब शरीराला, निस्तेज कांतीला हसायचं नाही. बदकांच्या वसाहतीतल्या कोणीही त्याला – तो वेगळा आहे – असं जाणवू दिलं नाही. त्याच्याशी प्रेमानं वागण्याची आणि त्याला लागेल असं काहीही न बोलण्याची मोठ्यांनी सगळ्या पिल्लांना ताकीद दिली होती.

खेळताना सर्वप्रथम तळ्यात तोच जायचा, सगळ्यात वेगानं तोच धावायचा, सगळ्यात उंच उडी तोच मारायचा, 'क्वॅक क्वॅक' करताना सगळ्यात मोठा आवाज त्याचाच आणि पोहतानादेखील सगळ्यांच्या पुढे तोच! सवलत किंवा विशेषाधिकार म्हणून सुरू झालेल्या गोष्टीचं हळूहळू हक्कात रूपांतर झालं.

आई बदकाच्या शिकवणीच्या वेळीसुद्धा नुरूप आक्रमक असायचा. तिथे मिळालेल्या ज्ञानामुळे विद्वत्तेच्या जोरावर त्याच्या वागण्याला अधिकच धार चढायची. अनेक उच्चभ्रू पुस्तकं वाचून, त्याची चोच चढेल झाली होती, जी त्याच्या फारशा देखण्या नसलेल्या रूपाला तितकीशी शोभत नव्हती.

त्याच्या खेळगड्यांनी ठरवलं की, आता त्याला वास्तवाचं भान करून द्यायलाच हवं, तेव्हा पहिल्यांदाच कोणीतरी त्याच्या नावाचं यमक 'कुरूप'शी जुळवलं. नुरूपला धक्काच बसला.

'या मूर्खांना काय माहीत?' त्याच्या मनात आलं, 'माझ्या ज्ञानाशी, कौशल्यांशी कोण बरोबरी करू शकणार आहे? त्यांना आधुनिक साहित्याचा गंध तरी आहे का? जर ते मला कुरूप म्हणत असतील, तर नक्कीच त्यांनी 'अग्ली डकलिंग'ची गोष्ट वाचली नसणार आणि 'होते कुरूप वेडे' हे गाणं ऐकलेलं नसणार. मी त्यांना आश्चर्याचा धक्का देऊन दाखवून देईन की, खरं कुरूप कोण आहे. त्यानं तळ्यातल्या नितळ पाण्यात आपलं प्रतिबिंब पाहिलं. जेव्हा त्याला त्याचं मातकट रूप दिसलं, तेव्हा त्याची खात्रीच पटली की, माझं भविष्य म्हणजे - पांढराशुभ्र राजहंस!

खालच्या जातकुळीबरोबरचा त्याचा काळ संपत आला आहे हे त्याला पुरेपूर पटलं होतं. हंसात रूपांतर होईपर्यंत थांबलं की, झालं! त्याच्या सध्याच्या वातावरणातून जेवढं घेण्यासारखं होतं, ते त्याचं आत्मसात करून झालं होतं. आता पुढच्या पायरीसाठी तयारी करायला हवी होती. आता क्षितिज विस्तारण्याची वेळ आली होती. त्याच्या बरोबरीच्या व्यक्तींची संगत धरायला हवी होती – आत्ता त्याच्यासारख्याच कुरूप दिसणाऱ्या; पण पांढऱ्याशुभ्र, बाकदार मान आणि डौलदार चाल असलेल्या हंसीची पिल्लं असलेल्या बालहंसांची संगत.

ज्या गोष्टी तो उत्तम करत होता, त्याच करून त्याच्यात आणखी सुधारणा

होणार नव्हती. त्याच्यासाठी फारच लहान असलेल्या तळ्यातला मोठा मासा बनून राहण्याचे दिवस संपत आले होते – एवढ्यात नाही; पण लवकरच – कदाचित पावसाळा संपता संपता. आई बदकाची प्रवचनं ऐकण्याचं त्यानं कधीच थांबवलं होतं आणि आज तो खऱ्या मित्रांच्या शोधात बाहेर पडला होता.

त्यानं तळं ओलांडलं, मग झाडी, एक छोटी टेकडी पार केली – आणि ते त्याला दिसले – मातकट, धुळकट, अंगावर पिंगट ठिपके असलेले बालहंस आणि त्यांच्या उच्च श्रेणीवर शिक्कामोर्तब करणाऱ्या त्यांच्या रुबाबदार माता – आणि त्यांच्यातली सर्वांत सुंदर असलेली आई हंसी.

'बहुधा तीच माझी खरी आई असणार.' तिला बिलगताना त्याच्या मनात आलं.

नुरूपला त्याच्या बुद्धिमान आविर्भावामुळे त्यांच्यात मिसळून जाणं कठीण गेलं नाही. लवकरच तो त्यांचा आवडता बनला. तत्त्वज्ञान, नातेसंबंध आणि आयुष्याच्या सखोल अर्थाविषयी फक्त प्रौढ हंसांना समजत होतं; आता ते चर्चा करण्यासाठी त्याच्या सहवासाची वाट बघू लागले.

नुरूपच्या हंसांबरोबरच्या या नवीन वेळापत्रकामुळे सगळी बदकपिल्लं त्याच्या विरोधात गेली.

"तू हल्ली आमच्याबरोबर का खेळत नाहीस?" एका इवल्याशा बदक पिल्लानं विचारलं.

"कारण लवकरच मी एक हंस बनणार आहे." उत्तर देऊन नुरूप चालता झाला.

खरंतर या उत्तरामुळे सगळे दुखावले गेले; पण खेळताना सतत नुरूपला महत्त्व द्यायचं ओझं गेल्यामुळे त्यांना जास्त मजा येऊ लागली. मोठ्यांनासुद्धा 'कुरूप' हेच नाव पटू लागलं. आई बदकालादेखील नुरूपनं अंतर ठेवल्यामुळे वाईट वाटत होतं. ती त्याची मर्जी संपादन करण्याचा जितका प्रयत्न करत होती, तितकाच तो तिच्या कोमल भावना पायदळी तुडवत होता. सगळ्यांच्याच पदरात नुरूपनं अपमानाचं माप घातलं होतं.

मग इवल्याशा पिल्लानं त्याच्या तपकिरी रंगाच्या आईला विचारलं, "पावसाळा संपेपर्यंत मीसुद्धा हंस होईन का?" त्याच्या प्रश्नात निरागसता होती; पण आशेची गडद छटाही होती.

ही धोक्याची चाहूल होती. याचा सोक्षमोक्ष लावलाच पाहिजे. इतर बदकपिल्लांनाही असंच वाटायला लागलं तर पंचाईत. 'बदक असणं ही एक मधली पायरी आहे आणि हंस झाल्यावरच समाधान मिळेल' या विचाराचा वेगानं प्रसार होऊ शकेल; त्यामुळे त्याची साथ पसरण्याआधीच तो खुडून टाकला पाहिजे. म्हणून इतर

पिल्लांच्या भल्यासाठी आई बदक मोठ्यांच्या उपस्थितीत प्रथमच नुरूपला बोलली.

"नुरूप, हंस होणं हे आयुष्याचं ध्येय असू शकत नाही. उद्धट हंस असण्यापेक्षा विनम्र बदक असणं हा खूप मोठा सद्गुण आहे."

"हे तू या सगळ्या हरणाऱ्यांना सांग," नुरूपनं उलट उत्तर दिलं.

"असं असेल तर," आई बदक रडवेली होऊन म्हणाली, "तुला इथून जावं लागेल."

"फारच बरं झालं," नुरूप म्हणाला, "आता मला या सगळ्यांची - आणि तुझीसुद्धा - असूया झेलावी लागणार नाही. हे घडणारच होतं; आत्ता नाही तर पावसाळ्याच्या शेवटी."

नुरूप टाटा न करता, मागेसुद्धा वळून न पाहता तडक हंसांकडे गेला. आई हंसीने त्याला पाहून त्याचं स्वागत केलं. त्याच्या नवीन सोबत्यांबरोबर तो लगेच रुळला – ना पश्चात्तापाची टोचणी – ना घरची आठवण. आई हंसी त्याला आई बदकाइतकीच मायाळू वाटली. रोज रात्री, त्याचा जन्मसिद्ध हक्क असल्यासारखा, तिच्या इतर पिल्लांबरोबर तोही तिच्या पंखाखाली शिरायचा आणि रोज सकाळी जाग आल्यावर तो तिच्या पिसांच्या कुशीबाहेर असायचा.

निम्मा पावसाळा सरला. जुन्यात जुनी झाडंसुद्धा हिरवी झाली. बहुतांश उजाड जमीन हिरव्याकंच गवतानं नटली आणि खडक शेवाळानं झाकले गेले. हंसपिल्लांच्या अंगावर छोटी शुभ्र पिसं उगवत होती. लवकरच त्याच्याही अंगावर उगवतील. हंसांच्या वसाहतीत उत्सवी वातावरण होतं आणि सर्वांत आनंदात होता तो नुरूप – आपल्या माणसांत आल्याच्या खुशीत नाचत, फिरत होता.

एक गंमत मात्र त्यानं सगळ्यांपासून लपवून ठेवली होती. ज्या दिवशी त्याला शुभ्र पांढरी झूल मिळेल, त्या दिवशी तो त्याचा चमकदार, झळाळता चांदीचा मुकुट घालणार होता – त्या मुकुटावर त्याचा पूर्ण हक्क होता. निघताना आई बदकानं दिलेल्या पैशातून त्यानं तो बनवून घेतला होता.

तो मुकुट घालून तो मिरवणार होता, हंसांनाही दिपवणार होता.

पावसाळा जवळजवळ संपला. नुरूप आता अस्वस्थ होऊ लागला. तो एकसारखा आपली पिसं निरखू लागला. त्याचं बेचैन होणं स्वाभाविकच होतं, कारण आता पावसाळ्याच्या आनंदावर निष्ठुर, थंडगार हिवाळा विरजण घालू लागला होता. बेडूक, कासवं हायबरनेशनच्या तयारीला लागली होती. खारी हिवाळ्यासाठी अन्न साठवू लागल्या होत्या. आई हंसीला तिच्या पिल्लांच्या चंदेरी पिसांची काळजी घेताना बघून नुरूपच्या नजरेत रागाची छटा दिसू लागली. आता त्यांना नुरूप

त्यांच्यात येण्याची फारशी उत्सुकता दिसत नव्हती. जरी नुरूप अजूनही आई हंसीच्या उबदार पंखांचा आसरा घेत होता, तरी हे फार काळ चालणार नाही याची त्याला जाणीव होती.

दिवसांचे आठवडे झाले, नुरूप रात्रीच्या रात्री जागून वाट बघत होता; पण त्याची पिसं तशीच मातकट होती. कधीकधी त्याला भास व्हायचा की, त्याच्या पिसांचा रंग किंचित बदलून ती पांढरट होताहेत. हळूहळू ऊन सौम्य झालं, दिवस लहान झाले आणि रात्री मोठ्या. त्या लांबच्यालांब रात्री नुरूपला खायला उठायच्या. अचानक त्याच्या लक्षात आलं की, संपूर्ण पंधरवड्यात पाऊस पडला नव्हता.

"नुरूप, तुझ्या या पडेल चेहऱ्याचा आता मला वीट येऊ लागलाय.'' एक दिवस आई हंसी त्याला म्हणाली.

"मला तुझ्यासारखी पिसं कधी येतील गं?''

आई हंसी हसायलाच लागली. "अरे वेड्या, ते कसं शक्य आहे? मी हंसी आहे आणि तू बदक आहेस.'' असं म्हणून ती निघून गेली.

हे सत्य त्याला थंडीपेक्षाही जास्त झोंबलं – तो हंस नव्हता आणि बदक असणं त्यानं नाकारलं होतं.

हंसपिल्लं एकमेकांना बिलगून उभी राहताना त्याला दिसली. त्यांच्यात जायला त्याचं मन राजी नव्हतं. तो मुकाट्यानं निघाला, काळजीपूर्वक लपवलेला चांदीचा मुकुट तिथेच सोडून. आई बदकाची त्याला अतिशय तीव्रतेनं आठवण झाली; पण तिच्याकडे परत जायची त्याची हिंमत नव्हती.

दरम्यान, तळ्याजवळ वाढत्या थंडीत आई बदकाची पिल्लं तिला बिलगली होती. एक म्हणालं, "आई गं, एक गोष्ट सांग ना!''

आई बदकाने डोळ्यांत आलेला अश्रू पुसून सुरुवात केली, "कोणे एके काळी 'नुरूप' नावाचं एक गोंडस पिल्लू होतं.''

✍

शिकारीच्या बाबतीत कायदा मोडायला शार्दूलची हरकत नव्हती – हरीण, रानडुक्कर, ससा, कोल्हा – सगळे त्याच्या दृष्टीनं सारखेच होते – केवळ एक खेळ – आणि हा खेळ त्याला आदिवासींच्या शैलीत खेळायला आवडायचा – त्याचे पूर्वज ज्या प्रकारे शिकार करायचे – धनुष्यबाणाने.

जरी तो कसलेला पारधी नसला तरी तो अभिमानाने सांगायचा की, 'डोळे बांधूनदेखील अचूक निशाणा साधणारा मी नेमबाज आहे.'

दर रविवारी धनुष्यबाण घेऊन शार्दूल जीपमधून निघाला की, शर्वरीच्या कपाळावर आठी पडायची. निष्पाप प्राण्यांना मारण्याला तिचा सक्त विरोध होता; पण तो नेहमी ते हसण्यावारी न्यायचा. म्हणायचा – 'जगात फक्त दोन प्रकारचे लोक असतात – एक बाण मारणारे, दुसरे बाण झेलणारे. मी बाण मारणारा होणं पसंत करतो.'

एका मित्राकडून त्याला खबर मिळाली की, ताडोबा जंगलात विचित्र परिस्थितीतला एक गवा दिसलाय. त्याचं एक शिंग भाल्यासारखं सरळ आहे; पण दुसरं शिंग त्याच्या डोळ्याच्या दिशेनं वळलंय. ते वाढत जाऊन लवकरच त्याच्या डोळ्यात घुसेल – शार्दूलचे डोळे चमकले. 'वा! अगदी दुर्मिळ वस्तू मिळेल आणि किंमतही भरपूर येईल.' तो म्हणाला.

"या रविवारी मी हा गवा आणणार," शार्दूलनं रात्री जेवताना जाहीर केलं.

शर्वरीनं सगळं ऐकलं होतं. तिला ते असह्य झालं होतं.

"इतके दिवस मला वाटायचं की, तू फक्त

बुल्स
आय

अमानुष आहेस; पण आता दुर्बल जिवावर हल्ला करून तू कणाहीनसुद्धा आहेस हे सिद्ध केलंस.''

शार्दूल तिला एक ठेवून देणार होता; पण त्यामुळे तिचा आरोप सिद्ध झाला असता. त्यानं स्वतःला सावरलं.

''हे बघ, शिकारीत किती धोके असतात याची तुला कल्पना नाही.''

''धोका? ज्याचं शस्त्र त्याच्यावरच उलटलंय, अशा गव्याकडून धोका?''

''नशीब न्यायी असतं, असं कोण म्हणतो?''

''ते तुझ्याविरुद्ध उलटू नये एवढीच आशा करते.'' ती फुसफुसली.

''एक तर मला शिंगं नाहीत आणि दुसरं म्हणजे जो बाण मारतो त्याच्या दिशेनं बाण कधीच उलटा येत नाही.''

''तुला शिंगं नसली तरी सद्सद्विवेकबुद्धी आहे ना?''

''होती! पहिल्या शिकारीच्या वेळीच ती जंगलात हरवून गेली.'' शार्दूल हसत म्हणाला.

''कृपा करून तू जाऊ नकोस, एवढंच मी म्हणू शकते.'' शर्वरीने शेवटची विनवणी केली.

''शहाण्या माणसानं कधी बायकोचं ऐकू नये.'' बोलण्याच्या बाबतीत शार्दूल नेहमीच तिच्यापेक्षा वरचढ ठरायच्या.

रविवार उजाडला – शार्दूल शिकारीला निघाला. तीन दिवस तो गव्याला शोधत होता. अगदी आता आशा सोडणार एवढ्यात – त्याला त्याचं सावज दिसलं. सावजाचा हिंस्रपणा ठसवण्यासाठी दुरून का होईना, त्यानं विविध कोनांतून त्याचे फोटो काढले; जेणेकरून त्याचं शौर्य द्विगुणीत होईल. गव्याच्या शिंगाचे त्यानं क्लोजअप्सही घेतले. त्याच्या मित्रानं सांगितल्याप्रमाणेच ते शिंग होतं. शिंगाचं टोक डोळ्याच्या अगदी जवळ आलं होतं.

त्यानं थोडा वेळ गव्याचा पाठलाग केला. त्याची शिकारीची ऊर्मी तीव्र होऊ लागली.

'काय म्हणाली होती शर्वरी? तुझं नशीब तुझ्याविरुद्ध उलटू नये एवढीच आशा करते,' त्याच्या मनात तिरस्कार दाटला.

'ते कसं शक्य आहे? ती म्हणाली त्यात काही तथ्य असेल का? त्याचा बाण त्याच्याच दिशेनं उलटा फिरेल का?' या अतर्क्य विचारानं तो चक्रावला. असली विचित्र कल्पना त्याच्या मनात शिरलीच कशी!

ती कल्पना मनात रुजण्याआधी त्यानं धनुष्य पेललं आणि बरोबरच्या ब्रँडेड बाणांवरून बोटं फिरवली.

तो विचारांत गढला असताना गवा नाहीसा झाला होता. शर्वरीला शिव्या घालत तो त्याला शोधायला लागला. थोड्याच वेळात त्याला वेदनेनं विव्हळल्यासारखा रेकण्याचा आवाज आला. तोच गवा होता, त्याचं शिंग दगडांच्या ढिगाऱ्याखाली अडकलं होतं. या प्रसंगाचा फायदा उठवायचा की जरा खिलाडूवृत्ती दाखवायची? शार्दूल संभ्रमात पडला. एखाद्या उपाशी वाघानं अशा वेळी काय केलं असतं? त्यानं स्वतःलाच विचारलं आणि तो हसला.

शार्दूलनं नेम धरून धनुष्याची प्रत्यंचा ताणली. धोक्याची चाहूल लागून गवा धडपडू लागला. तो दयेची याचना करत हंबरला; पण शार्दूलचा निर्णय पक्का होता. त्यानं नेम धरून, एक क्षण थांबून गव्याच्या डोळ्यांत पाहिलं. ती नजर संताप, तिरस्कार आणि भीती यांनी ओथंबलेली होती. शार्दूलने तो क्षण लांबवून त्या क्षणाचा आस्वाद घेण्याचा प्रयत्न केला – पण तेवढ्यात काही भलतंच घडलं. गव्याच्या डोळ्यांतली नजर क्षणार्धासाठी बदलली.

गवा जणू उपहासानं शापवाणी उच्चारत असल्यासारखा दिसला आणि त्याला प्रत्युत्तर म्हणून शार्दूलनं बाण सोडला. गव्यानं प्रचंड जोरात आचका दिला, तोच दगडांची उतरंड कोसळली. शार्दूल भानावर आला; पण सगळं काही आमूलाग्र बदललं होतं. तो मानवी देहातला गवा झाला होता – आणि त्याच्या मागे झुडपांत कोणीतरी त्याच्या मागावर असल्याचं त्याला जाणवत होतं – बहुतेक शिकारीच!

तिकडे घरी शर्वरीच्या तोंडचं पाणी पळालं होतं. आठवडा उलटला तरी शार्दूल परतला नव्हता. त्याला शोधायला माणसं गेली. खूप शोधल्यानंतर त्याची जीप सापडली – नंतर तीन तासांनी त्याचं धनुष्य दिसलं आणि मग जवळच्या दरीत तो सापडला. तो काही मुळीच शिकाऱ्यासारखा वगैरे दिसत नव्हता.

परत आल्यापासून तो पलंगावर पडूनच असायचा – धक्का बसलेल्या एखाद्या पुतळ्यासारखा – नजर समोरच्या भिंतीत घुसवून. डॉक्टर्स प्रयत्न करत होते; पण व्यर्थ. मेंदूचे अगणित स्कॅन्स केले; पण निदानदर्शक काहीच निघालं नाही. शर्वरी त्याला भेटायला जात होती - रोज. आणि मग ती फक्त डॉक्टरांना भेटायला जायला लागली, आशा मावळत चालली.

सगळ्यांच्या दृष्टीनं तो एक कोडंच बनला होता. तो चालत होता, बसत होता आणि झोपत होता. भूक लागली की, त्याचा जबडा ढिला पडायचा आणि लाळ गळायची. त्याला भरवायला लागायचं, कारण तो हात वापरू शकत नव्हता. शर्वरीच्या लिखित परवानगीनं त्याची वेदना चाचणी – पेन टेस्ट केली गेली. पॉझिटिव्ह! तो इतका हिंसक झाला की, त्याला बांधून ठेवावं लागलं; पण त्याचं

बेबीच्या देठापासून ओरडणं कसं बांधता येणार?

त्याच्या चेहऱ्यावर रागाचा, वेदनेचा मागमूसही नव्हता, फक्त डोळ्यांना धारा लागल्या होत्या. भयभीत झालेला, शार्दूल, शारीरिकदृष्ट्या सामान्य पण भावनाशून्य!

एका रात्री एका हादरवणाऱ्या हंबरड्यानं शर्वरी खडबडून जागी झाली. तिनं दिवा लावून, पाहिलं तर शार्दूल पलंगाच्या कडेवर डोकं आपटत होता. भिंत, उशी रक्तानं भरली होती. तिनं काही करण्याच्या आतच तो कण्हत, विव्हळत जमिनीवर पडला.

लगेच ॲम्ब्युलन्स येऊन त्याला घेऊन गेली. शेजाऱ्यांनी शेजारधर्म पाळत तिला कॉफी दिली, धीर दिला आणि तिच्याबरोबर हॉस्पिटलमध्येही गेले.

एक महिना झाला तरी शार्दूलच्या परिस्थितीत काहीच फरक पडला नाही – निदान वरकरणी तरी.

शार्दूल झोपला की, त्याला एक स्वप्न पडायचं – तेच स्वप्न – खरंतर दुःस्वप्न! ते त्याला राखाडी रंगाच्या छटांमध्ये दिसलेलं स्पष्ट आठवायचं. का, ते सुरुवातीला त्याला कळायचं नाही.

जाग आली की, त्याला सगळं आठवायचं. स्वप्नात त्याला नेहमी बहरलेलं राखाडी जंगल दिसायचं – गडद राखाडी झाडं, फिकट राखाडी गवत आणि पांढुरकं आकाश आणि काळीभोर जमीन या दोन्हींच्या मध्ये राखाडी रंगाच्या अनेक छटा.

या चमत्कारिक स्वप्नातल्या प्रदेशात डोंगर-दऱ्या होत्या, निसर्गाचं भरभरून देणं लाभलेलं होतं. हे सगळं त्याला फक्त डाव्या डोळ्याच्या कक्षेत दिसायचं.

त्यानं डोकं हलवलं आणि त्याचा एक कान हलून डोक्याच्या वरून बाहेर आलेल्या शिंगावर आपटला. हे शिंग बूमरँगसारखं त्याच्या डोळ्याच्या दिशेनं वळलं होतं, डोळ्यापासून केवळ काही इंचाचं अंतर राहिलं होतं. सावकाश, धीमेपणानं, निसर्गाच्या गतीच्या नियमाप्रमाणे ते त्याच्या लक्ष्याच्या दिशेनं वाढत होतं. त्याच्या उजव्या डोळ्यासमोर त्याला फक्त थेट बुबुळाकडे नेम धरलेला एक काळा बिंदू दिसत होता.

तो अस्वस्थ होऊन एका पायावरून दुसऱ्या पायावर वजन देत उभा होता. त्यानं डोकं हलवलं; पण त्याच्यावर उलटलेलं त्याचंच शस्त्र झटकू शकला नाही आणि डोळ्यात दाटलेल्या भीतीलाही हाकलू शकला नाही.

त्यानं त्याचं डोकं झाडाच्या खोडावर घासलं. एका फांदीत शिंग अडकवून मानेला हिसका दिला. शिंग थोडंसं वाकलं आणि निसटलं. क्षणभर एक कळ उठली आणि नंतर ठणका लागला.

बाहेरून हे सगळं स्वप्न होतं – तेवढा वेळ झोपलं की झालं – पण आतून मात्र तो परिपूर्ण गवा होता - खूर, शेपूट, हलणारे कान, गोल्फच्या होल्ससारख्या

नाकपुड्या, लांब बाकदार शिंगं आणि डोळे असलेला – एक डोळा आजूबाजूच्या राखाडी निसर्गासाठी आणि दुसरा, एखाद्या विकृत माणसाच्या चिकाटीने पुढे पुढे येणाऱ्या शिंगाला शरण गेलेला. ते होताना फक्त बघत बसून चालणार नाही. काहीतरी केलंच पाहिजे. शिंग डोळ्यात घुसायच्या आत मोडून टाकलं पाहिजे. तो पुन्हा झाडापाशी गेला. पुन्हा फांदीच्या बेचक्यात शिंग अडकवायचा प्रयत्न केला – पण पुन्हा निसटलं. मग आपोआप तो एक क्रमच झाला – अडकवणं, हिसका देणं, निसटणं, भीती वाटणं – या आवर्तनांचा वेग वाढू लागला – तो कुठे चाललाय? – बहुधा दुसऱ्या झाडाकडे – आणि मग तिथे जाऊन तो त्या झाडावर सर्व ताकदीनिशी डोकं आपटू लागला.

दुसऱ्या डोळ्याला जमीन जोरात हादरताना दिसली. त्याला कवटीच्या आत काही काळ कंपनं जाणवली. शिंगाचं मूळ ठणकत होतं. त्यानं पुन्हा डोकं आपटलं. आजूबाजूची झाडं आणि शिंगदेखील हललं आणि स्तब्ध झालं. त्याचं अणकुचीदार टोक नेहमीसारखं भयावह दिसत होतं. त्याच्या डोळ्यातले अश्रू जबड्यावरून खाली वाहू लागले आणि लाल जमिनीवर गळू लागली.

हे स्वप्नच तर होतं – पण तो त्या स्वप्नात असताना त्याला ते सगळं भोगावं लागणारच. 'केवळ स्वप्न,' जागा झाल्यावर त्यानं विचार केला; पण शर्वरीला या त्याच्या जनावरासारख्या वागण्याचं समर्थन काय द्यायचं?

तो मदतीसाठी जोरात ओरडला. खूर जमिनीत रोवून डोकं झाडाच्या बुंध्यावर आपटलं – एकदा- दोनदा- तीनदा- मग आपटतच राहिला, कितीदा कुणास ठाऊक!

आता हॉस्पिटलमध्ये फोन करण्यावाचून शर्वरीकडे पर्याय नव्हता.

इथे त्याला जरा आशा वाटली. डॉक्टरांना खरोखरच काळजी वाटलेली दिसली; पण ते सगळे, वेदनेनं तळमळत असलेल्या जनावराकडे बघणाऱ्या पशुवैद्यासारखे दिसत होते. एखाद्या तरी तपासणीत काहीतरी धागा सापडेल आणि मग समस्येच्या मुळाशी जाता येईल अशी त्याची अपेक्षा होती; पण शिंगापर्यंत पोहोचून ते शिंग मोडू कसे शकतील? शिंग अडकवण्यासाठी ते झाड कुठून आणणार?

त्यांनी फक्त त्याला, तो हिंसक होईल या भीतीनं पलंगाला बांधून ठेवलं होतं. त्या खोलीच्या बाहेरचं दृश्य छान होतं हीच काय ती जमेची बाजू. समोरच्या खिडकीतून हिरवागार निसर्ग दिसत होता – पण ते सगळं त्याला राखाडी स्वप्नात दिसलेलंच दृश्य होतं. त्याची आठवण त्याला नको होती; पण हे तो त्यांच्यापर्यंत कसं पोहोचवणार?

शर्वरी आली आणि तिनं फुलदाणीतली फुलं बदलली. उत्साही नर्सनं येऊन

चादरी बदलल्या. तिनं खिडकी बंद करून, नकळत त्याला दिलासा दिला. शर्वरीनं तोंड वाकडं करत खिडकी पुन्हा उघडली. 'बंद कर, प्लीज बंद कर,' शार्दूलला तिला सांगायचं होतं; पण कसं सांगायचं?

डॉक्टर राउंडला आले आणि त्यांनी त्याचे डोळे तपासले. काही केल्या त्यांना त्याच्या डोळ्यांत तरंगणाऱ्या भीतीचं कारण कळत नव्हतं. खोट्या उत्साहानं ते काहीबाही बोलत राहिले, तेवढ्यात त्याच्या डाव्या दंडाला काहीतरी टोचलं.

"याची तुम्हाला झोप लागायला मदत होईल." नर्स म्हणाली.

त्याचं शरीर शिथिल होऊ लागलं; पण क्षणभरच – तो लगेच ताठरला. झोप लागली रे लागली की, तो परत जंगलात जाणार – जिथे तो वेगळा होता – लाखात एक गवा – ज्याचं शिंग डोळ्यात घुसू पाहत होतं.

आता तो दगडांच्या एका ढिगाऱ्याच्या पायथ्याशी होता – भलेमोठे डोंगरच म्हणा ना! काही दगडांच्या कडा धारदार होत्या, तर काही ओबडधोबड बटाट्यांसारखे होते.

एका खडकामध्ये त्याला एक फट दिसली आणि त्याला अत्यानंद झाला. त्यानं लगेच तिथे जाऊन वर बघितलं. वर दगड कसेतरी रचलेले दिसत होते. त्यानं दोन दगडांमधल्या फटीत शिंग घुसवून डोकं थोडंसं हलवलं. काहीच घडलं नाही. मग पूर्ण ताकदीनिशी त्यानं जोराचा हिसका दिला – एकदा- दोनदा- तीनदा – तरीही काही नाही. अचानक – त्याला जवळच्या झाडीत हालचाल जाणवली. झाडीतून एक आकृती चालत येताना बघून तो भीतीनं गारठला. घाबरून त्यानं शिंग बाहेर काढायचा प्रयत्न केला; पण आता ते अडकलं होतं. त्यानं पुन्हा जोरजोरात हिसकलं; पण ते पक्कं रुतलं होतं. ती आकृती सावधपणे जवळ आली. प्रचंड भीतीनं त्याला घेरलं. चेहऱ्याकडे बघायचं धाडस झालं नाही, तरी ती आकृती काहीशी ओळखीची वाटली. त्यानं आपल्या हल्लेखोराला शाप देण्यासाठी तोंड उघडलं, तेव्हा क्षणभर त्यांची नजरानजर झाली. काहीतरी अणकुचीदार वस्तू त्याच्या शरीरात घुसली आणि शरीराला एक जोराचा झटका बसला. काहीतरी मोडलं, हादरलं, गडगडलं. वरच्या दगडांची उतरंड कोसळताना मोठा गडगडाट झाला. त्याची कातडी, मांस ओरबाडत ते दगड त्याच्या अंगावर कोसळले – तो पूर्ण झाकला जाईपर्यंत दगड पडतच होते. शार्दूल दचकून जागा झाला. त्याची कातडी थरथरत होती, जिथे शेपूट असली असती, तो मागचा भाग चांगलाच सोलवटून निघाला. हे स्वप्नच होतं हे जाणवून त्याला बरं वाटलं.

दोन वॉर्ड बॉइज त्यांच्या मधल्या सुट्टीत बोलत होते.

एक म्हणाला, "काही लोक काय हलकट असतात!"

"हो ना," दुसऱ्याने दुजोरा दिला.

"माझ्या मामांच्या शेताच्या मागच्या जंगलात कोणीतरी एक गवा मारला."

"हं."

"कोणी आडदांड मूर्खाने त्याला बाण मारला. बिचाऱ्याला मरायला कितीतरी दिवस लागले असतील."

दुसरा मिशीला पीळ देण्यात मग्न होता.

पलंगावर झोपलेला शार्दूल हे संभाषण ऐकून हादरला.

"आणि तो गवा-"

"पुरे झालं तुझं गवापुराण!"

"गप्प बस आणि ऐक. त्याचं एक शिंग त्याच्या डोळ्यात घुसलं होतं. त्याच बिचाऱ्याच्या बाबतीत ही दुर्घटना का घडावी?"

दुसऱ्याने हातातली बादली खाली ठेवून तंबाखूची चंची काढली. "निसर्गाचा न्याय सगळ्यांना सारखा नसतो बाबा!" असं म्हणून त्यानं शार्दूलकडे बोट दाखवलं.

"छे! उलट निसर्गाचा पाय कधीच घसरत नाही. तो नेहमी आपला तोल सांभाळतो." पहिला म्हणाला. "जर त्या बिचाऱ्या जनावराला बाण लागला नसता, तर कसंतरी त्यानं ते शिंग मोडलं असतं."

दोघं त्या खोलीतून निघून गेले; शार्दूलला तिथे, तसाच सोडून.

ते गेल्याबरोबर फांद्या सळसळू लागल्या. शार्दूलनं खिडकीकडे बघितलं. राखाडी पानं आणि काळ्या फांद्या सळसळत होत्या. चांदण्याच्या उजेडात त्याला दडवलेल्या जीपची ओळखीची आकृती दिसली – जी याआधी त्याच्या लक्षात आली नव्हती.

अचानक शार्दूलला एक जवळजवळ अदृश्य हालचाल जाणवली – खिडकीच्या बाहेरच्या झाडावर धनुष्यबाण घेतलेला एक पारधी दबा धरून बसलेला दिसला. फिकट चांदण्यात तो फांद्यांआड दडलेला पारधी झाडावर उकिडवा बसलेला त्यानं पाहिला. पारध्याचे डोळे विलक्षण एकाग्रतेमुळे आरक्त दिसत होते. धनुष्याची ताणलेली प्रत्यंचा, चिमटीत धरलेला बाण – बाणाच्या शेपटाकडच्या पिसांवर पारध्याची बोटं हलकेच फिरताना दिसली. ताणलेल्या प्रत्यंचेचं किंचित स्पंदन त्याला जाणवलं आणि बाणाचा नेम थेट त्याच्याकडे रोखलेला दिसला.

बाण झेलणाऱ्याच्या दिशेनं बाणाचं टोक म्हणजे एक अंधूक बिंदू होता. आपला शेवट आला या खात्रीनं शार्दूल भीतीनं थिजला. विलक्षण दहशतीनं त्याच्या डोळ्यांच्या बाहुल्या विस्फारल्या. आता त्याला पारध्याचा चेहरा प्रथमच दिसला – तो त्याचा स्वतःचाच होता. त्याच्यातला जो भाग - सद्सद्विवेक - पहिल्या शिकारीच्या वेळी जंगलात हरवला होता, तो त्याचा पाठलाग करत आता या वेळी

इथे येऊन पोहोचला होता. त्यानं पापण्यांची शेवटची उघडझाप केली. त्याला खात्री होती की, पारध्याचा नेम चुकणार नाही – त्याचे डोळे बांधलेले असले तरीही.

✍

बर्ड ब्रेन

तळ्याकाठच्या त्यांच्या आवडत्या गुलमोहराच्या झाडावर बसून चिऊ, चाऊची - तिच्या प्रिय चिमण्याची आतुरतेनं वाट बघत होती. कित्ती बाई वाट बघायची! पेंगुळलेली पहाट आता पूर्ण जागी झाली होती. चिऊच्या स्वभावानुसार ती खरंतर एव्हाना रागानं लाल व्हायला हवी होती. आत्मसन्मान असलेली कुठलीही चिमणी आसपासच्या नर प्राण्यांचं टक लावून पाहणं सहन करणार नाही – बेडूक, मासे, ससाणा – सगळे मेले सारखेच! चाऊला या नजरांच्या त्रासाबद्दल तिनं कधीतरी सांगितल्याचं तिला आठवलं. अरेच्चा! एका छोट्या पण अत्यंत महत्त्वाच्या गोष्टीचा चिऊला विसर पडला वाटतं. आज त्यांची भेट दुसरीकडे ठरली होती.

त्याच वेळी चाऊ हवाई जत्रेच्या – आकाश-नृत्याच्या वार्षिक स्पर्धांच्या- ठिकाणी तिची वाट बघत होता. तो लवकरच – सूर्याचे किरण क्षितिजावर फाकले, तेव्हाच – तिथे पोहोचला होता. चिऊ आणि चाऊ गेल्या वर्षीचे विजेते होते; पण तरी त्याला वाटलं की, त्यामुळे हुरळून न जाता थोडा सराव केला तर बरं होईल. त्याला तिचा विसराळूपणा चांगला माहिती होता, तरीही ती अजून का आली नाही असं त्याला वाटत होतं.

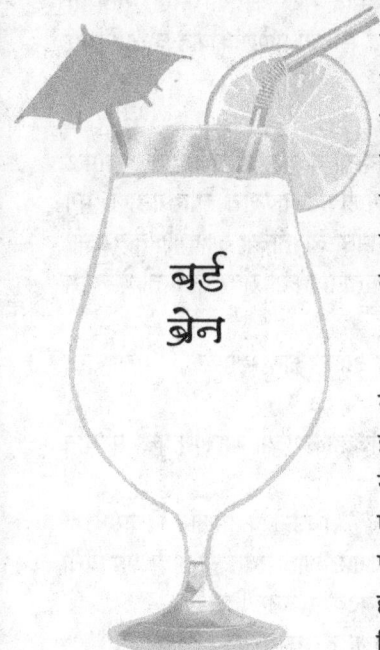

चाऊनं हलके हलके त्याच्या सरावाला सुरुवात केली – पंखांची फडफड, तरंगणं, मग झेप घेऊन सूर मारणं. – हवेतल्या हवेत स्थिर राहण्याचाही त्यानं सराव केला. त्यानं आणखी एक आवर्तन केलं, मग आणखी एक. आता फक्त चिऊच्या जोडीनं एकत्रित सुसंगत हालचालींचा सराव व्हायचा राहिला होता; पण तिचा तर पत्ताच नव्हता.

दरम्यान, इकडे चिऊ अजूनही त्याच फांदीवर होती. तिच्या रागाचा पारा खरंतर चढायला हवा होता; पण चढला नाही, कारण ती खालच्या तळ्यातली एक विलक्षण गोष्ट निरखत होती. तिचे विस्फारलेले डोळे तळ्यात पोहणाऱ्या बदकाचा मागोवा घेत होते. हे जरी त्यांचं नेहमीचं भेटण्याचं ठिकाण होतं, तरी आजवर तिनं त्याच्याकडे पाहण्याची तसदी घेतली नव्हती.

'हा दिसतो तर पक्ष्यासारखा; पण मग पाण्यात कसा तरंगतोय?' ती विचारात पडली आणि त्याला विचारायच्या संधीची वाट पाहू लागली.

बदकाचा मिरवण्यात पहिला नंबर. त्याच्या चोचीपासून ते पटलपादापर्यंत (Webbed feet), अंगावरच्या एक - एक पिसाचं प्रदर्शन करण्याचा त्याला भलता सोस. चिऊची कौतुकाची नजर हेरल्यावर तर त्याला उधाणच आलं. त्याच्या एकुलत्या एका प्रेक्षकासाठी तो पाण्यावर अलगद तरंगला, किनाऱ्याच्या कडेकडेनं पोहून मग मध्याकडे झेपावला, एकदम मार्ग बदलून डावीकडे कलला; मग उजवीकडे... नंतर सुळ्कन पाण्याखाली जाऊन एक मासा पकडून, जादुगारासारखा पुन्हा वर आला आणि मग 'क्वॅक क्वॅक' करून जणू काही आपल्या सादरीकरणाबद्दल टाळ्या मागू लागला. त्याच्या कसरतींनी प्रभावित झालेल्या चिऊनं खुशीत पंख फडफडवले. तिच्या डोळ्यांसमोर ती स्वतःच पाण्यावर तरंगताना दिसत होती.

'मी जर हे करू शकले तर तमाम पक्षीजमात माझं कौतुक करेल. रातोरात मला प्रसिद्धी मिळेल.' चिऊ बदकाकडे – तिच्या संभाव्य प्रशिक्षकाकडे बघत विचार करत होती.

चिऊला आपण पुरेसं प्रभावित केलं आहे याची बदकाला खात्री होती; त्यामुळे तो पंख फडफडवत पाण्यातून बाहेर आला. सगळीकडे पाण्याचे तुषार उडाले. मग गुलमोहराच्या झाडाखाली जाऊन एखाद्या सन्माननीय व्यक्तीच्या आविर्भावात बसला.

चिऊ चिवचिवली, "अय्या! पाण्यावर तरंगताना कित्ती सुंदर करामती केल्यास रे? कोण आहेस तू?"

"मी बदक," स्वतःचा परिचय देऊन तो आपुलकीने म्हणाला, "मला तुझा मित्रच समज."

आता हे जरा अतिच झालं; पण इतक्या जिव्हाळ्याच्या बोलण्यामुळे सुरुवात तर चांगली झाली.

"ए, तू इतका छान कसा तरंगू शकतोस?" चिऊने कुतूहलाने विचारलं.

"त्याच काय आहे, मी मुळातच डौलदार आहे. आता स्वतःची प्रौढी सांगायची नाही; पण मी उपजतच जलतरणपटू आहे." बदकाने उत्तर दिलं.

"मलासुद्धा पाण्यात असा सूर मारता आला तर काय मज्जा येईल ना!"

"तुझ्या जागी मी असतो तर स्वप्नातही असा विचार केला नसता."

"का बरं? थोडा धीर आणि थोडा सराव केला तर –"

"फक्त धीरच तुला लगेच तळ्याच्या तळाशी घेऊन जाईल, मग सराव बाजूलाच राहिला." बदक आपल्या पटलपादांकडे बघत म्हणाला.

"हं! ए, पण मित्र म्हणून माझ्यावर एक मेहेरबानी करशील का?"

"मेहेरबानी?" बदकाचे डोळे लकाकले; पण लगेच संशयानं बारीक झाले.

"क - क कसली मेहेरबानी?"

"तू मला तुझ्यासारखं तरंगायला शिकवशील का?"

"अगं, मी तुला जरी शंभर वेळा शिकवलं तरी तुला पाण्यात न्हातादेखील येणार नाही," बदक गुरकावला, "आणि तुला सतत बुडताना वाचवणं काही मला जमणार नाही."

"शी! तूही इतरांसारखाच! फक्त सगळं आलबेल असतानाचा मित्र निघालास." चिऊ संतापानं धुमसत म्हणाली. तेवढ्यात बदक पाण्यात शिरून दिसेनासा झाला.

"काय वाट्टेल ते झालं तरी मी पोहणार म्हणजे पोहणार." चिऊनं निश्चय केला. आता, विचारशक्ती हा चिऊचा गुण नव्हता हे वेगळं सांगायला नको. तिनं सज्ज होऊन फांदीवरून थेट तळ्याच्या मध्यभागी झेप घेतली आणि अनेक गोष्टी एकदम घडल्या – जोरानं पाणी उसळलं, पंखांची फडफड झाली आणि मदतीसाठी किंकाळ्या फुटल्या. नखशिखान्त भिजलेली चिऊ जिवाच्या आकांतानं हाका मारत होती. श्वासासाठी धडपडत तिला बुडवू पाहणाऱ्या पाण्याशी झटापट करत होती.

तिच्या किंकाळ्यांमुळे एकदम बरीच हालचाल निर्माण झाली. बुडणाऱ्या चिऊभोवती छोटे पक्षी घिरट्या घालू लागले. कुठेतरी एक बेडूक ओरडला, मग दुसरा – तिसरा आणि थोड्याच वेळात संपूर्ण वाद्यवृंदाचा कार्यक्रम सुरू झाला. एकेका कमलपत्रावर एकेकजण बसून भरदार खर्जात आवाज लावू लागला.

'फारसे सुरेल गात नाहीत.' चिऊच्या मनात आलं. ते सगळे तिला हसताहेत अशी तिला खात्री होती; पण त्यामुळे तिचा पारा चढायच्या आत तिला कळलं की, ते तिला किनाऱ्याकडे नेताहेत. शिंकत, खोकत, ठसकत आणि पूर्णपणे हिरमुसून ती उठली. तिचे पंख इतके जड झाले होते की, ती ते जेमतेम हलवू शकत होती. आता ते पूर्ण वाळल्याशिवाय ती परत फांदीवर जाऊ शकत नव्हती.

'आता कोण मला शिकवेल?' झालेल्या प्रकरणातून काहीही धडा न घेता चिऊ पुन्हा विचार करू लागली.

गवतावर पहुडलेल्या आणि तिच्याकडे पाहून कुत्सितपणे हसणाऱ्या बदकाकडे

तिनं पाहिलं. तो मोठ्याने खिदळत पुन्हा पाण्यात शिरला. चिऊच्या विरजलेल्या मनःस्थितीवर आणखी विरजण पडलं. अधिकच खजील होत ती आपले पंख वाळवू लागली.

हे सगळं बघत असलेला उंदीर तिथे आला. "तो बदक अगदी दुष्ट आहे," तो चिऊला म्हणाला. एकाला तरी आपल्याबद्दल सहानुभूती वाटतेय हे बघून तिला बरं वाटलं. त्या काळ्या, केसाळ, चुळबुळ्या आणि भोचक उंदराच्या रूपात तिला जणू एक मित्रच भेटला.

"मी तुला पोहण्यासाठी मदत करू शकतो." तो म्हणाला. त्याच्या आवाजात, चेहऱ्यावर सच्चाई होती. चिऊच्या डोळ्यांतली उदासी जाऊन तिचा चेहरा उजळला.

"खरंच?" तिनं विचारलं.

"मी तयारी करतो, तोपर्यंत तू पंख वाळव." असं म्हणून उंदीर झुडपात नाहीसा झाला. या त्याच्या अदृश्य होण्याच्या कृतीनं चिऊ बुचकळ्यात पडली; पण थोड्या वेळानं तो नाकानं एक काळसर तपकिरी गोळा ढकलत बाहेर आला.

"हे काय आहे?" तिनं विचारलं.

"मधमाश्यांच्या पोळ्याचं मेण आहे." उंदीर धापा टाकत म्हणाला.

"एका रिकाम्या पोळ्यातून मी ते कुरतडून तुझ्यासाठी आणलं आहे. आता आपण ते तुझ्या अंगावर लावायचं."

"कशाला?" चिऊनं निरागसपणे विचारलं.

"त्यामुळे तुझी पिसं ओली होणार नाहीत आणि तू बदकापेक्षा चांगली पोहू शकशील."

"खरंच?" चिऊ चिवचिवली आणि त्या मेणाच्या गोळ्यावर टोची मारून ते आपल्या अंगावर फासू लागली.

"तू अंगाला लावेपर्यंत मी तुझ्या पंजाच्या मध्ये मेण लावतो, म्हणजे तू पाण्यामध्ये सहज पाय मारू शकशील." उंदीर म्हणाला अन् कामाला लागला.

बदकासाठी हे फारच विनोदी दृश्य होतं – एक चिमणी आणि एक उंदीर चक्क पोहायची तयारी करत होते. "माझ्यासारखी पिसं होण्यासाठी अख्ख्या जगातलं मेण गोळा करावं लागेल." तो हसता हसता लोळायला लागला. चिऊने त्याच्याकडे बघून तोंड वेंगाडलं आणि आपलं काम चालू ठेवलं.

थोड्याच वेळात अंगावर चिकट तपकिरी लेप माखून चिऊ लटपटत पाण्याकडे गेली. उंदीर तिला तोल सांभाळायला मदत करत होता.

ती पाण्यामध्ये उतरणार इतक्यात तिनं उंदराला विचारलं, "तूदेखील का येत नाहीस?"

“नको गं बाई, कधीच नाही. मला पोहता येत नाही हे तुला माहिती नाही का?” असं म्हणून त्यानं तिला पाण्यात उतरवलं. क्षणभर तिला वाटलं की, आपण आता एखाद्या दगडाप्रमाणे थेट तळाशी जाणार; पण अहाहा! ती चक्क पाण्यावर तरंगत होती.

“वा! वा! चिऊ, मस्त! चल चल, पुढे चल!” उंदीर तिला प्रोत्साहन देत, हात हलवत होता. तिनंही हात हलवण्याचा प्रयत्न केला; पण जवळजवळ कलंडलीच.

पंख पाण्यात बुडवताना ती जरा कचरली.

“बुडव, बुडव, काळजी करू नकोस; मी आहे ना!” उंदरानं धीर दिला.

किनाऱ्यावरून येणाऱ्या बदकाच्या उपरोधिक आवाजाकडे तिनं दुर्लक्ष केलं आणि पुढच्या कृतीसाठी धीर गोळा केला. तिच्या पिसांत पाण्याचा एकही थेंब शिरला नाही.

“हं! आता पाय मार,” उंदरानं सूचना दिली.

तिच्या नवीन पटलपादांनी तिनं पाणी ढकलायला सुरुवात केली आणि चक्क पुढे पुढे जाऊ लागली. ‘खरंच, चालण्या किंवा उडण्यापेक्षा ही कितीतरी जास्त मज्जा आहे.’ तिच्या मनात आलं.

हळूहळू तिला तोल आणि गती दोन्ही सांभाळता येऊ लागलं आणि थोड्याच वेळात ती आनंदानं चिवचिवाटदेखील करू लागली. उंदराचे शतशः आभार! उंदीर पाण्यापासून सुरक्षित अंतरावर उभा राहून तिला पाहत होता. बदकानंसुद्धा तिला पाहावं अशी तिची फार इच्छा होती; पण तो आसपास कुठे दिसत नव्हता. ‘मत्सराने बुडाला असेल मेला,’ ती हसू दाबत म्हणाली.

तेवढ्यात तिला चाऊची आठवण झाली. ‘मला पोहताना बघायला त्याला किती आवडेल; पण इतका वेळ झाला तरी तो आला कसा नाही?’ असं डोक्यात घोळत असतानाच तिला जाणवलं की, आता सूर्य माथ्यावर आला होता. आजूबाजूचं पाणी कोमट झालं होतं. तिची मान, पाठ आणि पंखांनासुद्धा असह्य उष्णता जाणवत होती.

‘बहुधा मेणामुळे असेल,’ तिच्या मनात आलं आणि ती अधिक जोरानं पाणी कापायचा प्रयत्न करू लागली. तिला वाटलं की, एका फटक्यातच ती काठाला लागेल; पण अचानक तिचे पंख विलक्षण जड झाले, त्यांचं ओझं वाटू लागलं. तिला बुडाल्यासारखं वाटू लागलं आणि थोड्याच वेळात ते फक्त वाटणं राहिलं नाही. कशी कुणास ठाऊक! ती खरंच बुडत होती. मेण होतं, उंदरानं धीर दिला होता तरी ती दगडासारखी वेगानं खाली जात होती.

धास्तावून ती पंख हलवू लागली. आता ती चाऊचा विचार करू लागली.

'तो अजून का आला नाही?' ती चडफडली, "चाऊ, चाऊ, चाऊ," ती किंचाळू लागली. त्याचा पत्ताच नव्हता.

चाऊचा जरा डोळा लागला होता; पण अंतर्ज्ञान झाल्याप्रमाणे तो एकदम जागा झाला. काय झालं असेल याचा त्याला अंदाज आला. बदललेल्या ठिकाणाबद्दल चिऊ विसरली असणार. खात्री करण्यासाठी तो आळस झटकून निघाला.

दरम्यान, चिऊ मदतीसाठी उंदराला हाका मारत होती.

"ए उंदीरदादा, प्लीज मला वाचव ना रे."

तितक्याच भयभीत आवाजात उंदीर ओरडला, "अगं हो, पण कसं वाचवू?"

तोही आता मदतीसाठी आरडाओरडा करू लागला. बदक तिला मदत करण्याऐवजी गवतावर रेलून बिचाऱ्या चिऊची निष्फळ धडपड बघत बसला होता. तिनं आकाशाकडे पाहिलं. तिथे वर असताना तिला कधीच इतकं हतबल वाटलं नव्हतं – काहीतरी चमत्कार व्हावा यासाठी ती प्रार्थना करू लागली.

तेवढ्यात – तिला आकाशात चाऊ दिसला. तो वरून विहंगम दृष्टीनं प्रसंगाचा अंदाज घेत होता. उड्या मारणारा उंदीर, आळसावलेला बदक आणि बुडणारी त्याची लाडकी! वेडी चिऊ. "आपल्याला न झेपणारं काहीतरी करणं हे तिचं नेहमीचंच आहे." चाऊ पुटपुटला आणि एकदम वेगानं खाली झेपावला.

"अगदी स्तब्ध राहा," तो इतक्या जोरात ओरडला की, ती जागच्या जागी थिजली.

"डराव, कोलांटी, उडी, कुठे आहात तुम्ही? ताबडतोब या."

तिघंही बाहेर आले. अजूनतरी ती बेडकाची लहान पिल्लं होती. "बाकीचे कुठे आहेत?" त्यानं विचारलं.

"ते दलदलीत गेले आहेत. आत्ता आम्ही तिघंच आहोत." एकजण म्हणाला.

"ठीक आहे, कुंभकर्ण काका, तुम्ही जागे आहात का?" चाऊ ओरडला.

कुंभकर्ण कासव पाण्याखालून वर आलं – आणि त्याच्या पाठीवर होती चिऊ – थरथर कापणारी, घाबरलेली आणि भिजलेली. जेव्हा काका काठाशी आले, तेव्हा चाऊनं हलकेच चापट्या मारून तिला शुद्धीवर आणलं.

आजूबाजूला इतक्याजणांना पाहूनही ती अजूनही भेदरलेलीच होती. कोलांटी, उडी आणि डराव तिघांना गंमत वाटत होती. कुंभकर्ण काका पुन्हा घोरू लागले, बदक तोंड भरून हसला; उंदीर लपायला जागा शोधू लागला आणि चाऊ राग आवरायचा प्रयत्न करू लागला.

एव्हाना त्याला टप्प्याटप्प्यानं सगळी कहाणी कळली होती.

"काय केलंस हे, बघितलंस? तुझी पिसं खराब करून घेतलीस. आता बाकीचं

मेण वितळेपर्यंत तुला उन्हातच बसावं लागणार. चल, चांगलं ऊन आहे, तोपर्यंत आधी ते करू या.'' चाऊ खरंच वैतागला होता; त्यामुळे म्हणाला, ''पण हा कारभार करायची गरज काय होती?''

''गार पाण्यात पोहायला काय मस्त वाटतं रे,'' चिऊ मुसमुसली.

''हो का? मग तळ्याच्या तळाशी आणखी गार असतं; पाहिजे तर जाऊन बघ तिथे.'' चिऊ उपरोधाने म्हणाला.

''माझं चुकलं; पण उंदीर म्हणाला –''

''त्या उंदराला कुठे पोहता येतं?''

''बदक म्हणाला की, मी मासा झाले तरीही मला पोहता येणार नाही.''

''त्याला आज संध्याकाळी आकाश नृत्य करायला बोलाव ना, मग बघतोच मी, तो किती वेळ हवेत राहू शकतो ते! अगं चिऊ, आपण दोघं गेल्या वर्षीचे विजेते होतो. आपल्याकडे या असल्या फालतू गोष्टींसाठी वेळ नाही.''

तेवढ्यात कुठूनसा बदक आला, ''क्वॅक, क्वॅक, हवाई जत्रेचे विजेते?'' त्याचा चेहरा चमकत होता आणि डोळ्यांत आशा तरळत होती. ''तू - तू मला उडायला शिकवू शकशील का?''

''ते फक्त खऱ्या पक्ष्यांनाच येतं; कळलं का श्रीयुत ओशट पंखवाले?'' चिऊनं हिशेब चुकता केला आणि चाऊबरोबर तिनं आकाशात झेप घेतली.

'माउ'स ट्रॅप

काळुंद्रा आळशी होत चालला होता. धान्याचं अख्खं गोदामच त्याच्या एकट्यासाठी उपलब्ध होतं. कुठलंही पोतं कुरतडून हवं ते खायची मुभा होती -तांदूळ, गहू, मका वाट्टेल ते. त्यासाठी कोणाशी लढायचं नाही की कुणाला भ्यायचं नाही. काळुंद्रा - तरणाबांड, चैतन्यानं सळसळणारा, निरोगी उंदीर - त्याच्या कल्पनेतल्या स्वर्गसुखाचा प्रत्यक्ष अनुभव घेत होता. कमावलेलं, चपळ शरीर आणि तीक्ष्ण, मजबूत दात आणि जगातील उत्तमोत्तम अन्नाचा आस्वाद घेण्याचं स्वातंत्र्य. इकडून तिकडून धावण्याचा आनंद घेण्यासाठी त्यानं कौशल्यानं बिळं खोदून व्यूहरचना केली होती. आता हे सगळं आहे असंच राहिलं म्हणजे मिळवलं; पण आयुष्य कधीच काही साचू देत नाही.

म्हणूनच एक दिवस त्याच्या साम्राज्यात माऊचा प्रवेश झाला. माऊ ही एक गोंडस, इवलसं, खेळकर मांजराचं पिल्लू होती. आईपासून लांब भरकटल्यामुळे भांबावलेली, गोंधळलेली. काळुंद्र्यानं पहिल्यांदा माऊला बघितलं, तेव्हा त्याला मजा वाटली; पण लगेच त्याला त्याच्या आंतरिक ऊर्मीनं सावध केलं. भीतीनं त्याच्या पोटात गोळा उठला. आपण मक्याच्या पोत्यांच्या उंच ढिगावर बसलेले आहोत याचं त्याला बरं वाटलं. माऊला तो दिसणं शक्यच नव्हतं. काळुंद्रा हळूच लपून बसला. मांजरांना उंदराचा वास ताबडतोब येतो हे त्याला माहिती होतं.

आता आरामाचं आयुष्य संपणार, आळस झटकावा लागणार, स्नायूंना व्यायाम द्यावा लागणार, जलद हालचालींचा सराव करावा लागणार आणि बिळांच्या व्यूहाची उजळणी करावी

लागणार, या कल्पनेनं तो खट्टू झाला.

यापुढे निसर्गानं नेमून दिलेल्या त्याच्या कट्टर शत्रूवर सतत डोळा ठेवावा लागणार होता; पण या नवीन बदलाशी त्यानं पटकन जुळवून घेतलं. त्याच्या राज्यात संचार करणाऱ्या माऊकडे तो बारीक लक्ष ठेवून होता. तिला एका कोपऱ्यापासून दुसऱ्या कोपऱ्यापर्यंत बागडताना आणि मग तांदळाच्या ढिगावर उडी मारताना तो नाराजीनं पाहत होता. ती खूप वेगानं उडी मारून पोत्यांच्या ढिगाऱ्यावर चढू शकते हे त्याच्या लक्षात आलं. ती लाकडाच्या ओंडक्यावर तिच्या नख्या परजते आहे हेही त्याच्या ध्यानात आलं.

खाजणारी पाठ कोंड्याच्या ढिगावर घासून माऊ दमली. मग होती तिथेच पडून राहिली; पण काळुंद्रा बेसावध राहण्याइतका मूर्ख नव्हता. काही वेळातच तिला भूक लागेल आणि ती भक्ष्य शोधायला लागेल हे त्याला ठाऊक होतं. छे, छे! काळुंद्र्याला त्याच्यातलं धान्य तिला द्यावं लागणार नव्हतं. माऊची पहिली पसंती दुधाला. तसे किडे-बिडे पण तिला चालले असते; पण एक छान धष्टपुष्ट उंदीर तिला सगळ्यात जास्त आवडला असता. काळुंद्र्याचा थरकाप झाला.

केवळ त्या कल्पनेनंच तो चोरपावलांनी फिरू लागला. त्याच्या बिळांमधून आवाज न करता हिंडू लागला. त्याचे दात पोतं कुरतडण्यात गुंतले असले तरी कान आणि नाक मात्र आसपासच्या हालचालींची सावधपणे चाहूल घेत होते. हे असं किती वेळ चालणार? त्याच्या स्वतःच्याच साम्राज्यात चोरट्यासारखं किती काळ राहावं लागणार? कायम तर नक्कीच नाही, कारण माऊ छोटं पिल्लू होती, आकारमानानं जवळजवळ त्याच्याचएवढी. याआधी सामना कराव्या लागलेल्या मोठ्या, भयंकर मांजरांसारखी नव्हती; त्यामुळे त्याला खडान्खडा माहिती असलेल्या स्वतःच्या घरात इतकं भिऊन राहायचं काहीच कारण नव्हतं. दोघे एकत्र नांदू शकणार नाहीत याची त्याला कल्पना होती. एक तर तो राहील, नाहीतर माऊ.

समोरासमोर सामना करण्याचा त्याचा मुळीच इरादा नव्हता. काहीतरी दुसरा उपाय असलाच पाहिजे. हे कोडं सोडवायला काहीतरी शक्कल लढवलीच पाहिजे. एखादी धाडसी कल्पना सुचेपर्यंत त्याच्या बिळात तो फेऱ्या मारत होता.

माऊची डुलकी झाली. आता तिला भूक जाणवू लागली. तिनं जोरात म्याव म्याव केलं; पण आई काही आली नाही. तिनं गव्हाची रास हुंगली आणि हे खाण्यायोग्य नाही हे ठरवून टाकलं. तिचं लक्ष सारखं इकडेतिकडे जात होतं, कारण इथे दिसणारी प्रत्येकच गोष्ट तिला नवीन होती – धान्याच्या राशी, पोत्यांचे ढीग आणि बागडायला भरपूर जागा. अचानक तिला काहीतरी काळं, केसाळ हलताना

दिसलं आणि ते लगेच एका पोत्यामागे गेलं. एका क्षणात सावध होऊन, दबा धरून तिनं डोकावून पाहिलं. एक काळा, मिश्या असलेला चेहरा लुकलुक डोळ्यांनी तिच्याकडे पाहताना बघून ती आश्चर्यचकित झाली. तिनं एक पाऊल पुढे टाकताच तो नाहीसा झाला. पुढच्याच क्षणी परत दिसला. हे फारच मजेदार होतं. कोण असेल हा? तिनं म्याव म्हणत आणखी एक पाऊल टाकलं. काळुंद्रा धीर करून बाहेर, तिच्या दृष्टिपथात आला. एवढ्याशा जागेतून माऊ त्याच्यापर्यंत पोहोचू शकणार नाही याची त्याला खात्री होती. ती म्याव म्याव करत, जणू काही या नव्या सवंगड्याला ओळख करण्यासाठी हुंगाहुंगी करायला बोलावत होती. तो काही हलायला तयार नाही. म्हणून तिनं पुढे होऊन त्या चिंचोळ्या जागेत एक पंजा घातला. क्षणार्धात काळुंद्रा पसार झाला. तो भित्रा प्राणी परत येईल म्हणून तिनं थोडा वेळ वाट पहिली. तो आला नाही; पण तिनं नाद सोडण्याआधी तिच्या डाव्या बाजूला त्यानं आवाज केला. माऊनं मान उंचावून पाहिलं, तर तो एका पोत्यावर बसलेला तिला दिसला. तिची नजर जाताच त्यानं पुढे मुसंडी मारली आणि ती मागे येते की नाही हे मागे वळून पाहिलं.

'याला माझ्याशी खेळायचंय बहुधा,' तिला वाटलं आणि ती त्याच्यामागे गेली. माऊला इशारा समजलेला बघून काळुंद्रा खूश झाला. तिला पोत्यावर चढताना बघून तो त्याच्या पुढच्या सुरक्षित ठिकाणी – एका भिंतीपासून दुसऱ्या भिंतीपर्यंत ताणलेल्या, कपडे वाळत घालण्याच्या दोरीसारख्या बांधलेल्या तारेवर – गेला. तो तोल सांभाळत, सुरक्षितपणे पळत असताना माऊ ज्या नजरेनं त्याच्याकडे बघत होती, त्यामुळे तो खूश झाला. ती पोत्यांवरून सैरावैरा पळताना त्याचा नजरेनं पाठलाग करत होती. तेवढ्यात ती घसरून वरून खाली पडली; पण जमिनीवर आपटणार एवढ्यात तिनं एका पोत्यात आपली नखं रुतवली आणि घट्ट धरून राहिली. एका क्षणात ती परत वर गेली. तिचा खेळगडी तिला इतक्या करामती दाखवतोय याचा तिला आनंद झाला.

'खेळू दे तिला जरा वेळ,' आपला बेत सफल होताना बघून काळुंद्राही खूश होत पुटपुटला.

तो तारेच्या दुसऱ्या बाजूला गेला, तेव्हा माऊ त्याला बोलावू लागली. काळुंद्र्याच्या या नव्या रस्त्यानं जाता येत नसल्यामुळे ती नाराज दिसली. नंतर तिला तो जमिनीवर तिची वाट बघताना दिसला. नव्या जोमानं तिनं त्याच्या दिशेनं उडी मारली. आता तिची उडी थेट त्याच्या अंगावर पडणार या भीतीनं काळुंद्रा जागच्या जागी थिजला. तशी ती जवळजवळ पडलीच; पण ती उठून तोल सावरण्याच्या आत तो झटकन वळून पळून गेला.

पोत्याच्या मागे लपताना त्याला पाठीवर ओरखडा उठलेला जाणवला. ते झोंबत होतं आणि त्यातून रक्त येताना बघून त्याच्या अंगावर भीतीनं शहारा आला. माऊनं पंजाकडे बघितलं आणि तो हुंगला. या खेळात तिला प्रथमच एक नवी जाणीव झाली. रक्ताच्या हलक्याशा गंधानं तिच्या नाकपुड्या फुलल्या आणि मिश्या फुरफुरल्या. तिचे डोळे विस्फारले. बुबुळं डोळ्यांच्या कडांना स्पर्श करू लागली. तिनं पंजा चाटताना जोरात म्याव केलं आणि ती काळुंद्र्याच्या पुढच्या चालीचा अंदाज घेऊ लागली.

तो एका बिळाच्या तोंडाशी बसून थरथरत होता. त्याला वाटलं त्यापेक्षा माऊ डोईजड होणार की काय अशी शंका येऊ लागली; पण आता माघार घेणे नाही. खेळ फारच रोमांचक होता आणि त्यामागचं कारण फारच महत्त्वाचं असल्यामुळे मागे हटणं शक्य नव्हतं. खेळ त्यानंच सुरू केलेला असल्यामुळे त्यालाच तो संपवणं भाग होता. आता खेळाचा पुढचा टप्पा खेळायला हवा होता. एका रुंद बिळाच्या तोंडाशी येऊन त्यानं आवाज केला आणि माऊ येण्याची चाहूल लागेपर्यंत लांबलचक शेपटी हलवत राहिला. ती जवळ येताच तो पटकन बिळात शिरला. मागे हालचाल जाणवताच त्याच्या पळण्याच्या गतीपेक्षा हृदयाची धडधड अधिक वेगानं होऊ लागली. तिचे मोठे शोधक डोळे अंधाराशी जुळवून घेताना त्याला दिसले. सगळं काही त्याच्या योजनेनुसार घडत होतं. ती त्याला शोधायला त्याच्या व्यूहात शिरली होती; पण तिला तो दिसणं शक्य नव्हतं, कारण त्याचं नाव - काळुंद्रा - त्याच्या रंगाला साजेसंच होतं.

आत आल्यावर माऊ तिच्या नाकाच्या मदतीनं माग काढायला लागली.

तिच्या मिश्या त्या चिंचोळ्या जागेतून मार्ग दाखवत होत्या आणि उग्र दर्प तिला आत आत खेचून नेत होता. एक जोराची झुळूक तिच्यापर्यंत आली, ती वेगानं पुढे गेली. काळुंद्रा त्या चक्रव्यूहातून तिला कौशल्यानं नेत होता.

माऊच्या 'म्याव म्याव'चं आता गुरगुरीत रूपांतर झालं होतं. आता पळताना काळुंद्र्याच्याही डोळ्यांत भीती स्पष्ट दिसत होती आणि माऊसाठीपण हा फक्त खेळ उरला नव्हता. कोणतीतरी ऊर्मी तिला अधिकाधिक जोरात पळायला लावत होती. आता ती त्याला पकडणार एवढ्यात वरच्या पाइपवर तिचं डोकं आदळलं. काळुंद्रा त्याच्या खालून सटकला होता आणि या शर्यतीतल्या शेवटच्या टप्प्यासाठी वळला होता. समोरच्या भिंतीतलं त्याचं घर त्याला दिसलं. त्याच्या तोंडाशी वेडीवाकडी रचलेली गव्हाची पोतीही दिसली. ही खेळी आता बरोब्बर वेळेत खेळायला हवी. माऊच्या आणि त्याच्या शेपटीच्या मध्ये केवळ एका मिशीचं अंतर होतं – अगदी त्याला पाहिजे तस्संच! काळुंद्र्यानं नेम धरून पोत्यावर उडी मारली.

तो त्यावर आपटून उलट उसळी घेऊन थेट त्याच्या बिळात फेकला गेला – त्याच्या योजनेची अगदी बिनचूक अंमलबजावणी झाली. त्या पोत्यावर धडकण्यापासून माऊ स्वतःला वाचवू शकली नाही. आधीच डळमळीत झालेला तो पोत्यांचा ढीग या शेवटच्या धक्क्यानं कोसळला. बिळातून ते दृश्य पाहणाऱ्या काळुंद्र्याला माऊच्या डोळ्यांतली भीती दिसली. धोक्याचा इशारा मिळाल्याबरोबर तिनं ज्या वेगानं आणि सफाईनं बाजूला उडी मारली तेही त्यानं बघितलं. तो ढिगारा जमिनीवर कोसळला आणि एका पोत्यानं त्याच्या बिळाचं तोंड बंद केलं. आता काळुंद्रा आत कोंडला गेला - थरथरत, माऊच्या नशिबाला शिव्या घालत होता. त्याचा हुकमाचा एक्का वाया गेला होता.

आत बसून तो विचार करत होता. आता दोन पर्याय होते – एक म्हणजे ते पोतं कुरतडून तिथेच माऊबरोबर, तिला भिऊन भिऊन राहायचं किंवा सोपा उपाय म्हणजे बीळ खोदत त्याच्या साम्राज्यातून बाहेर पडून मोकळा श्वास घ्यायचा.

दरम्यान, बाहेर माऊ अस्वस्थ होऊन, फेऱ्या मारत होती. तिनं आजूबाजूची सगळी भोकं पहिली. तिचा खेळगडी एकदम त्यातून येऊन तिला आश्चर्याचा धक्का देईल अशी तिला आशा होती.

'त्याला इतका वेळ का लागतोय?' ती मनात म्हणाली, 'बाहेर येऊन तो खेळ चालू का ठेवत नाही? आता तर या पाठलागात फारच मजा येते आहे.'

काळुंद्रा तिथून निघून गेला, तर कोणालाही कळणार नाही हे त्याला माहिती होतं. मांजराला घाबरून उंदरानं पळून जाणंदेखील स्वाभाविकच होतं; पण इतक्या सहजासहजी – झुंज न देता – तो निसर्गाला शरण जाणार नव्हता. मागे वळून त्यानं पोतं कुरतडायला सुरुवात केली. थोड्या वेळानं काही गहू सांडले. काळुंद्रा ते खाऊ लागला. मस्त भोजन करता करता तो आता पुढचा सापळा रचणार होता हे नक्की.

बोलविता धनी

वाडिया कॉलेज परीकथेतल्या एखाद्या अरण्यासारखं होतं – प्रथमदर्शनी मोहवणारं, मग गोंधळात टाकणारं आणि जेव्हा तुम्ही त्या परिसराचा भाग होऊ पाहता, तेव्हा सरळसरळ दहशत घालणारं.

हो, पण मी तक्रार करता कामा नये. मला अगदी असंच वातावरण हवं होतं. इथे मला विविध प्रकारचे प्रेक्षक उपलब्ध होते. थोडा सराव केला की, पडदा उघडण्याची वेळ आलीच म्हणून समजा.

मी शाळेपासूनच शब्दभ्रमकार (Ventriloquist) होतो. घरी पाहुणे आले की, माझ्या बोलक्या बाहुल्यांचा खेळ रंगायचा. प्रत्येकाचं लक्ष वेधून घेण्याचा, स्तुती, शाबासकी मिळवण्याचा तो हमखास उपाय होता; त्यामुळे कॉलेजच्या मुलांचं लक्ष वेधण्यासाठी मला काहीतरी अद्भुत करून दाखववावं लागणार होतं. साधासुधा बाहुला वापरणं पुरेसं नव्हतं. मला माझ्या खेळाचा मापदंड उंचावणं क्रमप्राप्त होतं.

पहिल्या आठवड्यात एखाद्या थीम पार्कमध्ये फिरल्यासारखं वाटत होतं. पूर्णतः जत्रेचं वातावरण होतं – हास्यविनोद, सळसळणारं चैतन्य, विविध रंग आणि – आतापर्यंत स्वप्नात किंवा प्रत्यक्षात पाहिलेले सगळे चेहरे, देह फिके पडतील अशा, नजरेसमोर आणि मिटल्या डोळ्यांसमोरदेखील विहरणाऱ्या लावण्यवती, सौंदर्यखनी, तन्वंगी. त्या खरोखरच स्पर्शाच्या आवाक्यात आहेत याची खात्री पटायला पंधरवडा लोटला.

बरेच दिवस सगळीकडे - कॅन्टीनमध्ये चहा प्यायला, मैदानात खेळ बघायला मी एकटाच

हिंडत होतो, मग पुन्हा वर्गात एकट्यानंच येऊन, अभ्यासू विद्यार्थी म्हणून भरपूर नोट्स काढायच्या; झाडाखाली बसून एकट्यानंच जेवायचं.

माझ्या आजूबाजूला अनेक मुला-मुलींचे गट बनताना मी बघत होतो. त्यातल्या कोणाचंही लक्ष माझ्याकडे जात नव्हतं- जणू मी म्हणजे एक अशारीर व्यक्ती होतो, ज्याला अदृश्यपणे कुठेही जायला कोणतीच बाधा, कोणताच अडथळा नव्हता.

कान झाकणारी, फ्लोअर मॉपसारखी हेअरस्टाइल असलेला आणि त्याच्या बाकाखाली लपवलेल्या पुस्तकातला बारीकसारीक मजकूर वाचून हसू दाबणारा सुनील जसा मला स्पष्ट दिसत होता, तसा मी कोणालाच दिसत नव्हतो का? आपली किरकोळ शरीरयष्टी जरा भरदार दिसावी म्हणून लेदर जाकीट घालणारा विजय मला दिसत होता. त्याच्या शेजारी बसणारा तो सतीश. मला नेहमी वाटायचं की, 'टॉल-डार्क- हॅन्डसम' हा एक शब्द होता; पण त्यानं तो समज खोटा ठरवला. त्या सगळ्यांमध्ये कुठलाच समान धागा नव्हता; पण तरीही त्यांचा ग्रूप जमला होता. त्यांचा महत्त्वाचा कार्यक्रम म्हणजे माना वळवून, उंचावून मुलींकडे – विशेषतः लतिकाकडे पाहणं.

मी स्वतःला मुळीच रुबाबदार वगैरे समजत नाही – म्हणजे कोणीच समजत नाही; पण हात वर करून भांग पाडताना होणारी माझ्या पीळदार दंडाच्या स्नायूंची हालचाल मला सुखावते. दुकानांच्या दर्शनी खिडक्यांच्या काचेत स्वतःचे प्रतिबिंब बघताना मी फोटोला योग्य अशी मस्त पोझदेखील देऊ शकतो. इथे माझ्याकडे होणारं संपूर्ण दुर्लक्ष माझ्या आत्मसन्मानाचं हळूहळू खच्चीकरण करू लागलं. आता माझे कपडे, माझ्या लकबी माझ्या व्यक्तिमत्त्वात मोलाची भर वगैरे मुळीच घालत नव्हत्या हे मान्य; पण शारीरिकदृष्ट्या फार आकर्षक नसलेल्या माणसाला तो अदृश्य असल्यासारखं वागवणं हा निव्वळ दुष्टपणा होता. त्यातली सर्वांत दुःखदायक गोष्ट म्हणजे लतिकाचंदेखील माझ्याकडे लक्ष जात नव्हतं. खरंतर तसं व्हायला नको होतं. माझी उंची चारचौघांपेक्षा जास्त आहे, पाठीला किंचित बाक आहे, माझा चेहरा अगदी रेखीव नसला तरी हसताना, एकटक बघताना किंवा हपापून लाळ गाळताना लक्षात येईल इतपत नक्कीच होता; निदान ते तरी लतिकाच्या लक्षात यायला हवं होतं.

तिच्या बसण्याच्या जागेवरून जरा तिरपी नजर केली की, तिला माझं संपूर्ण दर्शन होऊ शकत होतं. कधीतरी ती बघेल हे मला माहिती होतं. मी संयम ठेवून तिनं माझ्याकडे बघण्याची वाट पाहत होतो. ती स्वस्थ बसलेली असतानासुद्धा विलक्षण आकर्षक दिसायची. एका खांद्याकडून दुसऱ्या खांद्याकडे झोके घेणारी तिची

पोनीटेल, तिचा गोल-गोबरा चेहरा, नाजूक अपरं नाक व फळ्याकडून वहीकडे आणि मध्येच एकदम मुलं बसायची त्या खिडकीकडे फिरणारे तिचे लहानसे डोळे मला खूपच आवडायचे; पण तिनं कधी चुकूनही माझ्याकडे बघितलं नाही.

या डौलदार मुलीला मी अधिक बारकाईनं पाहत होतो. तिच्या कमनीय देहाचं वाकणं, वळणं, हलणं – सगळंच अत्यंत उत्तेजित करणारं होतं. लेक्चरपाठोपाठ लेक्चर मी तिला निरखत होतो. प्रेमाच्या एका बिनबुडाच्या विवराच्या कडेला मी उभा आहे याची मला कल्पनाच नव्हती – आणि मग हळूहळू मी त्यात पडलो – आता मला ती दिसेनाशी झाली. माझ्या आणि तिच्यामध्ये एक उंच, किडकिडीत आकृती आली. माझ्या पुढच्या बाकावर तो बसायला आला आणि त्यानं माझं नेत्रसुख हिरावून घेतलं. अर्धा वेळ तो ग्रह-तारे बघत असल्याप्रमाणे फळ्याकडे बघायचा आणि उरलेला अर्धा वेळ मागे वळून माझ्या नोट्समध्ये डोकावायचा, माझी चिडचिड व्हायची. मोहन – त्यानं त्याचं नाव सांगितलं.

एकदा मी जेवायला जात असताना मागून हाक आली, "एक्सक्यूज मी, तुझं नाव काय?"

मी वळलो. तो मोहन होता. वर्गापासून, कॉरिडॉर्समधून, जिन्यांतून, वळणावळणाच्या डांबरी रस्त्यावरून- मैदान ओलांडून तो माझ्या मागेमागे माझं नाव विचारायला आला होता. कोणीतरी मला बघितलं- एवढंच नाही तर माझं नाव विचारलं हे बघून माझा कंठ दाटून आला.

"काय नाव तुझं?" त्यानं पुन्हा विचारलं.

"हरी कामत," मी सांगितलं.

"हक्का" माझ्या खांद्यापर्यंत वाढलेल्या नूडल्स्‌सारख्या केसांकडे बघत तो म्हणाला. त्याबरोबर तो शाळकरी मुलासारखा मोकळा हसला नसता, तर तो अत्यंत उद्धटपणा वाटला असता.

"मला नूडल्स फार आवडतात." तो म्हणाला.

इतर कोणाचं लक्ष माझ्याकडे जावो, न जावो; माझी याच्याशी मैत्री होणार हे मला कळलं. मित्र भेटल्याचा मला आनंद झाला.

उशिरा प्रवेश घेतल्यामुळे वर्गात बुडालेला बराच अभ्यास माझ्या नोट्सवरून त्याला भरून काढायचा होता. कॉलेजच्या आवारात तो मुलींकडे आ वासून बघत असताना मी त्याचा वाटाड्या होतो. त्याला कुठे हरवल्यासारखं वाटलं की, तो मला हाक मारायचा, 'हक्का.'

माझ्या नावाचा हा विचित्र अपभ्रंश माझ्या सुन्या सुन्या कानांना गोड वाटायचा.

त्याला मी आसपास हवा आहे ही जाणीव सुखद होती.

रोज कॉलेजला आल्यावर माझी नजर नकळत त्याला शोधायची – कदाचित माझ्या अस्तित्वाची खात्री पटण्यासाठी असेल – आणि मग आमच्या गप्पा, अभ्यास, खाणं-पिणं, हसणं-खिदळणं सगळं एकत्र चालायचं; साहजिकच त्याचं निरीक्षण करण्यासाठी मला भरपूर वेळ मिळायचा. मग आम्ही एकाच बाकावर बसू लागलो; अर्थातच माझ्या नजरेसमोरचा अडथळा दूर झाला – आणि त्यामुळे एका अर्थी लतिका परत माझ्या आयुष्यात आली.

दिवस सरत होते. मोहनच्या माझ्याशी वागण्यात भक्ती स्पष्टपणे दिसू लागली. ''हक्का'', अडचणीत असो किंवा नसो, तो मला हाक मारायचा. त्याचा आवाज जरा मोठा होता आणि माझ्या नावाचं दुसरं अक्षर उच्चारताना तो किंचित चिरकायचा. आता माझ्या नावाकडे इतरांचं लक्ष जाऊ लागलं; पण मला आवडेल अशा कारणासाठी नाही.

लेक्चरच्या मध्येच जर त्याला काही शंका आली, तर तो त्याच मोठ्या आवाजात मला हाक मारायचा आणि मग प्राध्यापकांच्या एकसुरी आवाजावर हसण्याची लहर मात करायची.

थोड्याच दिवसांत आमच्या वर्गातली बरीच मुलं त्याच्याकडे बघून हसताना, हात हलवताना दिसू लागली. त्यानं हात हलवला की, ते त्याच्याकडे विचित्र नजरांनी बघायचे किंवा त्यांचं दाबलेलं हसू फुटायचं.

आमच्या वर्गातल्या गर्विष्ठ मुलांशी मैत्री करण्याच्या प्रयत्नांत तो वर्गातल्या विदूषकाच्या स्थानावर आरूढ होत होता हे त्याच्या गावीही नव्हतं. मैत्री तर दूरच; पण संभाषण सुरू होईल असा प्रतिसादही त्याला कोणी देत नाही – हे न कळण्याइतका तो बावळट तरी होता किंवा आंधळा तरी – पण त्याचे प्रयत्न चालूच होते.

मोहनला पाहणं म्हणजे गंमत होती. त्याचं बोलणं भरभर होतं; पण हालचाली सावकाश होत्या. त्याची नक्कल करणं अवघड होतं; पण माझ्या चेहऱ्यावर हास्य उमटताना मला जाणवलं.

माझ्यातल्या शब्दभ्रमकाराला अखेर त्याचा बाहुला गवसला होता.

मोहन अजून लहान मुलासारखा होता. शिव्या वगैरे माहिती नव्हत्या. सहज बोलतानासुद्धा तो संपूर्ण वाक्यं बोलायचा आणि शाळेत शिकलेलं व्याकरण कुठेही चुकायचं नाही. आठवडाभर मी त्याच्या ओठांची हालचाल, शब्दांमधले विराम, हातवारे, वारंवार बोलण्यात येणारे शब्दसमूह आणि माझं नाव उच्चारताना दुसऱ्या

अक्षराला चिरकणारा आवाज यांचा अभ्यास करून सराव केला.

एक दिवस मला सर्वांत भयंकर दृश्य बघावं लागलं – त्यानं लतिकाकडे बघून हात हलवला – आणि तिनंदेखील तिचं ठेवणीतलं स्मित करत हात हलवला. या विदूषकाला त्याच्या लायकीपेक्षा जास्तच बक्षीस मिळत होतं. मी अभ्यास गुंडाळून माझा खेळ सुरू करायचं ठरवलं. सोमवारी मी माझं अस्त्र बाहेर काढलं. जेवणाच्या वेळी, मी मोहनची त्याच्या पूर्वी हरवलेल्या भावाशी – सोहनशी ओळख करून दिली. ते बघून मोहनची वाचाच बसली. माझा बाहुला त्याच्यासारखाच दिसत होता – पिचपिचे डोळे, अस्ताव्यस्त केस, वर आलेली गालफडं आणि उपरोधिक वाटणारं तिरक्या ओठांचं हसू.

"काय मग बंधूराज, मुलीच्या बाबतीत काय प्रगती?" बाहुला सोहननं विचारलं.

मोहन भांबावला. आवाजही त्याच्यासारखाच होता. अतर्क्य! सोहन जेव्हा पुन्हा बोलू लागला, तेव्हा मोहन माझ्याकडे अविश्वासानं बघू लागला – "हक्का, याला वेड लागलंय की हा एरवीपण असाच असतो? मोहन, अरे शांत हो. तुझ्या दादाला भेटून तुला आनंद व्हायला हवा. मी बाहुला असलो म्हणून काय झालं?"

मोहन माझ्याकडे निरखून पाहत होता; पण माझ्या ओठांची जराही हालचाल त्याला दिसली नाही.

"हे - हे तू कसं करतोस?" त्यानं विचारलं.

"तू त्याच्याशी का बोलतोस? माझ्याकडे बघून बोल ना!" सोहन म्हणाला.

तो सोहनकडे बघून हसला आणि म्हणाला, "हक्का, हे भन्नाट आहे हं."

"त्यात काय भन्नाट आहे? मी खरंच तुझा दादा आहे."

"हि-हि-हि" मोहनचं हसणं खंड्या पक्ष्याच्या शिट्टीसारखं कर्कश आणि थांबून, थांबून होतं. त्यानं माझ्या पाठीवर थाप मारून मला मिठीच मारली. "माझा विश्वासच बसत नाही रे. हक्का, तू जादूगार आहेस."

"चुकतोस तू. तो जादूगार नाही, शब्दभ्रमकार आहे." सोहन म्हणाला आणि मोहनची प्रतिक्रिया पाहून मी आनंदाने चीत्कारलो. माझा अभ्यास, रात्री जागून केलेला सराव एक असं पात्र बनवण्यात सफल झाला होता, जे सहजासहजी विसरलं जाणार नाही.

मोहन इतका हरखून गेला होता की, त्याचा भाऊ सोहन बाहुला आणि त्याचा निर्माता हक्का यांच्याबद्दल त्याला सगळ्यांना सांगायचं होतं. मलाही ते आवडलं असतं; पण त्याच्या सांगण्यावर कोण विश्वास ठेवणार? विजय आणि त्याची

गर्विष्ठ टोळी नाही की समोरच्या फळ्यापलीकडे काहीही न दिसणारे पुढच्या बाकांवरचे नाही. त्याला लतिकाला हे सांगायचं होतं हे मला माहिती होतं; पण सध्या ते फक्त एकमेकांना बघून हात हलवण्याच्या टप्प्यावर होते; त्यामुळे आत्ता तरी ही आम्हा दोघांतली खासगी गंमतच राहिली – पण फार काळ नाही. मोहन त्याच्या जागेवर बसून वळवळ करताना, एकदा लतिकाकडे आणि एकदा माझ्या पिशवीत घडी घालून ठेवलेल्या सोहनकडे बघताना मला दिसत होता.

माझ्यासाठी हे पुरेसं नव्हतं. सोहन - ही मला एका क्षणात प्रसिद्धीच्या झोतात आणू शकेल अशी खळबळजनक निर्मिती होती. जेवणाच्या सुट्टीत माझ्या मनात एक धूर्त योजना आकार घेत होती. माझ्या या खेळासाठी फक्त मोहन पुरेसा नव्हता – त्याच्या साध्याभोळ्या प्रतिमेशी एखादी भानगड जोडणं - म्हणजेच एका मुलीला त्यात गुंतवणं आवश्यक होतं. माझ्या मनात पहिलं नाव आलं ते लतिकाचंच. एखाद्या लबाड पिशाच्चाप्रमाणे एक योजना माझ्या मनाचा ताबा घेऊ लागली. एक क्षुद्र व्यक्ती असलेला मी ताबडतोब एक स्टार बनणार होतो.

प्रेम की प्रसिद्धी? मी प्रेमाशिवाय जगू शकेन; पण प्रसिद्धीशिवाय नाही, त्यामुळे निवड करणं तसं कठीण नव्हतं. माझं लतिकावर प्रेम होतं; पण ते व्यक्त करून तिच्याकडून स्वतःचं हसं करून घेण्याइतका मी मूर्ख नव्हतो. सोहन, मोहन आणि लतिकाला खेळवून सगळ्या कॉलेजची मानवंदना घेणं मला अधिक आवडलं असतं.

अशा व्यापक हेतूसाठी प्रेमाचं बलिदान दिल्याची अनेक उदाहरणं आहेत.

मी अलगद पवित्रा बदलला. आता सोहनच्या नाट्यमय प्रवेशाची वेळ झाली होती.

जेवणाच्या सुट्टीत आम्ही स्टेडियमवर होतो. मोहनचं अर्धं जेवण झालं होतं. सोहनला मी माझ्या हातावर घेतलं. आधी मोहनच्या ते लक्षात आलं नाही.

"तुझं लतिकावर इतकं प्रेम आहे हे तू मला सांगितलं का नाहीस?" अचानक सोहन म्हणाला.

मोहननं आश्चर्यानं त्याच्याकडे पाहिलं. मग माझ्याकडे बघून हसला.

"हि-हि-हि, हक्का, हे सगळं काय आहे? तो थेट माझ्यासारखाच दिसतो."

"मोहन, माझ्याकडे बघ," सोहन पुढे म्हणाला.

माझा चेहरा निर्विकार होता; त्यामुळे त्याला सोहनकडे बघणं भाग पडलं.

"हे बघ, मला जर चेहरे चांगले वाचता येतात, तर मग प्रेमात पडलेले चेहरे मी सहज ओळखू शकतो."

मोहनची नजर सोहनच्या उपरोधिक बोलण्याकडून माझ्या चेहऱ्याकडे फिरू लागली.

"तुला खरं सांगू? मी जर तुझ्याआधी लतिकाला बघितलं असतं, तर तुझी नजर तिच्यावर पडूच दिली नसती." सोहन म्हणाला.

मोहन हसणार तेवढ्यात सोहन पुढे म्हणाला, "तुझं तिच्यावर प्रेम आहे हे मला माहिती आहे. तू तिच्याकडे एकटक बघतोस, तुला तिच्याशी बोलण्याची इच्छा आहे, हे तिला समजलं आहे. मी तुझ्या जागी असतो तर नुसतं तिच्याकडे बघून हसण्यात आणि हात हलवण्यात वेळ घालवला नसता."

"अरे, पण तसं काही नाही." पहिल्यांदाच मोहन माझ्या माध्यमातून न बोलता थेट सोहनशी समोरासमोर बोलत होता. "म्हणजे – हक्का, ती चांगली मुलगी आहे. मला आवडते; पण त्याला प्रेम म्हणता येणार नाही."

"तुझं प्रेम नाही तिच्यावर? मग ती जेव्हा तुझ्यासमोर येऊन कॉफी प्यायला बोलावेल ना, तेव्हा तिला तसं सरळ सांग."

"मला तसं म्हणायचं नव्हतं,"

"ए, राहू दे हं, राहू दे. हक्का, आपण उगीच याच्यावर वेळ नको घालवायला. तू फक्त माझी तिच्याशी ओळख करून दे, मग बघ मी कसं पटवतो तिला." सोहन म्हणाला.

"सोहन," मी म्हटलं, "तू आता असा मध्ये घुसखोरी करू नकोस हं. त्याला बिचाऱ्याला मदत हवीय, स्पर्धा नाही."

"अरे बाबा," सोहन भावाभावांत खलबत केल्याच्या सुरात म्हणाला, "मोहनला मदत नको, त्याला उपचारांची गरज आहे. आपण दोन दिवस पाहू. जर काहीच घडलं नाही तर मात्र लतिकाशी सूत जुळवायची पाळी माझी." सोहनचं हास्य भीतिदायक होतं.

"सोहन, हक्का, हे बघा; आम्ही दोघं एकमेकांना धड ओळखतदेखील नाही. तुम्ही काहीतरी भलतंच करून विचका करू नका."

या उमाळ्यात मोहनच्या भावना उघड झाल्या. हळूहळू त्यानं कबूल केलं की, लतिकाला खरंच त्याच्या मनात विशेष स्थान होतं – हे गुपित फक्त मला आणि सोहनलाच माहिती होतं.

तेव्हापासून मोहन जेव्हा लतिकाकडे बघायचा, तेव्हा त्याच्या नजरेत एक नवाच अर्थ दिसायचा. मोहनची प्रगती कूर्मगतीनं होत होती – एक नजर – एक स्मित – हळूच बोटं हलवणं – पापण्यांची उघडझाप. हे सगळं बघताना संतापजनक झालं असतं; पण मी याकडे बघण्याचा चिकित्सक दृष्टिकोन ठेवला होता – आणि एक दिवस मोहन व लतिका दोघांचीही अनुपस्थिती सगळ्यांच्या लक्षात आली. लेक्चरच्या शेवटी-शेवटी विजयची माझ्यावरची चौकस नजर धमकीवजा होऊ लागली.

लेक्चरनंतर मोहन आणि लतिका मला कॉरिडॉरमध्ये हसत, गप्पा मारताना दिसली. एका खांबाला रेलून निळ्या डेनिम्स व निळं जाकीट घातलेला मोहन तिला काहीतरी सांगत होता आणि ती खिदळत होती. प्रेमाचा हा वेडपट प्रयत्न बघायला त्रासदायक असला तरी हे घडल्याशिवाय माझी पुढची योजना साकार होणार नव्हती. कोणीतरी माझ्याकडे बघतंय अशी मला एक विचित्र जाणीव झाली. कॉरिडॉरच्या दुसऱ्या टोकाला विजय आणि त्याची टोळी क्रुद्ध नजरेनं माझ्याकडे बघत होती.

'तुझ्या कुत्र्याला आमच्या कुत्रीपासून दूर ठेव,' असं जणू ते मला सांगत होते. त्या थोर श्वानांचं माझ्याकडे प्रथमच लक्ष गेलं होतं. अचानक लतिका मोहनला अच्छा करून जिन्याकडे गेली आणि दिसेनाशी झाली.

मी मोहनकडे जाण्याआधीच विजय त्याला जाब विचारण्यासाठी त्याच्यापर्यंत पोहोचला होता.

"ए जोकर," विजय एखादं प्रेत ओढावं तसा आवाज ओढत म्हणाला, "काय बोलत होतास रे तिच्याशी?"

मोहननं मदतीसाठी माझ्याकडे पाहिलं. विजय त्याची गचांडी धरायला गेला. मी अशाच संधीची वाट पाहत होतो.

"हाय लतिका,"

सगळ्यांना ते ऐकू गेलं. तो मोहनचाच आवाज होता, हे नक्की; पण तो त्यांच्या मागून कुठूनतरी आला होता. विजय माझ्या दिशेनं वळला, सतीशही वळला. त्यांना माझ्या हातावरचा सोहन दिसला.

"ए लतिका, चल ना. आपण कॉफी घेऊ या. नाहीतरी उशीर झालाच आहे."

"पण मी कॉफी पीतच नाही रे." लतिकासाठी मी बायकी आवाज काढला. "मी काळी होईन ना कॉफी प्यायले तर! पण मला तुझा शाळकरी मुलासारखा आवाज ऐकायला खूप आवडतो."

"हि-हि-हि," सोहनचं हसणं इतकं मोहनच्या खंड्या पक्ष्याच्या शिट्टीसारखं होतं की, सगळेच जोरजोरात हसू लागले.

सोहन चेष्टा करू लागला, "लतिका, तू कधी माझ्याइतकं देखणं निळं डुक्कर बघितलंस?"

आधी सतीश हसला, मग सुनील – बहुधा त्याला विनोद कळला असावा. मग विजयही हसण्यात सामील झाला, विनोद कळला नाही तरीही! मोहनची पाचावर धारण बसली होती.

"मी असं काहीच म्हटलं नाही."

"ए ऐकलंत का? हुबेहूब मोहनचा आवाज," सुनील उद्गारला.

“परत म्हण ना!” सतीश मला म्हणाला.

“निळ्या डुकराला इतकं बोलताना तू कधी ऐकलंस का?”

“हा-हा-हा,” एखादं मोठं दारूचं पिंप जिन्यावरून ओढत आणावं, तसा विजय हसला.

“ए लतिका, त्यांच्याकडे नको लक्ष देऊस. त्यांना फक्त मत्सर वाटतोय.”

“डुकरांचा?”

“नाही, शाळकरी मुलांचा.” सोहन म्हणाला.

एव्हाना विजयनं मला घट्ट मिठी मारली होती. सुनील हसता हसता डोळ्यांत आलेलं पाणी पुसत होता. सतीश अविश्वासानं मान हलवत होता आणि मोहन ‘ही निरुपद्रवी चेष्टा चालली आहे का?’ अशा प्रश्नार्थक नजरेनं माझ्याकडे बघत होता.

“ए हक्का,” विजय म्हणाला, “तू आज संध्याकाळी आमच्या पार्टीला ये, आणि या जोकरला पण घेऊन ये.”

“तुला निळी डुकरं इतकी आवडतात हे मला माहिती नव्हतं.”

विजय क्षणभर गोंधळात पडलेला दिसला. “ही निळ्या डुकराची काय भानगड आहे?”

मोहननं निळे कपडे घातलेले अर्थातच त्याच्या लक्षात आलं नव्हतं.

मोहनची अशी थट्टा करायला नको होती, असं माझं एक मन मला सांगत होतं; पण त्याला बकरा बनवल्यामुळे माझ्या अस्तित्वाची दखल माझ्या अपेक्षेपेक्षाही चांगली घेतली गेली होती.

जेवताना मोहन तक्रार करेल, चिडेल असं वाटलं होतं; पण त्यानं तसं काहीच केलं नाही. जगाची शुद्धच नसल्यासारखा तो वागत होता.

“मला वाटतं, तुझं बरोबर आहे.”

“काय?”

“मी प्रेमात पडलो आहे.”

“काय?”

“माझं लतिकावर प्रेम जडलं आहे.”

“पण तुला खात्री करून घ्यावी लागेल.”

“कशाची?”

“तिला निळी डुकरं आवडतात की नाही याची.”

एकदम मोहनच्या ध्यानात आलं की, त्याला उत्तरं देणारा आवाज सोहनचा होता.

“हक्का, मी गंभीरपणे बोलतोय.”

“मग तिला तसं सांग,” सोहनला बाजूला ठेवून मी म्हटलं.

“तिला सांगू? तिला सांगायला मी स्थिर उभा राहू शकेन की नाही याचीही मला शाश्वती नाही.”

“तिला तू नक्की आवडतोस हे तुला कळत नाही का?”

“खरंच?”

“छान! आंधळी कोशिंबीर खेळणारी ही अजबच जोडी आहे.”

“तुला खात्री आहे?” त्यानं साशंक मनानं विचारलं.

तो जरा घुटमळला, मग हसून म्हणाला, “पण हे तुझ्या-माझ्यातच ठेव हं.”

“तुझा मित्रावर विश्वास नाही का?” सोहन म्हणाला, पण मोहनचं लक्ष नव्हतं. तो उत्साहात तरंगत होता.

वर्ग संपल्यावर दोन तासांनी आम्ही होस्टेलमध्ये विजयच्या खोलीत गेलो. पार्टी चांगलीच रंगात आली होती. सुरू होऊन बराच वेळ झाला असावा, कारण सतीशच्या चेहऱ्यावर एखाद्या धर्मगुरूसारखं हास्य होतं.

आमचा आणखी एक वर्गमित्र कसोशीनं त्याच्या प्लॅस्टिकच्या कपामध्ये व्होडका ओतायचा प्रयत्न करत होता. सुनील त्याच्या एकतर्फी प्रेमाला आदरांजली वाहत होता. मुळीच लपवाछपवी न करता. विजय एखाद्या सर्वशक्तिमान सम्राटासारखा पहुडला होता आणि दरम्यान एक ‘पूज्य’ चिलीम एका हातातून दुसऱ्या हातात जात होती.

त्या वातावरणाचं अवलोकन करत मी मोहनबरोबर एका कोपऱ्यात बसलो होतो. सर्व प्रकारच्या चैनीचं, चंगळवादाचं ते आगार होतं. अभ्यास चालू असल्याचं दाखवणारं एकही पुस्तक कुठे दिसत नव्हतं. मात्र, बऱ्याच चाळलेल्या काही मासिकांचा गठ्ठा होता. बहुधा त्यातलीच काही मॉडेल्स भिंतीवर स्थानापन्न झाली होती. त्यांच्या पोझेसना फक्त कामोत्तेजक म्हणणं म्हणजे त्यांनी घेतलेल्या असीम प्रयत्नांना कमी लेखण्यासारखं होतं.

तिथला उग्र दर्प, भरून वाहणारे ॲश-ट्रेज आणि पलंगाखालचा रिकाम्या बाटल्यांचा ढीग यावरून त्या खोलीत काय कारभार चालत असेल याची पुरेपूर कल्पना येत होती. काही चेहरे ओळखीचे होते, काही अनोळखी; पण आश्चर्य म्हणजे त्या सगळ्यांनी मला ओळखलेलं दिसलं. सरावलेले हात प्लॅस्टिकचे कप पुढेपुढे देत होते. एक कप मोहनपर्यंत पोहोचला.

"मी पीत नाही,'' मोहन म्हणाला आणि पहिली हास्याची लकेर उमटली.

"ए जोकर, हा तुझा विनोद असेल तर ठीक आहे, नाहीतर तुला इथे बोलावण्याचा फायदा काय?''

सगळ्यांनी त्याचं मन वळवण्याचा प्रयत्न केला; पण तो ठाम होता. बहुधा तो त्याला मिळणारं महत्त्व बघून खूश होत होता.

"अरे, एकदा घेऊन तर बघ.''

"जरा पुरुषार्थ दाखव.''

"स्वर्गीय आनंद असतो रे हा.''

कशाचाच उपयोग होत नव्हता; पण ते त्याचा पिच्छा सोडत नव्हते.

"एका अटीवर घेईन.''

सगळ्यांनी एकदम थबकून त्याच्याकडे बघितलं.

"कोणती अट?'' सुनीलने विचारलं.

"मी बोललोच नाही.'' मोहन म्हणाला.

"मग कोण बोललं?''

"मी बोललो,'' सोहन म्हणाला, "मी त्याचा भाऊ आहे आणि त्याच्या मनातलं माझ्याशिवाय कोणीच ओळखू शकत नाही.''

सोहन माझ्या आणि मोहनच्या मध्ये टेकला होता.

"तुम्ही कोणीही लतिकाला सांगायचं नाही.'' सोहन म्हणाला.

तिचं नाव ऐकून मोहनला धक्का बसला. त्यानं अगतिकतेने माझ्याकडे पाहिलं.

"अरे, हे सगळे आपले मित्रच आहेत - आणि बंधो, तुझ्या मनात जे काही असेल, ते मी स्पष्टपणे सांगणारच.''

"तुला खरं म्हणजे प्यायचं आहे; पण लतिकाची भीती वाटते,'' सोहन छद्मी हसत म्हणाला.

मोहनने जोरजोरात मान हलवली. "मला प्यायचं नाही - मी पिणार नाही.''

"खरं म्हणजे जर तू प्यायला नाहीस, तर आम्ही तिला सांगू की, तू प्यायलास.'' सोहनच्या बोलण्यानं बाकीचेही चेकाळले.

"चल मोहन, घे बघू.'' कोणीतरी म्हणालं.

"चल, लवकर घे.'' दुसरा म्हणाला – मग सगळेच री ओढू लागले.

"चल मोहन, घे लवकर!'' असा उद्घोष सुरू झाला. मी भोवताली पाहिलं. हा कुठल्यातरी पंथाचा, संप्रदायाचा समुदाय आहे आणि ते जणू मोहनला कर्मकांड करायला प्रवृत्त करताहेत असं वाटत होतं.

बधिर होऊन मोहननं कप उचलून ओठाला लावला. त्याचे हात कापत होते; पण एकदाचं पिऊन टाकून त्याला या संकटातून सुटायचं होतं.

"हट्, लतिकाला कोण लेकाचा घाबरतो," सोहन म्हणाला, 'असाच विचार करतोयस ना?'

"माझं तुझ्यावर प्रेम आहे; पण म्हणून मला आवडतं ते करणं मी सोडणार नाही – पण लतिका – माझं खरंच तुझ्यावर प्रेम आहे गं! तुझ्यावरून माझी नजर हटतच नाही – म्हणजे तुझ्या सुंदर उरोजांवरून-"

सगळे चीत्कारत, हुर्यो करत; हे मोहन बोलत नाही ना याची खात्री करण्यासाठी दोन-दोनदा त्याच्याकडे पाहत होते.

मोहन हतबल झाला होता.

"ते किती सुंदर आहेत, इतके - इतके - उभार..."

"ओह मोहन! असं रोमँटिक नको ना रे बोलू," मी लतिकाच्या आवाजात म्हटलं.

मोहन शरमेने लालबुंद झाला. सोहनचं चालूच –

"अगं पण, मी ते नीट निरखू शकत नाही."

"का रे?"

"आपल्या वर्गातल्या मुलांचं आपल्याकडे बारीक लक्ष असतं ना – विशेषतः तो हक्का–"

सुनीलने चिलमीचा एक खोल झुरका घेऊन, आरोळी ठोकली. सगळे फिदीफिदी हसले.

"हक्का जबरी नक्कल करतो."

"शप्पथ, अगदी हुबेहूब!"

ही दुहेरी मेजवानी होती. आवाज हुबेहूब होता आणि मोहनला असं बोलताना कोणी कधी ऐकलेलं नव्हतं. परस्परविरोधी गोष्टींचा मेळच शब्दभ्रमाच्या खेळात खरी रंगत आणतो.

तेवढ्यात दार उघडलं. "रेक्टर येताहेत, ग्लास लपवा," वासिम रखवालदार सूचना देऊन निघून गेला.

कोणीतरी दिवा बंद केला. खोली अंधारात बुडाली; पण माझ्या प्रसिद्धीच्या झोताचा तो पहिला किरण होता.

दुसऱ्या दिवशी मोहनला कसं सामोरं जायचं हे मला कळत नव्हतं. तो आला, माझ्या शेजारी बसला. संपूर्ण लेक्चरभर आम्ही नोट्स शेअर करत होतो; पण विजयच्या पार्टीबद्दल त्यानं चकार शब्द काढला नाही. बरेचसे वर्गमित्र – जे माझ्या वर्गात आहेत हेही मला आतापर्यंत ठाऊक नव्हतं – ते माझ्याकडे पाहून मान डोलवत होते.

"खरंच हुबेहूब मोहनसारखं बोलतो का?"

"होय, पण फक्त गंमत म्हणून!"

हे शेरे मोहनच्याही कानावर पडत होते. त्याच्या चेहऱ्यावरचा ताणदेखील स्पष्ट दिसत होता; पण त्यानं एकही शब्द उच्चारला नाही.

यामुळे मी जरा अस्वस्थ झालो. जेवताना, माझी अपराधी भावना कमी करण्यासाठी का होईना; पण मीच विषय काढायचा ठरवलं. मात्र, त्यानं मला तशी संधीच दिली नाही.

"एखाद्या संध्याकाळी मी तिला बाहेर घेऊन गेलो तर?" त्यानं विचारलं.

"मी जर तुझ्या जागी असतो, तर कॉलेजला येण्याची तसदीच घेतली नसती. सकाळी सकाळीच तिला भेटलो असतो आणि एकदम रात्रीच जाऊ दिलं असतं." सोहन म्हणाला.

एव्हाना मोहनला सोहनच्या मध्ये बोलण्याची सवय झाली होती. त्याच्या तडकभडक सूचनाही त्याच्या अंगवळणी पडल्या होत्या. सोहनची उपस्थिती आश्वासक होती. त्याच्यामुळे मला एकट्याला मोहनचा सामना करावा लागत नव्हता.

एक आठवडाभर फारसं काही घडलं नाही. इतकी मुलं लतिकाच्या मागे हसताहेत का हे तिला कळतच नव्हतं. मोहन तिला काही वेळा भेटला; पण त्यांच्या भेटीत जरा अवघडलेपण आलं होतं. मग एके दिवशी, विजयनं पुन्हा आम्हाला बोलावलं. मी नाही म्हणण्याचं काहीच कारण नव्हतं. मोहनचं मौन हा त्याचा होकार मानला गेला. शेवटच्या लेक्चरमध्ये, माझा खेळ अधिक रंगतदार होण्यासाठी कोणते संवाद बोलायचे याचा मी विचार करत होतो.

ती पार्टी म्हणजे आधीच्याच पार्टीची पुनरावृत्ती होती. एखादा बदल वगळता आमच्या बसायच्या जागाही त्याच होत्या. प्रत्येकाकडे एकेक प्लॅस्टिक ग्लास होता. 'चिअर्स' म्हणण्याऐवजी सगळ्यांनी उद्घोष सुरू केला, "मोहन पाहिजे – लतिका पाहिजे."

मोहन हरवल्यासारखा दिसत होता; पण कुठला तरी अलिखित करार केल्याप्रमाणे तो माझ्याबरोबर आला होता.

जरा वेळाने सगळे स्थिरस्थावर झाले.

"आम्हाला सोहन पाहिजे," सुनीलनं मला चालना दिली.

मी सोहनला बाहेर काढलं आणि त्याला तोच दिव्य संवाद थोडाफार फरक करून म्हणायला लावला.

"तुला माझ्यातलं सगळ्यात काय आवडतं रे?" लतिकाच्या आवाजानं विचारलं.

"लतिका, तुझं व्यक्तिमत्त्व अगदी 'वळणदार' आहे." माझ्या आणि मोहनच्या मध्ये बसत सोहन म्हणाला.

"आणखी?"

"ओह स्वीटी, अगं, मला ते सगळं पुनःपुन्हा नको ना सांगायला लावूस."

"ए, सांग ना!"

"अं, बरं, तुझ्या काही गोष्टींकडे मी दुर्लक्ष करूच शकत नाही."

"कोणत्या?"

"नाही सांगू शकत."

"का?"

"तू जे टी-शर्ट्स घालतेस ना –"

एव्हाना मोहननं उठून माझ्या तोंडाऐवजी सोहनच्या तोंडावर हात ठेवला होता. तो इतका भांबावला होता की, त्याची ही चूक त्याच्या ध्यानात आली नाही.

विजय ग्लास उंचावून म्हणाला, "महानायक सोहनसाठी!"

"हो, हो, अगदी बरोबर!" इतरांनीही ग्लास आणि आवाज उंचावले.

प्रत्येकजण आपापल्या परीनं सोहनचं कौतुक करत होता. काहीजणांनी त्याची नक्कल करण्याचा दुबळा प्रयत्नही केला. आणखी रम, चिलमीचे आणखी काही झुरके, आणखी राक्षसी हास्य!

तिथून सटकण्यासाठी मी योग्य वेळ शोधत होतो; पण हास्यविनोद चालूच होते.

"हे पात्र तुला कुठे मिळालं," सोहनचे केस विसकटण्याचा प्रयत्न करत विजयनं मला विचारलं.

"सांभाळून हं, महाशय सांभाळून." सोहननं गुरकावून विजयचा हात झटकला. "मी त्याचा भाऊ असलो तरी त्याच्यासारखा नाही. कोणीही मला पात्र वगैरे म्हटलेलं मी खपवून घेत नसतो."

विजय थिजला. युद्धापूर्वी शांतता पसरावी तसे सगळे एकदम गप्प झाले.

"म्हणजे, फक्त तू सोडून कोणी नाही." सोहन म्हणाला आणि विजयचा हात धरून स्वतःचेच केस विसकटायला लागला. टाळ्यांच्या कडकडाटाने शांततेचा भंग केला.

तेव्हापासून ग्रूपच्या प्रत्येक कार्यक्रमासाठी मला कायमचं निमंत्रण असायचं. आता जास्त जास्त डोकी माझ्या दिशेनं वळायला लागली होती. ज्या ज्या वेळी असं व्हायचं, तेव्हा मोहन मान फिरवायचा. काही क्षण अवघडल्यासारखे जायचे; पण पुन्हा सगळं सुरळीत! आमचं एकत्र जेवणं मात्र तसंच चालू होतं. एरवी मूग गिळून

बसलेल्या मोहनला तेव्हा वाचा फुटायची. अप्रिय बाबी विसरून फक्त हळुवार गोष्टी लक्षात ठेवायचा गुण त्याच्या अंगी असावा.

तो कसा रात्रभर लतिकाची स्वप्नं बघत असतो हे मला त्यानं मोकळेपणी सांगितलं. मी त्याला सल्ला दिला की, तू तिला लायब्ररीत गाठ – मग कॉरिडॉरमधून चालत जाताना कॉफीला जायचा प्रस्ताव मांड. त्यानं अगदी कान देऊन ऐकलं. मी सच्चा मित्रासारखा सल्ला दिला; पण माझ्या मनातल्या छुप्या कोपऱ्याला माहिती होतं की, पुढच्या पार्टीत यावरून मी त्याची खेचणार आहे. सरडा कोणाचा मित्र होऊ शकतो की नाही कुणास ठाऊक! एकटा असताना मित्र, मार्गदर्शक, सल्लागार आणि प्रेक्षक मिळाल्याबरोबर मनोरंजन करण्यासाठी विश्वासघातकी, शिकारी–

पार्ट्यांमध्ये माझा सोहनचा क्रूर खेळ चालू होता, बोलवित्या धन्याच्या आवाजातले त्याचे विनोद आता अधिकाधिक निर्लज्ज होत चालले होते; त्यामुळे पार्ट्यांना अधिकाधिक उधाण येत चाललं होतं. या माझ्या आवाजानंच मला वाडिया कॉलेजमधल्या श्रीमंत, देखण्या, हुशार आणि सेक्सी अशा रंगीबेरंगी पार्श्वभूमीवर माझा ठसा उमटवायला मदत केली होती.

सोहन ही निर्मिती इतकी अप्रतिम होती की, मोहन गप्प गप्प होत गेला. पार्ट्यांमध्ये तो यायचा; पण हसणं नाही, विरोध नाही – जणू त्याची प्रतिक्रिया द्यायची यंत्रणाच निकामी झाली होती – आणि मला भीती वाटत होती की, एक दिवस सगळेजण मोहनचा खरा आवाजच विसरतील. एव्हाना सगळ्यांना माझ्या कौशल्याची पुरेशी कल्पना आली होती; पण हे प्रकार निवळण्याऐवजी विजय आणि त्याची टोळी 'हक्का, आम्हाला मोहन पाहिजे – पूर्ण पुरुष मोहन' अशा आरोळ्यांनी त्याला खतपाणीच घालत होते.

अख्ख्या वर्गाला आता या संदर्भाची साधारण कल्पना आली होती. मुलींनाही बहुधा अंदाज आला होता की, मी लतिकाविषयी काहीतरी खोडसाळपणा करतो आहे; पण पुढे येऊन मला विचारायची कोणाची हिंमत झाली नाही. आहे त्या परिस्थितीत मी सुरक्षित होतो. मोहन हे सगळं मुकाटपणे बघत होता – ही संयमाची कमाल होती – पण तो शब्दांपेक्षा कृतीवर भर देणारा होता हे त्यानं सिद्ध केलं.

एके दिवशी सकाळी तो आणि लतिका हातात हात घालून वर्गात आले. विजयचा चेहरा अक्षरशः जमिनीवर सांडला; माझीही फार वेगळी अवस्था नव्हती. मला सावरायला थोडा वेळ लागला; पण त्या दोन प्रेमी जीवांना जेवणाच्या सुट्टीपर्यंत भावनांना आवर घालणं भाग होतं.

"आज मला घरी जायचं आहे," लतिका मोहनच्या कानाशी कुजबुजली आणि

'तुला नंतर फोन करते' असा हावभाव करून निघून गेली.

जेवताना मला सगळं ऐकायला मिळणार या तयारीत मी होतो; पण मी उद्युक्त केल्याशिवाय मोहन काही तोंड उघडेना. त्याला बोलतं करायचं असेल तर सोहनला बाजूला ठेवणं आवश्यक होतं.

"प्रेम म्हणजे इतरांना न दिसणारा एक चमत्कार असतो." सोहनला मध्ये न आणता मी म्हणालो. "पण तुझ्या प्रेमाची जरा उघडउघड जाहिरात होते आहे."

मोहन हलकं स्मित करून काही न बोलता जेवणाच्या डब्याकडे बघत राहिला.

"हे बघ, इतरांसमोर इतकं खुल्लमखुल्ला वागून चालत नाही. मुली अगदी पोरकट असतात. जरा इकडेतिकडे कानगोष्टी सुरू झाल्या की, संबंध तोडून टाकतात."

"तसं नाही होणार," मोहन म्हणाला.

"भ्रमात राहू नकोस. ती तुला फिरवेल आणि तुला पैसे भरायला लावेल."

"तसं होणार नाही."

"कशावरून म्हणतोस तू?"

"पैसे नेहमी तीच देते."

"काय?"

"प्रेमातली तिची गुंतवणूक माझ्यापेक्षा जास्त आहे."

"म्हणजे काय?"

मोहननं किंचित हसून मान हलवली. माझी उत्सुकता अधिकच वाढली.

"काय झालं ते सांग बघू."

त्यानं पुन्हा मान हलवली. तेच पुसटसं हसू, आता किंचित स्पष्ट. मी संतापलो.

"भडव्या, सांग ना." मी त्याची गचांडी धरली.

"तिनं मला किस केलं." तो म्हणाला.

हे झोंबणारं होतं. अगदी आतपर्यंत. क्षणार्धात मी पुन्हा बेफिकिरीचा आव आणला.

"अरे वा! मला वाटलं, एकत्र झोपलात की काय."

आता मोहनच्या चेहऱ्यावर भावनांचा कल्लोळ उसळला.

"ए, माझी तुला एक विनंती आहे." तो म्हणाला.

"कोणती?"

"हे तू कोणालाही सांगू नकोस."

"काय सांगू नको? तू अजून तिच्याबरोबर झोपला नाहीस हे?"

मोहननं तोंड वाकडं केलं. "प्लीज, वचन दे."

"दिलं; पण तू तुझ्या पहिल्या किसबद्दल मला का सांगितलंस?"

"कारण तू माझा मित्र आहेस." मोहनचा चेहरा अजूनही निरपेक्ष प्रेम करणाऱ्या लहान मुलासारखा निरागस होता.

"पण मी तर विजय आणि त्याच्या टोळीला सगळंच सांगत आलोय."

"कारण ते तुझे मित्र आहेत; पण प्लीज या वेळी सांगू नकोस."

"मोहन, पहिल्यांदा तिला किस करताना कसं वाटलं रे?"

"छान वाटलं! खूप मजा आली."

"हे काय उत्तर झालं? मला सगळं नीट सांग, नाहीतर मी सगळ्यांना सांगेन."

"बरं बाबा, मला तिच्याजवळ जायला खूपच भीती वाटत होती. म्हणून मी डोळे मिटले. मग माझ्या चेहऱ्यावर- काहीतरी उबदार आणि ओलसर हुळहुळलं, मग माझ्या ओठांवर- मग माझ्यात काहीतरी संचारलं आणि मी तिला मिठीत घेतलं. हे बघ, त्या आठवणीनं माझ्या हृदयामध्ये अजून धडधड होतेय." त्यानं माझा हात त्याच्या छातीवर ठेवला.

"तू आत्ता पेटलेला आहेस का?" मी डोळा मारत विचारलं.

त्यानं नकारार्थी मान हलवली.

"तेव्हा तरी उत्तेजित झाला होतास का?"

"नाही. आमचं एकमेकांवर प्रेम आहे." त्यानं पुन्हा मान हलवली.

मी त्याच्या पोटात कोपरानं ढोसलं. "वाट्टेल ते फेकू नकोस – नाहीतर मी सगळ्यांना सांगेन की, तुला मुली उत्तेजित करू शकत नाहीत."

तो टरकला.

"अरे, अर्थातच मी उत्तेजित झालो होतो."

मी त्याच्या पाठीवर थाप मारली; पण मनातल्या मनात लाथ घातली.

"धन्यवाद हक्का." तो म्हणाला.

"कशाबद्दल?"

"आज सोहनला मध्ये न आणल्याबद्दल."

"का रे? खरंतर तो तुझ्या मोठ्या भावासारखा आहे."

"मोठा भाऊ? मग तो मला इतका छळतो का?"

"मोठ्या भावाचं तेच तर काम असतं – धाकटा भाऊ कणखर बनण्यासाठी त्याला त्रास द्यायचं."

"तुला आहे मोठा भाऊ?"

"छे! छे! नाही." मी डोळे फिरवत सुस्कारा सोडला. "पण मोठा भाऊ जसा त्रास देतो तसा, धाकटा भाऊ अडचणीत असताना रक्षण करायलाही येतो."

मोहनच्या डोळ्यांत पाणी आलं. "सोहनचं माहिती नाही; पण तू करशील माझं रक्षण?"

मला कसंतरीच झालं. मी काहीतरी बोलायला तोंड उघडलं; पण थांबलो. खरं सांगायची माझी हिंमत नव्हती आणि खोटं बोलायला मन धजावत नव्हतं. मोठा भाऊ तर दूरच; पण मी सच्चा मित्रही नव्हतो हे या बावळटाला कळत कसं नव्हतं?

जेवण झाल्यावर हे मोठ्या भावाचं प्रकरण मी मनातून काढून टाकलं आणि संध्याकाळच्या पार्टीचा विचार करू लागलो. या वेळी वाट पाहणं मला त्रासदायक होऊ लागलं. माझे सगळे 'जवळचे मित्र' तिथे होतेच. का कुणास ठाऊक; पण आज मला त्या खोलीत एक अगम्य अस्वस्थता जाणवली. खरंतर मोहन त्याच्या विजयामुळे बराच निवांत, आरामात दिसत होता.

कोणीही अद्याप ग्लासला स्पर्श केला नव्हता – जणू सगळे माझी वाट पाहत होते. हे जरा विचित्रच होतं. आतापर्यंत कोणी इतकी सभ्यता दाखवली नव्हती. हातानं वळलेली चिलीम एका हातातून दुसऱ्या हातात फिरत होती. सुनीलनं दोन खोल झुरके मारून ती माझ्याकडे दिली.

"हे काय आहे?" मी विचारलं.

"एक दम मार, म्हणजे कळेल."

मी दोन झुरके मारून, मोहनला देऊ केली. तो जरा घुटमळला आणि त्यानं मान हलवली.

"आम्हाला असली बुळी मुलं इथे नकोत." विजयचा सूर आणखी कोरडा झाला होता. काहीतरी घडलं होतं; पण काय ते जाणून घेण्याचा मी प्रयत्न करणार नव्हतो. मोहनने काहीतरी बोलण्यासाठी तोंड उघडलं; पण त्यानं एक शब्द जरी उच्चारला तरी ते वाक्य भलतीच कलाटणी देऊन सोहननं पूर्ण करावं या अपेक्षेनं सगळ्या नजरा माझ्याकडे वळतील या भीतीनं तो गप्प बसला. तो जे बोलेल किंवा बोलणार नाही ते सगळं मी सोहनला बोलायला लावणार हे आता बहुधा त्यानं स्वीकारलं असावं; पण आज त्यानं माझ्याकडून न बोलण्याचं वचन घेतलं होतं. मी वचन मोडणार नाही; पण याचा अर्थ सोहननं मोडू नये असं मुळीच नाही.

"काल तिनं तुझी जीभ ओढून घेतली का रे?" सोहनच्या आवाजानं सगळे चमकले. मोहनच्या डोळ्यांत क्षणार्धात अंगार फुलला. मला तर वाटलं की, तो माझ्या अंगावर धावून येणार. क्षणभर मला तशी खात्रीच वाटली; पण त्यानं तसं काही केलं नाही. त्याचे डोळे धुमसत होते. आतापर्यंत तो या सगळ्याकडे गंमत म्हणून पाहत होता; पण या वेळी तो फसला होता.

त्यानं माझ्या हातातून चिलीम ओढून घेतली – नको होती घ्यायला; पण घेतली आणि एक खोल झुरका मारला. सगळ्यांनी ओरडून टाळ्या वाजवल्या. मोहननं खोलीतल्या सगळ्या हसणाऱ्या चेहऱ्यांवरून नजर फिरवली आणि आणखी

चार झुरके मारले.

"सांभाळून रे बाबा सांभाळून. ते हशीश आहे. खरंखुरं. तू उडून थेट लतिकाच्या बेडरूममध्ये जाशील."

"तुला तेच हवंय, हो की नाही?" प्रसन्न चेहऱ्याचा, गुबगुबीत, जाळीचा बनियन घातलेला नीरज म्हणाला.

"काय रे नीरज, तुला नाक खुपसायचंच होतं का! आता एक झुरका घे नाहीतर चालता हो."

विजयनं त्याला लक्ष्य केलेलं बघून नीरजला धक्काच बसला. तो हसला; पण काही उपयोग झाला नाही. विजय त्याच्याकडे रोखून बघत होता. अखेर त्यानं चिलीम घेतली आणि झुरके घेतले- एकदा - दोनदा- एव्हाना सगळे ओरडायला लागले होते- "तीन - चार - पाच..."

नीरजला एकदम खोकल्याची उबळ आली आणि ती थांबली, तेव्हा तो आमच्याकडे दुरून एखाद्या फुग्यातून पाहावं तसं पाहत हसला. आता मोहननं त्याच्याकडे पाहून हसण्याची चूक केली.

"मला वाटतं, तो लतिकाच्या बेडरूममध्ये पोहोचलेलाच आहे आणि तिनं काय कपडे घातलेत बघा!" सोहन म्हणाला आणि त्यानं सगळ्यांबरोबर हसणाऱ्या नीरजकडे बोट दाखवलं.

"ए, माझ्याकडे असं बघू नकोस ना," लतिकाचा आवाज खोलीत निनादला. सगळे खिदळत होते. विजयनं हात वर केला – सगळे गप्प!

"या ड्रेसबद्दल म्हणायचं होतं का?" नीरजनं इशारा ओळखून एक उत्तेजक पोझ दिली.

"तुझं खरंच माझ्यावर प्रेम आहे का?"

मोहननं मान डोलवली. मनातून तो केव्हाच लतिकाच्या परमसुखाच्या दालनात पोहोचला होता.

"मग दाखव ना मला तुझं प्रेम. मला तू हवास रे." लतिकाचा लाडिक आवाज उमटला आणि वाक्य अधांतरी राहिलं. मोहनला काहीतरी होत होतं. त्याचा चेहरा लालबुंद होत होता.

"दाखवतो तुला डार्लिंग, ये, माझ्या मिठीत ये." सोहननं मोहनला आणखी दुजोरा दिला.

"नको," लतिका फुसफुसली.

नीरज हसला. मोहननं त्याच्या गुबगुबीत छातीवर हात ठेवला, तेव्हा नीरज इतका झिंगलेला दिसत होता की, काय चाललंय ते त्याला काही कळत नव्हतं.

"असं करू नकोस, हे योग्य नाही. नको ना – अरे देवा!"

लतिकाने लटक्या विरोधाने एकदम श्वास आत ओढला.

"कम ऑन बेबी, आय लव्ह यू!" सोहनचं पुढे चालूच. मोहनचे डोळे निर्जीव दिसत होते. चिलीम ओढून तो त्या प्रसंगात पुरता गुंतला होता, सगळ्या इच्छा उफाळून आल्या होत्या – सुप्त, झाकोळलेल्या; पण शुद्ध! बनियन फाटल्याचा आवाज आणि नीरजची किंकाळी सगळ्यांनी ऐकली.

"ओह! फार मस्त वाटतंय!" लतिका कुजबुजली.

आता मोहनला रोखणं शक्य नव्हतं.

"मी कशाची वाट बघत होतो तुला कळत नाही का? इतके दिवस मी याची स्वप्नं बघत होतो आणि आज ती साकार होताहेत."

एखाद्या स्त्रीनं जराशी तयारी दाखवल्यावर पुरुष जसा पूर्ण मोकळीक घेईल तसा मोहन स्वाभाविक ऊर्मीप्रमाणे वागत होता.

अचानक दारावर थाप पडली - पार्टी आवरती घेण्याची वासिमची सूचना. सगळे एकदम स्तब्ध झाले. नीरजची शुद्ध हरपली होती आणि मोहन आवरण्याच्या पलीकडे गेला होता. सोहननं मर्यादा ओलांडली होती आणि पार्टीची परिसीमाही पार करायला लावली होती.

घरी जाताना, गार वारा तोंडावर घेत माझी दुचाकी चालवत असताना मी मनात दाटणारी शरम झटकायचा प्रयत्न करत होतो. आता विद्यार्थी, प्राध्यापक, मॅनेजमेंट, लतिकेसह सगळ्या मुली- अशा सर्वांपर्यंत या प्रसंगाची गरमागरम बातमी पोहोचणार हे नक्की! सगळ्यांना माझं आणि सोहनचं नाव कळणार. बिचारा मोहन- त्यानं इतके झुरके घ्यायला नको होते. मला खालचा रस्ता डळमळत असल्यासारखा वाटू लागला – रस्त्यावरचे दिवे फारच भडक होते – पण याच हेतूनं तर मी हे सुरू केलं नव्हतं का? एक सरडा, भोवतालात मिसळून जाण्यासाठी नव्हे, तर उठून दिसण्यासाठी रंग बदलणारा – खरंतर मला आनंद व्हायला हवा की, जेव्हा कॉलेजच्या बदनाम गोष्टी – ज्या पुढेपुढे दंतकथा बनतात – त्या एक बॅच दुसरीला सांगेल, तेव्हा माझं नाव टाळून पुढे जाताच येणार नाही – आणि सोहन भूत बनून होस्टेलच्या प्रत्येक पार्टीत हजर राहील. संगम पुलावरून जाताना अचानक माझ्या दुचाकीचं हॅन्डल वितळू लागलं. मी गाडी पार्क करून अत्यंत सावकाश खाली उतरलो – प्रत्येक हालचाल मला जाणवत होती. मी पुलाच्या कठड्याला धरलं आणि दगडी पायऱ्यांवर लवंडलो. रस्त्यावर एकच दिवा होता; पण तोसुद्धा खूप भडक होता. थोडा वेळ मी डोळे घट्ट मिटले.

माझ्या हातातला कठडा थडथडत होता, गुंडाळला जात होता, परत उलगडत

होता. मऊ, गिळगिळीत, थंडगार - सरपटणाऱ्या प्राण्यासारखी माझी कातडी थंड पडली होती, त्यापेक्षाही थंड - त्या संवेदनेनं माझे डोळे खाडकन उघडले आणि जे काही पाहिलं, त्यानं मी पांढराफटक पडलो, कारण सोहन माझ्या बुटावर बसून, लालबुंद डोळ्यांनी माझ्या निस्तेज डोळ्यांमध्ये रोखून बघत होता. त्याच्या ओठांवर क्रूर स्मित होतं.

हे खरं नाही हे मला ठाऊक होतं. मी माझ्या शबनम पिशवीकडे बघितलं. ती माझ्या पायाशी पडली होती. चेन लावलेली होती; पण पिशवी फाटलेली होती.

मी उठायचा प्रयत्न केला; पण माझं कमरेखालचं शरीर दगडाप्रमाणे झालं होतं. माझ्या पायाला काहीतरी टणक, अणकुचीदार वस्तू टोचली. सोहन त्याच्या नख्या माझ्या पॅन्टमध्ये रुतवून वर चढायचा प्रयत्न करत होता. सोहनच्या नख्या? त्याला नख्या नव्हत्या, कधीच. त्याला खरंतर हातही नव्हते. मी हात धरायचा प्रयत्न केला; पण बाहीच्या आत काहीच नव्हतं.

मी माझ्या हातांकडे पाहिलं. ते त्याच्या हालचाली घडवत नव्हते.

"ए हक्का," तो घरघरत्या आवाजात म्हणाला. "आज तू केलेला खेळ अत्यंत घाणेरडा होता."

मी माझे ओठ तपासले. ते बंद होते- माझ्या दातांच्या पकडीत- तरीही सोहनचा आवाज माझ्या कानावर येत होता.

"कायऽऽऽ...?" मी टरकून त्याच्याकडे पाहिलं. "नाही सोहन, तू केवळ बाहुला आहेस – तू केवळ एक बाहुला आहेस – तू केवळ –"

"मग माझ्याशी बोलायच्या भानगडीत कशाला पडतोस?" सोहन कुजबुजला.

हा नक्की त्या हशीशचा परिणाम असणार. तरी माझं एक मन त्याला ढकलू पाहत होतं.

"हक्का, मला तुला एवढंच सांगायचंय की, यापुढे तू माझ्या धाकट्या भावाच्या वाटेला जायचं नाहीस."

त्यानं नख्या माझ्या गुडघ्यात रुतवल्या आणि माझ्या मांडीवर चढून बसला. मी मांडी झटकली. नख्यांनी माझी कातडी ओरबाडली. तीव्र वेदना. हे फक्त हशीशमुळे होतंय; पण आत्ता तरी ते सगळं अगदी खरं वाटतंय.

हे खरंच घडतंय.

वर चढण्यासाठी त्यानं त्याचा दुसरा पंजा माझ्या शर्टमध्ये अडकवला. त्याचा चेहरा जवळ आला. हे असं होऊ शकत नाही. "चवावा! बांथ!" माझ्या तोंडून एकमेकांत मिसळलेले शब्द बाहेर पडले. मी बाहुल्याला झटकायचा प्रयत्न केला;

पण त्याची पकड मजबूत होती.

"मोहनच्या दादाला झटकायचा अजिबात प्रयत्न करू नकोस हलकटा." तो माझ्या खिशापर्यंत येऊन खांद्यावर चढण्याचा प्रयत्न करत होता. माझ्या शरीरावरचे सगळे केस ताठ उभे राहिले.

"काय करतोयस?"

"अडचणीत असताना मोठा भाऊ रक्षण करायला येतोच ना. फक्त गंमत होती, तोपर्यंत ठीक होतं. त्या बावळट मोहनने सहन केलं; पण तू त्याच्या पाठीत सुरा भोसकायला नको होतास. त्याला वचन दिल्यावर तर नाहीच नाही. मी तयारी करतो, तोपर्यंत स्वस्थ बस." असं म्हणून त्यानं खांद्यावरून मागे उडी मारली.

"काय करतोयस तू?"

"फार काही नाही, कुठलाही शब्दभ्रमकार करतो तेच! तुझ्या तोंडात शब्द घालणार आहे." सोहन म्हणाला.

"म्हणजे?"

म्हणजे मी एक हात तुझ्या शर्टाच्या आत मानेच्या मागून डोक्यापर्यंत घालणार आणि तुला बोलतं करणार.'

"गप्प बस मूर्खा, तू केवळ एक बाहुला आहेस - तू केवळ एक बाहुला आहेस–"

अरे बापरे, हे खरंच संकट होतं. मला एक मोठा भाऊ हवा होता. लतिका किती सेक्सी आहे! मला निळी डुकरं आवडतात. हे हशीश कधी उतरणार आहे?

ओरडण्यानं मी जागा झालो – स्पष्ट, मोठा पण घोगरा आवाज – पण ती मदतीसाठी मारलेली हाक नव्हती.

आवाज माझा नव्हता; पण शब्द माझ्याच तोंडून येत होते – "मी आता हलकट, विश्वासघातकी इसम नाही – मी केवळ एक बाहुला आहे."

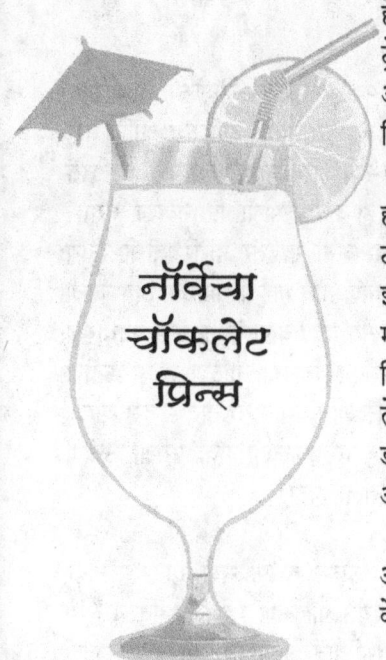

नॉर्वेचा चॉकलेट प्रिन्स

हिमालयाच्या या दुर्गम भागात अमित आणि इतर अठ्ठावन्नजणांबरोबर मी आलो, त्याला आता आठवडा लोटला. अशा प्रकारची माझी पहिलीच मोहीम होती; पण इथले जगण्याचे नियम वेगळे आहेत याची मला लवकरच जाणीव झाली - इथे अन्न सेवन करणं हे अपरिहार्य आहे, दात घासणं हा अधूनमधून घ्यायचा आनंद आहे, अंघोळ हा शुद्ध वेडेपणा आहे आणि पुढे पुढे मार्गक्रमण करत राहणं हे ऑल्टिट्यूड सिकनेसचं लक्षण आहे. सिकनेस - आजार - हा शब्द माझा बालमित्र होता; पण नंतर कधी भेटला नव्हता.

कपड्यांमुळे माणसाला ऊब मिळते, तुम्ही कोणीतरी विशेष आहात, कोणत्याही विपरीत परिस्थितीत तग धरण्याची तुमची ताकद आहे हे आणि असले सगळे गैरसमज सारपासचा ट्रेक एक-एक करून दूर करत होता. ही जागा अशी आहे की, जिथे तुमचे सगळे पूर्वग्रह निरर्थकतेमध्ये गोठून जातात. समुद्रसपाटीपासून १७०० ते २३५० मीटरचा कसोल ते ग्रहान हा पूर्वतयारीसाठीचा टप्पा. हा दहा किलोमीटरचा टप्पा चार तासांत पूर्ण केला. डावीकडे खळाळणारा झरा आणि पाइन वृक्ष यांची सतत सोबत होती. मग चढ अधिक खडा झाला आणि वृक्षांनी निरोप घेऊन आम्हाला गवताळ भागाकडे सोपवलं, तेव्हा जरा मनःस्थिती बदलली. मग एका शेर्पानं डोळा मारून, त्याच्या चंचीतून 'बुरस' हे गोड औषध मला देऊ केलं.

औषध – माझं बालपण खास माझ्यासाठी आणलेल्या नळ्या, बाटल्या, इंजेक्शन्स अशा वेगळ्याच खेळण्यांनी व्यापलेलं होतं.

***

आज जेव्हा आम्ही मिन्ह थॅच कॅम्प साइटपासून अडतीसशे मीटर उंचीवर असलेल्या नागारूकडे निघालो, तेव्हा मला समजलं की, गिर्यारोहकांना - सुज्ञांना घरी जाण्यापासून रोखण्यासाठी दोरांनी एकमेकांना बांधून घेतलेले लोक - असं का म्हणतात.

पण ही भावना निमिषभरच - तिथल्या स्थानिक लोकांच्या डोळ्यांतले भाव बघेपर्यंतच - टिकली. आळशी, प्रगत दुनियेतला कंपू त्यांच्या वातावरणात आलेला बघून, त्यांच्या डोळ्यांत अमाप कौतुक दाटलेलं दिसत होतं. आता चढ आणखी खडा झाला.

"आता ट्रेकचा सर्वांत अवघड टप्पा आहे." एका शेर्पाच्या तोंडून हे ऐकणं फारसं उत्साहवर्धक नव्हतं. मी समोर पाहिलं आणि मला त्याच्या म्हणण्याचा अर्थ कळला. एका बाजूला खोल दरी होती आणि पाय घसरला तर आधाराला फक्त झुडपं होती. आम्ही हळूहळू पुढे जाताना हाताला येईल ते झुडुप गच्च धरत होतो. माझी बर्फासाठीची कुऱ्हाड हातातून निसटली आणि थेट खाली जाऊन दृष्टीआड झाली. मी तिकडे बघायचीही तसदी घेतली नाही. अमितनं एकदा माझ्याकडे नजर टाकली आणि मग खड्या चढाकडे बघून तो म्हणाला, "छे! पुढे जाणं केवळ अशक्य आहे."

अशक्य – माझे रिपोर्ट्स बघून – हा शब्द माझ्या आईसमोर उच्चारायचं डॉक्टरांनी कटाक्षानं टाळलं होतं.

जास्तीच्या कुऱ्हाडी नव्हत्या; त्यामुळे एकमेकांच्या आणि आशेच्या आधारावर अमित आणि मी एका अर्थी तीन पायांची शर्यत करत होतो. आमच्या आणि बाहू पसरलेल्या अथांग दरीच्या मध्ये तटबंदीसारखे उभे असलेले शेर्पा सोबत होते तरी हा प्रदेश जरा भीतिदायकच होता. साहसी खेळ हा कधीच माझा प्रांत नव्हता. घरात, अत्यंत सुरक्षित वातावरणात वाढल्यामुळे मला कधी खडतर परिस्थितीची सवय नव्हती. नंतरच्या आयुष्यातही मार्केटिंग मॅनेजर बनणं हीच माझ्या रोमांचक अनुभवाची व्याप्ती होती. आमचा माल दुसऱ्यांदा नाकारलेल्या एका क्लायंटला कसं पटवायचं हे माझ्यापुढे आलेलं सर्वांत मोठं आव्हान होतं. मग वयाच्या चाळिशीत या कठीण मार्गावर मी का चाललो होतो? काही लोक चाळिशीत प्रेमात पडतात - दुसऱ्यांदा, काहीजण व्यवसाय बदलतात. अखेर, आयुष्यभर हुकलेली एक परीक्षा उत्तीर्ण होण्यासाठी मी एक वळण घ्यायचा निर्णय घेतला होता.

पुढचे चौदा जीवघेणे किलोमीटर पार करून बेचाळीसशे मीटर उंचीवर असलेलं शिखर सर केल्यानंतर नागारू टॉपपर्यंत पोहोचणं म्हणजे, मेंदूला झिंग आणणाऱ्या संगीतानंतर शांतवणाऱ्या अंगाईसारखं होतं. आतापर्यंत मी जे जे पाहिलं

होतं - टेकड्या, झरे, जंगलं, नद्यांचे मार्ग, घळी, कडे, गारांचं वादळ, पाऊस, खाली पाणी आणि वर बर्फाच्या लाद्या आणि अगदी बर्फांधळेपणासुद्धा – सगळंच अतिरेकी होतं.

कृत्रिमरीत्या अनुकूल बनवलेलं हवामान नाही, नियंत्रित केलेलं पाणी नाही; आरामशीर, सुरक्षित कोशाऐवजी फक्त श्वास रोखायला लावणाऱ्या धोकादायक घळी. रात्रीचा वारा जंगली लांडग्यांच्या कळपाप्रमाणे घूं ऽऽ घूं करायचा; त्यामुळे स्लीपिंग बॅगमध्ये झोपणं म्हणजे ब्रेडच्या दोन स्लाइसमध्ये विसावणाऱ्या लोण्याच्या चकतीइतकं उबदार निश्चितच नव्हतं. आपण ज्याला आयुष्य म्हणतो, त्या बोन्सायपेक्षा इथलं आयुष्य कितीतरी भव्य होतं. सर्कशीतल्या ट्रपीझ आर्टिस्ट्सनी ताणून बांधलेल्या दोरीवर चालावं तसे आम्ही चालत होतो. तरीही पुढे येऊ घातलेल्या अडचणींच्या मानानं हे तितकं भयावह नव्हतं.

"आत्महत्येला आपण एका कायदेशीर खेळाचं स्वरूप दिलंय." अमितनं जाहीर केलं. सगळ्यांचं सामूहिक हास्य हे मनावर आलेल्या प्रचंड ताणाला कुठेतरी वाट मिळाल्यामुळे हलकं वाटल्याचं द्योतक होतं. "आपण मागे न फिरण्याचं एकमेव कारण म्हणजे वेडेपणा." तो हळूच म्हणाला.

वेडेपणा – मला आठवतदेखील नाही, इतका लहान असल्यापासून माझ्याशी लपंडाव खेळणारी शक्यता.

इतकं टोकाचं पाऊल उचलायला, या भूभागाशी, हवामानाशी एकरूप व्हायला, आयुष्य किती व्यापक असू शकतं हे अजमावायला आणि कणखरपणा आणि खडतरपणा यांची सांगड घालायला मी का उद्युक्त झालो, हे त्या कड्याच्या धारेवर चालताना मला उमगलं. रक्त, घाम, पाय मुरगळणे, हिमबाधा सगळं सगळं सोसून मला सृष्टीमातेला सिद्ध करून दाखवायचं होतं आणि तिला कबूल करायला लावायचं होतं की, मी तिचाच पुत्र आहे – तग धरून राहणारा – धडधाकट!

इथला निसर्ग दुबळ्या, निष्काळजी अपत्याला पाठीशी घालणाऱ्या कोमल-हृदयी वत्सल मातेसारखा मुळीच नव्हता. तिचं इथलं प्रायश्चित्त अत्यंत कठोर होतं. एखादी चूक झाली तरी शिक्षा ठरलेली – मृत्यू.

मृत्यू – जो निष्पाप अज्ञानात, अंगठा चोखत पाळण्यात झोपलेल्या मला कवटाळू शकला नाही.

या कडक शिस्तीच्या मातेच्या सगळ्या कसोट्या झेलण्याची हिंमत माझ्यात आहे, हे सिद्ध करण्यासाठी मी उपलब्ध साधनांपेक्षा माझ्या निकराच्या इच्छाशक्तीच्या आधारानं चालत होतो आणि हे करताना तिचं कौतुक करावं आणि अर्थातच तिचा

मान राखावा ही तिची अपेक्षा होती. हे जर मी करू शकलो, तर एखाद्या सुपुत्रासाठी खास राखून ठेवलेल्या आशीर्वादांची ती माझ्यावर खैरात करेल याविषयी मला जराही शंका नाही.

तो सुळका, एखादा आइस्क्रीम विक्रेता ज्याप्रमाणे आकर्षक बर्फाचा गोळा दाखवून लहान मुलांना आकर्षित करतो तसा दिसत होता; पण त्याला भुलायची ही जागा नव्हती. अजून तरी नाही. 'तिथे वर पोहोचेपर्यंत बर्फात खेळायचं नाही' – मी स्वतःला बजावलं. शिखराचा रस्ता अजून लांबचा आणि दुष्कर होता आणि प्रत्येक पावलाला मी माघार न घेण्याचा आणि चित्त भटकू न देण्याचा कसोशीनं प्रयत्न करत होतो. बालपणापासून महत्प्रयासानं मार्गक्रमण करत मी इथवर आलो होतो; आता इतक्या दिवसांपासून राहून गेलेल्या या शेवटच्या परीक्षेत हार मानून चालणार नव्हती. आता प्रश्न बर्फाचा नव्हता, तर मी इथे कसा आलो त्याचा होता.

***

तो फोटो नसता तर मी इथे आलोच नसतो. बर्फाच्या राशीत बसलेल्या एका गव्हाळ रंगाच्या लहान मुलाचा तो फोटो होता. त्याच्या हातात त्याच्या मानानं खूपच मोठा बर्फाचा गोळा होता – आणि त्याच्या चेहऱ्यावर त्याहीपेक्षा मोठं हसू होतं. तो चाळीस वर्षांपूर्वीचा मी होतो. 'तो गोळा तूच बनवला होतास. आपण नॉर्वेला असताना गुडमोर तुला जवळच्या टेकडीवर घेऊन गेली होती आणि तिथे तिनं हा फोटो काढला होता.' आई प्रत्येक वेळी मला सांगायची – आणि मी बर्फाला केलेला तो शेवटचा स्पर्श होता याचं मला स्मरण व्हायचं.

मी त्याला अनेक वेळा स्पर्श केला असेल – म्हणजे त्या फोटोला. लहान असताना त्या शुभ्र, दिव्य फेसाचा थंड स्पर्श मला जाणवतोय, असं मला वाटायचं; पण तरी एक मन खऱ्याखुऱ्या बर्फाला हात लावायची कामना करत होतं.

"आपण नॉर्वेला परत का गेलो नाही?" मी आईला विचारायचो.

"बाबांची स्कॉलरशिप एका वर्षासाठीच होती." ती सांगायची.

"पण मग ते दुसरी स्कॉलरशिप का घेत नाहीत?" मी उलट विचारायचो आणि तिच्या चेहऱ्यावर एक गूढ स्मित उमटायचं.

नॉर्वेतलं माझं आयुष्य म्हणजे फोटोत बंदिस्त झालेली दृश्यांची मालिका होती – जेव्हा आई-बाबा मित्रांना त्या प्रसंगाबद्दल त्याच गोष्टी, त्याच शब्दांत सांगायचे, तेव्हा ती दृश्यं जिवंत व्हायची. त्या गोष्टी मी इतक्या वेळा ऐकल्या होत्या की, त्या जणू माझ्याच स्मृतींचा भाग होऊन गेल्या होत्या.

मी डोळे मिटले की, ट्रॉन्डहाइममधल्या नॉर्वेजिअन युनिव्हर्सिटी ऑफ सायन्स

ॲन्ड टेक्नॉलॉजीतील रिसर्च लॅबमध्ये जायला निघालेले बाबा मला दिसायचे. आई मला कडेवर घेऊन जाताना तिला वाकून, अभिवादन करणाऱ्या स्त्रिया मला दिसायच्या.

आमची घरमालकीण 'अल्फिल्ड मालो' लगेचच माझी स्कॅण्डेनेव्हियन गॉडमदर बनली. मी तिला 'गुडमोर' म्हणू लागलो. ती मला 'चॉकलेट प्रिन्स' म्हणायची, कारण तिनं आजवर गव्हाळ वर्णाचं मूल बघितलंसुद्धा नव्हतं, त्याच्याबरोबर राहणं तर दूरच! खरेदीला जाताना ती मलाही गाडीतून घेऊन जायची. ती मला आमच्या गल्लीत बाबागाडीतून फिरवत असल्याचं दृश्य माझ्या उसन्या स्मरणभांडारात मला आजही दिसतं. बाबा सांगतात, त्या गल्लीला थॉमस गेट म्हणायचे. दुतर्फा टुमदार लाकडी घरं होती. ती मला कशी बर्फाच्छादित ख्रिसमस ट्रीज दाखवत असेल, माझ्यासाठी कशी नॉर्वेजियन इंग्रजीत ख्रिसमस कॅरोल्स गुणगुणत असेल हे मला माझ्या कल्पनाविश्वात स्पष्ट दिसतं. ती अत्यंत सृजनशील असल्यामुळे माझे इकडेतिकडे, सर्व रंगछटांत फोटो काढायची आणि इंगे मालो – ज्यानं 'गुडफार'ची भूमिका स्वीकारली होती, आनंदाश्रूंनी भरलेल्या डोळ्यांनी ते बघत असायचा. आई म्हणते, तो खूपसा माझ्या भारतातल्या आजोबांसारखा दिसायचा; पण दुर्दैवानं आमच्याकडे आता त्याचा फोटो नाही आणि मला तो आठवतही नाही. मी फक्त माझ्या आजोबांची गोरी आवृत्ती डोळ्यांसमोर आणायचा प्रयत्न करतो.

पण गुडमोरचा क्ले मॉडेल बनवतानाचा एक फोटो मला आठवतो. मात्र, खेदाची गोष्ट म्हणजे आम्ही भारतात परतल्यावर तीन घरं बदलली आणि त्या गोंधळात तो कुठेतरी हरवला. माझ्या गुडमोरची, हातात कोरीव कामाचा चाकू घेतलेली आणि शेजारी ती बनवत असलेल्या शिल्पाची कृष्ण-धवल प्रतिमा तेवढी मला आठवते. आज मी जे फोटो बघतो, ते मला कॅमेऱ्याच्या पलीकडच्या बाजूला ते फोटो काढणाऱ्या माझ्या गुडमोर अल्फिल्ड मालोची आठवण करून देतात. म्हणूनच बर्फाला स्पर्श करणं म्हणजे - माझ्या घराच्या भिंती, माझी बाबागाडी, ख्रिसमस पाइन्सची खोडं आणि माझ्या गुडमोरचा मृदू, सुरकुतलेला चेहरा - यांना स्पर्श करण्यासारखं आहे. काहीतरी चमत्कार घडला असेल तरच आज एकशे चौदाव्या वर्षी ती जिवंत असेल; पण ती नसेल हेही मान्य करायला मी तयार नाही.

माझ्या अकराव्या - बाराव्या वर्षानंतर माझं बर्फाविषयीचं आकर्षण माझ्या मनात सुप्तावस्थेत होतं, जे अलीकडे पुन्हा उफाळून वर आलं; पण आता गोठलेल्या पाण्याबद्दल एका लहान मुलाला असलेल्या आकर्षणापुरतं ते सीमित राहिलं नव्हतं, तर त्याचं रूपांतर आता काही वेगळ्याच भावनेत झालं होतं.

***

अमित एका ट्रेकला चालला होता.

"कुठला ट्रेक आहे?" मी विचारलं.

"हिमालयातलं सारपास शिखर." अमितनं माहिती दिली.

मी ताड्कन उभा राहिलो.

"तिथे बर्फ असतो?" मी उगीचच विचारलं.

"म्हणजे काय! अर्थातच असतो." त्यानं माझ्याकडे विचित्र नजरेनं पाहिलं, जणू काही मी विचारलं होतं की, ते शिखर आइस्क्रीमने बनलेलं आहे का!

"किती बर्फ असतो?"

"आपली अर्धी लोकसंख्या गिळंकृत करेल इतका!"

"मग मीसुद्धा येणार." मी म्हणालो.

खरं म्हणजे वेडा 'तो' आहे; पण आज मी वेडेपणात त्याच्यावर मात केली.

"हे एखादा साहसी चित्रपट पाहण्यासारखं नाही बरं का! खरंखुरं आहे."

"मला फरक पडत नाही." मी बोलून गेलो.

"तेच ना! आवडलं नाही म्हणून मध्येच मागे फिरता येत नाही."

"प्राण गेला तरी माघारी फिरणार नाही."

"अरे पण, तू तर श्रम करणाऱ्या, घाम गाळणाऱ्या जातीचा नाहीस. काय झालंय काय तुला? एखादी मुलगी किंवा पैज?"

"मला बर्फाचा गोळा करायचाय," मी स्वतःशीच पुटपुटलो. हे मी जर त्याला सांगितलं असतं, तर सबंध ट्रेकभर त्यानं मला 'यती' (Abominable snowball man) म्हणून चिडवलं असतं.

"याआधी तू कधी हे केलंस का?"

"कधीतरी पहिली खेप असतेच ना?"

"चाळीसाव्या वर्षी?"

"साठाव्या वर्षी केलं असतं रे; पण त्यासाठी जरा थांबावं लागेल." मी हसलो आणि प्रत्येक सरावलेल्या गिर्यारोहकाला नवख्या गिर्यारोहकाकडून ऐकायला आवडणारं वाक्य फेकलं, "जरा रानोमाळ भटकण्याची चव चाखावी म्हणतो."

***

भारतातलं सर्वसाधारण कुटुंब म्हणजे एक सुखासीन सापळा असतो आणि अगदी जीवन-मरणाचाच प्रश्न असल्याशिवाय त्यातून बाहेर पडून वेगळा मार्ग चोखाळायला मनाई असते. या ट्रेकबद्दल मी जेव्हा ऊर्मीला - माझ्या पत्नीला - सांगितलं, तेव्हा तिला वाटलं, माझी नोकरी गेली. तिला पटवण्यासाठी मला, तिला ट्रेक यशस्वीपणे पार पाडून त्याच्या सुरस कथा सांगायला परत आलेल्या अनेक

निवृत्त व्यक्तींचे फोटो गूगलवर शोधून दाखववावे लागले. माझ्या आई-वडिलांपर्यंत बातमी पोहोचली, तेव्हा त्या प्रसंगाला तोंड देण्याची मला चांगलीच तयारी करावी लागली. आई-वडील हयात असलेल्या कुठल्याही चाळीस वर्षांच्या माणसाला त्यांना पटवून द्यावंच लागतं की, तो करतोय ते महत्त्वाचं आहे आणि सुरक्षितही!

मी जेव्हा त्यांना हे सांगितलं, तेव्हा बाबांनी तपशील विचारला.

''कधी जाणार आहेस धीरज?''

आईच्या संतापाला पारावार नव्हता. ''कोणी कुठेही जाणार नाही, हिमालयात तर नाहीच नाही.''

''तिथे तापमान किती असेल?'' बाबांनी विचारलं. प्रश्न बरोबर, वेळ चुकली.

आईनं तोच मुद्दा उचलला, ''इतकी थंडी असते तिथे! भारतात आपल्याला एवढ्या थंडीची सवय नसते. चांगली नोकरी आहे, छान बायको आहे; हे खूळ कोणी डोक्यात भरवलं तुझ्या?''

''कोणीही नाही आई आणि अगं, मी काही एव्हरेस्ट चढायला जात नाही. मला हे जमणार नसतं, तर इंडियन हायकर्स असोसिएशननं मला परवानगीच दिली नसती. पटतंय ना तुला?''

पण तिला नाही पटलं. म्हणून मी तिला बर्फाच्या गोळ्याबद्दल सांगितलं आणि घोडचूक केली.

''धीरू, आत जाऊन, फ्रीझरमधला हवा तेवढा बर्फ घे आणि पाहिजे तितके गोळे करत बस.''

''वेड्यासारखं बोलू नकोस आई, अशा प्रकारच्या साहसी ट्रेकचा माझ्या फुप्फुसांना फायदाच होईल.''

साहस – या शब्दानं आणखी एका दुखऱ्या नसेला स्पर्श केला. गुडमोरचा किशोरवयीन मुलगा - कार्ल - स्कीइंग अपघातात गेला, तो दुर्दैवी प्रसंग. त्याला स्कीइंग किती आवडायचं हे मी हजार वेळा ऐकलं होतं. गोठलेल्या पृष्ठभागावर कुशलतेनं तोल सावरताना पायाखालच्या बर्फाला कसे तडे गेले असतील - आणि... हे माझ्या नजरेसमोर तरळून जायचं.

हा प्रसंग सांगताना आईचा कंठ नेहमी दाटून येतो, कारण गुडमोरनं आईला एका कठीण प्रसंगातून तरून जायला मदत केली होती. जेमतेम दोन वर्षांचा असताना मला 'नॉर्वेचा चॉकलेट प्रिन्स' घोषित करण्यात आलं होतं. ग्रीनविच मेरिडियनच्या दोन्ही बाजूला माझ्यासारखं हास्य कोणाचंही नाही हेही पार यॉमफ्रुगातापर्यंत सगळ्यांना माहिती होतं. शेजारीपाजारी माझ्यावर फुलं, पाप्या आणि आशीर्वादांची

खैरात करायचे. अति कौतुक झालं की, दृष्ट लागते याची आईला भीती वाटायची - आणि जणू तिची भीती खरी ठरवण्यासाठीच की काय - एक दिवस माझं हास्यच गायब झालं - चुटकीसरशी!

गुडमोर आणि गुडफार इतके घाबरले की, ताबडतोब त्यांनी सिटी हॉस्पिटलला फोन केला. लगेच त्यांची व्हॅन येऊन मला घेऊन गेली. माझ्या तपासण्या आणि निदान अत्यंत तत्परतेनं केलं गेलं. 'मेनिंजायटिस' डॉक्टरांनी बाबांना सांगितलं.

'मेनिंजायटिस' - याचा अर्थ खोकल्यापासून ते कॅन्सरपर्यंत काहीही होऊ शकला असता. आई सांगते की, चर्चेत अधिक वेळ न घालवता डॉक्टर लगोलग तयारीला लागले. स्वयंप्रेरित जीवरक्षकांप्रमाणे ते नॉर्वेच्या चॉकलेट प्रिन्सला वाचवायच्या कामगिरीला भिडले, जणू काही या लहान मुलाला वाचवण्यावर त्यांची राष्ट्रीय प्रतिष्ठा अवलंबून होती.

उपचार अनेक आठवडे चालणार होते. सैरभैर झालेली माझी आई एकटी होती, म्हणजे बाबा होते; पण रिसर्च सांभाळणं, आईला धीर देणं आणि न दाखवता माझी काळजी करणं अशी त्यांची त्रिशंकू अवस्था झाली होती. या सगळ्यात गुडमोरचा भक्कम आधार लाभला. मुलगा गमावण्याचं दुःख तिनं भोगलं होतं आणि ते आईला भोगावं लागू नये अशी तिची मनापासून इच्छा होती आणि आणखी एक मूल गमावणं गुडमोरच्या सहनशक्तीच्या पलीकडचं होतं.

मेनिंजायटिससाठी परिपूर्ण असे उपचार नाहीत हे गुडफारनं शोधून काढलं होतं. बाबांच्या सूत्रांनी त्यांना सांगितलं की, भारतात त्यासाठी काहीच उपचार नाहीत.

मला बरा करण्यासाठीच जणू देवानं योजना आखून, बाबांना नॉर्वेमध्ये स्कॉलरशिप देववली होती.

पेशंटबरोबर कोणालाही राहू न देण्याची हॉस्पिटलची सक्त ताकीद होती; पण हे कडक नियम एका भारतीय आईच्या पचनी पडणं अशक्य होतं. अधिकाऱ्यांनी आईला माझ्याबरोबर तर राहू दिलंच; पण त्याशिवाय तिचे गुरू बटुक भैरव यांनी दिलेला साक्षात्कारी कसबेकर महाराजांचा फोटोसुद्धा माझ्या उशीखाली ठेवायची परवानगी दिली. अनेक आठवड्यांचे जालीम औषधोपचार आणि डोळ्यांत तेल घालून केलेलं निरीक्षण यामुळे नॉर्वेच्या चॉकलेट प्रिन्सच्या चेहऱ्यावर प्रथम स्मित उमटलं.

"तुमचा लहानगा जबरदस्त लढवय्या आहे. तग धरून राहण्यासाठी जे लागतं ते त्याच्यात आहे.'' डॉक्टरांनी बाबांचं अभिनंदन केलं; पण सगळं काही ठीकठाक आहे हे अजूनही काळजीत असलेल्या बाबांना उमजायला जरा वेळ लागला.

बर्फाचा गोळा हातात घेतलेला माझा फोटो हा माझा 'पुनर्जन्म' झाल्यानंतरचा पहिला फोटो होता हे मला बरंच उशिरा कळलं. नुसतं हॉस्पिटल चालवण्यापेक्षा जीव वाचवण्याला प्राधान्य देणारे डॉक्टर आणि माझ्या उशीखालच्या फोटोतून मला आशीर्वाद देणारे महाराज, दोघांचेही आभार मानावे तितके कमीच! रूपकच द्यायचं झालं तर जणू काही प्रत्यक्ष देवानंच तो बर्फाचा गोळा माझ्या हातात दिला होता.

आई-बाबांना अजूनही ती आठवण नको असते; त्यामुळे मला त्या सबंध प्रसंगाबद्दल फारशी माहिती नाही. त्यांनी ते भान व्यवस्थित संभाळलं होतं, फक्त एकदा आईच्या तोंडून अनवधानानं एक वाक्य गेलं.

ती एकदा अभिमानानं म्हणाली, "डॉक्टर म्हणाले होते, काहीतरी दोष राहील – बोलण्यात, शिकण्यात, स्मरणशक्तीत किंवा शारीरिक आव्हानं पेलण्यात – पण बघा - माझा धीरू अगदी पूर्णपणे बरा झाला."

आईचे शब्द माझ्या मनात रुतून बसले होते, ते आता साक्षात्कार झाल्यासारखे वर आले - नॉर्वेतल्या डॉक्टरांनी मला शक्य तितक्या कसोट्यांवर पारखून घेतलं होतं, पण जीवनानं सर्वोत्तम कसोटी शेवटी राखून ठेवली होती आणि कसोटीचं स्थळ होतं सारपास.

***

सारपास ट्रेकमध्ये सहभागी होण्यासाठी मला परवाना मिळाला. प्रतिकूल हवामान आणि श्रम यांनी परिपूर्ण असे ते अकरा दिवस असणार होते. आमच्या वाटाड्यानं जास्त उंचीवर जाणवणाऱ्या बेभरवशी आजारांची - हाय ऑल्टिट्यूड सिकनेसची कल्पना दिली.

त्या आजारांची लक्षणं जाणवत नाहीत, थेट परिणामच दिसतात – घाबरंघुबरं होणं, श्वास घ्यायला त्रास, शुद्ध हरपणं, रागाचा पारा चढणं, आत्मविश्वास उणावणं आणि अगदी तात्पुरती मनोविकृतीसुद्धा!

इतकी मोठी जोखीम पत्करणं गरजेचं होतं का? विमानानं नॉर्वेला जाऊन थॉमसगेटला जाणं आणि तिथे बर्फाच्या राशीत बसून बर्फाचे गोळे करणं जास्त सोपं नव्हतं का? खरंतर नव्हतं. आता नव्हतं, कारण नॉर्वे माझी अधिकृत पुनर्जन्मभूमी होता; मला अजून झुंजार, टिच्चून टिकून राहणारा आणि जेता म्हणून स्वतःला सिद्ध करायचं होतं. ते न करता नुसते बर्फाचे गोळे करणं म्हणजे फ्रीझरमधून बर्फ खरवडून त्याचे गोळे करण्यासारखं होतं.

हिमालयन बेस कॅम्पला – कसोलला केलेली अंघोळ ही पहिली आणि शेवटचा! त्या बर्फाळ पाण्याच्या पहिल्याच फवाऱ्यानं मी इतका गारठलो की, मी

दुसऱ्याच्या अंगाला साबण लावतोय की दुसरा कुणी मला, हेही कळत नव्हतं.

वातावरणाशी जुळवून घेण्यासाठीच्या पहिल्या चढणीनं आमचं बऱ्यापैकी गर्वहरण केलं. आमच्यातल्या काहीजणांना तर थेट घरी पाठवलं गेलं. त्यातून जे तरून गेले, त्यांचा एकतर निर्धार पक्का होता किंवा ते पूर्णपणे संमोहनावस्थेत होते. जसजशी उंची वाढत गेली, तसतसं आमचं मनोधैर्य खच्ची होत गेलं. मात्र, आमच्या शेर्पांनी ते पुन्हा वर खेचलं.

दिवसागणिक, प्रत्येक कॅम्पनंतर आमची परतीची वाट आणि शक्यता अंधूक अंधूक होत होती आणि अडचणींत भर पडत होती. कधी हिमवादळ, कधी भूस्खलन, कधी कोणी हाय ऑल्टिट्यूड सिकनेसमुळे आत्महत्या करायला निघालेला. या सगळ्यामुळे आमच्यातली अगदी कणखर मंडळीदेखील मागच्या मागे पळ काढायला उद्युक्त होऊ शकली असती.

अमित कुठल्या तरी तंद्रीत असल्यासारखा होता, कारण त्याच्या शिव्या आणि जेवण दोन्ही बंद झालं होतं. पोपटाच्या डोळ्याप्रमाणे त्याला फक्त आणि फक्त शिखर दिसत होतं – जे अजून तीन दिवस दूर होतं. सरावलेल्या गिर्यारोहकांसाठी कदाचित हे तितकं कठीण नसेल; पण आमच्यासाठी मात्र ते एखाद्या शाकाहारी माणसानं भाजलेलं रानडुक्कर खाण्यासारखं होतं. माझी ते रानडुक्कर खाण्याची तयारी होती; अगदी मलाच त्याची शिकार करावी लागली तरीही!

***

शेवटच्या सुळक्यावर मी कुठली तरी आंतरिक शक्ती मला प्रेरणा देत असल्यासारखा चालत होतो. आम्ही शेवटचा कॅम्प ओलांडला होता. काही तासांतच चकाकणाऱ्या, निसरड्या हिमनद्या पार केल्यावर सारपास शिखराचं दर्शन झालं.

श्वास घ्यायला त्रास होणं, धाप लागणं अपेक्षितच होतं; पण अशा अवस्थेत किती काळ तग धरता येईल या प्रश्नाला उत्तर देण्याची मला भीती वाटत होती. अति श्रम आणि हिमबाधा यामुळे मी वेदना जाणवण्याच्या पलीकडे पोहोचलो होतो. संवेदनाच नाहीशी झाली होती की काय? बर्फाच्या कठीण थरावरून मी जवळजवळ सहज - कुणीतरी गारुड केल्यासारखा चालत होतो; काहीजणांच्या मागून, तर काहीजणांच्या पुढे! मग मी माझी काठी बर्फात घुसवली आणि माझ्या पायाखाली बर्फाला तडा गेलेला मला दिसला. ना माझ्या मनात काही प्रतिक्रिया उमटली, ना शरीरात! 'गुडमोरचा कार्ल' माझं मन कुजबुजलं आणि आमच्या नॉर्वेतल्या लाकडी घरासमोर उभी राहून, हसून बोलावणारी गुडमोर मला दिसली. हा - हाय ऑल्टिट्यूड सिकनेस असेल, तर तो मला फारच आवडला होता. मला आठवत नाही; पण माझ्या हातांनी एका खडकाचा आधार घेतला होता आणि पायांनीही आधार शोधला

होता. मी एकतर घसरून हिमनदीच्या भेगेत खाली गेलो असतो किंवा थेट दरीत आणि तेसुद्धा शिखर गाठण्याच्या अखेरच्या टप्प्यात.

उरलेलं अंतर कापायला जणू एक युग लागलं. नव्यानंच चालायला शिकलेल्या लहान मुलासारखा मी पुढे जात होतो. वर मला बर्फाची रास दिसली. मी आणखी भारलेल्या अवस्थेमध्ये शिखरावर पोहोचलो आणि बेफिकिरीनं बर्फाच्या राशीच्या दिशेनं जाऊ लागलो. - बर्फ - चाळीस वर्षांनी मी त्याला स्पर्श करणार होतो. जणू काही मी नॉर्वेतील थॉमसगेटमध्ये माझ्या घराच्या दिशेनं चालत असल्याचा मला भास झाला. त्या बर्फाच्या राशीवर मी कोसळलो आणि पुटपुटलो, ''काही दोष राहिला नाही डॉक्टर - काहीही नाही.''

''त्याच्यात एखादा सुप्त दोष राहू शकतो, नाही राहिला तर देवाची कृपा!'' डॉक्टर म्हणाले होते.

मी हातमोजे काढून, मुठीमुठीने शुभ्र बर्फ गोळा करू लागलो. लहान मुलासारखी लाळ गाळत, आवाज काढत मी बर्फाचा गोळा बनवला - बनवून झाल्यावर वर पाहिलं.

''काय करतोस तू?'' अमितनं विचारलं.

''गुडमोर, बघ. तुझा चॉकलेट प्रिन्स बर्फाचा गोळा करतोय,'' मी म्हटलं आणि - मला आसपास कुठेतरी कॅमेरा क्लिक केल्याचा ओळखीचा आवाज ऐकू आल्यासारखा वाटला.

रिकामटेकडे वाटाडे

वाळवंटात पाऊल टाकणं म्हणजे प्रेमात पडण्यासारखं होतं. अवघ्या परिसरानं त्याच्या जाणिवांना उन्मादानं कवेत घेतलं. त्याला ती भावना अत्यंत सुखद वाटली. आतापर्यंत भेट दिलेल्या कोणत्याही जागेपेक्षा हे फार वेगळं होतं. पहाटेचं धुकं, चमकदार वाळू, बोचरा वारा आणि अधांतरी असल्याची ती जाणीव.

सूर्यानं पापण्या उघडल्या की, धुकं गायब होणार हे त्याला माहीत होतं – वाऱ्याचं लवकरच गरम हवेमध्ये रूपांतर होणार आणि वाळू हिंस्र दिसू लागणार. पहाट आणि सकाळ या संधिकालाचा अर्धपारदर्शी पडदा थोड्याच वेळात कातरला जाऊन, असीम स्वातंत्र्य प्रकट होईल - आणि मग हलकेपणा, वजनरहित अवस्था जाणवू लागेल.

आत्ता ते एक गूढ आकर्षण होतं, एक अशी तृष्णा - जी शमवायलाच पाहिजे - स्वप्न किंवा चर्चेनं नव्हे, तर त्या अनुभवाच्या थेट गाभ्यात शिरून!

'लवकर निघा, सावकाश जा, सुरक्षित पोहोचा' – घाटात शिरताना असे सूचनाफलक दिसतात. वास्तविक 'आज्ञेचं उल्लंघन केलंत तर याद राखा' असा त्याचा अर्थ असतो. त्यानं तुमची सगळी ज्ञानेंद्रियं झपाटून जातात. तुम्ही सतत आगामी धोक्याकडे लक्ष ठेवून असता – अति तीव्र वळणं (Hairpin bend) आणि न दिसणारी वळणे! या सगळ्यात तुमच्या प्रतिध्वनीसाठी आतुरलेल्या दरीकडे तुम्ही साफ दुर्लक्ष करता. तुमच्या मुजऱ्याची वाट पाहत थांबलेल्या पर्वताकडे काणाडोळा करता. तुमच्यासमोर डोलणारी, तुम्हाला सावध करणारी झाडं तुम्हाला दिसतच नाहीत – मग एके दिवशी

भजनं गात, बसमधून जाणारे भाविक एका दरीनं गिळंकृत केले किंवा एखादं लग्नाचं वऱ्हाड एखाद्या कोसळलेल्या दरडीखाली गाडलं गेलं अशा बातम्या तुम्ही वाचता. निसर्गाच्या वैभवाबद्दलच्या घोर अज्ञानाची किंमत तुम्हाला चुकवावीच लागते.

तुम्ही त्या झाडांकडे दुर्लक्ष करायला नको होतं, कारण ते जंगलातल्या रस्त्यांवरचे वाटाडे असतात – रेंगाळणारे - रिकामटेकडे - प्रत्येक ठिकाणी त्या त्या ठिकाणचे असे वाटाडे असतातच.

चोरपावलांनी पुढे सरकणाऱ्या वेळाकडे लक्ष न देता तो वाळवंटात अगदी आतपर्यंत गेला होता. सूर्य आता उबारा फुंकत त्याच्या कोपरावर विराजमान झाला होता. प्रत्येक पावलाला गादी अंथरणाऱ्या वाळूची अजूनही त्याला स्पष्ट जाणीव होत होती – स्वप्नात चालल्यासारखा तो चालत होता. वारा अनिर्बंधपणे, बेफिकिरीने शीळ घालत होता – जी केवळ त्याच्याच कानांसाठी होती, ज्या कानांना त्याच्या फुप्फुसांच्या फुसफुशीखेरीज दुसरं काहीही ऐकण्याजोगं नव्हतं; पण 'पुढे डावीकडचं वळण, पुढच्या वाहनाला ओलांडू नये, अपघातप्रवण क्षेत्र' – असे दुर्घटनेची आगाऊ सूचना देणारे फलक कुठेही नव्हते याचं त्याला बरं वाटलं. वाळवंट अशा कुठल्याही धमक्या देत नव्हतं. तो चक्क डोळे मिटून दिवास्वप्न बघायलाही मोकळा होता.

त्यानं नेहमीच वाळवंटाचं स्वप्न बघितलं होतं. आतापर्यंत त्यानं कधी वाळवंट बघितलं नव्हतं. प्रत्येक स्वप्नात तो एकटाच होता – वाळूच्या अखेरच्या टेकडीकडे चाललेला, जिचं नंतर आकाश व्हायचं. तो नक्की कुठे चालला होता याचा त्याला तर्क करता यायचा नाही किंबहुना 'कुठे' असं काही होतं की नाही याचीही त्याला कल्पना नव्हती. एकदा तरी मन मानेल तसं, निर्हेतूक, निरुद्देश भटकण्यासाठी त्याचं मन आसुसलं होतं.

लहानपणी बांधकामांच्या ठिकाणी वाळूच्या ढिगाऱ्यात खेळलेलं, ओलसर वाळूत पाऊल रुतवलेलं त्याला आठवत होतं; पण आज हा वाळूचा समुद्र तुडवणं म्हणजे लहानपणीच्या छंदाला अविश्वसनीय आयाम देण्यासारखं होतं.

त्याला वाळवंटाचं आकर्षण होतं; पण खडतर आयुष्याची त्याला सवय नव्हती. अजून सकाळच होती तरी तो घामानं थबथबला होता. अधूनमधून तो घाम पुसत होता. सावलीचा कुठे पत्ताच नव्हता. खजुराच्या झाडांचा सावलीसाठी काहीच उपयोग नव्हता. सूर्य आता उजव्या कानापर्यंत आला होता – तो डाव्या कानापाशी येईपर्यंत त्याला चालायचं होतं. शहरी नियमांपेक्षा हे किती सोपं होतं!

त्यानं प्रथम शहरात पाऊल टाकलं, तेव्हा तो पुरता भांबावून गेला होता. आजूबाजूचं सगळंच अद्‌भुत होतं; पण इतक्या प्रचंड यंत्रणेची गुंतागुंत त्याच्या आकलनापलीकडची होती.

कित्येक दिवस तो बालसुलभ कुतूहलानं सगळं न्याहाळत होता – डायनासोरपेक्षाही प्रचंड मोठ्या इमारती, नद्यांपेक्षाही मोठे रस्ते, घाईघाईनं कुठेतरी चाललेले माणसांचे लोंढे – सगळे छान छान कपडे घालून काहीतरी उद्देशानं चालणारे – आपण काय करत आहोत त्याचं पूर्ण भान चेहऱ्यावर वागवणारे. चमत्कारिक गोष्ट म्हणजे, ते लोक ‘कुठे जायचं ते ठाऊक असलेल्या उंटांच्या कळपासारखे’ दिसायचे.

ऑफिसला जायला लागून त्याला आठवडा झाला; पण तरीही अजून तो चुकीच्या ट्रेनमध्ये चढायचा, टॅक्सीतून अलीकडच्या किंवा नंतरच्या चौकात उतरायचा. तिथे हिंडणाऱ्या लोकांना त्याच्या कंपनीचं कार्ड दाखवायचा. प्रत्येकजण त्याला वेगळा रस्ता दाखवायचा. स्वतःच्याच ऑफिसचा पत्ता दुसऱ्यांना विचारताना त्याला शरमल्यासारखं व्हायचं.

त्यानं एक गमतीची गोष्ट बघितली होती – जेव्हा तो रस्ता चुकायचा, तेव्हा एक तरी माणूस त्याला रस्ता दाखवायला असायचाच – ‘आधी डावीकडे वळा, मग चौक लागेपर्यंत सरळ जा. तिथे पुन्हा डावीकडे वळा आणि पांढरी इमारत शोधा. तेच तुमचं गंतव्यस्थान.’ गंतव्यस्थान? ऑफिस म्हणणं ठीक होतं; पण त्याला गंतव्यस्थान म्हणणं म्हणजे लॉजच्या खोलीला घर म्हणण्यासारखं होतं.

पांढरी इमारत! ती पांढरी आहे हे त्याला ठाऊक होतं. संपूर्ण रस्ता प्रचंड इमारतींनी भरलेला होता. सगळ्या एकसारख्याच दिसायच्या – वाळूच्या टेकड्यांप्रमाणे. त्याचा रस्त्यांच्या बाबतीत गोंधळ व्हायचा; पण पुढचा रस्ता दाखवायला कोणीतरी असायचंच. चौकाचौकांत लोक असायचेच. गोंधळाच्या प्रत्येक टप्प्यावर कोणीतरी मेहेरबान भेटायचा आणि अखेर तो त्याच्या - गंतव्यस्थानी पोहोचायचा.

वाळवंटात असे रिकामटेकडे वाटाडे नव्हते – त्यामुळे फरकही पडत नव्हता, कारण अमुक ठिकाणी पोहोचायचं असा उद्देशच नव्हता. फक्त तळपणारा सूर्य आसपासच्या प्रत्येक गोष्टीवर सोनेरी लहरी उमटवत होता. आणखी एक पाण्याची बाटली मात्र हवी होती. त्याच्याकडे असलेलं पाणी त्यानं घोट घोट पिऊन संपलं होतं. त्याच्या डोक्याला येणारा घाम कपाळावरून, भिवयांवरून, पापण्यांवरून गळत त्याच्या डोळ्यांत जात होता. त्यानं चेहरा पुसला आणि टेकायला एखादं खजुराचं झाड शोधू लागला. एक दिसलं – जरा लांब होतं; पण रिकामटेकड्या वाटाड्यांच्या मदतीशिवाय तो नक्कीच तिथे पोहोचू शकणार होता.

ऑफिस शोधताना दमायला व्हायचंच आणि इतर जागाही शोधायला लागायच्या. शहरातल्या भयंकर अनुभवांमुळे त्याची पक्की खात्री झाली होती की, त्याला कुठेही पोहोचायचं असेल, तेव्हा सगळ्या खाणाखुणा अदृश्य व्हायच्या.

इथे राहण्यामुळे काही इशाऱ्यांबद्दल तो नकळत सावध बनला होता. तो नेहमी योग्य लोकांच्या मागून जायचा. उन्हाळा असूनही, टॅक्सीतून उतरल्यावर तो टाय बांधलेल्या लोकांना शोधायचा. त्यांच्या मागून गेलं की, निदान ऑफिसेस असलेल्या दिशेकडे तरी जाता यायचं आणि तेही त्याच्यासारखेच हरवले असले तर? पण त्यांना माहिती असायचं, नेहमीच माहिती असायचं.

पांढरे सूट आणि टाय यांच्यामागून जाताना आपण कुठे आहोत याचा त्याला काही पत्ता नसायचा – पण बऱ्याचदा त्याला अचानक साक्षात्कार व्हायचा. समोर बघितलं की, ऑफिसची इमारत दिसायची. हे कसं काय घडलं हे त्याचं त्यालाच कळायचं नाही. स्वतःच्या अंतःप्रेरणेवर त्याचा भरवसा नव्हता – त्यावर विश्वास ठेवावा इतका तर मुळीच नाही – अजूनतरी.

तो खजुराच्या झाडापर्यंत पोहोचला - फारशी सावली नव्हती; पण कोणत्याही मदतीशिवाय तिथे पोहोचणं हा त्याच्यासाठी व्यक्तिगत विजय होता – तो प्रेमात पडला, अगदी तसाच!

एकदा तंद्रीतच त्यानं एका स्त्रीला ऑफिसचा पत्ता विचारला. हसत हसत ती त्याला घेऊन गेली. रस्त्यातून इकडे तिकडे वळत वळत, चौकांतले सिग्नल पार करत असताना तिनं त्याची सगळी माहिती विचारली; पण त्याला तिचं नावदेखील माहिती नव्हतं. रस्ता अधिकाधिक अनोळखी होत चालला होता. तो धुंदीमध्ये असल्यासारखा चालत होता. त्याला भानावर यायचं नव्हतं. जेव्हा भान आलं, तेव्हा ते दोघं एका वॉटर पार्कसमोर उभे होते. बरंच अंतर चालून आल्यामुळे दोघांनाही घाम आला होता.

"मला जायचं होतं, ती ही जागा नाही." तो म्हणाला.

"ज्या माणसाला ऑफिसचा रस्ता माहिती नाही, तो तिथे जायला फारसा उत्सुक असणं शक्य नाही." ती त्याला चिडवत, हसत म्हणाली.

त्याला सुटकेचा स्वर्गीय आनंद झाला. त्यानं फोन सायलेंट करून बॅगेत ठेवून दिला. शहरात आल्यापासून प्रथमच त्याला मुक्त झाल्यासारखं वाटलं. चिंता, काळज्या सगळ्यांतून मुक्ती. ती इतकी सुंदर होती की, दुसऱ्या कोणत्याही

विचाराला मनात थारा देणं लाजिरवाणं होतं.

मंगळवारी दुपारी, नावसुद्धा माहिती नसलेल्या मुलीबरोबर धमाल करण्यातली नशा वेगळीच होती; पण हे सगळं खरं घडत नव्हतं – त्याची खात्री होती. एक तर हे शहर म्हणजे मृगजळ होतं किंवा त्याच्यावर कोणीतरी गारुड केलं होतं. ऑफिसला जाताना ही जलपरी कशी काय भेटली हे त्याच्या बुद्धीच्या पलीकडचं होतं. एकामागून एक पाण्याच्या घसरगुंडीवर खेळल्यावर त्या दोघांनी कृत्रिम लाटांच्या तलावात मनसोक्त क्रीडा केली आणि त्यानंतर रेन डान्सची मजा घेतली. ते दोघं इतके जवळ आले होते तरी त्याला तिचं नाव माहिती नव्हतं... आणि आता तिला नाव विचारायला त्याला संकोच वाटत होता. बघणारे काय म्हणतील याची फिकीर न करता ते दोघं मिठ्या मारत होते, किस करत होते. निरोप घ्यायच्या वेळेपर्यंत तो तिच्या प्रेमात पडला होता. जिथे ते अकल्पितपणे भेटले होते तिथेच त्यांनी पुन्हा भेटायचं ठरवलं. तिचे चमकणारे डोळे त्याला मोहपाश घालत होते आणि त्याला तिच्याबद्दल कणमात्र शंका नव्हती.

मोठी शहरं त्याच्या आकलनशक्तीच्या पलीकडची होती. एका क्षणी ती कोंदट, घुसमटून टाकणारी वाटायची, तर दुसऱ्याच क्षणी असं अवकाश खुलं करायची, ज्याच्या अस्तित्वाची जाणीवदेखील नव्हती.

दुसरा दिवस जरा त्रासदायकच होता. ते कुठे भेटले होते, ते त्याला आठवत नव्हतं. हाच रस्ता होता की टॅक्सीनं त्याला पुढच्या चौकात सोडलं होतं? सगळं काही एकसारखंच दिसत होतं. त्यानं वाहणाऱ्या गर्दीकडे पाहिलं. रोजच्यासारखंच सर्व काही – बिनचेहऱ्याचे सूट, टाय – पांढऱ्या इमारती – पण जलपरी कुठेच नव्हती. तो पुढच्या चौकापर्यंत गेला, परत मागे आला. कुणालातरी विचारावं असं वाटून गेलं; पण काय विचारायचं? तो नेहमीसारखाच फेऱ्या मारत, आठवण्याचा कसोशीनं प्रयत्न करत होता – पण व्यर्थ – आता नशीब अजमावण्यासाठी एकच जागा होती – वॉटर पार्क – प्रेमाचं ओॲसिस!

एका टायला त्यानं वॉटर पार्कचा रस्ता विचारला. त्याला माहिती नव्हता – दुसरा एकजण प्रचंड घाईत असल्यामुळे त्याला उत्तर द्यायला वेळ नव्हता.

हे बघून एक सूट त्याला बगल देऊन गेला. शहरात भिकारी फार झालेत आणि चक्क चांगले कपडे घालून फिरतात!

एका खाकी शर्टानं मदत करण्याच्या हेतूनं त्याला बोलावलं; पण असं कुठलंच वॉटर पार्क त्याला माहिती नव्हतं – तसंच आणखी दोघांनाही माहिती नव्हतं किंबहुना एकानं तर शपथेवर सांगितलं की, सर्वांत जवळचं वॉटर पार्क टॅक्सीनं एका तासाच्या अंतरावर आहे. छे! शक्यच नाही. ते गेले होते ते वॉटर पार्क चालत अर्ध्या

तासाच्या अंतरावर होतं.

काय हा दैवदुर्विलास! आता जेव्हा त्याला कुठे जायचं ते माहिती होतं, तेव्हा सगळ्या रिकामटेकड्या वाटाड्यांनी पोबारा केला होता – आणि संपूर्ण शहर एक भलंमोठं अवकाश बनलं होतं – प्रेमात पडणं म्हणजे वाळवंटात पाऊल टाकण्यासारखंच होतं.

तर मग ओॲसिस सापडेपर्यंत हे वाळवंटच म्हणायचं – आणि एकदा का ते सापडलं की, तो किमान एका रेन डान्ससाठी तरी तिला भेटेल; पण कितीही संकोच वाटला, तरी आता आधी तो तिला नाव विचारेल.

त्याच्या हाताला एकदम चटका बसला - तापलेली वाळू. खजुराच्या झाडाखाली तो किती वेळ बसला होता! आता सूर्य माथ्यावर होता. सगळे सँडविचेसही त्यानं खाऊन टाकले होते. तो उठला, कपडे झटकून निघाला – आणि थबकला. कुठल्या दिशेनं जायचं? माथ्यावरच्या सूर्याची काही मदत नव्हती आणि सगळ्या दिशांचे चढउतार आणि गूढपणा सारखाच होता. आल्या वाटेनं परत गेला नाही, तर तो मनाला वाटेल त्या दिशेला जाऊ शकत होता. सूर्य थोडा कलेपर्यंत त्यानं थांबायचं ठरवलं. मग सूर्य उजवीकडे ठेवून चाललं की झालं – की डावीकडे? नाही, सकाळभर सूर्य त्याच बाजूला तर होता की त्या बाजूला त्यानं आपली सावली बघितली होती?

त्यानं वर पाहिलं. सूर्य इंचभरसुद्धा हलला नव्हता. कुठल्याही बाजूला मान फिरवली तरी तेच दृश्य दिसत होतं. स्मरणशक्तीला ताण देऊन काही उपयोग नव्हता – ती कधीच काम करायची नाही.

त्यानं पहिलं पाऊल टाकलं. प्रथमच तो आपल्या अंतःप्रेरणेवर विसंबून चालला होता. पाण्याविना ही मोठीच परीक्षा होती; पण त्यानं ती द्यायचं ठरवलं. काही क्षणांतच तो घामानं थबथबला, घसा पार कोरडा पडला.

इतक्या अडचणीत असतानादेखील त्याला अशा विरोधाभासाची गंमत वाटत होती. 'प्रेमाची ताकद अशी असते,' त्यानं स्वतःला बजावलं आणि तहानेवरचं लक्ष हटवण्यासाठी वाळूच्या टेकड्या मोजायला सुरुवात केली. पुरती धाप लागेपर्यंत बत्तीस मोजून झाल्या. शेवटच्या तीन खूपच मोठ्या होत्या. त्यांतल्या एकावर उकिडवा बसून तो विचार करू लागला – इथे येणं ही मूर्खपणाची कल्पना होती की काय! – पण आता मागे फिरायचं नाही. 'मागे फिरायचं नाही', असं म्हणतच त्यानं पुढचा मार्ग ठरवला, कारण सूर्याबद्दलचं समीकरण चुकलं होतं. आता ते

खजुराचं झाडसुद्धा दृष्टीआड गेलं होतं – पृथ्वी गोल वगैरे असते म्हणे!

अचानक त्याच्या डाव्या हाताला काहीतरी चमकताना, चकाकताना दिसलं. आरशासारखा त्याच्या चेहऱ्यावर त्याचा कवडसा पडला. पाणी! तो आनंदानं ताडकन उठला. जरा लांबचा रस्ता पडेल; पण पाणी मिळेल. मृगजळ! त्याच्या मनानं सावध केलं; पण नाही! त्याला ते दिसत होतं आणि तेच महत्त्वाचं होतं. तो उत्साहानं टेकडीवरून धडपडत खाली आला. पाण्यात एक डुबकी मारली की, संजीवनी मिळेल. तो कष्टानं पुढची टेकडी चढला, मग त्यापुढची. चालताना तो सतत स्वतःशी घोकत होता –'पाण्याकडून आलं की, उजवीकडे वळायचं.' पाण्याची बाटलीही भरून घेणार होता. तो आणखी एक टेकडी चढला... ते चकाकणारं पाणी कुठेही नव्हतं.

आता त्याला मरणाची तहान लागली होती. बूटही वाळूनं भरले होते – प्रत्येक पाऊल जड होतं – त्याच्या अंतःकरणाइतकंच!

ते वॉटर पार्क, पाण्याच्या घसरगुंड्या, रेन डान्स, ती मिठी, चुंबन - हे सगळं मृगजळच होतं का? त्या पूर्ण मालिकेबद्दल – तिथल्या इतर जोडप्यांबद्दल कसा त्याला भ्रम होईल? त्या जलपरीलासुद्धा ते दिसत होतं – की तीदेखील त्या मृगजळाचाच भाग होती? सगळ्यात जवळचं वॉटर पार्क टॅक्सीनं एका तासाच्या अंतरावर आहे. हॅ! काहीही! मृगजळ इतका वेळ टिकत नाही. वॉटर पार्क खरं होतं. ''पण इथे रस्ता दाखवायला एखादा तरी रिकामटेकडा वाटाड्या हवा होता.'' तो पुटपुटला.

तेव्हा त्यानं कबूल केलं की, तो साफ रस्ता चुकला होता. तो गोल फिरला – एकदा-दोनदा-तीनदा – मग त्यानं मोजणं थांबवलं. टेकड्या जणू काही सूर्यकिरणांना लटकून खेळकरपणे उड्या मारत, नाचत होत्या. त्या त्याला चहूबाजूंनी घेरू पाहत होत्या की काय? तो तिथेच थांबला, तर त्या त्याला घेरतील का?

म्हणून तो ढगांचे बदलणारे आकार बघू लागला- पिवळे – नारंगी, लाल, पांढरे – मग पुन्हा पिवळे! त्याला पुन्हा पाण्याची चमक दिसली. तो एकदम थबकला – टेकड्या, ढग थोडा वेळ फिरत राहिले – ती चमक – त्यानं भोवताली नजर फिरवली – कुठेही नाही. हादेखील दृष्टीभ्रमच का? या विचारानं तो घाबरला. पाण्याशिवाय लोक वेडे होतात हे त्यानं ऐकलं होतं; पण... इतक्यात?

सूर्य अगदी सावकाश चालला होता; पण तो कधीतरी, कुठेतरी बुडणारच! मग रात्र होईल – आणि रात्र ही दिवसाच्या पूर्णपणे विरुद्ध असते. वादळं तेव्हाच डोकं वर काढतात. मग काय करायचं? त्यानं वाळवंटातल्या डाकूंबद्दलही ऐकलं होतं;

पण त्यांची एवढी भीती नाही वाटणार, कारण शेवटी तीसुद्धा माणसं आहेत.

सूर्य ज्या प्रकारे भाजून काढत होता, त्यावरून त्याला आपण जिवंत राहू याची खात्री नव्हती – हे खरं नाही. अनेक मृगजळांना फसूनही, अजिबात पाणी नसतानाही लोक अनेक दिवस जिवंत राहिल्याच्या कहाण्या त्यानं ऐकल्या होत्या. कुठेतरी पोहोचायचं असेल तर चालत राहावंच लागतं.

आतल्या आवाजानं त्याला सूर्य उजवीकडे ठेवून, वाटेत लागणारी प्रत्येक टेकडी चढायला सांगितलं. शेवटी तो एखाद्या वस्तीपाशी किंवा ओॲसिसपाशी - त्याच्या वॉटर पार्कपाशी पोहोचेलच. त्याला स्वतःच्या वेड्या इच्छाशक्तीचं हसू आलं. 'मला रस्ता दाखवायला कोणी असतं तर...!' त्याच्या मनात आलं आणि त्यानं पहिलं निर्णायक पाऊल उचललं. तेवढ्यात त्याला उंट दिसले. त्यांच्यावर माणसं नव्हती आणि सामानही! दुसरा-तिसरा विचार न करता तो त्यांच्या दिशेनं चालू लागला. अशा परिस्थितीत कोणाच्या मागून जायचं हे त्याला चांगलं माहिती होतं. ते बरेच लांब होते; पण सूर्यास्तापर्यंत तो तिथे नक्की पोहोचू शकेल. मग पाणी, वस्ती कशाचीच चिंता राहणार नाही. त्यांच्या दिशेनं चालताना त्याला अंगात नवा जोम, नवा उत्साह संचारल्याचं जाणवलं - सबूर! त्याच्या मनानं सांगितलं. तेवढं अंतर पार करायला सगळी ताकद लागणार आहे. थोड्या वेळानं तो त्यांच्या जरा जवळ पोहोचला. त्याला धाप लागली; पण तो दमला नव्हता. ते पुढे जाणार नव्हते. रिकामटेकडे वाटाडे सहसा जात नाहीत - हे त्याला चांगलं ठाऊक होतं.

आता त्यानं त्याच प्रदेशाकडे वेगळ्या दृष्टिकोनातून पाहिलं. एखादं प्रतिकूल, नावडतं शहर सोडताना त्याकडे बघावं – तसं.

त्यातल्या इमारती काळ्या रंगाच्या असत्या तरी त्याला काही फरक पडला नसता आणि आता सूर्याचा दाहही त्रास देत नव्हता. अखेर तो तिथला स्थानिक होता, बाहेरच्यांना धार्जिणा नव्हता. त्याला मनात कोणताच आकस धरायचा नव्हता – मात्र, पुढच्या वेळी तो उंटावर बसून वाळवंटात येणार होता. तो उच्च स्थानावर असेल, तर ते त्याला वेगळ्या प्रकारे वागवेल. मग तो या प्रदेशात असलेल्या सगळ्या ओॲसिसपर्यंत जाऊ शकेल – त्यातले अर्धेअधिक मृगजळ असणार हे माहिती असूनसुद्धा!

काहीही असलं तरी ती जलपरी खरीच होती. कामाच्या दिवशी ती त्याला अचानक भेटली होती. हातात हात घालून ते वॉटर पार्कला गेले होते. ते सगळं खरं होतं – समोर दिसणाऱ्या उंटांइतकंच! आता थोड्याच टेकड्या – मग तो तिथे –

त्यांच्यापाशी असेल.

त्याची नजर डावीकडे गेली आणि तो थिजलाच. त्या गर्दीच्या रस्त्यावर ती भेटली तेव्हासारखीच. डावीकडे दूरवर त्याला पिवळे कपडे घातलेली एक स्त्री रुमाल हलवताना दिसली – आणि तिच्या शेजारी एक मोठा तलाव होता, वाऱ्यावर डुलणारी खजुराची झाडं होती. वाऱ्याची झुळूक सोडली तर बाकी कशावरच त्याचा विश्वास बसला नाही. तो दृष्टिभ्रम असणार. किती क्रूर चेष्टा होती ही! ते उंट अपेक्षेपेक्षा जास्तच वेगानं चालले होते. सूर्यही बुडू लागला होता. दूरवर खजुराची झाडं डुलत होती – आणि त्यानं कितीही डोळे ताणून बघितलं, पापण्यांची उघडझाप केली, तरी तो त्याच्या एकमेव इच्छेपासून दूर चालला होता. कदाचित – हे प्रेम नसावं, तेव्हाही तो आभासच होता – केवळ जागं असण्याचं महत्त्व त्याच्यावर ठसवण्यासाठी, ऊर्मींना आवर घालण्यासाठी, परिचित गोष्टींच्या मागून जाण्यासाठी.

त्या हलणाऱ्या रुमालापासून, डोलणाऱ्या झाडांपासून, चकाकणाऱ्या पाण्यापासून दूर जातानाचं चित्र संस्मरणीय होतं – जे सगळं खरं होतं असं त्याला वाटत राहील, ज्याबद्दल तो विस्तारानं सांगेल आणि सगळे आदरानं आणि आश्चर्यानं ऐकतील. इतकं निष्ठुर, अलिप्त वाळवंट पार करून झोपाळलेला सूर्य आता जवळजवळ त्याच्या उशीपर्यंत आला होता. आणखी एक टेकडी पार केली की, ती रुमाल घेतलेली सुंदर मुलगी दिसेनाशी होईल.

'मला त्या रुमालाकडे तातडीने गेलं पाहिजे', त्याच्या अंतरातली ऊर्मी म्हणाली; पण आता तो मृगजळाला फसणार नव्हता. स्वप्नापेक्षा सत्याला प्राधान्य देताना त्याच्या डोळ्यांत अश्रू आले. परत फिरला तरीही ती सापडणार नाही अशी खात्री पटेपर्यंत तो दूर चालत राहिला. तेवढ्यात एक भीतिदायक विचार त्याच्या मनात गिधाडाप्रमाणे घिरट्या घालू लागला. पूर्वापार चालत आलेला पण अजूनही अनुत्तरित राहिलेला तो प्रश्न होता – वास्तव हेदेखील एक मृगजळच असतं का? त्याने तो प्रश्न झटकून टाकला आणि उंट कुठे आहेत ते पाहिलं. आता एकच टेकडी पार करायची राहिली होती. धावतच तो शेवटचा चढ चढला, आता वास्तव कवेत येणार होतं. तो जेव्हा वर पोहोचला, तेव्हा श्वास घ्यायला जरा थांबला आणि जे त्याच्या ध्यानीमनीही नव्हतं ते त्याला दिसलं. सगळे उंट त्याच्या उघड्या डोळ्यांदेखत हवेत विरून गेले... आणि पुढच्याच क्षणी सूर्य अस्ताला गेला.

पैसा
झाला
खोटा

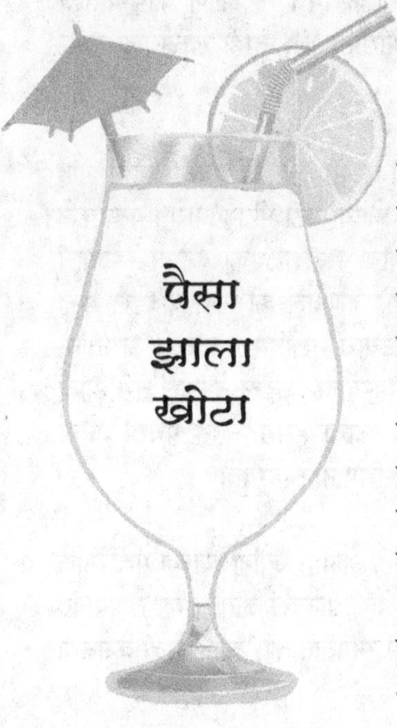

दिवे बंद करून, तो मला घेऊन गेला – पण त्यामुळे काही फरक पडला नाही. पैशाच्या दर्शनाने माझे डोळे आधीच दिपले होते. इतका पैसा मी कधी सिनेमातदेखील पहिला नव्हता.

मला पाहिजे फक्त पैसा आणि पैसाच – जास्त नाही, फक्त खोलीभर. ही नुसती गंमत बरं का – कदाचित त्याहीपेक्षा जास्त – एखादी खाण पुरे!

हे माझ्या बॉसला पुरतं ठाऊक आहे. तो म्हणतो, माझ्या डोळ्यांत त्याला ते दिसतं. बहुधा सॉफ्टवेअर क्षेत्रात काम करणाऱ्या बहुतेक सर्वांची तीच अवस्था आहे. शस्त्रास्त्र आणि अमली पदार्थांनंतर इतका पैसा मिळणारं हेच तर क्षेत्र आहे. काही वर्षं नोकरी केली की, मग मी आयुष्यभराच्या सुट्टीसाठी एखाद्या बेटावर जायला मोकळा. तसा आत्ताही मी एका बेटावरच आहे; पण आराम, मजेपासून कोसो दूर.

सुमित आणि मी, एक सॉफ्टवेअर सिस्टिम लोड करायला आणि त्याची चाचणी घ्यायला झांजिबारमध्ये आलो, त्याला आता आठवडा उलटून गेला. का कोण जाणे; पण त्यात सतत काहीतरी नवनवीन समस्या उद्‌भवताहेत. आम्ही इथे पोहोचलो, तेव्हा सुमित म्हणाला होता, ‘‘दोन दिवस काम आणि मग पुढचे तीन दिवस प्रत्येकजण पाहिजे ते करायला मोकळा; पण चंद्रू, सगळा वेळ तिथल्या स्थानिकांबरोबर नशापाणी करण्यात घालवू नको आणि बीचवर मुलींबरोबर भलते चाळे करायचे नाहीत.’’

प्रत्यक्षात मात्र दोन दिवसांचे वीस दिवस झाले आणि सिस्टिम अजूनही चालत नाही. आम्ही तिथल्या तिथेच गोल गोल फिरतोय.

पैसा झाला खोटा । २०१

सुमित ती इन्स्टॉल करतो, मी ती टेस्ट करतो, सिस्टिम क्रॅश होते; सुमित हसतो आणि ती अनइन्स्टॉल करतो, मी त्यातले दोष शोधतो. तो ती पुन्हा इन्स्टॉल करतो, मी टेस्ट करतो, सिस्टिम क्रॅश होते, सुमित पुन्हा हसतो.

ऑफिसमध्ये आणखी एक रात्र काढली, तर निश्चितच मला वेड लागेल. आता सुमित दुसऱ्या खोलीत सॉफ्टवेअर इन्स्टॉल करतो, पुन्हा एकदा!

आता तरी त्यात काही दोष नसेल अशी मी आशा करतो, नाहीतर त्यावर आणखी एक दिवस काम करावं लागेल – कदाचित जास्तही! मला आता हे सहन होत नाही.

समुद्र इथून दहा मिनिटांवर आहे पण मी अजून तो पाहिला नाही – आणि लॅबच्या आत लाटांचा आवाजही येत नाही. हे ऑफिस म्हणजे अगदी राजेशाही प्रकरण आहे. मला इथल्या सुख-सोयींचाही आता कंटाळा आला आहे. एअर कंडिशनर किती अलिप्त आहे; कॉफी मशीन अमानुषपणे बिनचूक काम करतं; मखमली गालिचा माझ्या अनवाणी पायांना टोचतो. तीन दिवस झाले तरी पाव ताजा आहे – हे एक गूढच! लोणी काल रात्रीपासून फ्रीजबाहेर आहे तरी वितळलं नाही. वेळ इंचभरदेखील पुढे सरकला नाही – मला वाटतं - हा एक कट आहे - आम्हाला तिथे अडकवून ठेवण्यासाठी – काम करत – कायमचं – आणि कोपऱ्यातली बेसबॉल बॅट जखमेवर मीठ चोळत हे सांगण्यासाठी की, तुम्ही खेळायला बाहेर जाऊ शकत नाही.

परदेशातलं हे पहिलं काम मिळाल्याबरोबर मी जग हिंडायची स्वप्नं पाहू लागलो. त्यासाठीच तर इतरांमधून माझी निवड होण्यासाठी मी निकराचे प्रयत्न केले नाहीत का? – आणि आता इथे येऊन पडलोय - अशा एका बेटावर - ज्याचं काळाला नक्कीच विस्मरण झालंय. सुमितला हे जाणवलं की नाही याबद्दल मला शंका आहे. मला वाटतं, प्रोजेक्ट लीडर्स वेगळ्याच मुशीतून घडवलेले असतात. प्रत्येक वेळी सिस्टिम हँग झाली की, त्याच्या चेहऱ्यावर 'वाट्टेल ते झालं तरी आता ही बाजी जिंकायचीच' असा निर्धार उमटतो. त्याचा हसरा चेहरा पंधरा वर्षांचा अतिमानवी चिवटपणा आणि यशस्वी नेतृत्व अभिमानानं मिरवतो.

मला सॉफ्टवेअरमधले असे खूप किडे माहिती आहेत, ज्यांना त्यांच्या मर्जीप्रमाणे कंपनीच्या खर्चानं बहामा किंवा ग्रीक बेटांवर सुट्टीला पाठवलं जातं. जेव्हा ते हवाबंद डब्यातल्या ट्युना माशांसारखे कोरडे परत येऊन सांगतात की, त्यांना मजा करायचा कंटाळा आलाय, तेव्हा मी चाट पडतो.

सुमितदेखील इतक्या देशांत फिरला आहे की, त्याला व्हिसा ऑफिसर्स त्यांच्या टोपणनावांसह आठवतात. आता त्याला नको असल्या तरी त्याच्या आनंदसफरी तो टाळू शकत नाही.

मी स्वप्नं बघितली होती ती उत्तमोत्तम पदार्थांची, आकर्षक वाइन्स आणि इतर मद्यांची, धुंदी आणणाऱ्या मसाजची, त्यानंतर सुरेख निसर्ग बघत येणाऱ्या हँगओव्हरची आणि मी पडलोय इथे – माझी वाट पाहणारा अस्पर्श समुद्र जवळ असूनही तिथे जाऊन एकही क्षण वाया न घालवता समोरच्या स्क्रीनकडे तासन्‌तास बघत बसलोय.

पण हेही दिवस जातील हे मला ठाऊक आहे. कुठलीच गोष्ट कायम राहत नाही. लवकरच, मला नोकरीला लाथ मारून, सगळे कॉम्प्युटर्स मृत समुद्रात बुडवून टाकता येतील. सध्या मला फक्त सिस्टिम तपासण्यासाठी त्यात काही डेटा घालायचाय. त्यासाठी मला किती वेळ लागेल? एकदा का सिस्टिम नीट काम करू लागली की, मग समुद्राकडे धाव घ्यायची – माझ्याकडे पाहिजे तितका पैसा असता तर या असल्या जागेकडे मी ढुंकूनही पाहिलं नसतं; पण सुमित अजून बाहेर का येत नाही? सिस्टिम चालू झाली की काय? नाही, तसं नसेल, नाहीतर त्यानं बाहेर येऊन मला मिठीच मारली असती.

सुमित सकाळपासून त्या खोलीत आहे, अजूनही बाहेर आला नाही. काहीतरी गडबड आहे. तो मेला तरी असेल, नाहीतर वेडा तरी झाला असेल. तेवढ्यात खोलीचं दार सावकाश उघडलं गेलं. सुमित हसत उभा होता.

'बीचवर, बीचवर, बीचवर,' आशेचा धागा घट्ट पकडून मी घोकत होतो.

"सिस्टिम पुन्हा क्रॅश झाली." तो म्हणाला. पुन्हा वळून आत जाताना त्याच्या ओठांवरचं स्मित तसंच होतं. त्याचं नक्कीच डोकं फिरलंय.

आज त्याचं फिरलंय, आणखी पंधरा वर्षांनंतर माझी पाळी. ही नोकरी म्हणजे एक भोवरा आहे. मुक्त होण्यासाठी तुम्ही जितकं जास्त काम कराल, तितकं तुम्हाला जास्त जास्त काम करावंसं वाटतं. जगातल्या मोकळ्या अवकाशातून मी या खोलीमध्ये आलो होतो, जेणेकरून मला आणखी जास्त मोकळ्या जागा बघता येतील. हे सगळं अगदी तर्कसंगत आहे, योजलेलं आहे. तुम्हाला फक्त तुमचं डोकं शाबूत ठेवायचंय. मग तुम्ही हे सिद्ध करू शकता. अल्गोरिदम, फ्लो चार्ट, स्यूडो कोड – हे सगळं काही तुमच्या डोक्यात आहे, तुम्हाला सिस्टिम, इनपुट, प्रोसेस सगळं माहिती आहे आणि मग हा आउटपुट – अगदी तेविसाव्या दशांशापर्यंत बिनचूक.

तुमच्या खोलीबाहेरच्या भिंतीवरची पंधरा कॅलेंडर्स बदलली तरीही तुम्हाला मात्र थोडेच पावसाळे गेल्यासारखे वाटतात. तुमच्यासाठी हे अत्यंत वेगवान जग आहे आणि तुम्ही खूप पुढेपर्यंत आला आहात – जरी त्याच जागी उभे असलात तरीही; पहिल्यांदा दाढी केली, तेव्हा सुरुवात केली आणि आता गालांवरचे कल्ले पांढरे झालेत. जानेवारीत मी होतो ते सिडनी होतं का? की तुम्ही टोरोंटोबद्दल बोलताय? नाही, तुम्ही पॅरिसला फक्त अकरा वेळा गेलात; पण लीयाँ बघायला वेळ नाही... स्पॅनिश शिकून काय फायदा? C# ची सायबरस्पेसमध्ये सर्वांत जास्त चलती आहे तिथेच गेलं पाहिजे. सायबरस्पेसमध्ये वेळ ही गोष्ट सापेक्ष असते. वेळ वाकवता येतो, त्याची घडी घालून ठेवता येते माहिती नाही का तुम्हाला! बाहेरच्या जगात वेळाला मर्यादा असली म्हणून काय झालं?

लॅबमध्ये जागा, वेळ, इच्छा-आकांक्षा आणि स्वप्नं हे सगळंच वास्तवाशी किती फटकून असतं! आणि हे सुरू झालं ते जीवनातल्या स्वातंत्र्यापासून. एका क्षणाच्या साक्षात्कारानं मला सांगितलं की, खरं आयुष्य – बाहेर – या खोलीच्या बाहेर – तिथे आहे. आयुष्यात मला जितका पैसा पाहिजे तो मला मिळेल – कसा ना कसा – असं मला कुठूनतरी ऐकू आलं. त्यासाठी मला जायला हवं होतं – बीचवर – बीचवर – बीचवर.

माझ्या पायाखाली ती खोली फिरायला लागली. मी पाय उचलला. तो खूप जड झाला होता - जणू जमिनीत गाडल्यासारखा - पण मला तो उचलायला हवाच होता. मला दरवाजा जवळ येताना दिसला. पाण्यात चालताना इकडेतिकडे हेलकावे खावेत तसं वाटत होतं. केबिन माझ्यासमोरून गेली – ती बंद होती. मी तिथे पोहोचलो आणि हँडलशी झटापट करून ते फिरवलं. दार उघडलं, मी बाहेर ढकलला गेलो. माझ्या मागे दरवाजा धाडकन बंद झाला आणि अचानक, धावत्या बसला धरल्यासारखा माझा खांदा हिसकला गेला. मी लगेच बस सोडून दिली.

बाहेर आल्याक्षणी माझ्या लक्षात आलं की, बस धावत नव्हती, तर मीच धावत होतो. माझे पाय मला लांबलचक, चिंचोळ्या कॉरिडॉर्समधून, जिन्यावरून, पोर्च ओलांडून नेत होते; पण कुठे ते कळत नव्हतं – एवढंच समजत होतं की, जर मला आयुष्यात कुठेतरी पोहोचायचं असेल तर मला धावलंच पाहिजे – आणि मी विलक्षण ताकदीनं धावत सुटलो, चिंचोळ्या गल्ल्यांनी विभागलेल्या अस्ताव्यस्त झोपड्यांच्या मधून.

वाऱ्यावर ओरखडे काढणाऱ्या उंच नारळी ओलांडून मी पुढे गेलो – टोकदार दगड अनवाणी पायांना टोचत होते, आणखी जोरात धावायला भाग पाडत होते. अखेर पायांना वाळूचा स्पर्श झाला आणि – समुद्राचं पहिलं दर्शन झालं. काळ्या

आकाशाच्या पार्श्वभूमीवर जांभळ्या मत्त लाटा. मी थांबलो. मला अपेक्षा होती ते हे दृश्य नव्हतं. समुद्र हा मला कायमच मुक्तीचं प्रतीक वाटत आला आहे; पण आत्ता, त्याची लाटेमागून लाट किनाऱ्याच्या आधाराने बाहेर पडण्याचा प्रयत्न करत असल्यासारखा जखडलेला, संतप्त असा दिसत होता. मी सुरक्षित अंतरावरून चालताना विचार करत होतो की, मी यालाच मुक्ती म्हणत होतो का?

मुक्त होण्यासाठी मी केलेला तो निकराचा प्रयत्न होता आणि त्या भयंकर, कालातीत खोलीत परत ओढला जाऊ नये म्हणून मी जिवाच्या आकांतानं धावलो होतो; पण ही मुक्ती नव्हे - अद्याप तरी - बहुधा - मला अजून पुष्कळ दूर जावं लागणार होतं.

अरे देवा! इथे येण्यासाठी मी जंग जंग पछाडलं होतं. आयुष्य अत्यंत गतिमान असतं आणि तुम्हाला ते मिळवायचं असेल तर तुम्हाला प्रचंड वेग राखावा लागतो – आई-वडील देऊ शकत असलेल्यातलं सर्वोत्तम निवडून, उगीच जबाबदाऱ्या, कर्तव्य वगैरेच्या बेडीत न अडकता. करिअर घडवण्याच्या प्रत्येक टप्प्यावर हे लागू पडतं – तुमच्यापुढे येणाऱ्या सर्वोत्तम संधींवर झडप घालण्याची ताकद येईपर्यंत, ज्या लोकांकडे मागण्यापेक्षा देण्यासारखं अधिक असतं, अशांशी मैत्री करावी लागते – मी हे सगळं कुठलीही टोचणी न लागता केलेलं आहे. 'अथांग सागराच्या वर असलेलं असीम आकाश' हे माझं अमूर्त स्वप्न साकार करण्यासाठी या वेगवान मार्गावर इतरांना तुडवून पुढे जाण्यात मला काहीही गैर वाटलं नाही.

मी किती वेळ चाललो कुणास ठाऊक. आता माझे पाय वाळूतून मोठ्या कष्टानं चालत होते आणि बीचवरच्या एका घराचे मला दिसणारे अंधूक दिवे कित्येक मैल दूर होते.

खरंच, माझं जर बीचवर असं एखादं घर असतं ना, तर मी असल्या शर्यतीच्या, इतरांच्या वाटचं लोणी बळकावण्याच्या भानगडीत पडलोच नसतो – पण इथला पहिलाच नियम असा आहे की, इथे कुठलेच नियम नाहीत; त्यामुळे माझ्या मित्राचा अर्ज फेकून देऊन, माझा अर्ज देऊन मी पहिली नोकरी मिळवली हे अगदीच समर्थनीय आहे. माझ्या डोळ्यांसमोर ते सगळं तरळून गेलं – माझी चिंता, भीती, केलेलं निषेधार्ह कृत्य – पण शर्यतीत जवळच्या स्पर्धकाला मागे टाकण्यासाठी किमान एवढं तर करायला हवंच होतं.

मी बरंच अंतर चालून आलो होतो आणि दूर दिसणाऱ्या त्या दिव्यांचा आकार थोडासाच वाढला होता. आतमध्ये, वाइनचे घुटके घेत, एकमेकांच्या कुशीत विसावलेल्या जोडप्याचा हेवा करण्यापलीकडे मी काही करू शकत नव्हतो.

तशा परिस्थितीत, आहोत तसे स्थिरस्थावर व्हायचा आग्रह धरून माझी गती धीमी करणाऱ्या माझ्या गर्लफ्रेंडला मी कधीच दगा दिला नसता.

पण त्या निर्णयाचा मला मुळीच पश्चात्ताप होत नाही, कारण पंख फडफडवत मला आकाशात अशा उंचीपर्यंत भरारी घ्यायची होती, जिथे गेल्यावर पक्षी आपोआप तरंगतात आणि एकदा तिथे पोहोचल्यावर मला पंख हलवायलाच लागले नसते. अशा वेळी पंख जखडून ठेवायला माझा साफ नकार होता.

आता मला खिडक्या अन् दिवे दिसत होते – थोड्या वेळातच मी तिथे पोहोचेन.

मी किती भयंकर त्याग केले होता – कोणी त्याला फसवणूक, विटंबना म्हणेल; पण त्या 'कोणी'ला उडायला पंखच नव्हते किंवा पोहोचायचं मुक्कामाचं ठिकाणच नव्हतं – आणि इतकं सगळं करूनसुद्धा मी अजून अंधारात, हरवलेला, धाप लागलेला, अतृप्त – सुकलेल्या ओठांवर एक शेवटचा प्रश्न घेऊन – 'जिथे मला पोहोचायचं आहे, तिथे पोहोचल्यावर नक्की कसं वाटतं?'

माझे डोळे मिटत असताना मला एक खिडकी उघडलेली दिसली. पावलांचा आवाज ऐकला, तोपर्यंत जवळजवळ माझी शुद्ध हरपली होती. मला गालांवर हाताचा स्पर्श जाणवला. "आत चल, एक बिअर घेतलीस की, बरं वाटेल."

वर दिसणारी उंच आकृती भुतासारखी वाटली; पण त्या क्षणी मी तिला देवपण बहाल करून टाकलं. त्यानं मला हात धरून उठायला मदत केली आणि घरात घेऊन गेला.

"बस इथे, तुला सावरायला मदत करतो."

त्याच्या हातातल्या डबल बॅरल बंदुकीकडे मी बघत राहिलो.

"या खेळण्याला घाबरू नकोस. ती चोरांना घाबरवण्यासाठी आहे. गेल्या दहा वर्षांत मी फक्त तीन चोरांवर ती झाडली आहे; पण अचूक नेम कधीच लागला नाही."

बंदूक टेबलावर ठेवून तो आत गेला. दिवाणखाना मोठा; पण आरामशीर होता – जाड पडदे, छान फ्रेम केलेली पेंटिंग्ज, खोलीभर घातलेला गालीचा, सगळीकडे कलात्मक धाटणीच्या खुर्च्यांची पखरण, अनेक शेल्फसवर पुस्तकांचे गठ्ठे,

कोपऱ्यातल्या एका टेबलावर फळांचे वाडगे आणि एका आरामखुर्चीजवळ अर्धी संपलेली शॅम्पेनची बाटली. अत्यंत सुखासीनतेचं वातावरण होतं.

तो माझ्यासठी बिअर घेऊन बाहेर आला.

"माझं नाव तमिसू. हा माझा खासगी बीच आहे; पण तू आधीच अतिक्रमण केलं आहेस; त्यामुळे निवांत बस."

"धन्यवाद!" मी पुटपुटलो आणि बिअर घशाखाली घातली. सुटकेचा पहिला आवेग ओसरल्यावर मी जरा निवळू लागलो.

"तू टूरिस्ट दिसत नाहीस."

मी माझं नाव, कुठून आणि का आलो ते सांगितलं.

"असं होय, मला वाटलं, तू तुरुंगातून पळून आलास."

मी हसलो. त्याची बोचरी विनोदबुद्धी मला फारशी आवडली नाही. मी प्रथमच त्याला नीटपणे पाहिलं – चाळिशीतला रुबाबदार माणूस, दाढीमिश्या नसलेला, स्वच्छ, देखणा, समाधानी चेहरा आणि मवाळ डोळे.

"मग कसं काय वाटलं, तुला झांजिबार? काम करणाऱ्या ब्रह्मचाऱ्याचं मन रमवू शकेल असं आहे का?"

"हा ब्रह्मचारी आल्यापासून फक्त कामच करतो आहे." मी म्हटलं.

"तुम्हा लोकांची हीच तर समस्या आहे. एखादा पंथ, संप्रदाय असल्यासारखी तुमच्या नोकरीची तुम्ही पूजा करता."

"मिस्टर तमिसू, प्रश्न नोकरीचा नाही, पैशाचा आहे."

"त्याचंच वाईट वाटतं – पैसा मिळवण्यासाठी सबंध आयुष्य खर्ची घालायचं, जेणेकरून पुढच्या जन्मात तो खर्च करता येईल." मान हलवून त्यानं शॅम्पेन ओठाला लावली.

"तुमच्यासारख्या माणसाला हे म्हणणं सोपं आहे हो," कलात्मकरीत्या सजवलेल्या त्या घराकडे बघत मी उद्गारलो.

"आहे! नक्कीच आहे, कारण आयुष्यात पैसा मिळवणं आणि तो खर्च करणं हेच सर्वस्व नाही हे मला माहिती आहे." तो खुर्चीवरून उठला, "मी काहीतरी खायला आणतो."

खर्च करण्याचा उबग? हा माणूस वेडा दिसतोय. राहायला हे असलं घर, कसलीही काळजी नाही - एका माणसाचं स्वप्न हे दुसऱ्या माणसाची आपत्ती असते.

मी भिंतीवरची पेंटिंग्ज पाहत होतो. ती सगळी – किल्ला, राजवाडा, बंगला, कॉटेज – अशा विविध निवासस्थानांची पेंटिंग्ज होती हे ध्यानात यायला जरा वेळ लागला. विशेष म्हणजे त्यात एकही बीच हाउस नव्हतं.

"सुंदर आहेत ना?" तमिसू म्हणाला आणि त्यानं एका लहान स्टुलावर मीट बॉल्सची बशी ठेवली. 'माझी पत्नी पेंटिंग करायची. एका अपघातात ती मला सोडून गेली.

"ओह! आय ॲम सॉरी."

"नको वाईट वाटून घेऊस. दहा वर्षं लोटली त्या गोष्टीला. मी माझ्या

गर्लफ्रेंडबरोबर ड्राइव्हला गेलो होतो. आम्ही दोघंही पुरते झिंगलेले होतो आणि तिनं गाडी चालवायचा हट्ट धरला. ती वेड्यासारखी गाडी चालवायची आणि काही कळायच्या आत तिनं एका झाडाला धडक दिली. माझ्या पत्नीला या अपघाताबद्दल कळलं, तेव्हा ती मला सोडून गेली.''

''ओह!'' मी हसायला लागलो.

''बरं झालं, पिडा गेली. पेंटिंग्ज घेऊन गेली नाही हे त्याहून चांगलं. चिअर्स!''

काय बोलावं हे न कळून मी घुटके घेत राहिलो.

''माझा ती इतका तिरस्कार का करायची माहिती आहे? कारण माझ्याजवळ अमाप पैसा आहे.''

''म्हणजे?''

''आम्ही जगात कुठेही घरं बांधू शकलो असतो – आणि आनंदात राहिलो असतो.''

''मग कुठे माशी शिंकली?''

''मी काम करावं अशी तिची इच्छा होती आणि ती आळशी माणसांचा जितका तिरस्कार करायची, त्याहून जास्त मला कामाचा तिटकारा होता. काही महिन्यांतच मधुचंद्राची धुंदी ओसरली आणि मला जे जे आवडायचं, त्या सगळ्याचा तिला तिरस्कार वाटू लागला – वाचन, पेंटिंग, संगीत, बीच, हे घर आणि विशेषतः – माझा. माझा – ज्यानं तिला हवं ते करण्याचं पूर्ण स्वातंत्र्य दिलं होतं – कसलीही चिंता नाही, फिकीर नाही.''

तो खरं बोलत होता का? की माझं स्वप्न तोडून मुद्दाम मला सतावण्यासाठी तो त्यात अप्रिय रंग भरत होता?

''विचित्रच वागणं म्हणायचं – असं आयुष्य मिळावं ही प्रत्येक मुलीची सुप्त इच्छा असते.'' मी प्रतिवाद केला.

वास्तविक मी एका अनोळखी माणसाच्या खासगी गोष्टींत नाक खुपसायला नको; पण त्याचा दिलदारपणा आणि प्रामाणिकपणा यांनी मला भाग पाडलं.

त्याचं बोलणं नाउमेद करणारं होतं; पण मी माझ्यावर त्याचा परिणाम होऊ देणार नव्हतो – इतक्या दूर आल्यावर नक्कीच नाही. मला जिथे पोहोचायची मनस्वी इच्छा होती, तिथे पोहोचल्यावर नक्की कसं वाटतं याबद्दल मला अधिक जाणून घ्यायलाच हवं.

''मिस्टर तमिसू, तुम्ही एवढा पैसा कसा मिळवला हे मला जाणून घ्यायचंय.''

''पैसा आधीपासून होताच. माझे वडील फार हुशार होते.''

तमिसूनं हसून माझ्याकडे पाहिलं.

मी इतका अवाक झालो होतो की, प्रतिक्रिया देण्याचंही मला भान नव्हतं.

"मला आणखी एक बिअर पाहिजे." मी घ्यायला उठलो.

वा! काय न्याय आहे! एकाच छताखाली दोन माणसं होती – एकानं मुक्तीसाठी फार मोठ्ठी किंमत मोजली होती आणि दुसऱ्याला संघर्ष म्हणजे काय याची कल्पनाच नव्हती. माझं एक मन त्याच्या बोलण्यावर विश्वास ठेवायला राजी नव्हतं; पण तो तरी खोटं कशाला सांगेल? हां, आता कहाण्या रचून सांगायची त्याला हौस असेल तर गोष्ट वेगळी!

तमिसू हसला, "ये, तुला एक गंमत दाखवतो."

त्यानं हात धरून मला कॉरिडॉरमधून एका खोलीत नेलं. दिवा लावला, तेव्हा जे दिसलं, ते पाहून मी बेशुद्ध पडायचाच बाकी होतो – एका भिंतीपासून दुसऱ्या भिंतीपर्यंत आणि फरशीपासून छतापर्यंत – नोटांच्या राशीच्या राशी – अगदी दरवाजापर्यंत आलेल्या.

"ती सोडून गेल्यावर मी सगळं विकून टाकलं. दिवसा जितका खर्च करता येईल तेवढा करून रात्री चोरांसाठी पहारा देत राहिलो. लवकरच मला दोन्हीचा कंटाळा आला. चल, आपण गच्चीवर जाऊ या."

दिवा बंद करून तो मला घेऊन निघाला; पण त्यानं काही फरक पडला नाही. इतके पैसे बघून माझे डोळे दिपले होते. इतके पैसे मी कधी सिनेमातसुद्धा बघितले नव्हते.

"तुमच्याकडे आणखी बिअर आहे का?"

"भरपूर! आणि ती सगळी तुझीच आहे."

माझी? त्या खोलीतल्या पैशाबद्दल तो हे म्हणाला असता तर किती बरं झालं असतं! या महालातून बाहेर पडल्यावरही ते दृश्य आयुष्यात क्षणोक्षणी मला आठवत राहील; पण त्यातले थोडे मी घेऊन जायला काय हरकत आहे? भन्नाट कल्पना होती! आणि मी बंदूक उचलून त्याला खाली पाडेन. त्याने प्रतिकार केला तर एका गोळीत काम खतम! मग मी पैसे घेऊन जायला मोकळा. कोणीही मला आत शिरताना पाहिलेलं नाही.

मी इथे आहे हे कोणालाही माहिती नाही. फक्त ऑफिसमधून पासपोर्ट घ्यावा लागेल. सुमित केबिनमध्ये असेल. मग बोटीनं मी भारतात जाईन – कदाचित अंदमान – किंवा कोचीन आणि – हा वेडेपणा आहे. माझं हृदय जोरात धडधडत होतं. जवळपास एकही घर नव्हतं. कोणी इथे पोहोचण्याआधी मी कुठल्याकुठे पोहोचलेला असेन. छे! हे भयंकर आहे. मी चक्क थंड डोक्यानं खून करण्याचा

विचार करत होतो. नाही नाही, हे माझं काम नाही. मान हलवून मी वळलो.

तमिसू हातात बंदूक घेऊन, भिंतीला टेकून माझ्याकडे बघून हसत होता. "चल, वर जाऊ. रात्रीच्या वेळी समुद्र उधाणलेला असतो."

त्यानं दिवे घालवले आणि आम्ही वर गेलो. मी कठड्याला धरून त्याच्या मागून चाललो होतो. माझ्या मनात द्वंद्व चालू होतं आणि गच्चीवरून दिसणाऱ्या दृश्यात ते नेमकं प्रतिबिंबित होत होतं. अभद्र दिसणाऱ्या आकाशात गढुळलेले ढग तरंगत होते – आक्रमक समुद्र मुक्त होण्यासाठी मृत्युतांडव करत होता.

अचानक कुठूनतरी तमिसूचा आवाज आला, "आयुष्यात किती पैसा मिळवायचं तुझं स्वप्न आहे?"

"काय?" मला त्याचा चेहरा दिसत नव्हता. "काय म्हणायचंय तुम्हाला?"

माझी मनःस्थिती ताडल्याप्रमाणे किंवा मनातलं ओळखल्याप्रमाणे तो हसला.

"सांग बघू, तुझ्या लेखी पैशाचा अर्थ काय आहे?"

त्याच्या बंदुकीचा दांडा जमिनीवर आपटल्याचा आवाज आला.

"आपण याबद्दल खाली जाऊन बोलू या का?" मी विचारलं.

तो पुन्हा हसला. ते हास्य वरच्या पट्टीतलं, जरा कृत्रिम – किंबहुना नियंत्रित वाटलं.

"ठीक आहे, जाऊ या – पण मला वाटलं, तुझ्यासारख्या भ्रमंती करणाऱ्या धाडसी तरुणाला इथे वर जास्त आवडेल." त्याचा स्वर किंचित डिवचणारा होता.

आम्ही खाली आलो. त्याच्या आदरातिथ्याचा मी जरा जास्तच फायदा घेतोय आणि बाहेर पडायला निमित्त शोधलं पाहिजे असं मला वाटत होतं; पण त्याचा प्रश्न माझ्यासाठी अत्यंत महत्त्वाचा होता.

"मी जरा वेगळ्या पद्धतीनं विचारतो, तुझ्या आयुष्यात पैशाचं स्थान काय आहे?" आता हसण्याची पाळी माझी होती. 'कोल्ह्याला द्राक्षे आंबट' या उक्तीप्रमाणे 'छे! पैशाचा मला तिटकारा आहे' असं मला सांगायचं नव्हतं.

"आयुष्य खऱ्या अर्थानं पैशापासूनच सुरू होतं," मी म्हटलं, "त्याआधीचं आयुष्य, एक ना एक दिवस पैसा मिळेल, या आशेवर काढलं जातं. पैसा सगळ्या नाही, तरी बहुतांश समस्या सोडवतो."

"तुझ्याशी सहमत व्हायला आवडलं असतं; पण माझ्या मते पैसा हा सर्व समस्यांचं मूळ आहे."

"छे! तो तुम्हाला इतकं व्यग्र करून टाकतो की, आयुष्यातल्या वाईट गोष्टींपासून तुम्ही आपोआपच दूर राहता."

''पण पैशाची हावच चांगल्या माणसाला वाईट बनवते. जर पैशानं सगळ्या समस्या सुटल्या असत्या तर माझ्यासह साली सगळी श्रीमंत माणसं संतमहंत झाली असती.'' तो हसला.

बंदूक माझ्याकडे अजूनही रोखून पाहत होती; पण ती माझ्यावर चालवली जाणार नाही हे मला माहिती होतं. फक्त उठून, ती घेऊन, एक – किंवा दोन गोळ्या अगदी जवळून झाडल्या की झालं – माझी बाकीची योजना तयारच होती.

''पैसा हेच वाईट गोष्टींचं मूळ आहे,'' तो बोलत होता. चेहऱ्यावर जाणत्याचं स्मितहास्य! ''आणि जोपर्यंत तो माझ्याकडे आहे, तोपर्यंत माझ्यासाठी काहीच बदलणार नाही. दिवसभर मी माझी बायको परत येण्याची वाट पाहतो आणि रात्री चोरांची.''

''मग आता तुम्ही काय करणार?''

हा गाढव माणूस दमडी खर्च न करता फक्त त्याची पैशाची रास उबवत बसेल, किमान पुढची दीडशे वर्षं - याची मला खात्री होती.

''कधीकधी मला माझ्याकडे जे जे आहे, ते सगळं जाळून टाकावसं वाटतं.'' तो उद्वेगानं म्हणाला.

'फक्त थोडं धाडस पाहिजे – आणि तो आणखी झिंगेपर्यंत थांबायला हवं,' माझ्या मनात आलं. माझं एक मन एका गोळीत खेळ खलास करण्यासाठी आतुरलंय. त्यानं बाटली ओठाला लावली.

'नाही, तो गुन्हा ठरणार नाही,' माझी कल्पना वास्तव बनू पाहत होती. माझ्या चेहऱ्यावर हास्य उमटलं. बंदूक पक्षपात न करता त्याच जागी पडलेली होती.

''माझं ते मन गोळी घालून ठार करता आलं असतं तर किती छान झालं असतं.'' आत्महत्येला प्रवृत्त झाल्यासारखा तो म्हणाला.

बंदूक माझ्या जवळ सरकली होती, प्रत्यक्षात नाही; पण तुलनेनं तमिसू दूर गेल्यासारखा वाटला. आम्ही दोघे म्हणजे एका नाण्याच्या दोन बाजू होतो आणि आता नाणेफेक करायची वेळ आली होती.

''तू कधी कोणाला ठार मारलंस?'' त्यानं विचारलं.

''न-न नाही.'' मी कापऱ्या आवाजात म्हटलं.

''मग एकदा प्रयत्न करून बघ ना. पैशाला लालचावलेला माझा भाग ठार कर, म्हणजे दुसरा भाग पळून जाईल – कुठेतरी जाऊन काम करेल – संध्याला भेटेल आणि सांगेल – की, माझ्यातला हलकट श्रीमंत मेलाय – मग ती माझ्यावर पुन्हा नव्यानं प्रेम करू लागेल.'' असं म्हणत तो ताडकन उठला.

इमानी, तेज कुत्र्याप्रमाणे बंदूक त्याच्या हाती होती.

"ही घे," बंदूक माझ्या हातात कोंबत तो म्हणाला, "माझ्या जागी स्वतःला उभा कर, म्हणजे मी काय म्हणतोय ते तुला कळेल."

'हे खरं घडत नाही,' मी स्वतःला बजावलं.

हा माणूस ठार वेडा आहे – एकतर गोळ्या तरी नकली आहेत नाहीतर नोटा तरी. जर मी गोळी झाडली तर तो मला हसणार आहे... मग खोलीतून सुमित बाहेर येणार आहे आणि संध्यासुद्धा!

मी बंदूक धरून उभा होतो. आपल्या भक्ष्याला विळखा घालणारा जणू तो अजगर होता.

'इथल्या स्थानिकांबरोबर नशापाणी करण्यात वेळ घालवू नकोस' सुमितनं बजावलं होतं.

माझी बोटं बंदुकीच्या चापाभोवती आवळली जात होती.

"सेफ्टी कॅचकडे लक्ष दे आणि मला थोडं पळायची संधी दे," तमिसू हसला. "आणि काळजी करू नकोस. तू जगातला एक हलकट श्रीमंत कमी करतो आहेस – आणि उरलेला दुसरा मी संध्याकडे चाललोय. टाटा!"

मी गोळी झाडली, तेव्हा तो खोलीच्या बाहेर पडून बाग ओलांडून धावत होता. तो पळतच राहिला. माझ्या बोटांनी दुसरी गोळी झाडायची तयारी केली – हसत तो गेटपर्यंत पोहोचला – मी पुन्हा गोळी झाडली.

"आणखी तीन गोळ्या राहिल्या," असं म्हणून त्याच्या संपत्तीपासून तो दूर पळत राहिला.

मला आतली नोटांची रास आठवली – तिसरी गोळी – हिनं निशाणा साधला. तसाच पुढच्या गोळीनंही – आणि शेवटच्यादेखील! माझ्या तिय्याने खूश होऊन मी हसलो. मी जखडल्यासारखा काही वेळ गेटजवळ उभा राहिलो. आता तो उठून मला सांगेल की, मी नकली गोळ्या झाडत होतो अशा अपेक्षेनं; पण असं काहीच घडलं नाही. मी पहिल्यांदाच बंदुकीला स्पर्श केला होता. मग मी हे कधी शिकलो? सेफ्टी कॅचबद्दल मला कसं कळलं? एक उपजत खुनी असल्याप्रमाणे मी कशी काय कृती केली? मग बंदूक उलटी करून मी त्याचा उरलासुरला प्राणसुद्धा चेचून टाकला.

'पैसा हा सगळ्या वाईट गोष्टींचं मूळ आहे,' मला तमिसूशी सहमत व्हावंच लागलं. पैशाच्या फक्त दर्शनानं मला हे शिकवलं. मी चोरासारखा चोरपावलांनी 'त्या' खोलीकडे जाऊ लागलो.

हे सगळं तमिसू कसं सोडू शकला?

मी नोटांच्या धारदार कडांना स्पर्श केला – अर्थात पैसा सगळ्याला छेदून जाऊ शकतो – नाती, नीती, अगदी भीतीसुद्धा! नोटा हुंगायला मी पुढे वाकलो. त्या ढिगात हात खुपसायचा मी प्रयत्न केला. माझ्या अपेक्षेप्रमाणे तो स्पर्श मुळीच मखमली वगैरे नव्हता; पण मी इतका उत्तेजित झालो होतो की, मी त्या नोटा मुठीत घट्ट धरल्या. त्याच्या धारदार कडेमुळे माझा तळहात कापला; पण फार काही बिघडलं नाही. यापेक्षा खूप कमी पैसा मिळवण्यासाठी लोकांनी कितीतरी जास्त वेदना सहन केल्यात.

पण हे सगळं घेऊन कसं जायचं? बॅग्ज, सॅक्स, खिसे? आणि काय ते लवकर केलं पाहिजे. कोणी आलं तर? दारातल्या बंदुकीनं मला दिलासा दिला; पण मला होडी कुठे मिळणार? सगळ्या बॅग्ज होडीत कशा ठेवणार? ती कशी वल्हवणार? कुठे जायचं? मला नाव वल्हवता येत नाही याची फिकीर नव्हती – मला बंदूक तरी कुठे चालवता येत होती?

मी कपाटं उचकटली. दोन मोठ्या सूटकेसेस मिळाल्या. दोन चादरींत मी नोटांचे गठ्ठे बांधले, काही नोटा एक-दोन सॅक्समध्ये भरल्या, तरी उरलेला ढीग अजून खूप मोठा होता; तो सोडून जायला नको वाटत होतं. माणसाला किती लागतं? तो जितकं घेऊ शकेल तितकं, कारण अशा संधी दुर्मिळ आणि अभावानं मिळणाऱ्या असतात. एका मनानं 'पुरे' म्हटलं. मला अजून होडी उसनी घ्यायची होती, खरं म्हणजे विकत घ्यायची होती. एखादा नावाडीही भाड्यानं घेता येईल. त्याला विकतही घेता येईल.

बाहेर फटफटायला लागलं होतं. मी सूर्याला अभिवादन करायला गच्चीवर गेलो – स्वप्नात जाग आल्यासारखी ती पहाट. केबिनमध्ये अजूनही सायबरस्पेसच्या आव्हानांशी झुंज देणाऱ्या सुमितची मला उगीचच दया आली – आणि त्या बंदिस्त जागेशी संबंध तुटल्यामुळे माझ्या धाडसी ऊर्मीचे मी आभार मानले.

आज मला दिसणारी सकाळ आणि समुद्र दोन्हीही वेगळे होते – काल रात्री बघितलेला समुद्र हा नक्कीच नव्हता. आज त्याची गाज, कोंडल्याची तक्रार सांगत नव्हती, तर स्वातंत्र्याची गर्जना करत होती. पाण्याच्या जरा बाहेर एक हाउसबोट एका लहान धक्क्याला बांधलेली दिसली.

मी अनवाणीच बीचवर गेलो. पायांना वाळूचा स्पर्श सुखद वाटत होता. मी समुद्राच्या दिशेनं धावायला सुरुवात केली आणि जसजशी पायाखालची वाळू घट्ट आणि ओलसर होत गेली, तसा माझा वेग वाढू लागला. पांढऱ्याशुभ्र फेसाळ लाटा आनंदानं किनाऱ्याला धडका देत होत्या. प्रेयसीनं आवेगानं मारलेल्या मिठीसारख्या त्या लाटा गुडघाभर पाण्यात उभा राहून मी माझ्या खांद्यावर घेत होतो. माझ्या

स्वप्नाच्या मध्यभागी उभा राहून, ते पूर्ण केल्याबद्दल माझ्या कुंडलीतल्या ग्रहांचे आभार मानताना मला बघायला तिथे कोणीही नव्हतं.

कायम इथेच राहण्याचा निर्णय होण्याआधी मला तिथून निघायला हवं होतं. तमिसू जमिनीवर पालथा पडलेला होता. माझ्या आयुष्याला कलाटणी देणाऱ्या माणसाला मला अखेरचं बघायचं होतं. मी त्याला पाठीवर वळवलं – तो तमिसू नव्हता, सुमित होता... मी खरंच त्याला मारलं होतं. त्याच्या मागे बंगला नव्हता, तर जिथून मी सुटायचा प्रयत्न केला होता, ते ऑफिस होतं... माझ्या मागे समुद्राची गाज येत होती; पण बीच दहा मिनिटांवर होता हे मला माहिती होतं. हे सगळं स्वप्नाच्या आत जाऊन बाहेर आल्यासारखं होतं. मग मला बंदूक दिसली. ती खरी होती. अचानक तिचं रक्तानं माखलेल्या बेसबॉल बॅटमध्ये रूपांतर झालं. मला पुन्हा बंगला दिसू लागला. मी आत जाऊन त्या खोलीकडे जाऊ लागलो. जरी ते दार माझ्या ऑफिसच्या दारासारखं दिसत होतं, तरी मी प्रार्थना करत होतो की, आत गेल्यावर मला ती खोली नोटांनी भरलेली दिसावी. तो पैसा खरा असावा - तो सगळा पैसा माझा असावा!

✍

भूमिका

माझ्या लाइन प्रोड्युसरनं जेव्हा मला प्रीतमच्या खुनाबद्दल सांगितलं, तेव्हा मला जबरदस्त धक्का बसला. अफवा आणि अश्लील कंड्या हा मायानगरीचा अविभाज्य भाग! दिसतं तसं काहीच नसतं. मी टीव्ही लावला. बँडस्टँडच्या त्याच्या आलिशान बंगल्यात त्याच्या बरगड्यांतून त्याला कसं भोसकलं होतं याचं दळण बातमीदार दळत होता.

प्रत्येक चॅनेलवर तेच चित्रण पुनःपुन्हा दाखवत होते. हा प्रीतमच्या प्रसिद्धीसाठी केलेला उद्योग असावा अशी आशा करत मी पडद्याकडे बघत होतो. कुठल्याही क्षणी फोन वाजेल आणि तो माझ्या कानात कुजबुजेल 'मी पुन्हा जिवंत झालो आहे. आज रात्री आपलं सीटिंग आहे का?'

पण यातलं काहीच घडणार नव्हतं. माझ्या काही सुविख्यात मित्रांनी फोन करून सांगितलं की, पोलिसांनी त्यांची चौकशी केली होती. काही मिनिटांतच मी पांढरा कुडता, कोल्हापुरी चपला आणि माझ्या सेकंड हँड 'स्कोडा'च्या चाव्या शोधू लागलो. अखेर ही अफवा नव्हती तर! त्याला दिलेली भलीमोठी साइनिंग अमाउंट – विसाराची रक्कम आता मला कधीच परत मिळणार नव्हती.

अंधेरीतल्या माझ्या भाड्याच्या फ्लॅटपासून त्याच्याकडे जाईपर्यंत मी गाडीच्या काचा बंद ठेवल्या होत्या. प्रत्येक सिग्नलला वर्तमानपत्र विकणारी मुलं हेडलाइन झळकवत होती *'सुपरस्टार प्रीतमचा भोसकून खून.'* प्रीतमचा हसरा चेहरा बघण्यासाठी एक प्रत उचलण्याचा मोह मला आवरला नाही.

प्रीतमचा बंगला, पोलिसांच्या मदतीसाठी एखादा कार्यक्रम आयोजित करावा तसा दिसत

होता, जणू काही इतका बंदोबस्त मेलेल्या त्याला परत आणणार होता.

अचानक माझ्या गाडीभोवती नवशिक्या बातमीदारांचा गराडा पडला.

"प्रीतमला कोणी मारलं असावं, असा तुमचा अंदाज आहे?"

"अंडरवर्ल्डशी काही झगडा?"

"राजकारण्यांचे काही लागेबांधे?"

"अंगाशी आलेलं छुपं प्रेमप्रकरण?"

यापैकी काहीही असू शकलं असतं; पण मी उत्तर देण्याच्या मनःस्थितीत नव्हतो.

"आता तुमच्या त्या मेगा प्रोजेक्टचं काय?"

मी मान हलवून, कपाळावर बोटानं आडवी रेघ काढली. "नशीब!" मी उसासा टाकला.

माझं डोकं ठणकायला लागलं होतं – माझं मन ते उदास, निराश दिवस आठवत राहिलं तशी माझी अर्धशिशी उपटली. हे इतकं अचानक घडलं होतं की, प्रसंगाचं गांभीर्य माझ्या नीट लक्षात आलं होतं की नाही कोण जाणे! एका अर्थी प्रीतम माझा चित्रपट सोडून चालता झाला होता.

चित्रपटसृष्टीत नशीबच प्रमुख भूमिका बजावतं – पडद्यावर कोणीही साकारलेल्या भूमिकेपेक्षाही महत्त्वाची भूमिका! माझा कुंडलीवर तसा विश्वास नाही; पण माझ्या पत्रिकेतल्या सगळ्या ग्रहांनी माझ्याविरुद्ध कट केलाय अशी आता मला शंका यायला लागली.

माझ्या आधीच्या योजनेप्रमाणे हीदेखील टेबलावरून निघायच्या आधीच शेल्फमध्ये डबाबंद झाली. सात वर्षांपूर्वी दुसरा एक नट असाच चालता झाला होता – सुपरस्टार गोवर्धन. तो रहस्यमय रीतीने गायब झाला होता, नंतर कधीच दिसला नाही – ना कुठल्या सिनेमात – ना झगमगत्या समारंभात!

चित्रपटसृष्टीनं बघितलेला, गुप्त होण्याचा तो सगळ्यात महागडा खेळ होता. इतर अनेक निर्मात्यांप्रमाणे माझीही मेगा बजेट फिल्म अर्ध्यातच सोडून द्यावी लागली. त्याच्या सेक्रेटरीनं फोन करून, मी त्याला दिलेली विसाराची रक्कम परत केली होती. इतरांचेही पैसे त्यानं परत केले होते; पण तेवढं पुरेसं नव्हतं. त्या अर्धवट फिल्मचं मी काय करणार होतो? तो कुठे गेला हे कोणालाही माहिती नव्हतं. ही फजिती पेलणं मला शक्य नव्हतं आणि माझ्या भांडवलदारांनाही.

वसुली करायला मध्यरात्री येणारी त्यांची माणसं, सार्वजनिकरीत्या केलेले लाजिरवाणे अपमान ही फक्त असंख्य समस्यांच्या मालिकेची सुरुवात होती.

ते नेहमी रॉयल एन्फिल्ड मोटारसायकलवर यायचे. त्याचा सायलेन्सर – या बाबतीत अगदी चुकीचं नाव – त्यांच्या आगमनाची वार्ता फक्त मलाच नव्हे, तर सगळ्या परिसराला करून द्यायचा. त्या धडधडीचा अर्थ काय हे सर्वांना ठाऊक होतं. ती धडधड पुढे कित्येक वर्षं मला स्वप्नात ऐकू यायची.

यातून बाहेर पडण्याचा एकमेव उपाय म्हणजे दुसरा चित्रपट बनवणं; पण त्याला आणखी काही वर्षं लागणार आणि आणखी पैसा – जो माझ्याकडे नव्हता. त्यांच्या फेऱ्या वाढू लागल्या आणि अपमानांचं धमक्यांत रूपांतर झालं. त्याची परिणती म्हणजे नाउमेद झालेल्या माझ्या प्रिय पत्नीनं गच्चीवरून उडी मारून, आपलं जीवन संपवलं. आता माझ्यापुढे एकच पर्याय होता – एक दुबळा क्षण आणि एक बंदुकीची गोळी.

या गोष्टीला सात वर्षं झाली. त्या धमक्या थांबवण्यासाठी माझ्याकडे होतं-नव्हतं ते सगळं विकून टाकलं; पण आजही रॉयल एन्फिल्डची धडधड ऐकली की, मला धडकी भरते. त्याचा परिणाम इतका झाला की, माझ्यात उपजत असलेली दिग्दर्शनाची कला झाकोळली आणि मी दिग्दर्शक म्हणून परत सुकाणू धरू शकेन की नाही याची मला शंका वाटू लागली.

त्या काळात त्या गर्तेतून मला बाहेर काढलं ते आचार्य केदारनाथांनी. वक्ता, गूढ अध्यात्मवादी, भोंदू, प्रेमिक, संत, मोहिनी घालणारे, विचारवंत, संमोहित करणारे – काहीही म्हणा, लोक त्यांना वेगवेगळ्या नावांनी हाक मारायचे. ते नक्की कोण, कसे आहेत हे मला कधी कळलं नाही; पण त्यांच्यामुळे मला मनःशांती मिळाली हे नक्की.

भारतीय चित्रपटसृष्टी ही अशी एक यंत्रणा आहे, जिचं अमीबाशी साधर्म्य आहे. ती निश्चितच जिवंत आहे; पण तिला हृदय नाही. तिचे सतत बदलणारे नीतिनियम तिला अत्यंत स्वैरपणे कुठेही नेतात. आज घृणास्पद असलेली गोष्ट उद्या वंदनीय असू शकते. रात्री फूट पडलेले कंपू सकाळपर्यंत पुन्हा एक होऊ शकतात. कोणाला सूर्य पश्चिमेला उगवताना दिसतो आणि तो तळपतोय तोपर्यंत ते आपली तुंबडी भरून घेतात. काहींना वाटतं की, चित्रपट बनवणे ही दैवी गोष्ट आहे, तर काहींना ती पैशाची धुलाई वाटते. प्रत्येकजण आपापल्या परीनं प्रसिद्धी, ओळख, वलय, यश यांच्या शोधात असतो – आणि हा एक जुगार आहे याबाबत सर्वांचं एकमत असतं. पुढचा विजेता कोण असेल हे कोणालाच माहिती नसतं – आचार्य केदारनाथ सोडून – असा त्यांचा दावा आहे.

चित्रपटांची नावं तेच तयार करतात, मुहूर्ताच्या शॉटची वेळ तेच ठरवतात

आणि तो प्रदर्शित करण्याचा शुभमुहूर्तदेखील काढतात. भांडवलदार, वेगळी वाट चोखाळणारे, नवोदित तसंच क्षेत्रात पुनरागमन करू इच्छिणाऱ्या नायिका – या सर्वांवर त्यांची उदंड कृपा असते. काही बुद्धिवादी त्यांच्याकडचे सर्व काही पणाला लावून पैजेवर सांगतात की, ते भोंदू आहेत; पण हे मत, ते स्वतः चित्रपट बनवायला लागेपर्यंतच टिकतं. त्यांची आतापर्यंतची कामगिरी बघता, त्यांनी वर्तवलेले इतके अंदाज खरे ठरलेत की, त्याकडे दुर्लक्ष करता येत नाही.

जर ते केवळ हातचलाखी करणारे आहेत असं म्हटलं, तर मग त्यांचे प्रयोग यशस्वीपणे चालू आहेत असं दिसतं.

त्यांना ओळखत नाही असा चित्रकर्मी विरळाच! तरीसुद्धा मुंबईपासून तासाच्या अंतरावर असलेला आचार्यांचा अनोखा आश्रम 'वातावरण' त्याला माहिती असणारच. आध्यात्मिक पर्यटनासाठी अगदी लोकप्रिय स्थान, कारण आचार्य म्हणे इथेच मानवजातीच्या कल्याणासाठी भगवंताशी संवाद साधतात.

मनःशांती आणि प्रसन्नता सोडा; पण एखाद्या चित्रपट बनवणाऱ्याच्या हातात कुठलंही काम नसेल, तर त्याला वाळीत टाकल्यासारखं वाटतं. असा मी किती काळ हातावर हात धरून बसून राहू? गेली सात वर्षं फक्त औपचारिक भेटीगाठी चालल्या आहेत. लवकरच मला माझी गाडी विकावी लागेल आणि फ्लॅटही रिकामा करावा लागेल – मार्ग काढलाच पाहिजे – पण कुठे आणि कसा? आचार्यांनी माझ्या डोळ्यांतले हे प्रश्न वाचले असावेत. आमच्या मागच्या भेटीत ते म्हणाले होते, "कुठेही शोधायला जाऊ नकोस. तुझी निर्मिती तुझ्याकडे चालत येईल – आणि जेव्हा ती येईल, तेव्हा ती धैर्याने खांद्यावर घेण्यासाठी तयार राहा."

दुसऱ्या दिवशीच मला एका चित्रपटाची कल्पना सुचली. माझ्या सुवर्णकाळाप्रमाणे माझ्यात चैतन्य संचारलं. प्रथम मला आचार्य केदारनाथांची प्रतिमा दिसली. हळूहळू ही चित्रपटाची संकल्पना असू शकेल ही रुपेरी किनार दिसायला लागली – आचार्य केदारनाथ यांच्यावर चरित्रपट. त्यांचे शब्द खरे ठरले होते.

ही अशी संकल्पना होती जी पटवून द्यायची गरज नव्हती – माझ्या भांडवलदारांना तर नाहीच नाही. माझा आधी धुव्वा उडालेला असूनही ते या नवीन योजनेला अर्थसाहाय्य करायला तयार होते. आचार्यांनादेखील ही कल्पना फारच आवडली. मी प्रेससमोर हे जाहीर केल्याबरोबर लगेच टीव्हीवर जाऊन, त्यांनी माझा हा प्रयत्न म्हणजे सिनेजगतात दिलेलं महत्त्वाचं योगदान आहे यावर शिक्कामोर्तब केलं.

पण माझ्यापुढे सर्वांत मोठं आव्हान होतं ते म्हणजे इतक्या बहुआयामी प्रमुख भूमिकेला न्याय देऊ शकेल असा अभिनेता निवडणं.

चांगला अभिनेता आणि चलती असलेला स्टार याचं सम प्रमाण असलेला नट मला हवा होता. या निकषांवर 'प्रीतम' हे एकच नाव मला सुचलं. तो माझ्यासाठी शुभ होता. तो अगदी राष्ट्रीय पुरस्काराच्या शर्यतीतला नसला तरी तिकीट खिडकीवर गर्दी खेचणारा नक्कीच होता. हे म्हणजे एखाद्या बॉक्सरनं बुद्धिबळ खेळण्यासारखं आहे, असं माझ्या लेखकाचं मत होतं. कधी नव्हे ते माझ्या DOP ला (डिरेक्टर ऑफ फोटोग्राफी) देखील ते पटलं; पण माझा चित्रपट चालण्यासाठी आणि भांडवलदार खूश होण्यासाठी कलागुणांपेक्षाही नशिबाची साथ आवश्यक होती, हे त्या दोघांनाही ठाऊक होतं.

एखाद्या लहान मुलाला त्याच्या वाढदिवशी वडिलांनी अख्खं अम्यूझमेंट पार्क विकत घेऊन द्यावं इतका प्रीतमला आनंद झाला. शोमन (Show man) सत्यदेव थाटामाटात पुनरागमन करत असल्याची बातमी पसरली. साहजिकच 'आम्ही किती व्यग्र' अशा नटांकडून मला 'आपली किती मैत्री' असे फोन येऊ लागले – आचार्य केदारनाथांच्या भूमिकेसाठी प्रीतमची निवड पक्की आहे का अशी चौकशी करणारे. बराच काळ संघर्ष करणारे न-नट आणि त्यांचे 'धर्मपिते' यांची जेवणांची आणि कॉकटेल्सची आमंत्रणं नाकारल्यानंतर मी कामाला भिडलो.

आमची संहिता पूर्ण झाली, तोपर्यंत प्रीतमची निवड योग्य होती हे सिद्ध झालं. केदारनाथांचं पात्र कागदावर कसं साकार होतंय हे बघायला तो नियमितपणे मला भेटायचा – खिडकीतून फेकलेल्या किंवा कचरापेटी अथवा ॲश-ट्रेमध्ये कोंबलेल्या कागदाच्या बोळ्यांची संख्या जवळपास लिहिलेल्या कागदांइतकीच होती.

प्रीतम 'वातावरण' या केदारनाथांच्या तारांकित आश्रमात राहायलाही गेला. ऐकीव माहितीपेक्षा प्रत्यक्ष अनुभव घेणं अधिक महत्त्वाचं आहे असं त्याला वाटलं. सगळं काही अगदी योजनेबरहुकूम चाललं होतं.

जेव्हा माझ्या बाबतीत बारीकसारीक गोष्टी व्यवस्थित होतात, तेव्हा काहीतरी मोठा गोंधळ होणार आणि तो न निस्तरण्यासारखा असणार हे माझ्या लक्षात यायला हवं होतं. त्याच रात्री प्रीतमचा खून झाला.

मला स्वतःला सावरायला दोन दिवस लागले. आता प्रीतमनं जिथे सोडलं, तिथून नव्यानं सुरुवात करायला हवी होती.

आता ती भूमिका पेलू शकेल असा दुसरा नट मला हवा होता. 'कोण पेलू शकेल?' हा कळीचा मुद्दा होता. प्रीतमला लगेचच पर्याय शोधणं आवश्यक होतं, नाहीतर हा चित्रपट अपशकुनी आहे अशी वदंता पसरली असती आणि जर लागोपाठ दोन चित्रपट डब्यात गेले, तर शोमन सत्यदेववर अखेरचा पडदा पडला असता.

पण ही कुशंका माझ्या मनात येण्याआधीच सगळ्या प्रसारमाध्यमांतून चर्चा सुरूच झाली होती की, केदारनाथांची भूमिका शापित आहे आणि शोमन सत्यदेवची सद्दी संपली आहे. मृत्यूचा शिक्का बसलेली भूमिका कोणालाच नको होती.

आता यातून फक्त आचार्यच मार्ग काढू शकतील. दोन दिवस 'वातावरण'मध्ये निवास केला की, सगळं ठीक होईल.

***

एखाद्या भूमिकेसाठी मी कोणाचा खून करेन असं मला कधीच वाटलं नव्हतं. मी नेहमीच कामासाठी भुकेला होतो आणि उत्तम भूमिका मिळवण्यासाठी काहीही करायला मागेपुढे पाहत नव्हतो. माझ्या संघर्षाच्या काळात एका मुख्य भूमिकेच्या ऑडिशनच्या वेळी मला संधी मिळवून देण्यासाठी प्रीतमनं माझ्याकडे कमिशनची मागणी केली होती. ते पैसे उभे करण्यासाठी मला सगळे कपडे विकावे लागले होते. मी सगळं काही पणाला लावलं होतं – आणि नशिबाने त्याचं सार्थक झालं होतं – आणि तेव्हापासून यशाची माझ्यावर नेहमीच कृपादृष्टी राहिली.

प्रत्येक भूमिकेत मी माझ्यातलं सर्वोत्तमाहूनही अधिक देण्याचा प्रयत्न करायचो. दारुड्याचा अभिनय करायचा असेल तर आधी व्हिस्कीची अर्धी बाटली रिचवायचो, एखाद्या प्रसंगात दमलेला दिसायला हवा असल्यास चार मैल पळून यायचो, कामासक्त दिसण्यासाठी अश्लील चित्रपट पाहायचो.

''त्यापेक्षा तुम्ही अभिनय का करत नाही?'' एका कुत्सित समीक्षकानं एकदा पत्रकार परिषदेत शेरा मारला होता.

''कारण मी वेडा आहे आणि मला असंच करायला आवडतं.'' मी प्रत्युत्तर दिलं होतं.

वेडेपणा ही आनंदाची गुरुकिल्ली आहे. म्हणजे बरळणारा पिसाट माथेफिरू नव्हे; पण ठरावीक दिशेनं वळवलेलं वेड हे पुढे जाऊन विराट राक्षसाचं रूप धारण करतं. तो तुम्हाला झपाटून टाकतो. हा राक्षस कावेबाज असतो – त्याला नीट हाताळलं नाही, तर वेड्यांच्या इस्पितळात भरती झालीच म्हणून समजा; पण जर त्याला व्यवस्थित हाताळता आलं, तर मात्र तो तुमची सगळी धास्ती, भीती नेस्तनाबूत करून तुमच्यासाठी परमसुखाचा मार्ग घडवतो.

मला काहीतरी बनावंसं वाटायला लागलं, तेव्हापासून मला नटच व्हायचं होतं – मोठा नट बनण्यासाठी जे काही लागतं, ते माझ्याकडे आहे याची मला जाणीव होती.

अकरा वर्षं मी धडपडत होतो. मिळता मिळता निसटणाऱ्या आणि हातून जाता

जाता गवसणाऱ्या भूमिका यांच्या दरम्यान लडखडत माझी कारकीर्द स्थिरावण्याचा प्रयत्न करत होतो. पुरस्कारांचीही तीच कथा होती.

नकलाकारांनी नक्कल करावी असा मी लोकोत्तर नट नव्हतो आणि आपलं कौशल्य गृहीत धरू शकणारा उपजत अभिनेताही नव्हतो; पण मी आव्हानात्मक भूमिका अशा काही विश्वासार्ह रीतीनं निभावणारा कलाकार होतो की, सर्वसाधारण महत्त्वाकांक्षा असणाऱ्या नटांची ते साधताना दमछाक व्हायची.

माझी बॅनर्सची, चित्रपटांची आणि भूमिकांची निवड या सगळ्यांची भट्टी जमणं गरजेचं असायचं आणि माझ्या शुभदायी ग्रहांमुळे ती जमायची. माझ्या घोडदौडीनं मी सुखावत असतानाच मला 'सर्वश्रेष्ठ कलाकाराचा' मुकुट बहाल केला गेला. जिथे पोहोचायचं होतं, तिथे मी पोहोचलो होतो हे मला कळलं होतं; पण त्या मुकुटासमवेत ज्या परमानंदाची मला अपेक्षा होती, तो मात्र गैरहजर होता... सहा फिल्मफेअर पुरस्कार, शेवटचे तीन लागोपाठ. या दरम्यान अठरा चित्रपट प्रदर्शित, त्यातला एकही आपटला नाही. सगळ्या बड्या बॅनर्सबरोबर, दिग्दर्शकांबरोबर मी काम केलेलं होतं किंवा करत होतो. नीतिनियमांना मार्गातला अडसर न बनू देता मला पाहिजे असलेली प्रत्येक भूमिका मी मिळवली होती, तरीही मी अतृप्त होतो. या बेचैनीमुळे मला वाटू लागलं की, मी खरंच वेडा झालो असतो तर बरं झालं असतं – होय, अगदी बरळणारा पिसाट माथेफिरू!

मला ते सहन होईना – माझी केली जाणारी स्तुती, मी विसाराची रक्कम स्वीकारल्यावर निर्मात्याच्या चेहऱ्यावर पसरणारा सुटकेचा आनंद, प्रीमियरच्या वेळी त्यांना फुटणाऱ्या उकळ्या आणि तिकीट खिडकीच्या निर्णयाची धास्ती. इतरांना उत्कट वाटणाऱ्या माझ्या अभिनयापासून मीच काहीसा अलिप्त होत चाललो होतो... ही हास्यास्पद वाटावी अशी भयंकर भावना होती.

एकच गोष्ट माझ्या त्या राक्षसाची शिंगं पकडून त्याला काबूत आणू शकली असती – ती म्हणजे एक जबरदस्त भूमिका आणि सद्य परिस्थितीत ती उपलब्ध नव्हती, तशी निर्मात्यांची काही योजनाही नव्हती – आता नाही – केव्हाच नाही. केवळ रीमेक्स, सिक्वेल्स किंवा ढापलेले सिनेमे करत राहणं मला आता शक्य नव्हतं.

यश हे कोणत्याही दुखण्यावरचं गुणकारी औषध असतं; पण माझ्या बाबतीत ते लागू पडत नव्हतं. माझा इथे येण्यामागचा हेतू काय होता - प्रतिष्ठा, पैसा आणि कीर्ती? मग समाधानाचं काय?

समाधानी असल्याचं ढोंग करत, माझ्या लेखी आता काहीच महत्त्व नसलेल्या श्रीमंतीत मी लोळत राहणं अपेक्षित होतं का? हे मी किती काळ सहन करायचं होतं? की याला अंतच नव्हता? मला यापासून पळून जाता आलं तर किती छान होईल... आणि रहस्यमयरीत्या मी पळून गेलो. बरोब्बर सात वर्षांपूर्वी!

सत्यदेवच्या एका नव्या महाप्रकल्पाच्या चित्रीकरणाचं एक सत्र आटोपून मी परत आलो आणि उगीचच टीव्हीची चॅनेल्स बदलत बसलो. अचानक दोन आश्वासक, शांतवणाऱ्या डोळ्यांनी माझ्या डोळ्यांत बघितलं आणि त्या आवाजानं मला मंत्रमुग्ध केलं.

'तुमच्याजवळ जे आहे त्यालाच घट्ट धरून बसलात, तर तुम्ही काय बनू शकता हे कधी तुम्हाला कळणारच नाही... सोडून द्यायला शिकायची वाट पाहू नका... सोडून द्या. ती एक अशी क्रिया आहे जी शिकण्याची गरज नाही, कारण हृदयाला अर्थ कळत नाहीत, फक्त भावना जाणवतात – प्रामाणिक, सच्चा. त्याच तुम्हाला तुमच्या आत्मस्वरूपाकडे घेऊन जातील. तुमचं हृदय तुम्हाला साद घालेल आणि मग तुम्हाला करण्यासारखं उरतं ते एकच – संपूर्ण, निरपेक्ष शरणागती.'

ते आचार्य केदारनाथ होते. सर्व काही निमिषार्धात घडलं आणि काय, कुठे करायचंय ते मला उमगलं. माझ्यावर कशाचा पगडा बसला कोण जाणे; पण मला 'वातावरण' आश्रमात – अज्ञातवासात जायचं होतं.

सत्यदेवकडे आचार्यांची सगळी पुस्तकं होती. त्याच्या घरात ती इतस्ततः पडलेली असायची. कधीतरी मी ती चाळली होती. डीव्हीडीवर त्यांची थोडी थोडी प्रवचनंही बघितली होती. माझ्या अनेक चित्रपटांचे मुहूर्त त्यांच्या हस्ते झाले होते; पण मी कधी त्यांच्याकडे फारसं लक्ष दिलं नव्हतं. तरीही, सर्वसंगपरित्याग करावाशा वाटणाऱ्या त्या एका क्षणात, दिव्याच्या ज्योतीकडे पतंग खेचला जातो, तसा मी त्यांच्याकडे ओढला गेलो.

धुंदीत असल्याप्रमाणे मी कोणताही विचार, ऊहापोह न करता मायानगरीला रामराम ठोकला. जे काही मागे सोडलं, त्याकडे ढुंकूनही न पाहता – आठ बिग बजेट चित्रपट, काही अर्धे, काही पाऊण चित्रित झालेले प्रसंग, त्यातल्या एक-दोन शॉट्सचं तर कंटिन्युइटी रीशूट व्हायचं होतं. ते चित्रपट कधीच प्रदर्शित होणार नाहीत किंवा त्या निर्मात्यांचं दिवाळं निघेल याचं मला काहीच वाटलं नाही.

त्यांची थोडीफार नुकसानभरपाई व्हावी म्हणून मी फक्त त्यांचे पैसे तेवढे परत करणार होतो.

'वातावरण'ला जातानाच्या बसच्या तासाभराच्या प्रवासात मी चेहरा झाकून घेतला होता. ती जागा उष्ण कटिबंधातलं एखादं स्वप्नवत जंगल असावं तशी होती – महाकाय वृक्ष, परीकथेतल्यासारखे छोटे तलाव, वंडरलँडसारख्या कुट्या आणि सर्वत्र विहार करणारे विविध प्रकारचे चित्रविचित्र पक्षी. एखाद्या सिनेमाच्या चित्रीकरणासाठी ती अगदी आदर्श जागा ठरली असती किंबहुना मी आजवर पाहिलेल्या कुठल्याही चित्रपटाच्या सेटपेक्षा ती जागा कितीतरी जास्त सुंदर होती.

"इथे येण्याचं कारण?" आचार्य केदारनाथांनी विचारलं.

"निरपेक्ष शरणागती." मी कबुली दिली.

माझे विचार अगोदरच कळल्यासारखे ते हसले. अफाट समुद्रात आणखी एक बिंदू सामावून घ्यावा त्याप्रमाणे त्यांनी मला सामावून घेतलं. तिथे त्यांच्या त्या दैनंदिनीत मिसळून गेल्यावर मला वेगळा काढणं अवघड होतं. ते ठिकाण म्हणजे कल्पक योजकाचं आनंदनिधान होतं – ध्यानमंदिर, दृक-श्राव्य रंगमंदिर, वाचनालय, ललित कलांसाठी दालनं आणि आचार्यांच्या प्रवचनांसाठी भव्य सभागृह.

प्रत्येकजण आपण व्यग्र आहोत हे न दाखवता कशात ना कशात गढलेला होता. शिष्य एकमेकांशी बोलत होते, तरीही शांतता होती. कोणीही कसलंही आयोजन करत नव्हतं तरी सगळ्यात सुसूत्रता होती.

रोज सकाळी मी खुल्या तलावात स्नान करायचो, कोणीही न सांगता माझे कपडे धुवायचो. ध्यानमंदिरात निवांत बसायचो, एखादी फिल्म बघायचो किंवा पुस्तक चाळायचा आणि केदारनाथांची व्याख्यानं बऱ्याच भक्तिभावानं ऐकायचो. कुठल्यातरी कामाला जाणाऱ्या किंवा काम करून परतणाऱ्या शिष्यांमध्ये, मुंग्या किंवा मधमाश्यांप्रमाणे मिळूनमिसळून असायचो. काही तरुण, चांगल्या स्त्रियांशी मी मैत्री केली; पण त्या मला पुन्हा कधीही भेटल्या नाहीत तरी मला काही फरक पडणार नाही. मी इथे एकटा होतो; पण एकाकी नव्हतो. तरीसुद्धा आम्ही काय करणं केदारनाथांना अपेक्षित होतं या बाबतीत संभ्रमात होतो. लवकरच त्या जादुई परिसराची मोहिनी ओसरली आणि माझ्या मनातल्या शंका डोकं वर काढू लागल्या. चित्रपटसृष्टी सोडली हा माझा मूर्खपणा झाला का?

मी घाईघाईनं कृती केली का? सर्वसंगपरित्याग करण्याच्या निर्णयाचा फेरविचार करू का? असे प्रश्न सतावत होते; पण ते परत मागे वळावंसं वाटायला लावण्याइतके हादरवत नव्हते.

वाचनालयात मी वर्तमानपत्रं चाळायचो. काही काळ, मी कुठे आहे याबद्दल सहानुभूतीपूर्वक अंदाज बांधले जात होते – खून, अपहरण किंवा आत्महत्या. यातलं काहीच जेव्हा खरं ठरलं नाही, तेव्हा मग आरोपाचा सूर लागू लागला – शेकडो कोटींचे प्रकल्प मी धुळीला मिळवले.

सगळ्या वृत्तपत्रांत काळी फुली मारलेला माझा भडक रंगातला चेहरा होता – 'गोवर्धनचं नाव काळ्या यादीत' या ठळक बातमीसह आणि मला हद्दपार करण्याच्या मोहिमेत सत्यदेव आघाडीवर होता.

मी त्यांच्या तोंडावर दरवाजा बंद केला होता आणि त्यांनी त्याला आतून कडी घातली होती. मी त्या बातमीकडे टक लावून बघत असताना केदारनाथ माझ्या मागून आले.

"जेव्हा तू सगळं सोडलं आहेस, तेव्हा स्वतःची ओळखही विसरायला हवी."

"प्रयत्न करतोय; पण पुढे काय करायचं कळत नाही."

"तुझं अंतःकरण तुला सांगेल."

केदारनाथांनी माझ्या कपाळावर हात ठेवून बोटं फिरवली. पुढच्याच क्षणी जणू माझ्या सगळ्या चिंता नाहीशा झाल्या. मी त्यांच्याबद्दल जे काही ऐकलं होतं, त्याबद्दल दुमत असू शकेल; पण प्रत्यक्ष अनुभवाला इतर पुराव्याची गरज नसते.

त्या क्षणापासून आयुष्य एखाद्या स्वप्नाप्रमाणे परिपूर्ण बनलं. मनाला बेचैन करणाऱ्या चिंतेचा लवलेशही उरला नाही, कसला आव आणावा असा एकही क्षण नाही, हवं-नकोच्या ऊर्मी नाहीत. हा आमूलाग्र बदल होता. एक माणूस दुसऱ्यात इतका मोठा बदल घडवून आणू शकतो? ही नक्की कोणत्या प्रकारची व्यक्ती होती?

त्यांचं व्यक्तिमत्त्व एखाद्या शोभादर्शक यंत्रासारखं होतं – क्षणात मोहवणारं दुसऱ्या क्षणी उर्मट, एका क्षणी वडीलधारे वाटायचे, तर दुसऱ्याच क्षणी एखाद्या लहान मुलासारखे. कधीकधी मला त्यांच्या गूढ शक्तीची प्रभा जाणवायची; पण मी त्याचं जरा विश्लेषण करण्याचा प्रयत्न करू लागलो की, ते केवळ एका उमद्या, भारदस्त वृद्धासारखे दिसायचे आणि हे सगळे विरोधाभासी पैलू त्यांच्या समग्र व्यक्तिमत्त्वाचे अंश आहेत हेही पटायचं.

त्यांच्याशी वागताना – बोलताना मला माझ्याच अंतरात्म्याशी संवाद केल्यासारखं वाटायचं. सबंध आयुष्य खर्ची पडलं तरी चालेल; पण मला या माणसासारखं व्हायचंय. सात वर्ष लोटली तरी मला अजूनही माझ्या अंतःकरणानं साद घातली नव्हती. 'आणखी किती वाट पाहायची?' माझ्या मनात आलं.

आणि योगायोग म्हणजे त्याच दिवशी सत्यदेवनं आचार्य केदारनाथांच्या चरित्रपटाची

घोषणा केली. माझ्या मनानं उसळी मारली. मला केदारनाथ बनण्याची ही संधी होती. मी अज्ञातवासात जाईपर्यंत लपून राहिलेली ही एक प्रचंड मोठी भूमिका... त्या प्रीतमच्या पदरात ती अशी अलगद कशी काय पडू शकते? तो त्या भूमिकेचं फक्त वाटोळंच करू शकतो.

दुसऱ्या दिवशीच तो मला 'वातावरण'मध्ये दिसला – प्रीतम? केदारनाथांचं निरीक्षण करतानाचा त्याचा ओढूनताणून आणलेला प्रामाणिकपणा बघून माझी चिडचिड होत होती. इथे मी त्या देवदूताबरोबर प्रत्यक्ष राहत होतो – आणि हा प्रीतम इथे टिपणं काढतोय – त्यांच्या लकबी, हातवारेदेखील लिहून घेतोय.

माझी झोप उडाली, ध्यानात लक्ष लागेना. प्रवचनं ऐकूनही शांती लाभेना. ही संधी मला मुळीच दवडायची नव्हती. नक्की काय करायचं ते कळत नव्हतं; पण काहीतरी केलं पाहिजे हे नक्की. सत्यदेवकडे परत जाऊन, येईल त्या प्रसंगाला तोंड देऊ का? मी त्याचं जे नुकसान केलं होतं, त्याची भरपाई करणं शक्य होतं का? सत्यदेवनं प्रीतमला घ्यायचं निश्चित केलं होतं का? केवळ माझा सूड घेण्यासाठी तो मला फेटाळून लावेल का?

प्रीतमनं माघार घेतली तर? मग सत्यदेव माझा विचार करेल का? मी प्रीतमला जाऊन सांगेन, वाटल्यास भीक मागेन; पण केदारनाथ मला परत जायची परवानगी देणार नाहीत. अशी माघार घेणं हा माणसाचा दुबळेपणा वाटेल; पण माझ्यासाठी ती माझी सर्वांत मोठी ताकद होती.

मी झपाटून गेलो होतो; त्यामुळे रात्री गुपचूप, 'वातावरण'च्या सर्वांत दूरच्या भिंतीवरून उडी मारून मिळेल त्या वाहनानं प्रीतमच्या बँडस्टँडच्या आलिशान घरी जाण्यात मला काहीच गैर वाटलं नाही.

तो बहुधा दुपारपासूनच पीत असावा; त्यामुळे मला बघून त्याला वाटलं की, त्याला दृष्टिभ्रम झालाय; पण मी त्याला हाक मारल्यावर हा भ्रम दूर झाला. हे वास्तव आहे याची त्याला खात्री पटली.

"अरे होतास कुठे तू? आणि आता परत येण्याचं कारण?" त्यानं मला ड्रिंक देऊ करत म्हटलं. मी मान हलवून माझ्या मनातली मळमळ बोलून दाखवली. मी एखादा अतिरंजित संवाद म्हणत असल्यासारखा तो माझ्याकडे गमतीनं पाहत होता. त्यानं माझं बोलणं लक्षपूर्वक ऐकलं; पण ते तो मानायला तयार नव्हता.

"हे बघ, पूर्वी आपण एकमेकांना मदत केली आहे. मला आता फक्त हा चित्रपट पाहिजे, बाकी काहीही नको." मी अजिजीनं म्हटलं.

“माझ्यासाठी हा चित्रपट तितकासा महत्त्वाचा नाही; त्यामुळे मी तो सोडू शकतो,” माझ्या आशा पल्लवित करत तो म्हणाला.

“एक मित्र म्हणून तुझ्या मार्गातून मी दूर होऊ शकतो; पण मी तसं केलं तर माझ्यासारखा मूर्ख मीच. नाही, पुन्हा नाही.” त्यानं जखमेवर मीठ चोळलं.

हे माझ्या अपेक्षेप्रमाणे घडत नव्हतं.

“याच्या बदल्यात मी काय करू?”

एका नक्षीदार चाकूनं तो एखाद्या शिल्पकाराप्रमाणे सफरचंद कोरत होता.

“मला वाटलं, तर तुझं एक पौंड मांस मागू शकतो; पण मला ते नकोय – तुझे सगळे पैसे घेऊन त्याबदली तुला पहिली भूमिका मिळवून दिली, तेव्हा तेच तर केलं होतं. तुला ती मिळणार नाही आणि तू तुझ्या गावी परत जाशील असं मला वाटलं होतं; पण तसं घडलं नाही. तुला ती भूमिका मिळाली, तेव्हा मी मत्सरानं पेटून उठलो होतो. तुला ठार मारावंसं वाटत होतं. मूर्खासारखा मी माझ्यापेक्षा सरस असलेला स्पर्धक निर्माण केला होता. असा मूर्खपणा मी या आयुष्यात पुन्हा करणार नाही.”

त्या सफरचंदाचे तुकडे झाले, तरी प्रीतमचं कोरणं चालूच होतं.

“मला तो केदारनाथ मुळीच आवडत नाही; पण तरीही मी त्याची भूमिका करणार आहे. तुला या क्षेत्रात परत येण्यापासून रोखण्यासाठी मी काय वाट्टेल ते करेन.”

“आज मला तुझा मत्सर वाटतोय,” मी म्हटलं, “आणि तुझ्या म्हणण्याप्रमाणे यावर मृत्यू हाच उपाय आहे.”

पुढच्याच क्षणी मी चाकू हिसकावून घेतला आणि त्याच्या तोंडून किंकाळी फुटण्यापूर्वीच त्याला भोसकलं. आम्ही सिनेमात दाखवतो, त्यापेक्षा हे अधिक जलद होतं आणि तितकं नाट्यमयही नव्हतं.

बस, काही तेज हालचाली आणि मग काही क्षणांतच सारं काही शांत. स्तब्ध.

मी भानावर आलो आणि काय करून बसलो याची जाणीव झाली. कोणीही मला बघितलं नव्हतं हा एक दिलासा होता. चाकू सोडून मी इतर कशालाही स्पर्श केला नव्हता. हातरुमालानं मी चाकू पुसला आणि अंधारातून निघून गेलो.

दोन तासांनी, जसा गुपचूप ‘वातावरण’मधून गेलो होतो, तसाच परत आलो.

तो चित्रपट सेटवर जाण्यापासून मी रोखला होता; पण ती कृती मला ती भूमिका मिळवून देणार नव्हती. दुसऱ्या दिवशी सकाळी हादरलेला सत्यदेव आचार्यांशी तळमळीनं बोलताना दिसला. तो प्रीतमबद्दल बोलत होता, हे त्याच्या हातवाऱ्यांवरून

उघड होतं.

ते दोघं कमळाच्या तळ्याजवळून जाताना मी सकाळच्या कर्मांसाठी तुळशीपत्र खुडताना त्यानं मला पाहिलं नाही. सत्यदेवचा फोन वाजला. पलीकडून बोलणाऱ्याचं बोलणं ऐकून तो वांझोट्या रागानं ओरडला, "आचार्य, कोणीही या चित्रपटाला हात लावायला तयार नाही. सगळ्यांना वाटतंय मी अपशकुनी आहे – आणि चित्रपट शापित आहे – प्रीतमनं माझं वाटोळं केलं हो!"

"सत्यदेव, कोणत्याही माणसाकडे ही ताकद नसते."

"पण या मेलेल्या माणसाकडे ती आहे."

"त्याचा नाद सोड – तुझ्या सृजनशीलतेला योग्य ते पात्र मिळेल."

आचार्यांनी मखमली आवाजात हे मधाळ शब्द उच्चारताना स्वप्न पाहत असल्याप्रमाणे डोळे मिटले. मग ते म्हणाले, "प्रत्येकजण तुझ्याबरोबर कायम राहणं अपेक्षित नाही. त्याला जाऊ दे, झालेल्या सगळ्यावर पडदा टाक – तुझं भविष्य म्हणजे 'ओमार' आहे हे ध्यानात घे" 'ओमार', असं म्हणत त्यांनी सत्यदेवच्या डोक्यावर हात ठेवला.

'ओमार' या शब्दानं सत्यदेव विलक्षण प्रभावित झालेला दिसला. 'ओमार', प्रीतमनंतर आता त्याची पाळी. या वेळी मी जरा मवाळ पवित्रा घ्यायचा ठरवला. नशिबानं माझ्याकडे त्याचा फोन नंबर होता. धमकीचा एक फोन – आणि भेदरून त्यानं पळ काढला. खुंटा बळकट करण्यासाठी आणखी दोन फोन केले. हे फसवे फोन नाहीत, याबद्दल प्रीतमच्या मृत्यूमुळे त्याला खात्री होती.

सत्यदेव दोन दिवसांनी 'वातावरण'मधून जाण्याआधी ओमारनं भूमिका नाकारली. मी आणखी एक अतिक्रमण रोखलं होतं; पण विजय मिळवण्यासाठी माझ्याकडे योजना तयार नव्हती.

प्राप्त परिस्थितीत ती भूमिका अजूनही माझ्या आवाक्याच्या बाहेरच होती. मी जगातला शेवटचा नट असतो तरी सत्यदेवने मला ती भूमिका दिली नसती.

मी माझ्या तळहाताकडे पाहिलं. माझ्या नशिबाची रेषा भविष्यातील दुश्चिन्हांचे संकेत देणाऱ्या इतर रेषांच्या जाळ्यांत लुप्त होताना दिसली. सत्यदेव एकदा म्हणाला होता त्याप्रमाणे 'चित्रपटसृष्टीत नशीबच प्रमुख भूमिका बजावतं – पडद्यावर कोणीही साकारलेल्या भूमिकेपेक्षाही महत्त्वाची भूमिका.' पण माझं भविष्य बदलण्याचा काही उपाय नाही का? माझ्या कुंडलीतले ग्रह नक्कीच वक्र होते. माझी ही एकुलती एक इच्छा पूर्ण करण्यासाठी त्यांचा मार्ग बदलता नाही का येणार? ग्रह अनुकूल व्हावेत म्हणून ग्रहशांतीसारखे उपाय असतात हे मला माहिती होतं – पण असल्या

भानगडींवर विश्वास ठेवावा की नाही हे कळत नव्हतं.

माझा असा छळ करण्यात देवाला आसुरी आनंद मिळत असला पाहिजे. मी वर आकाशातील ताऱ्यांकडे पाहिलं. बहुधा माझ्या डोळ्यांत अश्रू असावेत – मी पापण्यांची उघडझाप करून ते परतवायचा प्रयत्न केला. एक दीर्घ श्वास घेऊन, नेहमीप्रमाणे ध्यान लावायचा प्रयत्न केला. मन शांत होईपर्यंत आमचा नेहमीचा मंत्र म्हणत राहिलो. आश्चर्य म्हणजे माझ्या मनःचक्षूंसमोर आचार्यांची आकृती प्रकटली माझ्या अव्यक्त प्रार्थनेला जणू सुशांत तरीही गूढ उत्तर मिळालं. – *'मी द्वेषभावनेने नव्हे, तर माझी आत्यंतिक आवड पूर्ण व्हावी म्हणून खून केला. मी काहीही चूक केलेली नाही तरी मला पुढचा मार्ग दिसत नाही – देवा – मला मार्ग दाखव. आचार्य, मला क्षमा करा – मला ही भूमिका हवी आहे; पण ती कशी मिळेल हे कळत नाही.'*

बऱ्याच वेळानं मी डोळे उघडले, तेव्हा आचार्य खरोखरच माझ्याशेजारी उभे होते. आता काय घडणार याची कल्पना येत नव्हती. ते हसले आणि बागेतल्या बाकावर बसून त्यांनी बाहू पसरले. माझ्या मनात भावनांचा इतका कल्लोळ माजला होता की, लहान मुलाप्रमाणे मी त्यांच्याकडे धाव घेतली. त्यांच्या छातीवर डोकं ठेवून मी मनसोक्त रडलो. कित्येक वर्षांत मी असा रडलो नव्हतो. कदाचित यापूर्वी इतकं अगतिक कधी वाटलं नव्हतं; कदाचित माझं सांत्वन करू शकेल अशी कोणी वडीलधारी व्यक्ती याआधी भेटली नव्हती.

त्यांनी फक्त माझ्या केसांतून हात फिरवला, माझ्या गालाला स्पर्श केला आणि माझे खांदे पकडले.

माझं अभिनयाचं वेड, कारकीर्द घडवताना बाळगलेला संयम, चांगल्या भूमिकेचा शोध, चित्रपटसृष्टी सोडणं आणि आता सत्यदेव केदारनाथांवर बनवत असलेला चरित्रपट या सर्वांबद्दल मी त्यांच्याशी भरभरून बोललो. मी प्रीतमबद्दल सांगणार इतक्यात ते म्हणाले, "ही भूमिका मिळवण्यासाठी तू काय करू शकशील?"

"काय वाट्टेल ते."

"तू ठार करू शकशील... स्वतःला?" हे वाक्य बोलताना त्यांनी मध्ये जो विराम घेतला, तेव्हा मी ताठरलो.

"होय."

"तरच नवं विधिलिखित घेऊन तुझा पुनर्जन्म होऊ शकेल."

मी मान डोलवली.

"पण एक लक्षात ठेव. तू नवीन नशीब निवडलंस, तर आत्ता तुझ्यासाठी जे योजलं गेलेलं आहे, ते तू कदाचित गमावशील."

"आचार्य, तुमची भूमिका रंगवण्यासाठी नशीब बदलणं हा एकमेव उपाय असेल तर मला कधीच पश्चात्ताप होणार नाही."

"याचा अर्थ मी आणि 'वातावरण' या दोन्हींना तू सोडून जाणार, हो ना?"

आता या प्रश्नाचं उत्तर देणं अवघड होतं. ते अवघडलेपण माझ्या चेहऱ्यावर स्पष्ट उमटलं असावं; पण त्यांनी त्यांच्या मोकळ्या हसण्यानं ते दूर केलं.

"काळजी करू नको. ही जागा कोणाचंच अंतिम गंतव्य स्थान नसतं. ज्या दिवशी तुला जीवनाचं खरं उद्दिष्ट सापडेल, त्या दिवशी तू 'वातावरण' सोडशील. तुमच्या खऱ्या ध्येयाचं कल्पनाचित्र डोळ्यांसमोर येण्यासाठी हा फक्त एक तात्पुरता मुक्काम आहे – आणि तुझ्या बाबतीत, जरी तू जिथून आलास तिथेच परत जायचा हा प्रवास वाटला तरी तो तसा नाही. तू इथून जाशील, तेव्हा इथे येतानाचा 'तू' नसशील. तुझा पुनर्जन्म झालेला असेल."

"आचार्य, आपण म्हणता ते मला अशक्य वाटतंय." मी म्हणालो; पण तोपर्यंत आचार्यांची तंद्री लागली होती.

"तुझी जन्मवेळ काय?"

"पहाटे ४.५१." मला चक्क माहिती होती.

आचार्य खालचा ओठ दाताखाली दाबून, हाताच्या अंगठ्यानं एकामागून एक प्रत्येक बोटाला स्पर्श करत होते. नंतर त्यांनी वर आकाशातल्या ताऱ्यांकडे पाहिलं.

"तेरा दिवसांनी तू तुझ्या आयुष्याचा त्याग करायला तयार आहेस?"

मी त्यांच्या नजरेला नजर देऊन मान डोलवली.

ते हसले. "उद्यापासून तेरा दिवसांनी पहाटे ४.३० वाजता तू मला निवडुंगाच्या उद्यानात भेट."

माझ्या पाठीवर थोपटत ते उठले आणि निःशब्दपणे जसे आले तसे निघून गेले.

नक्की काय घडणार याचा विचार करत माझ्या कुटीत मी कॅलेंडरवर तेरा दिवस मोजले. अचानक माझ्या लक्षात आलं की, तो बहुधा शक कालगणनेनुसार माझा जन्मदिवस होता.

प्रतीक्षेचा काळ दीर्घ होता. त्या दरम्यान मी माझी सगळी रूपं आठवत होतो – गोवर्धन – एक संघर्ष करणारा कलाकार – आपल्या तेज, उत्कट सादरीकरणानं रुपेरी पडद्यावर ठसा उमटवण्याची ईर्षा असलेला; गोवर्धन – 'वातावरण'मध्ये राहणारा एक आश्रित; ज्या भूमिकांमध्ये प्राण ओतून सजीव करण्याचा प्रयत्न करत होता, त्या भूमिकांचाच उबग आलेला; गोवर्धन – एक झपाटलेला खुनी, हतबल होऊन नियतीच्या पायाशी शरण गेलेला.

हे कसं घडलं असेल? माझ्यावर एखादं गारुड होतं की शाप? ही माझीच इच्छा आहे, असं मला वाटायला लावून आचार्य माझ्या मनाला खेळवताहेत का? मी झिडकारलेल्या बाह्य जगातल्या एका चित्रपटाची मला इतकी का भुरळ पडावी? आचार्य याला हरकत का घेत नाहीत? तेरा दिवसांनी पहाटे ४.५१ ला काय घडणार होतं? माझ्या नशिबाला खरंच कलाटणी मिळणार होती का? या सगळ्यावर विश्वास ठेवणं रास्त होतं का? 'तू ठार करशील – स्वतःला?' याचा अर्थ काय? ते मला पोलिसांच्या हवाली करणार होते का? बळी जायची वाट बघत असलेल्या बकऱ्यासारखा मी का वागत होतो?

त्या तेरा दिवसांत मी सतत त्यांच्या मागेमागे होतो – उद्यानातून ध्यानमंदिराकडे – ललितकला दालनातून वाचनालयाकडे – पहाटेपासून संधिकालापर्यंत आणि संधिकालापासून पहाटेपर्यंत आशावाद, प्रार्थना आणि स्वप्नं.

ते जातील तिथे खांबांच्या, झुडपांच्या मागे दडलेला मी त्यांना दिसत होतो, सावलीसारखा आगेमागे वावरत होतो; पण त्यांनी कधीच या डोळ्यांत भरणाऱ्या हालचालींना प्रतिबंध केला नाही.

त्यांच्या चेहऱ्यावरही काही प्रतिक्रिया उमटायची नाही. मग बहुधा माझ्याच मनाचे खेळ सुरू झाले. रोजचा दिवस आदल्या दिवसासारखाच वाटायचा. जणू मी काळाच्या भोवऱ्यात सापडलो होतो.

एके दिवशी ते माझ्याजवळ येऊन हसले. "आजची तुझी शेवटची रात्र. तुझं मन बदललं नसेल अशी आशा आहे." मी रात्री झोपायच्या तयारीत असताना ते म्हणाले, तेव्हा अचानक मला तेरा दिवस संपल्याचं भान आलं.

पहाटे मी वेळूच्या बनातून शेकोटीच्या दिशेनं गेलो. मी पोहोचलो, तेव्हा चार वाजत होते. शेकोटी विझली होती, पण निखारे धगधगत होते. मी भोवताली पाहिलं – कोणीच नव्हतं. पिवळ्याधमक बांबूंनी वेढलेला मी एकटा तिथे होतो.

मिट्ट काळोखातसुद्धा आचार्यांची किरमिजी आकृती माझ्या दिशेनं येताना दिसली. मी पुढे होऊन चरणस्पर्श केला. त्यांनी माझे तळहात हातात घेऊन माझ्या मनगटाला बोटांनी स्पर्श केला.

"तू प्रक्षुब्ध झाला आहेस," ते म्हणाले. त्यांचा आवाज घोगरा आणि गंभीर वाटत होता. त्यात नेहमीचं स्त्रीसुलभ मार्दव नव्हतं.

"शांत हो. आता मी तुला जे सांगणार आहे, ते फक्त संकटकाळी माझ्याकडे आलेल्या लोकांनाच माहिती आहे. मी आता तुझं भविष्य बदलणार आहे. जगात

इतर कोणीही हे करून दाखवण्याचा दावा करू शकणार नाही हे मी छातीठोकपणे सांगू शकतो. तुझं विधिलिखित नव्यानं लिहून घेणं सोपं काम नाही. या अनुभवासाठी तुला मनाची तयारी करावी लागेल.''

त्यांच्या अंगरख्यातून त्यांनी एक कागद बाहेर काढला. त्यावरची आकृती बघून ती कुंडली आहे हे मला कळलं.

''मी तुझी कुंडली सखोल अभ्यासली आहे. सगळे ग्रह त्यांच्या बलस्थानी आहेत – ते असं भविष्य वर्तवतात की, तुझ्या मेहनतीमुळे तुला उदंड यश, कीर्ती मिळेल; पण ते तुला आनंदापासून वंचित ठेवतील. तू नेहमी तडफदार राहशील; पण कधीच समाधानी होणार नाहीस – आणि आज तू जिथे आहेस, तिथे नियतीनं तुझं स्वप्न तुझ्या आवाक्यात आणलं आहे; पण ते तुझ्या पकडीत येणार नाही. तुझ्या कुंडलीवर राज्य करणारा मंगळ हुकूमशहासारखा वागतो आहे. मी त्याला त्याची जागा दाखवणार आहे... मी काय म्हणतोय ते तुला कळणार नाही; पण त्याचा अर्थ काय ते तुला दिसेल. मी तुझ्या ग्रहांची स्थानं बदलणार आहे... त्यामुळे तुला नवीन भविष्य मिळणार आहे – पुनर्जन्म. मात्र, तू माझ्यामागून शून्यात यायला तयार असलास तरच!''

''त्या - त्यात काही धोका आहे का?'' मी पार भंजाळून गेलो होतो.

''परमसुखाचं आयुष्य कष्टसाध्य नसेल तर त्याला काय अर्थ आहे?'' ते हसले.

शेकोटीतल्या विझणाऱ्या निखाऱ्यांजवळ ते जमिनीवर बसले. मी त्यांच्या शेजारी बसलो.

''डोळे मिटून दीर्घ श्वास घे,'' ते म्हणाले आणि एक लांबलचक, क्लिष्ट संस्कृत स्तोत्र म्हणू लागले. आता त्यांचा आवाज खर्जात होता.

''आता हे तुझ्या तळहातांनी दूर कर,'' धुमसणाऱ्या निखाऱ्यांकडे निर्देश करत ते म्हणाले. मी माझे हात त्या राखेत खुपसले. प्रचंड धगीनं ते होरपळले. एरवी मी झटकन हात मागे घेतले असते; पण कशानेतरी माझे हात तिथे पकडून ठेवले होते. अखेर ती राख दूर केल्यावर तिथे एक दगडाची गोल शिळा दिसली.

आचार्यांचे हातवारे बघून, ती शिळा आम्हाला हलवायची आहे हे मला कळलं. ती हळूहळू सरकली आणि त्याखाली एक भगदाड दिसलं. मी त्यात बघत असताना पुन्हा आचार्यांचा आवाज आला, ''ये – माझ्यावर विश्वास असेल तर.''

ते आत जाऊन दिसेनासे झाले. मी त्यांच्यामागून धडपडत गेलो; पण आतल्या अंधारानं

मला जणू ठोसा मारला. मी त्या भुयारामध्ये चाचपडत जात असताना भुयाराचं तोंड बंद झालं. माझे पाय खालच्या दगडांवर पकड घ्यायचा प्रयत्न करत होते आणि हात आजूबाजूला चाचपडत होते. ते भुयार इतकं चिंचोळं होतं की, माझ्या उच्छ्वासांचा प्रतिध्वनी ऐकू येत होता. तिथे कुजट दुर्गंधी येत होती आणि प्रत्येक वळणागणिक ती तीव्र होत होती; त्यामुळे श्वास घ्यायला अधिकच त्रास होत होता; पण मी नाउमेद झालो नाही. माझं दिशांचं भान पूर्णपणे सुटलं होतं. मी गोलगोल फिरत असण्याची शक्यताही नाकारता येत नाही. जणू ती बंदिस्त जागा मला चहूबाजूंनी घेरू पाहत होती.

अचानक मला जाणवलं की, आचार्यांचा पदरव मला ऐकूच येत नाही. घबराट. आता कुठे जायचं?

आणि त्या शून्यापर्यंत पोहोचायला आणखी किती वेळ तंगडतोड करायची? शून्य? भुयाराच्या अखेरीस खरंच काही नसलं तर? मला परतीचा रस्ता सापडेल का? तेवढी ताकद माझ्यात असेल का? भुयाराच्या तोंडावरचा दगड मला हलवता आला नाही तर? तो तिथे परत ठेवला तरी कोणी? मला या मिट्ट काळोखात कोंडून केदारनाथ निघून तर गेले नसतील? गरम हवेचे झोत मला श्वास घ्यायला मदत करण्याऐवजी गुदमरवून टाकत होते.

'तू ठार करू शकशील स्वतःला?' मला आचार्यांचे शब्द आठवले...

"होय, माझं नशीब बदलण्यासाठी मी ते करेन." मी घरघरत्या गळ्यानं म्हणत हात-पाय नेतील तिकडे जाऊ लागलो. आचार्यांना गाठण्याच्या इराद्यानं मी वेग वाढवण्याचा प्रयत्न केला; पण मी धडपडलो आणि माझं डोकं एका दगडावर आदळलं. एक शिवी हासडून तसाच जात राहिलो. खरंतर मला थांबायचं होतं; पण मी थांबू शकत नव्हतो. या असल्या भयाण प्रसंगातून मी केवळ बेभान झाल्यामुळे तरून जात होतो. ते जरी मला खेचून घेणारं कृष्णविवर असेल तरीही माझी हरकत नाही.

"आता एक खोल श्वास घे... जितका खोल घेता येईल तितका... आणि मी सांगेपर्यंत सोडू नकोस." आचार्य म्हणाले.

'वातावरण'मधील सकाळच्या नित्यविधीत हे आम्ही रोजच करायचो; त्यामुळे बराच वेळ श्वास रोखण्याची मला सवय होती. आचार्य पुढे गेले आणि मला काही कळायच्या आतच एका वळणावर दिसेनासे झाले. मी दीर्घ श्वास घेऊन त्यांच्या मागून गेलो. त्या वळणानंतर मला जे काही दिसलं त्यानं मी जवळजवळ कोलमडलोच. तिथे काहीही नव्हतं, रात्र नाही की दिवस नाही; जमीन, वारा किंवा पाणी नाही;

साधारण एका टेनिस कोर्टएवढी जागा होती; पण कुठल्याही सिनेमाच्या सेटपेक्षाही विचित्र होती. आचार्यांचा कुठेच मागमूस नव्हता.

सगळीकडे तेजस्वी निळा प्रकाश पसरला होता. कित्येक विविधरंगी गोलक अधांतरी लटकत होते. – केशरी, दुधी, लाल, पांढरा, सोनेरी, तपकिरी, पिवळे, राखाडी आणि निळे. ते सगळे कुठल्यातरी अदृश्य शक्तीनं एकमेकांना जोडल्यासारखे वाटत होते. निळा गोलक जाहिरातीचे फुगे असतात, तेवढ्या आकारमानाचा होता – आणि त्यावर पद्मासन घातलेली आचार्यांची किरमिजी रंगाची आकृती होती. त्यांनी हसून मला जवळ येण्याची खूण केली. मला आता श्वास घ्यायला खूपच त्रास होत होता. माझ्या डोळ्यांतली अगतिकता त्यांना दिसत होती.

'ये - माझ्यावर विश्वास असेल तर' – त्यांची नजर सांगत होती. त्यांनी मला पुढे येण्याची खूण केली. मी डोळे मिटून माझ्या पायांना मला शून्यात नेऊ दिलं. मला स्वप्नात तरंगल्याप्रमाणे वाटत होतं, तेवढ्यात मला पायाशी झेपावणाऱ्या पाण्याच्या लाटा जाणवल्या. मी निळ्या गोलकापर्यंत पोहोचलो होतो. आणखी एक पाऊल टाकून मी आचार्यांजवळ उभा होतो. त्या अवकाशातून मी कसा चालू शकलो याचा विचार बाजूला सारत मीही पद्मासन घालून बसलो. त्यांनी माझ्या डोक्यावर हात ठेवला.

''आता श्वास सोड'' ते म्हणाले. मला खूप वेळ पाण्याखाली बुडी मारून वर आल्यासारखं वाटलं.

बाकीचे गोलक हलत होते – काही जवळ, बाकीचे दूर, त्यांच्या वर्तुळात फिरत असताना स्वतःभोवतीही फिरत होते. आमचा निळा गोलकदेखील तशीच हालचाल करत होता. ही काय जागा होती?

''ही खगोलातील ग्रहमाला आहे. सूर्य हा विश्वाच्या केंद्रस्थानी आहे असं विज्ञानानं सिद्ध केलंय. ते खरं आहे; पण ज्योतिषशास्त्र सांगतं की, तुमच्या विश्वाच्या केंद्रस्थानी तुम्ही स्वतः असता... आणि तुम्ही पृथ्वीवर राहत असल्यामुळे पृथ्वी हा तुमच्या विश्वाचा शिरोबिंदू आहे आणि जन्मल्या क्षणापासून इतर ग्रहांचा तुमच्यावर प्रभाव असतो.''

ते खणखणीत आवाजात पठण करू लागले. मी घड्याळाकडे पाहिलं. ४.५१ – माझी जन्मवेळ.

आचार्यांच्या थरथरत्या ओठांतून ध्वनींचे काही आकृतिबंध उमटत होते आणि ते समाधी अवस्थेत जात होते. माझे डोळे जड होऊ लागले. ते टाळण्यासाठी मी मान झटकली आणि माझ्या डोक्यात सगळ्याचं पाणी होतंय असं जाणवलं. ते

स्थिरावण्यासाठी मी डोळे मिटले आणि अचानक एक प्रतिमा माझ्या मनामध्ये चमकून गेली...

मी झटकन डोळे उघडले. आचार्यांचा चेहरा घामाघूम झाला होता. त्यांचं शरीर ताठरलं होतं. प्रत्येक वेळी पापण्यांची उघडझाप केली की, मला माझी प्रतिमा दिसायची; पण आता मी गोवर्धन नव्हतो, तो दुसराच कुणी होतो.

आचार्यांचा आवाज मला बाहेरून वेढत होता आणि अंतरंग विचित्र दृश्यांनी भरत होतं.

'गोवर्धन स्टेजवर – पहिला फिल्मफेअर पुरस्कार स्वीकारताना.'

आचार्यांच्या स्तोत्राची पट्टी आता तारस्वराला पोहोचली होती.

'सतराव्यांदा नकार झेलताना रडायच्या बेताला आलेला गोवर्धन'

एखाद्या अमानवी शक्तीनं झपाटल्याप्रमाणे आचार्यांना आता धक्के बसत होते.

'घरातून पळून जाऊन, मुंबईची गाडी पकडणारा गोवर्धन'...

आचार्यांचा श्वास आता घुसमटत होता, त्यांना धाप लागली होती.

'आई कम्पास बॉक्समध्ये सिनेमाची तिकिटं शोधायचा प्रयत्न करत असताना तिच्यापासून दप्तर लपवणारा गोवर्धन.'...

घुसमट थांबवण्यासाठी आचार्य गळ्यावर दाब देत होते.

'आई-वडील सिनेमा बघण्याचा प्रयत्न करत असताना चित्रपटगृहाच्या अंधारात रडून डोळे सुजवणारा गोवर्धन'...

पाण्यात बुडत असल्यासारखा आचार्यांच्या तोंडून कण्हण्याचा आवाज आला – आणि मग सगळं काही शांत – स्तब्ध!

आता सगळीकडे शांतता होती. मी हलायचा प्रयत्न केला – पण व्यर्थ; डोळेदेखील हलवू शकत नव्हतो. माझ्या हातापायांची पोटाजवळ घडी झाली होती. मला देहमुक्त झाल्यासारखं वाटत होतं – मी श्वसनाच्या पलीकडे गेलो होतो, अवकाशात अधांतरी तरंगत होतो. अचानक एका लांबलचक भुयारात मी ढकलला गेलो. जरा वेळानं तो जोर नाहीसा झाला. मी खोल श्वास घेतला – जणू काही मी प्रथमच श्वास घेत होतो. त्याच क्षणी एक लाल गोलक थांबला, पिवळाही थांबला. त्यांनी त्यांचा मार्ग बदलला आणि जवळ येऊ लागले. त्यांनी एकमेकांना ओलांडून, मागे लाल आणि पिवळ्या रंगांचे अवशेष ठेवत मार्गांची अदलाबदल केली. घड्याळात अजूनही ४.५१ च झाले असतील, अशी माझी खात्री होती – तेवढेच वाजले होते. हे सगळं एका मिनिटात घडलं होतं.

आचार्यांनी मला त्या भुयारातून परत वर आणलं होतं, याचं भान मला कितीतरी

वेळाने आलं. माझ्या डोळ्यांत अजूनही ग्रहांचे मार्ग बदलताना मागे सोडलेले लाल-पिवळे रंगच भरलेले होते.

"तुझ्या वेडासाठी तू स्वतःलाच पणाला लावलंस, म्हणूनच तुझं नशीब बदलताना तू पाहू शकलास. तुझ्या समाधानाच्या आड येणाऱ्या ग्रहांनी मार्ग बदलला आहे आणि आता तुझ्या भविष्याच्या मार्गाची दिशा योग्य झाली आहे. आता तुला तुझ्या स्वप्नाचा पाठलाग करायची गरज नाही – स्वप्नच तुझ्याकडे चालत येईल."

ज्या भूमिकेसाठी माझा जन्म झाला होता, ज्यासाठी मी खून केला होता, ती आता मला मिळणार अशी माझ्या अंतर्मनाची खात्री झाली होती. एव्हाना मी आचार्य केदारनाथांच्या भूमिकेत शिरलो होतो. मी हसलो, तेव्हा मला माहिती होतं की, चेहरा जरी माझा होता तरी भाव त्यांचे होते.

***

'ओमार'च्या नावावर काट मारताना मला माहिती होतं की, माझा चित्रपट आता प्रीतमसारखाच मृतवत आहे. माझ्या भांडवलदारांना ओमारबद्दल कळलं असेलच – आणि हेही की, माझा बहुतेक पैसा प्रीतमला साइन करण्यात खर्च झाला आहे. लवकरच त्यांचे फोन, भेटी सुरू होतील – पुन्हा. आता मला हे सहन होत नव्हतं. भूतकाळातल्या दृश्यांचं भूत पुन्हा मानगुटीवर बसण्याआधी मी या सगळ्याला विराम द्यायचं ठरवलं. मी पिस्तूल उचलून खिशात ठेवलं आणि निघालो. आचार्यांनी सांगितलेलं एक वाक्य आठवलं, 'जेव्हा काही उपाय सापडत नाही, तेव्हा शांतीचा शोध घे.'

'वातावरण'ला पोहोचेपर्यंतचे दोन तास मला दोन युगांसारखे भासले. आतमध्ये नेहमीप्रमाणे शांतता होती; पण शांती नव्हती. कशाचीतरी उणीव जाणवत होती. जरा वेळानं गेटबाहेर एक रॉयल एन्फिल्ड थांबल्याचा आवाज आला. इतिहासाची पुनरावृत्ती होते हे माहिती होतं; पण ते आवर्तन इतकं लहान असेल असं वाटलं नव्हतं. तेवढ्यात एका शिष्यानं आचार्य महिनाभर युरोपच्या दौऱ्यावर गेल्याचं मला सांगितलं. म्हणजे आचार्यांचीच उणीव होती तर! बाहेरच्या गुंडांना हे माहिती नसेल, अशी मला आशा होती. माझी पिस्तुलावरची पकड घट्ट झाली आणि मी दाट झाडीत जाऊ लागलो. आता जास्त वेळ नाही – फक्त एकान्ताचं एक ठिकाण आणि एक दुबळा क्षण.

'या जगात कोणीही असं नाही ज्याला इच्छा दिली आहे; पण ती पूर्ण करण्याची ताकद दिलेली नाही.' आचार्यांची ही शिकवण या क्षणी निरर्थक वाटत होती. मी माझी सगळी इच्छाशक्ती पणाला लावली, तरीही मी ना त्या बाहेरच्या गुंडांना शूट करू शकणार होतो ना फिल्म!

मला थोडा वेळ मिळाला असता, तर माझं वाटोळं कोणी केलं हे मी शोधून काढलं असतं. तो कोणी अंडरवर्ल्डचा असला तर?

पण मला खंडणीसाठी फोन आले नव्हते. हा माणूस गुंड नसेल तर नक्कीच माथेफिरू असला पाहिजे – आणि तसं असेल तर मी त्याला मारण्यासाठी बाहेरच्या गुंडांना पैसे देईन; पण तो आहे तरी कोण? एका सुपरस्टारला मारण्याची हिंमत असणारा? एखादा प्रतिस्पर्धी दिग्दर्शक? पण माझ्या बाबतीत ते शक्य नाही, कारण स्पर्धा यशाशी केली जाते आणि मला यशाची चव चाखून बराच काळ लोटला. चित्रपटसृष्टीच्या तारांगणात माझं स्थान निर्माण करण्यापासून मला रोखू इच्छिणाराच कोणीतरी असला पाहिजे.

कोणी केलं असेल हे आणि का? हा इसम समोरासमोर येऊन त्याला काय हवं, ते सरळ सांगत का नाही? पिस्तूल एका घामेजलेल्या तळव्याकडून दुसऱ्याकडे जा-ये करत होतं. ते उचलून माझ्या डोक्याला लावणं किती सोपं आहे! – पण नाही – त्या नीचाला मी इतक्या सहजासहजी जिंकू देणार नाही.

माझ्या दुर्धर संकटाच्या क्षणी आचार्यांनी मला का दगा द्यावा? आता माझ्याकडे फारसे पर्याय उरले नव्हते. बाहेरच्या त्या गुंडांना आचार्यांचा ठावठिकाणा लागायला फार वेळ लागणार नाही. माझे तळहात आता अधिक घामट होऊ लागले आणि पिस्तूल अधिकाधिक जड.

'मनात खळबळ माजली की ध्यान करा' – आचार्यांची आणखी एक शिकवण आठवली. मी डोळे मिटले आणि संपूर्ण अंधार पसरला – काहीसा चित्रपटगृहातल्यासारखा.

मी एक दीर्घ श्वास घेतला आणि मिटल्या डोळ्यांपुढून चित्रविचित्र चित्रांची मालिका सरकू लागली – एक भलंमोठं पोस्टर - एक रेकॉर्डिंग रूम - एक शूटिंग लोकेशन - पिस्तूल उचलण्याचं धैर्य गोळा करण्यापूर्वीचे वेडेपणाचे अखेरचे क्षण.

कुठलं पोस्टर होतं ते? कसलं रेकॉर्डिंग? आणि शूटिंग? – मी चित्रमालिका उलटी फिरवून परत बघण्याचा प्रयत्न केला. सगळे आवाज एकमेकांत मिसळले होते; पण दृश्यं मात्र HD असल्यासारखी स्पष्ट होती.

तो रेकॉर्डिंग स्टुडिओ मी कधी पाहिलेला नव्हता. पूर्वी पाहिलेल्या कुठल्याच स्टुडिओशी त्याचं साधर्म्य नव्हतं – निदान मला तरी आठवत नव्हतं.

त्या पोस्टरमध्ये दिव्य तेजोवलय असलेली, किरमिजी रंगाची कफनी घातलेली एक व्यक्ती होती.

शूटिंग लोकेशन – ते मला माहिती होतं, कारण ते जणू मी जिमी जिबवरून

- मोक्याच्या जागेवरून पाहत होतो – भरपूर झाडी, बांबू, निवडुंग, कमळाचं तळंदेखील. 'वातावरण'! मला माहिती होतं. एखाद्या शहाण्या माणसाचं मन भरकटतं, तेव्हा काय होतं याची मला जाणीव होती. पूर्ण वेड लागण्याआधी त्याला ज्या ज्या गोष्टींची लालसा असते, त्या त्या गोष्टी मन त्याला दाखवतं.

तेवढ्यात अचानक मला एक चेहरा दिसला – गोवर्धनचा! सगळं सोडून त्याचा चेहरा का? ज्यानं स्वतः गायब होऊन, मला कड्याच्या टोकाशी आणून उभं केलं होतं.

कोणीतरी जणू मला थोबाडीत मारून, एका सुंदर स्वप्नातून जागं केलं. मी डोळे उघडले. मी संभ्रमातच होतो, कारण मिटल्या डोळ्यांपुढे दिसणारं दृश्य आताही दिसत होतं – फक्त मला कमळाच्या तळ्याच्या पलीकडे एक दाढीधारी आकृती झाडीत लपलेली दिसत होती. कदाचित तो गुंडांपैकी एकजण असावा. मी पिस्तूल घट्ट धरून बांबूच्या बेटामागे लपलो. तो कोण आहे ते ओळखायचा मी खूप प्रयत्न केला; पण मला सगळे दाढीवाले जवळपास सारखेच दिसतात. मी घाबरलो होतो, बेचैन होतो इतकंच! गोवर्धनच्या चेहऱ्यानं माझं लक्ष स्वतःवर गोळी झाडण्यापासून विचलित केलं होतं. माझी एखादी शेवटची इच्छा असलीच तर ती म्हणजे गोवर्धनशी समोरासमोर भेट होण्याची, जिथे मी त्याला गोळी घालून स्वतःला आनंदानं त्या गुंडांच्या हवाली करेन.

होय, अखेर मी ठार वेडा झालो होतो – अत्यंत अतर्क्य गोष्टी मला पटू लागल्या होत्या. मी माझ्या लपण्याच्या जागेवरून बाहेर येऊन तळ्याकडे चाललो होतो, याची मला जाणीव झाली. सगळे दाढीवाले सारखे दिसत नाहीत. हा चेहरा गोवर्धनसारखा होता. गोवर्धन! मी अवाक होऊन पाहत राहिलो. त्याला पाहिलं आणि शहाणपणाचा उरलेला थोडाफार अंशही नाहीसा झाला. अंतर्मनानं दिलेल्या एकाच आज्ञेचं पालन करण्याची क्षमता माझ्या ठायी शिल्लक होती – ती म्हणजे नेम धरून त्याच्यावर गोळी झाडणं. मी चाप ओढला, एक मोठा आवाज – दुसऱ्याच क्षणी तो जंगलाच्या दिशेनं पळू लागला.

वळणावळणाच्या, एकमेकांना छेद देणाऱ्या चिंचोळ्या पायवाटांवरून त्याचा पाठलाग करताना मी दगड, गवत आणि खडीवरून अडखळत होतो. तो मात्र परिसर चांगला ठाऊक असल्याप्रमाणे, खडक, झुडपं आणि बाकदेखील ओलांडत सराईतपणे पळत होता.

हे जर खरंच घडत असेल, तर मी त्याला सुटू देणार नव्हतो. तो जास्त चांगला

धावपटू असल्यामुळे तो दूर जात होता, मला त्याला जाऊ द्यायचं नव्हतं. इथवर पोहोचल्यावर नक्कीच नाही. माझ्या आयुष्याचं मातेरं करणाऱ्या माणसाला प्रायश्चित्त घ्यायलाच हवं. आता बंदूक वापरण्याशिवाय त्यानं माझ्याकडे पर्याय ठेवला नव्हता.

पण मी खरंच त्याला पाहिलं होतं का? संतापाच्या भरात अशा चुका सहज होऊ शकतात. तेवढ्यात माझ्याकडे पाहण्यासाठी तो मागे वळला आणि पुढच्याच क्षणी अडखळून पडला. होय, तोच होता - माझ्यासमोर पडलेला. मी सहेतूक पावलं टाकत त्याच्याकडे जात असताना माझं सगळं आयुष्य माझ्याभोवती फेर धरून नाचू लागलं - जे आयुष्य मी गमावलं होतं - आणि आता वर्तुळ पूर्ण करून, ज्यानं मला होत्याचं नव्हतं केलं, त्याचा सूड घेण्याची संधी नियतीनं दिली होती.

गोवर्धनच्या चेहऱ्यावर कमालीचे चकित भाव होते – जणू काही त्याच्या नशिबानं त्याला चकवलं होतं. तो काहीतरी सांगायला तोंड उघडत होता; पण मी त्याला समर्थनाची कुठलीही संधी देणार नव्हतो. मी बंदूक त्याच्यावर रोखली आणि – तेवढ्यात माझ्या मनात काहीतरी चमकलं. जणू काही आतापर्यंत न सुचलेल्या एका पर्यायानं एक वेगळाच आयाम खुला केला. मी त्याच्या जवळ जाऊन पिस्तूल त्याच्या डोक्याला लावलं. ज्या माणसानं मला या गर्तेत ढकललं, तोच आता मला त्यातून बाहेर काढणार होता.

अत्यंत थंड, निर्विकार आवाजात मी म्हटलं, "तुला एक भूमिका करावीच लागेल – ती शापित आहे असं सगळ्यांचं मत आहे – तू मरण्याचीही शक्यता आहे – कदाचित मरणारही नाहीस – पण परिणाम काहीही असो; तुला ती आचार्यांची भूमिका करावीच लागेल.''

गोवर्धननं हसून आकाशाकडे पाहिलं – एका रात्रीत नशीब बदललेल्या नटाप्रमाणे!

"**सं**गीतात सातच स्वर का असतात?" मी निरागसपणे विचारलं होतं.

"कारण, बाळा कस्तुरी, इंद्रधनुष्यात सातच रंग असतात." माझ्या गुरू शैलजाताई पंडित यांनी उत्तर दिलं होतं.

माझ्यासारख्या सात वर्षांच्या मुलीलासुद्धा हे पटण्यासारखं उत्तर नव्हतं. तरीही सांगीतिकदृष्ट्या ते इतकं चपखल वाटलं की, शास्त्रीय सत्य जाणून घेण्याची मला गरज वाटली नाही. तेव्हापासून संगीत हा माझ्यासाठी नेहमीच एक दृश्य अनुभव ठरत आला आहे.

माझ्या गुरूंनी हे उत्तर दिल्याला आता साठ वर्षं लोटली; पण त्या उत्तरानं मला आयुष्यभर एक दृष्टी दिली. अजूनही मला संगीत तजेलदार रंगांत दिसतं. माझ्या दृष्टीने 'सा रे ग म प ध नी ' हे सात स्वर 'ता ना पि हि नि पा जा' या रंगांपासून भिन्न नाहीत.

मात्र, माझा संगीत प्रवास रंगतदार झाला असं म्हणता येणार नाही – निदान काल मी ज्या अनुभवातून गेले, त्यानंतर तर नक्कीच नाही – आणि आज मी त्याचा तितकाच गंभीर परिणाम बघत होते. सवाई गंधर्व संगीत महोत्सवाकडे एक सन्माननीय, वंदनीय उत्सव म्हणून पाहिलं जातं; पण या वर्षी मात्र तो नको त्या कारणांमुळे संस्मरणीय ठरेल.

खुल्या मैदानावर थंडीपासून बचाव करण्यासाठी रसिक श्रोते स्वेटर्स, हातमोजे घालून वाफाळत्या चहा-कॉफीचे कागदी पेले घेऊन बसलेले होते आणि त्यातले बहुतेकजण कार्यक्रम सुरू होण्याच्या सुमारे दोन तास आधीच येऊन, भरून वाहणाऱ्या गर्दीसाठी बाहेर ठेवलेल्या खुर्च्या किंवा खाली घातलेल्या सतरंजीवर जागा धरून

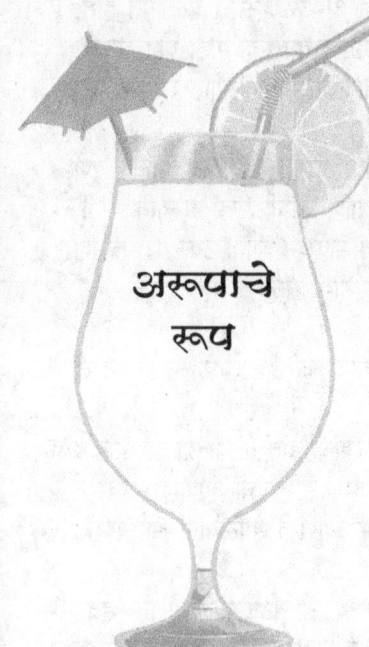

अरूपाचे रूप

बसले होते.

मी एक निवांत कोपरा धरला होता जिथून मला प्रवेशद्वार, स्वरमंच आणि मंचामागची धावपळ दिसत होती.

ही माझी मोक्याची जागा जरा विचित्र होती. मी वर्षानुवर्षं या महोत्सवाच्या रसिक श्रोत्यांकडे मंचावरून पाहिलेलं मला आठवत होतं. मी चेहरा शालीनं झाकून घेतला होता, तरी प्रेक्षकांतले काहीजण शेजारून जाताना, परत वळून माझ्याकडे 'अरेच्चा! या कस्तुरीताई पाटणकर तर नाहीत?' अशा संभ्रमित नजरेनं पाहत होते. मी सध्या प्रसिद्धीच्या झोतात नसले तरी लोकांना अजून माझं विस्मरण झालं नव्हतं.

सूर्य ढळला, संधिप्रकाश पसरला. महोत्सवाच्या अखेरच्या संध्येचा प्रारंभ पंडित वज्रसेन यांच्या गायनानं होणार होता. त्यांचं स्वरमंचावर आगमन होताच सगळ्या गर्दीनं उभं राहून टाळ्या आणि अश्रूंनी त्यांना मानवंदना दिली. सलग सत्तर वर्षं या स्वरमंचाची सेवा केल्यावर ढासळत्या प्रकृतीमुळे आज ते अखेरची स्वरपूजा बांधणार होते.

ते बसले आणि त्यांचा तो खास तांब्याचा पाण्याचा गडवा शेजारी ठेवला. साथीला असणाऱ्या संगीतकारांनी यथावकाश तबले, तानपुरे जुळवले. ध्वनिव्यवस्था सांभाळणारे ध्वनिक्षेपकांची जुळवाजुळव करायला अंमळ जास्तच वेळ घेत होते. अखेर वैतागलेल्या पंडित वज्रसेनांनी तांब्याच्या गडव्यातून एक मोठा घोट घेऊन, वय झालेल्या; पण तरीही कमावलेल्या भरदार आवाजात वातावरणात रंग भरायला सुरुवात केली.

'भीमपलास' – श्रोत्यांतले जाणकार एकमुखानं उद्गारले. पहिला आलाप पूर्ण होण्याआधीच पंडित वज्रसेन अचानक थांबले आणि त्यांनी पुन्हा सुरुवात केली. तबलजी विवेक घाटपांडे जरा गोंधळले; पण लगेच सावरून त्यांनी ठेका धरला; पण पुनःपुन्हा तेच घडत राहिलं – श्रोत्यांची बसल्या जागी चुळबुळ सुरू झाली.

हे जरा अतिच होतं. एरवी पंडितजी गात असताना श्रोत्यांचा श्वासोच्छ्वासदेखील लयीत चालायचा.

त्यांनी पुन्हा एकदा प्रयत्न केला. घाईघाईनं त्यांचा हात तांब्याच्या गडव्याकडे गेला, पुन्हा एक घोट, पुन्हा एक प्रयत्न आणि जसजसा त्यांचा आवाज सुरांवरून चाचपडत फिरू लागला तसे ते उठले. - शांतता - आणि ते सगळ्यांना आश्चर्याचा धक्का देत, मंचावरून चालते झाले.

त्यांचा तऱ्हेवाईकपणा सर्वश्रुत होता; पण आजवर तो या टोकाला गेला नव्हता.

हा घोळ निस्तरायला संयोजकांना जरा वेळ लागला. त्यांनी पंडितजींच्या

मधूनच निघून जाण्यासाठी त्यांच्या तब्येतीचं कारण पुढे केलं. मात्र, या महान कलाकाराच्या काही 'तसल्या' सवयींबद्दल श्रोत्यांमध्ये कुजबुज होणं अपरिहार्य होतं. त्या तांब्याच्या गडव्यात एका दुसऱ्या बाटलीतील पेय जरा जास्तच प्रमाणात ओतलं गेल्याबद्दल नापसंतीदर्शक शेरेही मारले जाणारच.

उद्याच्या वर्तमानपत्रात वाचकांची पत्रं प्रसिद्ध होणार – 'असला विक्षिप्तपणा म्हणजे मोठ्या कलाकारांची आभूषणे मानली जातात; पण त्यांच्या नावलौकिकाला शोभतील अशीच आभूषणे त्यांनी निवडून परिधान केली पाहिजेत.'

'त्यांच्या गायनप्रस्तुतीच्या बाबतीत घडलेला इतका गंभीर प्रसंग सहजासहजी विसरला जाणार नाही. बेहोशीमुळे तुमचा आवाज मोकळा होतो आणि तुमच्या विवेकालाही पंख फुटतात.'

यापुढे पंडित वज्रसेनांच्या उल्लेखाबरोबर हा 'चविष्ट' प्रसंग चघळला जाणारच. इतक्या प्रतिष्ठित महोत्सवाची अशी दारुण सुरुवात पुढील पडझडीची अशुभ सूचना देणारी ठरली.

यानंतर फजिती झाली ती वेदराज – या जेमतेम विशीतल्या नवोदित व्हायोलिनवादकाची. मी एकदा त्याची, अतिशयोक्ती वाटेल इतकी प्रशंसा केली होती. 'माझ्या डोळ्यांपुढे वेदराज प्रकाशाच्या झोतात शास्त्रीय संगीतातील सर्वोच्च बहुमान - स्वरगंधर्व - स्वीकारताना टाळ्यांच्या वर्षावात न्हाऊन निघताना दिसतो आहे' हे माझं एक स्वप्न जाहीररीत्या बोलून दाखवलं, तेव्हा माझ्या या विधानाची भरपूर चेष्टा झाली होती.

पण त्याच्यात खरोखरच कमालीचे कलागुण आहेत, हे यथावकाश समीक्षकांनीदेखील मान्य केलं. आज या खुल्या सभागृहात पंधरा हजार प्रेक्षकांसमोर कला सादर करणं म्हणजे त्याच्या कसोटीचा दिवस होता.

इतक्या गुणी आणि आश्वासक कलाकाराबद्दल मानहानीकारक शब्द लिहिणं हे अत्यंत वेदनादायी असतं. वेदराजनं धीम्या लयीत दुर्गा रागाचा धीरगंभीर विस्तार करायला प्रारंभ केला – ठाम आत्मविश्वासानं –

पण तो फार काळ टिकला नाही. त्याच्यासाठी अत्यंत महत्त्वाच्या असणाऱ्या त्या मंचावरून सादरीकरण करण्याच्या दबावानं तो जरा डगमगला. त्याच्या वाजवण्याच्या पट्टीत काहीतरी गडबड होत होती; त्यामुळे तो रागविस्तार करताना ना वर जाऊ शकत होता ना खाली. पं. वज्रसेन जसे तान अर्धीच सोडून थांबले, तसाच तोही वादन करताना मध्येच थांबला. स्तंभित होऊन, आपल्या व्हायोलीननं दगा दिल्याप्रमाणे तो त्याकडे बघत राहिला. त्याला वादन तसंच पुढे चालू ठेवण्याचंही धाडस होत नव्हतं आणि स्टेजवरून निघून जाण्याचंही!

त्यानंतर पसरलेली शांतता हजार सुया टोचल्यासारखी असह्य होती. हा जर एखादा रॉक शो असता, तर प्रेक्षकांनी स्टेज अगदी जाळलं नसतं तरी स्टेजची नक्कीच मोडतोड केली असती. त्या परिस्थितीत स्टेजवर मोडून न पडण्यासाठी कमालीचा खंबीरपणा असला पाहिजे. वेदराजचं हे अपयश प्रेक्षकांच्या दीर्घ काळ स्मरणात राहणं स्वाभाविक होतं, कारण त्या महोत्सवातला तो सर्वांत तरुण कलाकार होता.

पण दुर्घटनांच्या मालिकेतील हा काही अखेरचा प्रसंग नव्हता. संगीतरचनाकारांची आजची पिढीदेखील ज्यांच्या, शास्त्रीय संगीताच्या चौकटीत राहून केलेल्या अनोख्या प्रयोगांमुळे प्रभावित होती, असे एकेकाळचे महान संगीतरचनाकार आणि गायक उस्ताद जफर अली मुहम्मद राग बागेश्री सादर करणार होते.

स्वेच्छेने स्वीकारलेल्या चौदा वर्षांच्या प्रदीर्घ अज्ञातवासानंतर आज ते हा दिव्य राग गाणार होते. स्वरमंडलाच्या तारा छेडत त्यांनी खोल श्वास घेतला आणि त्यांच्या कंठातून स्वर्गीय आवाज उमटला. काळानं त्यांच्या आवाजावर यत्किंचितही गंज चढवला नव्हता किंवा आवाजातलं माधुर्यही कमी केलं नव्हतं. गाता गाता त्यांनी अचानक स्वरमंडल बाजूला ठेवलं आणि टप्पा गाऊ लागले. स्वर जणू त्यांच्यासमोर नृत्य करत असावेत असे ते हातवारे करत होते.

मंत्रमुग्ध करणाऱ्या आवाजात स्वरांच्या लालित्यपूर्ण हरकती करण्याच्या त्यांच्या अनुपम शैलीनं श्रोते भारावून जात असतानाच, अचानक त्यांची चलबिचल झालेली सर्वांनाच जाणवली. ते तारसप्तकातील परमोच्च उत्कर्षबिंदूच्या फक्त एक स्वर अलीकडे होते. आणखी एकच स्वर - की, मग कळसाला स्पर्श करून संगीतातल्या जादुगाराप्रमाणे अवरोही तानेनं खाली येणार तोच - त्यांचा आवाज फाटला.

त्यांनी सावरायचा प्रयत्न केला; पण व्यर्थ! त्या गारुडाची मोहिनी भंगली होती आणि त्यांच्यापाठोपाठ सुरांच्या त्या उंच कड्यावर गेलेले श्रोतेही खाली कोसळत होते. त्यांची एक मात्रा चुकली आणि एक पट्टी खाली येऊन अखेर ते गुणगुणू लागले, तेव्हा तर श्रोत्यांना प्रचंड धक्का बसला.

तीच तशीच भयाण शांतता - काही अपेक्षेचे क्षण, पण कोणाला काही कळण्याच्या आतच ते उठून, अभिवादन करून मंचावरून निघूनही गेले होते. त्यानंतरच्या टाळ्या दाद देण्यापेक्षा आदरापोटी वाजवलेल्या होत्या. त्यांच्या आवाजानं सर्वांची पकड घेतली होती; पण कळसाला पोहोचतानाच रसभंग झाला होता. संपूर्ण जग कोलमडत असताना माणूस एकवेळ बघू शकतो; पण दिव्य सिंहासनावर

विराजमान असलेल्या आपल्या दैवताला तिथून कोसळताना नाही पाहू शकत. माझ्यासाठी उस्ताद जफर अली हे संगीतातील जितंजागतं दैवत होतं. साक्षात देवतांच्या बाबतीतही जादू फसू शकते याचा मला आज साक्षात्कार झाला.

सवाई गंधर्व महोत्सवाचा हा सांगतेचा दिवस शापित वाटत होता. ही माझी अंधश्रद्धा वाटली तरी हरकत नाही – साठीतल्या एका देवभीरु स्त्रीच्या अंधश्रद्धेचा उपहास होणार नाही.

प्रथम पं. वज्रसेन श्रोत्यांना अस्वस्थ करून निघून गेले. मग वेदराज मंचावर आला – आपल्यापुढे काय वाढून ठेवलं आहे याची काही कल्पना त्याला नसावी. मग महोत्सवाची सांगता करण्यासाठी उस्ताद जफर अलींचं आगमन झाल्यावर स्वरमंच शोभायमान झाला - पण थोड्याच वेळात त्यांच्या मूक होऊन सोडून जाण्यामुळे तो ओकाबोका झाला. ज्या महोत्सवाच्या सांगतेचा दिवस म्हणजे संपूर्ण महोत्सवाचा कळसाध्याय ठरतो, त्या एकाच दिवसात तीन कलाकारांचं अपयश हा एक विलक्षण हादरा होता. लहान असतानासुद्धा दिग्गज कलाकारांचं गायन-वादन ऐकण्यासाठी मी रात्रभर जागायची हे मला आजही स्पष्ट आठवतं. बऱ्याच काळानंतर मी इथे कलाकार म्हणून हजेरी लावताना समारंभाची अखेर समोरच्या प्रत्येक रसिकासाठी संस्मरणीय व्हावी म्हणून खूप मेहनत घ्यायची.

या वर्षी सवाई गंधर्व महोत्सव एक दुःस्वप्न ठरला होता – अगदी फार जवळचा संबंध नसलेल्यांसाठीही - आणि सर्वांना एकच प्रश्न छळत राहील - 'संगीत क्षेत्रातल्या दिग्गजांवर अशी नामुष्की कशी काय ओढवली?'

दृष्टिकोन लगेच कसे बदलतात आणि कलाकारांना त्यांच्या कलेशी सुतराम संबंध नसलेल्या निकषांवर कसं तोललं जातं हे मोठं अजब आहे.

मी एकोणीस वर्षांची असल्यापासून इथे गाण्यासाठी मला सन्मानपूर्वक आमंत्रित केलं जायचं. सुमारे सहा वर्षांपूर्वी जाहीर मैफलींवर मी बहिष्कार टाकेपर्यंत हे सत्र चालू होतं. अर्थात, गाण्याला मी नकार देण्याचा संबंध माझ्या वयाशी किंवा आवाजाशी नव्हता, तर शास्त्रीय संगीताच्या राष्ट्रीय परिषदेत मी केलेल्या भाषणाशी होता. चर्चेचा विषय होता – 'हिंदुस्थानी शास्त्रीय संगीताचे भवितव्य काय?'

संपूर्ण देशातील मान्यवर शास्त्रीय गायक - वादकांची त्या कल्चरल कौन्सिल हॉलमध्ये मांदियाळी जमली होती. काही गायक – आपल्या शाश्वत आणि अमर सांगीतिक वारशाबद्दल – म्हणजे विषयाच्या काठाकाठानं बोलले; काहीजण दांभिकपणे केवळ स्वतःबद्दलच बोलले; तर इतर काहींनी या दिव्य कलेबद्दलचा आपला आदर आणि उत्कट प्रेम व्यक्त केलं. मात्र, प्रत्येकानं शेवट करताना आवर्जून सांगितलं की, आपण एका समृद्ध परंपरेचे वारसदार असल्याचा आपल्याला प्रचंड अभिमान

आहे आणि काळजीचं तसं काही कारण नाही.

शेवटी मी बोलायला उभी राहिले. माझा स्पष्टवक्तेपणा आणि त्यांच्या मतांबद्दलच्या माझ्या परखड प्रतिक्रिया यामुळे माझ्या सहकलाकारांना माझं जरा वावडं होतं याची मला कल्पना होती; त्यामुळे मला इथे कोणी समर्थक मिळण्याची - विशेषतः ज्या पायावर ते निवांत होते, त्या पायालाच जेव्हा मी सुरुंग लावणार होते, तेव्हा - मुळीच शक्यता नव्हती. माझ्या भाषणातला शब्दन्‌शब्द माझ्या स्मरणात आहे, कारण मी जे काही बोलले ते, काहीही झालं तरी माझ्या अस्तित्वाचं एकमेव कारण आहे.

"माझ्या मते, ज्या कशाला साचलेपण येतं, त्याला लवकरच दुर्गंधी येते - आणि काही काळानंतर ते मृत होतं. आपल्या समृद्ध वारशाचंही तेच होणार आहे. (सभा अभिमानाच्या धुंदीतून विजेचा झटका बसल्यासारखी खडबडून जागी झाली.)

"एके काळी हिंदुस्थानी संगीत ज्या अत्युच्च पदाला पोहोचलं होतं ती उंची आता गाठणं फार कठीण आहे. शतकानुशतकं थोर संगीतज्ञांनी ते स्थान कायम ठेवण्यासाठी खूप मेहनत घेतली आणि आता टीव्हीवरच्या संगीतविषयक 'रिॲलिटी शोज'मुळे, गुरुजन परीक्षकांच्या भूमिकेत शिरल्यामुळे त्याला उतरती कळा लागली आहे."

कुजबुज, खोकले आणि पाय घासण्याचा संमिश्र गोंगाट झाला. माझ्या विरोधात एक आवाज उठला – पं. वज्रसेनांचा!

"काय वाईट आहे रिॲलिटी शोजमध्ये? प्रसारमाध्यमांतून आपलं संगीत लोकप्रिय झालं, तर आपोआपच जागरूकता वाढेल - त्यातून एखादा तानसेन निर्माण होण्याची शक्यताही नाकारता येत नाही. स्मितहास्य करत ते खाली बसले. टाळ्यांचा कडकडाट झाला.

पण मी एवढ्यानं नामोहरम होणार नव्हते. कोरडे ओढणारं माझं भाषण मी पुन्हा सुरू केलं, "तानसेनचं नावच घेऊ नका. त्याच्या अंगी दीप राग गाऊन दिवे उजळण्याची ताकद होती, त्याच्या नखाचीही सर आपल्याला नाही. नाही, ती वदंता नव्हती - ती त्याच्या गाण्याची जादू होती. त्यानं मेघ मल्हार गायल्याबरोबर मेघ बरसू लागले. हा चमत्कार तो घडवू शकला, कारण त्यानं चाकोरीबाहेर जाण्याचं धाडस केलं. आता आपण पाऊस पडला की, मग मेघ मल्हार गातो. म्हणून, आपलं संगीत प्रभाव पाडू शकत नाही, कारण चौकटीबाहेर जायची आपली हिंमत नाही. आपल्यापैकी कधी कोणी संगीतात काहीतरी नवीन करून दाखवलंय?"

"मग आम्ही काय करतो आहोत असं तुम्हाला वाटतं? आमच्या पूज्य गुरूंनी जे शिकवलं, ते आम्ही अधिक समृद्ध करत नाही का? मूळ रचना जतन करण्यासाठी

आम्ही घाम गाळत नाही का?'' प्रमिला अत्रेनं आव्हान दिलं?

"जतन आणि सृजन हे दोन भिन्न पैलू आहेत. जर जतन करताना तुम्ही घाम गाळताय, तर सृजनाला तुमचा श्वास हवाय. आपली परंपरा राखण्यातच आपण संतुष्ट आहोत; पण 'सृजन' ही आज काळाची गरज आहे. आपण जरा वेगळ्या वाटा चोखाळायला हव्यात, कुठेतरी पोहोचण्याच्या हेतूनं नव्हे, तर नवनवीन शोध घेण्याच्या तळमळीनं!'' मी आग्रहानं प्रतिपादन केलं.

"पण आपल्यापैकी कितीतरीजण संगीत विद्यालयं चालवत आहेत, नवी पिढी घडवताना त्यांना आपल्या समृद्ध परंपरेची जाणीव करून देत आहेत.'' जोगी हंसराजांनी समर्थन केलं.

"तुम्ही चुकीचे प्रश्न हाताळताय.'' मी आवाज चढवला. "त्यांना नवीन रचना करायला उद्युक्त करायला पाहिजे. तुमच्यापैकी कोणी ते करताय का?''

हे सगळे विद्वान, संगीताला वाहून घेतलेले कलाकार होते. संगीत हे त्यांचं आराध्य दैवत होतं. त्यांनी आध्यात्मिक पातळीवर सुरुवात केली होती; पण नंतर केवळ कर्मकांडाचे पुरस्कर्ते बनले.

मी पुन्हा म्हटलं, "वाटाड्या बनून, मळलेल्या वाटांवरून इतरांना घेऊन जाणं म्हणजे संगीत नव्हे, तर काहीतरी नवीन, अनोखं शोधण्याचं स्वप्न उराशी बाळगून अज्ञाताच्या प्रवासाला निघणं ही खरी संगीतसाधना! आज इथे उपस्थित असलेल्यांपैकी कोणीही प्रत्यक्ष सृजनप्रक्रियेला शरण जायला तयार नाही हे धाडसी विधान मी करते आहे. कित्येक शतकांपूर्वी शोध लागलेल्या एकाच चक्राच्या विविध रूपांशी तुम्ही खेळत बसला आहात.''

"तुम्ही आम्हाला सर्कशीतले विदूषक म्हणताय का?'' पं. वज्रसेनांनी विचारलं.

"नाही. मी असं म्हणते आहे की, आपण सृजन या संकल्पनेचा प्रसार केला पाहिजे.''

"तुम्ही नुसता उपदेश करणं बंद करून, स्वतःच का नाही हे करत?''

माफक टाळ्यांबरोबर सहमतीचा सूर उमटला. मी हसून थेट पं. वज्रसेनांच्या नजरेला नजर देत म्हटलं, "माझ्या मनात अगदी तेच आहे. आता मी तुमच्याप्रमाणे केवळ एक रंगमंचीय कलाकार म्हणून आयुष्य व्यतीत न करता काहीतरी निर्मिती करण्यासाठी ते खर्ची घालणार आहे. त्याच त्या श्रोत्यांसमोर तेच ते राग गात बसण्याऐवजी आपण विविध भावना, भावावस्था व्यक्त करण्यासाठी नवनवीन रचना का करत नाही?''

"मग तुम्ही जाऊन, जॅझ का वाजवत नाही?'' प्रमिला अत्रेनं टोमणा मारला.

''या परिषदेचं रूपांतर संसदेच्या सत्रात होऊ लागलंय.'' जोगी हंसराजनी शेरा मारला.

''मला थोडं पाणी हवंय; घसा पार कोरडा पडलाय.'' पं वज्रसेन म्हणाले.

''तुम्ही तुमच्या कल्पनाशक्तीलाही जरासं पाणी का घालत नाही?'' मी प्रत्युत्तर दिलं.

''आम्ही असल्या दर्पोक्ती ऐकायला इथे आलेलो नाही.'' पं वज्रसेन उठून तावातावानं बाहेर जाऊ लागले.

प्रमिला अत्रे आणि जोगी हंसराज यांनीही पाठिंबा देत त्यांचं अनुकरण केलं.

''माझं बोलणं अजून संपलेलं नाही.'' मी चिकाटी सोडली नाही.

दारापाशी गेलेले वज्रसेन वळले.

माझा आवाज सभागृहात घुमला. ''संगीतक्षेत्रात एक नवीन पायंडा पडेल, एक नवीन दालन उघडेल अशी नवनिर्मिती करण्याचं सृजनशील आव्हान मी स्वीकारते आहे.''

''कोणीही काय नवीन निर्माण करू शकणार आहे? सात स्वरांचा शोध तर केव्हाच लागला आहे.'' वज्रसेन कुचेष्टेनं हसत दरवाजा धाडकन बंद करून, निघून गेले. बाकी सगळेही खुर्च्यांवरून उठले. परिषदेची सांगता कडवटपणानं झाली.

''माझा शब्द पूर्ण करेपर्यंत मी कधीही, कुठेही गाणार नाही. हे केवळ विधान नाही; प्रतिज्ञा आहे.'' मी शपथ घेतली; पण दुर्दैवानं ती ऐकायला होत्या फक्त रिकाम्या खुर्च्या.

***

'कोणीही काय नवीन निर्माण करू शकणार आहे? सात स्वरांचा शोध तर केव्हाच लागला आहे.' वज्रसेनांचे हे शब्द - पुढची सहा वर्षं - माझ्या डोक्यात घुमत राहणार होते.

'सगळे राग केवळ या सात सुरांच्या आधारानेच बनले आहेत.' मी त्यांना उत्तर देऊ शकले असते; पण माझ्या गुरू शैलजाताई पंडित म्हणायच्या, 'एखादी सामर्थ्यशाली कल्पना धिक्कारणं हे दुर्बल माणसाचं लक्षण आहे आणि तो धिक्कार हसतमुखानं पचवणं हे धीरोदात्त व्यक्तीचं!'

सहा वर्षं हा खूप मोठा काळ होता; पण तरीही माझ्या मनातलं काहीही पुसलं गेलं नव्हतं. मला अजूनही आठवतं – मी माझ्या बागेतल्या लॉनवर फिरत होते. वातावरण शांत-निवांत होतं – पण माझं मन मात्र तसं नव्हतं आणि मी जेव्हा काहीतरी निर्माण करेन – एखादा नवीन राग – तेव्हाच ते शांत होईल.

'कशासाठी ही उठाठेव?' माझ्या मनानंच आव्हान दिलं.

संगीतक्षेत्रात नवनिर्मिती व्हावी म्हणून!

'ती कशासाठी?'

संगीत पुन्हा जादुई व्हावं म्हणून.'

मी हसले.

मला अगदी मुळाशी जाणं आवश्यक होतं. मी स्वतःला संगीतातले अगदी साधे सोपे प्रश्न विचारून, त्यांची तितकीच साधी सोपी उत्तरं द्यायचा प्रयत्न करू लागले.

मुळात 'राग' म्हणजे काय? विविध भावावस्था निर्माण करणारे विविध स्वरमेळ. मालकंस, मारवा, भीमपलास, मल्हार – हे राग इतर रागांप्रमाणेच मनाच्या तळाशी पोहोचून, प्रतिबिंबित होऊन भावनांचे कल्लोळ उठवतात. एक परमानंद देतो, तर दुसरा उदास करतो. एक आशा पल्लवित करतो, तर दुसरा शृंगाररसाची निर्मिती करतो. वेगवेगळे भाव निर्माण करण्यासाठीच वेगवेगळ्या रागांची निर्मिती झाली. असे इतके राग आहेत की, ते सर्व मानवी भावभावनांचा परामर्श घेतात; पण माझा राग केवळ भावनिक अभिव्यक्ती असणार नाही. तो सृजनाची आस निर्माण करणारा असेल. उदाहरणार्थ मी त्याला सृजनराग म्हणू शकेन.

एकदा त्याची रचना झाली की, मग जगात कोणालाच कोणाच्या निर्मितीची चोरी करावीशी वाटणार नाही, कारण तो स्वतःच नवनिर्मिती करायला सक्षम असेल.

ही कल्पना एकाच वेळी सरळ, सोपी आणि अतर्क्य वाटत होती; पण माझ्या गुरू म्हणतात त्याप्रमाणे - 'अशक्याचा ध्यास हाच खरा ध्यास!'

हे काम खूप कष्टप्रद, दमवणारं असणार आहे याची मला पूर्ण कल्पना होती; पण तालीम घेण्याच्या सुरुवातीच्या काळापासून मला मेहनत घ्यायची सवय होती.

***

माझ्या गुरू शैलजाताई अजूनही शनिवार वाड्याजवळच्या त्याच मोडकळीला आलेल्या भाड्याच्या घरात राहत होत्या; त्यामुळे त्यांना शोधायला काहीच त्रास पडला नाही. परिषदेत घडलेला प्रसंग त्यांच्या कानावर आला होताच. आज शहाण्णवाव्या वर्षीसुद्धा त्यांचं बोलणं स्पष्ट, तल्लख, तरीही मृदू होतं.

"कस्तुरी, तुझी बंडखोरी काही अजूनही कमी झाली नाही. मी पहिल्या भेटीतच ती जोखली होती आणि तुझी पाठ थोपटली होती."

मी हसले.

"पण तू एक छोटासा तपशील विसरलीस. शत्रू निर्माण करताना काही मित्रही

जोडायचे असतात.''

''शत्रू? त्यांची मला मुळीच फिकीर नाही.''

''अशा भ्रमात राहू नकोस.''

''मला संताप येतो की, कोणाला काही नवीन करायचंच नाही. का? तर केवळ ते...''

''अतर्क्य आहे?''

आम्ही दोघींनी एकमेकींकडे पाहिलं. दोघींच्याही मनात, आज तरी निर्गुण निराकार असलेला 'तो' राग आहे हे सांगायची गरज नव्हती.

''तू ज्याचा शोध घेते आहेस, ते वेडेपणाचं वाटलं तरी मूलभूत आहे. तुला संगीताच्या गाभ्यात शिरून मूलतत्त्वांनाच आव्हान द्यावं लागेल; झुंज द्यावी लागेल – विजय दृष्टिपथात नसला तरीही! हे करण्यासाठी शास्त्रांचा पुन्हा अभ्यास कर; पण भावना सांगतील तोच मार्ग अनुसर.'' त्यांनी गूढ स्मित केलं. त्याचा अर्थ असाही होता की, त्या मनानं जरी माझ्याबरोबर असल्या, तरीही पुढचा प्रवास माझा एकटीचा आहे.

***

जवळजवळ वीस वर्षांनंतर मी शेकडो तरुण-तरुणी आणि पेन्शनरांबरोबर पर्वती चढत होते, पहाटेची ताजी हवा भरून घेत होते. लहान असताना रियाज करायची, त्याची आठवण झाली. माझ्या पूर्वीच्या नेहमीच्या जागेचा रस्ता धरला. सवयीनं मी चालले असले, तरी तिथे गोष्टी अजून तशाच असतील का अशी शंका येत होती; पण तिथे येणाऱ्या भक्तांची आणि फिरायला येणाऱ्यांची वाढलेली संख्या सोडून फारसा काही बदल जाणवला नाही. विष्णूच्या देवळामागे पाटी दिसली – गंधर्व संगीत विद्यालय – इथेच मी माझ्या गुरूंकडून संगीताचे प्राथमिक धडे घेतले होते. मी शिकत होते, तेव्हाही भिंती जीर्णच होत्या. त्यांचं वय आणखी वाढलेलं दिसलं नाही. विद्यालयाच्या भेगा पडलेल्या लाकडी दरवाजाच्या बाहेरच एक खडक होता – माझा खडक! अजूनही तो ध्यानावस्थेत होता. मी जवळ गेले, तेव्हा विद्यालयातून कोवळ्या आवाजांचा सामूहिक स्वर ऐकू आला. मी डोळे मिटून वातावरणातलं चैतन्य उरात भरून घेतलं आणि माझा आवाज वाऱ्यावर तरंगू लागला.

अचानक माझ्या चेहऱ्यावर स्मित उमटलं. लहान असताना इथे प्रथम आले, तेव्हाही मी अगदी हेच केलं होतं. अशीच, याच खडकावर बसले होते आणि आतून गाण्याचा सामूहिक आवाज येत होता – डोळे मिटून मी कधी गाऊ लागले ते माझं मलाही समजलं नव्हतं.

'आवाज छान आहे तुझा; पण अशी उघड्यावर गायलीस तर तो खराब होईल.' माझ्या गुरू शैलजाताईंचा पहिला सल्ला – आणि आज इथे मी अभावितपणे त्याचं उल्लंघन करत होते.

शिकत असलेल्या रागाचे नेमके सूर लागण्यासाठी त्या माझ्याकडून आवाजाचा रियाज करून घ्यायच्या. त्यांचं समाधान झाल्याशिवाय, त्या मला घरी जाऊ द्यायच्या नाहीत. नंतर मी जेव्हा एकटी रियाज करायची तेव्हासुद्धा 'त्यांचं समाधान झालं असेल का?' हा विचार माझ्या मनात कायम असायचा.

आतून येणारा गाण्याचा आवाज जरा वेळानं थांबला. विद्यार्थी गेले. एका शिक्षिकेनं मला पाहिलं. तिच्या चेहऱ्यावर लगेच मला ओळखल्याचे आणि आदरयुक्त आश्चर्याचे भाव उमटले.

तिनं मला वाकून नमस्कार केला. खरंतर मला हे आवडत नाही; पण तिला तसं न करू देणं अवमान ठरला असता; त्यामुळे मी तिला नमस्कार करू दिला. तिनं मला आत येण्याची खूण केली.

"आपण इथे कशा?' तिनं आनंदून विचारलं.

"गाणं शिकायला आले." मी उत्तरले.

मी चेष्टा करते आहे असं समजून ती हसली आणि काय करावं या संभ्रमात माझ्याजवळ घोटाळत राहिली.

"मी इथे रियाज करू शकते का?"

"हो, जरूर. पाहिजे तितका वेळ."

"मी एकटी?" मी विचारलं. मी जरा उद्धटपणे बोलत होते; पण मला सगळा वेळ ती तिथे घोटाळायला नको होती.

"आमच्याकडे एक वेगळी खोली आहे. आपण पाहिजे, तेव्हा तिथे येऊ शकता."

तिनं कुलूप उघडून किल्ली माझ्या हातात दिली. मग पाण्याचा तांब्या भरून ठेवला आणि निघून गेली. खोली जवळजवळ तशीच होती. विटका पिवळा रंग, काचेचा दरवाजा असलेली जुनाट कपाटं, आत व्हायोलिन्स, तंबोरे, तबले, स्वरमंडलं – पूर्वी होती तशीच. मी घरी रियाज करू शकले असते; पण शाळेत जाऊन पुन्हा नव्यानं शिकण्याची सर त्याला आली नसती.

माझ्याकडे जेवढं म्हणून काही होतं ते गोळा करून मी त्यावर चिंतन करू लागले.

या नवीन रागानं सृजनाला प्रेरणा दिली पाहिजे, मानसिक स्थैर्य प्रदान केलं पाहिजे, नवतेचा ध्यास जागवला पाहिजे, हेतूची शुद्धता जपली पाहिजे, नवीन

शोधण्यासाठी धैर्य दिलं पाहिजे, आकृतिबंधाला डौल दिला पाहिजे आणि अवघा आनंदीआनंद अशी भावावस्था निर्माण केली पाहिजे. या अपेक्षा अवास्तव वाटतील अशा होत्या; पण मी काही हिणकस निर्मिती करायला इथे आलेच नव्हते.

शास्त्राच्या भाषेत बोलायचं, तर संगीत म्हणजे अखेरीस ऐकू येणारं ध्वनीलहरींचं कंपन (Finally audible frequency). जेव्हा काही फ्रिक्वेन्सीज एकत्र येतात, तेव्हा त्या कानावर आणि मनावर काही विशिष्ट परिणाम करतात. हा सांगीतिक प्रवास काही महिने चालेल, कदाचित काही वर्षं चालेल आणि तरीही मी कुठे पोहोचेनच याची शाश्वती नाही; पण कलाकाराच्या सृजनशीलतेला जागवतील अशा काही फ्रिक्वेन्सीजचा संच मला सापडला, तर माझा प्रयोग सफल होईल आणि – माझ्या गुरूला माझा अभिमान वाटेल.

'प्रत्येक स्वराचं स्वतःचं स्वाभाविक असं एक व्यक्तिमत्त्व असतं.' मला माझ्या गुरूंचे शब्द आठवले. माझ्या महत्त्वाकांक्षी संगीतरचनेसाठी साजेशा स्वरावली निवडायचा मी प्रयत्न करू लागले.

स्थिरतेसाठी 'षड्ज – सा' तर पाहिजेच. तुम्ही एखाद्या गोष्टीसाठी झुरत असाल, तर उदास 'गंधार – ग' अपरिहार्य. इथवर तर बरोबर जुळलं. नवनिर्मितीसाठी आवश्यक असणारी हिंमत 'ऋषभ – रे' प्रदान करेल. 'निषाद – नी' नाजूक; पण दुबळा नाही आणि या सर्वांच्या वर 'पंचम – प' च्या पदलालित्यानं संपूर्ण रागावर सृजनाचा परिमळ पसरेल. हे सगळं तात्त्विकदृष्ट्या तरी बरोबर वाटत होतं.

माझ्या शास्त्रीय दृष्टिकोनानं रचनेचा मूलभूत आकृतिबंध ठरवायला साहाय्य केलं. आता ती रचना फक्त गायची बाकी होती.

***

माझा प्रयोग फसला. या खडकावर बसलेली असताना मला वाटत होतं की, या विद्यालयात मी शक्य त्या सर्व स्वरावली गायले आहे; त्यामुळे त्या सगळ्यांचा परिणाम तत्त्वतः मला जाणवायला हवा होता; पण तसं काहीच घडलं नाही. मी निवडलेले स्वर पुन्हा तपासले. माझ्या तर्कात काहीच चूक आढळली नाही. सगळ्या योग्य त्या श्रुती अचूक होत्या. प्रत्येक श्रुती तिच्या सूक्ष्मातल्या सूक्ष्म स्थानापर्यंत मी बिनचूक गायले होते – पण तरी तो राग काही साकार झाला नाही.

आतापर्यंत मी शास्त्रकाट्याची कसोटी कसोशीनं पाळली होती; पण आता मात्र माझा कल अशा धारणेकडे झुकू लागला की, शास्त्र हे केवळ प्रेरणेच्या पावलावर पाऊल टाकूनच चालू शकतं – ते स्वतः मशाल हाती घेऊन मार्ग दाखवू शकत नाही.

माझ्या बांधणीत काय दोष आहे, जो मला हुलकावणी देतोय, याचा मी खिन्नपणे विचार करू लागले. तर्काच्या कसोटीवर एकामागून एक मुद्दे तपासू लागले. प्रत्येक पायरी बरोबरच वाटत होती; पण अखेर एशरच्या दृष्टिभ्रमाप्रमाणे त्या एकाच जागी जाऊन थांबत होती –

काहीतरी चुकत होतं; पण काय, ते शास्त्रीय विचार करणाऱ्या माझ्या मनाला गवसत नव्हतं. त्या रात्री झोपेची गोळी घेतल्याशिवाय झोप लागणं अशक्यच होतं. असे अनेक महिने लोटले.

मी स्वर, पट्टी, सप्तक सगळं बदलून पाहिलं. झोपेच्या गोळ्यांचा डोस वाढला पण व्यर्थ.

मी वेळ मोजणं थांबवलं; पण प्रयोग चालूच ठेवले. घरी आणि विद्यालयात मी इतका रियाज करायची की, प्रत्यक्ष गाणं थांबलं तरी माझ्या मेंदूत माझा आवाज घुमायचा. नाद सोडायची वेळ आली होती का? व्यावहारिकदृष्ट्या - होय!

"तुला माहिती आहे का, तुझे प्रयोग का फसले?" शैलजाताईंनी विचारलं. चहा पिताना कप धरलेला हात कापत होता; पण आवाज स्थिर होता.

"का?"

"कारण तू आई नाहीस."

मनातली रागाची ठिणगी डोळ्यांपर्यंत पोहोचू नये म्हणून मी पापण्यांची उघडझाप केली.

"गाण्यासाठी मी सामान्य आयुष्यातल्या सुख-दुःखांना तिलांजली दिली, म्हणूनच नाही झाले ना आई?"

"अगं, मीच तुला ती शपथ घ्यायला लावली होती; पण आता मीच तुला सांगते आहे की, तू मातृत्वाचा अनुभव घ्यायला हवा."

हा काय विचित्र सल्ला! मी लग्न केलेलं नाही, हे त्यांना ठाऊक होतं; मग मी आई कशी होणार?

"तुझं लग्न संगीताशी लागलेलं आहे, हो ना?" त्या हसल्या. "संगीतकार हा काही अंशी तत्त्वज्ञ असतो, काही अंशी शास्त्रज्ञ आणि काही अंशी माता! कुठल्या वेळी कुठली भूमिका अंगीकारायची ते ओळखता आलं, तर तुम्ही निर्माता बनू शकता. म्हणूनच तुझ्या अरूप कल्पनेला रूप द्यायचं असेल, तर एखाद्या अभियंत्याप्रमाणे विचार करणं थांबव आणि तुझ्या पूर्ण प्रवासाचा आईच्या नजरेतून पुनर्विचार कर."

शैलजाताईंच्या आकलनशक्तीनं आणि विषयाच्या साध्या - सरळ मांडणीनं मी थक्क झाले.

***

कोणाला ऐकायला विचित्र वाटेल; पण संगीतावरचं माझं प्रेम प्रियकर-प्रेयसीचं असावं तसं - तितकंच उत्कट आहे. त्याच्याशी माझं लग्न लागलंय याचंही माझ्या गुरूंनी स्मरण करून दिलंच होतं; त्यामुळे आता मूल जन्माला घालण्यासाठी माझ्या पहिल्या आणि एकमेव प्रेमाशी मी एकरूप होणार होते.

माझ्या बागेतल्या हिरवळीवर फिरताना मी सहजपणे गुणगुणत होते - त्यातून काय निष्पन्न होईल याची फिकीर न करता - हे माझं मलाही कळलं नाही.

एक नवीन राग जन्माला घालायचा - या कल्पनेनं मी थरारून गेले. बाळाची आस लागणं म्हणजे काय त्याची प्रचिती मला येत होती आणि मी माझ्याशीच ते कबूल केल्यावर मी चक्क लाजले. दिवसभर मी त्याच धुंदीत, मनाशीच हसत फिरत होते - आधी कॉलनीत चक्कर मारायला गेले, मग भाजी मंडई आणि नंतर मॉलमध्ये उगीचच निरुद्देश भटकले. वयाच्या साठीत आई होण्याची इच्छा धक्कादायक होती. हे मला काय होत होतं? पहिल्यावहिल्या शरीरसंबंधाच्या कल्पनेनं बावरलेल्या नवतरुणीसारखी माझी अवस्था झाली होती का? नाही, ही भावना केवळ सुखाच्या अपेक्षेचं लक्षण असू शकत नाही.

सवाई गंधर्व महोत्सव थाटामाटात चालू होता. मी मंचावर गात होते. रसिकांच्या माना नेहमीप्रमाणे डोलत नव्हत्या. तबल्याच्या ठेक्याबरोबर मान ताल धरत नव्हती. सगळेजण संमोहनावस्थेत असल्यासारखे होते. असं कसं झालं?
मी खडबडून जागी झाले. मनात साक्षीभाव उमटला. स्वप्नात मी मंचावर गात होते आणि त्याच वेळी ती स्वररचना ऐकायचा प्रयत्न करत पलंगावर झोपलेली होते. मला माझा आवाज ऐकू येत होता; पण राग उमजत नव्हता.
रात्रभरात अनेक दिग्गज आणि नवोदित कलाकार मंचावर येऊन, गाऊन-वाजवून गेले. मी कान देऊन त्यांचे आवाज, ताना, टप्पे, बंदिशी ऐकत होते; पण काहीच ओळखू येत नव्हतं. माझी सांगीतिक स्मरणशक्ती पुसली गेली की काय? हे भलतंच धक्कादायक होतं.
मला उठून त्याचा छडा लावायचा होता; पण त्याउलट चालू असलेली जादुई मैफलही चुकवायची नव्हती.
मैफल संपली आणि मी हसतमुखानं जागी झाले. मी गात असलेला राग मला का ओळखू येत नव्हता किंवा प्रेक्षक इतके स्तब्ध का होते याचं कोडं उलगडलं.
तो राग आजवर कोणीही गायलेला अथवा ऐकलेला नव्हता – जो राग अजून मला निर्माण करायचा होता.

'निर्माण' मी त्या रागाचं नाव ठेवेन – 'निर्माण' – सृजन. त्याच्या अस्तित्वाला एक अर्थ असेल. उद्देश असेल. 'निर्माण' राग जिथे जिथे जाईल, तिथे तिथे नवनिर्मितीचं वातावरण उपजेल. तो राग जो कोणी ऐकेल, त्याला नवीन कलाकृती निर्माण करण्याची स्फूर्ती मिळेल – माझ्या स्वप्नातल्या दिग्गजांना झाली तशी.

'निर्माण' राग. लवकरच मी त्याची आई होईन. आता मला पुढे जायला आनंदापेक्षा हेतू प्रवृत्त करत होता.

सारसबागेतल्या तळ्यापाशी उभी राहून मी त्यातली जीवसृष्टी बघत होते – कमळं, मधमाश्या, पतंग, मासे, खंड्या, बगळे, कावळे आणि बेडूक. कडेच्या भिंतीला धरलेलं शेवाळ, नेचे, काटेरी झुडपं आणि ऑर्किड्स! माझ्या मागे एक मूल किंचाळलं आणि तिथे माणसंही आहेत याची जाणीव झाली – हे सगळं काही मिनिटांच्या अवधीत घडलं होतं.

'निर्माण' कसा असेल? मला तो कसा असायला पाहिजे? माझं मातृसुलभ स्वप्नरंजन मी रोखू शकत नव्हते.

'निर्माण'ला परमानंदाचा सुगंध असेल; मातृस्पर्श असेल; आशीर्वादाचा नाद असेल, आशेचं रुपडं असेल, शुचितेची रुची असेल आणि सर्वांत महत्त्वाचं म्हणजे जिवंत स्पंदन असेल – तरंगाप्रमाणे! तेवढ्यात दैवी कौल मिळावा त्याप्रमाणे तळ्यात एक पान वाहत आलं आणि त्यामुळे पाण्यावर तरंग उठले आणि ते जणू माझ्या चेहऱ्यावर स्मिताच्या रूपात उमटले.

***

मी पुन्हा पर्वतीवर गेले. मात्र, या वेळी माझ्या चालीत आणि मनातदेखील जोम होता. आज मी किचकट कामगिरीवर नव्हे, तर एका उदात्त हेतूनं चालले होते.

माझ्या खडकावर बसून मी माझ्या विचारांवर संपूर्ण लक्ष केंद्रित केलं.

'निर्माण' राग हा इतर रागांप्रमाणे एकाच सांगीतिक कुटुंबातून आल्यामुळे तो त्यांचं भावंडच असेल. प्रत्येक रागाचा काहीतरी पैलू असतो आणि ते त्याचं वैशिष्ट्य असतं. त्यांपैकी उत्तमोत्तम पैलूंच्या समन्वयानं 'निर्माण' राग बनेल – अगदी मला हवा तसा – सृजनाचा दिशादर्शक ध्रुवतारा!

इतर रागांचा धांडोळा घेतानाच मला हवं ते हाती लागेल याची मला खात्री होती. मी कल्याण रागापासून सुरुवात केली. मी लीलया त्यातून विहार करत राहिले. अखेर सूर्य माथ्यावर आल्याची व सभोवताली पसरलेल्या शांतीचीही जाणीव झाली. त्यात एक सुसंगती होती. घरी येताना मन जरा अस्वस्थ होतं; पण अंतःकरण अगदी

शांत! अंतःकरण तृप्त होईपर्यंत मी कल्याण रागाच्या संगतीत होते.

नंतर मी जोगिया रागाची कास धरली. त्या रागाच्या स्पंदनांनीदेखील मला वातावरणात शुचिर्भूतता जाणवली. विविध स्वरावलींमधून मला मातृत्वाच्या एका वेगळ्याच पैलूची अनुभूती मिळाली - जननाची आणि आपलं अपत्य समोर धरून पाहण्याची दुर्दम्य इच्छा! मात्र, कल्याण किंवा जोगिया यापैकी कुठलाच प्रेरणेचा थेट स्रोत नव्हता.

मी खडकावर बसलेली असताना लोक बघायला येऊ लागले; पण माझा तुसडा स्वभाव सर्वश्रुत असल्यामुळे ते अंतर राखून असायचे. तरी मी ध्यानमग्न अवस्थेतून बाहेर येऊन विद्यालयात रियाजासाठी जाईपर्यंत ते तिथे उभे असायचे.

भैरव रागातही पावित्र्य होतं. मी पहाटेपासून संधिकालापर्यंत भैरव गायले. घसा कोरडा पडला, चक्कर येऊ लागली, चेहरा बधिर झाला; अंतःकरण जड झालं, तरी जिभेवर शुचितेची रुची होती. मी घराकडे पावलं वळवली.

अनेक वेळा ऋतू बदलले, तरी माझ्या दैनंदिनीत फरक पडला नाही. माझ्या आंतरिक ऊर्मींनं माझा असा काही ताबा घेतला होता की, मी तो नाद सोडून द्यायलाही विसरले, एखाद्या व्यसनाप्रमाणे.

अखेर त्या प्रत्येक रागातली तेजःपुंज वैशिष्ट्यं मला सापडली. उद्या त्या सर्वांची मी सांगड घालीन. अचानक मनात एक भीतीची लहर उमटली – त्या सगळ्यांच्या एकत्रीकरणानं स्वतःच्याच नाशाला कारणीभूत ठरेल असा एखादा सांगीतिक असुर तर निर्माण नाही होणार? असला वाईट विचार मनात आल्याबद्दल मी स्वतःलाच दटावलं. माझा शकुनांवर फारसा विश्वास नाही – अपशकुनांवर तर नाहीच नाही.

तो विचार अस्तित्वात आल्यापासून माझं लक्ष वेधण्यासाठी ओरडत, केकाटत होता. मी बहिरेपणाचं ढोंग करून त्याकडे दुर्लक्ष करणं गरजेचं होतं आणि एकेक अवयव जोडत जोडत चेहरा, अवयव, वैशिष्ट्यं सर्व काही परिपूर्ण असेल अशा 'निर्माण' रागाच्या निर्मितीवर लक्ष केंद्रित करणं अत्यावश्यक होतं. इतर रागांतले, मला हवे असलेले लक्षणीय गुण असलेले स्वर मी निवडले.

माझी ही पद्धत चुकीची होती का? प्रजननात असलेला सहजभाव यात नाही का? अजूनही मी उत्कट भावनांऐवजी तर्कानंच विचार करते का? हे सगळे केवळ माझ्या चिंतातुर मनाचे खेळ असावेत – अशी मला आशा होती.

"तुझ्या चेहऱ्यावर मला आशेपेक्षा भीती जास्त दिसते आहे." बहुधा माझी दशा बघून शैलजाताईंना सहानुभूतीऐवजी गंमत वाटत असावी.

मी चहाचे घोट घेत राहिले.

"हे बघ, मी तुझ्या जखमेवर मीठ चोळणार नाही. खरंच काही समस्या सोडवायची आहे का, तेवढंच मला बघायचं आहे."

'निर्माण' रागासाठी निवडलेल्या स्वरांचं त्या विश्लेषण करू लागल्या.

"अगदी बरोबर आहे," असं म्हणून त्यांनी पुन्हा एकदा स्वररचना बघितल्या. मग म्हणाल्या, "एकच सावधगिरी बाळग. यामध्ये चुकूनही 'धैवत-ध'चा वापर करू नकोस."

"का?"

"तो विवादी स्वर आहे. तुझ्या रागाच्या भावावस्थेसाठी वर्ज्य आहे. तो संघर्ष आणि कलहाचं प्रतीक आहे आणि त्या भावना नवजातासाठी नाहीत. 'ध' इतर स्वरांच्या सुसंगतीला बाधक ठरेल आणि त्यामुळे भयंकर उत्पात माजेल."

"राग मेघ मल्हारमध्ये हा वर्ज्य स्वर काय करू शकेल?" मी विचारलं.

"ढगांना आग लावू शकेल अथवा महापूर ओढवू शकेल - किंवा कायमचा दुष्काळ पाडेल." ताईंच्या डोळ्यांत भीती दाटून आली होती.

माझ्या आतड्यांना पीळ बसू लागला, तेवढ्यात त्यांच्या ओठांवर पुन्हा स्मित उमटलं.

"तुझे सगळे प्रयत्न तुझ्या शरीरात, तुझ्या गर्भाशयात उतरले आहेत... म्हणून गर्भाशयातून गा. मग 'निर्माण' पहिला श्वास घेईल."

"ही सगळी कल्पनाच अतर्क्य वाटत नाही का?"

"अर्थातच वाटतेय; पण कधीकधी टोकाच्या अतर्क्य गोष्टीच शहाणपणाच्या ठरतात, नाही का? काळजी करू नकोस. यात अभाव आहे तो फक्त चैतन्याच्या मालमसाल्याचा आणि ते तुझ्या गाण्यातून उमटेल."

"ताई, तुम्ही बोलता, तेव्हा सगळं किती सोपं वाटतं; पण तो जादूचा मालमसाला माझ्या चिमटीत नाही हो."

'अगं वेडाबाई, जादू मालमसाल्यात नाही; तुझ्या चिमटीत आहे."

हे सगळं कोड्यातलं बोलणं माझ्या कित्येक रात्रींच्या शांततामय निद्रानाशाला कारणीभूत ठरलं.

'पोटातलं मूल नक्की केव्हा आपलं आपण वाढायला लागतं? गर्भाशयात त्याच्या हृदयाची वेगळी टिकटिक कधी सुरू होते... एका क्षणी तिथे काहीही नसतं; दुसऱ्या क्षणी तिथे चैतन्य निर्माण होतं. त्या एका क्षणात जादू घडते – सृजनाची

जादू! मी तो चैतन्याचा मालमसाला भुरभुरण्यासाठी चिमटीत घेऊन उभी असलेली देवता असल्यासारखं मला वाटू लागलं – तो जादूचा क्षण कधी सरला ते कळणारही नाही – आणि मग – अचानक सृजनाचा सुगंध पसरेल आणि आपल्या सामर्थ्यशाली अस्तित्वाने आसमंत व्यापून टाकेल, कस्तुरीच्या सुगंधासारखा दूरवर दरवळेल.

मी विद्यालयात माझ्या रियाजाच्या खोलीत होते. हातात तंबोरा – बोटं तारा छेडत होती – प- सा- सा- सां. माझे डोळे मिटलेले होते, मन निर्विचार करण्याचा प्रयत्न करत होते. तंबोऱ्याच्या तारा अगदी पक्क्या सुरात लागलेल्या नव्हत्या...

"तंबोरा लागला आहे की नाही ते कसं ओळखायचं?" लहानग्या कस्तुरीनं गुरूला विचारलं.

"प आणि सा वाजवल्यावर तुला गंधार – ग ऐकू आला, तर तंबोरा सुरात लागला आहे असं समजायचं." गुरू शैलजाताईंनी तिला सांगितलं.

"प आणि सा वाजवल्यावर ग कसा ऐकू येईल?" कस्तुरीची शंका.

"बेटा, ते अगदी रंगांसारखंच असतं – निळा आणि पिवळा मिसळला की, हिरवा होतो."

"ताई, जर मी इंद्रधनुष्याचे सगळे रंग मिसळले तर काय होईल?"

"मग तो पांढरा होईल – आठवा रंग – आणि त्याच्या उगमाबरोबर इंद्रधनुष्य जिवंत होईल – सूर्यप्रकाशासारखं!"

लहानग्या कस्तुरीचं हास्य माझ्या डोळ्यांत उमटलेलं मला जाणवलं. निर्माण रागातले सगळे स्वर जेव्हा सुसंवाद साधतील, तेव्हा तो राग जिवंत होताना आठवा स्वर अंकुरेल का? आठवा स्वर! अगदी नम्र भाषेत सांगायचं झालं तरी ही कल्पना मूर्खपणाची ठरेल.

प्रतिक्षिप्त क्रिया झाल्याप्रमाणे माझा हात तंबोऱ्याच्या खुंटीशी गेला. मी खुंटी पिळली. दुसरा हात तारांवरून फिरत होता. प- सा- सा- सां. आणि - सूर्य उगवावा तसा हळूहळू ग उमटला. कोणताही गायक अशाच रीतीने तंबोरा लावतो. आयुष्यभर मीसुद्धा रोज हेच करत आले; पण आज काहीतरी वेगळं होतं. आज – मला आशा आहे, 'निर्माण' जगावर प्रसन्न होऊन हसेल.

प्रथम, मला माझ्या मनातली चलबिचल थांबवली पाहिजे आणि त्यासाठी ध्यानासारखा दुसरा मार्ग नाही. मी गायला लागले की, तो अतर्क्य आठवा स्वर नाही, तर सात स्वरांतला कुठला उगवेल? नक्की कुठल्या स्वरामुळे हृदयाची

टिकटिक सुरू होण्याचा चमत्कार घडेल?

"ॐ" माझ्या कंठातून मधुर ओमकार उमटला. एक दीर्घ श्वास – पुढच्या ॐकारासाठी – पुन्हा... पुन्हा... शांती – अंतर्बाह्य फक्त ॐकार भरून राहिला... एकही विचार नाही. "ॐ" मी खर्ज लावला आणि अंतर्मनात खोल खोल उतरत गेले... आठवा स्वर? माझ्या कल्पनाविलासाचं मलाच हसू आलं. असले अतर्क्य विचार रोखण्यासाठी मी आवाज वाढवला... सृजन... माझ्या बोटांना तारांचा स्पर्श जाणवत होता – ॐकाराचं सामर्थ्य, ती जाणीव तिच्या उगमापाशी नेऊन निर्विचार अवस्थेच्या सागरात विसर्जित करण्याचा प्रयत्न करत होतं.

तिथे इतर काहीही नव्हतं. फक्त संगीतातले स्वर सुरेख सुसंवाद साधत माझ्याभोवती विहरत होते – रंगीबेरंगी माशांसारखे – प आणि सा च्या लहरी माझ्यापर्यंत तरंगत आल्या – जवळ आल्या तसं मी त्यांना ओळखलं. मग त्या एकत्र होऊन गंधारात रूपांतरित झाल्या... तो मेळ मी प्रत्यक्ष बघत होते. शांतता. आता प्रत्यक्ष गायची, 'निर्माण'ला आवाहन करायची वेळ आली होती.

मी सुरुवात केली. माझ्या मनाच्या शांततेत, माझ्या मुखातून सुरांचे लोट उसळले – 'सा- नी- प- रे- ग' – पण ते सगळे एकमेकांशी फटकून वागायला लागले. मी माझ्या दुबळ्या आवाजानं त्यांना एकमेकांशी सुसंवाद साधून पदन्यास करायला लावण्यासाठी प्रवृत्त करत होते –

जेव्हा रागातले सगळे स्वर सुसंवादी होतील, तेव्हा एक नवीन स्वर उदयाला येईल? कोणता, मला कळेना.

मी गातच होते – 'सा- नी- प- रे- ग' अखेर ती कृती केवळ शारीरिक पातळीवर राहिली नाही – हळूहळू माझं मनःपटल विविध रंगांनी भरून गेलं – जांभळ्या रंगात लाल मिसळला, एकीकडे निळ्यानं नारंगी रंगाला कवेत घेतलं – पिवळा रंग पाय ओढत, त्या सगळ्यांना घसटून चालत होता. ते रंग एकमेकांत विलीन न होता एकमेकांना छेदून जाताहेत हा विलक्षण अनुभव चक्रावून टाकणारा होता. मी गात असताना मला साक्षात्कार झाला की, हे 'निर्माण'चं चित्ररूप होतं. हा जणू ईश्वराचा सांगीतिक अवतार होता, ज्यात प्रत्येक स्वर इंद्रधनुष्यातील एकेक रंग ल्याला होता.

जसजसा माझा आवाज तापू लागला, तसतशा त्यांच्या हालचाली अधिक चपळ झाल्या. जशी गती वाढली, तसे भोवऱ्यात सापडल्याप्रमाणे ते माझ्याभोवती

फिरू लागले. माझे पाय पलंगावर रोवून मी हे सगळं बघत होते.

दोन स्वर एका बाजूला उभे होते. संकोची 'म' आणि आक्रमक 'ध'. ते दोन्ही स्वर 'निर्माण' रागात नव्हते. हिरव्या रंगाचा 'म' नकोसा असल्यासारखा फिकुटलेला होता. पारदर्शी पारव्या रंगाचा 'ध' अत्यंत उबग आल्यासारखा उभा होता.

'निर्माण' रागाचे स्वर, थोड्याफार फरकानं तेच नक्षीदार आकृतिबंध पुनःपुन्हा साकारत आडवेतिडवे जात होते.

माझ्या पोटात एक तीव्र कळ उठली. मी खालचा ओठ दाताखाली दाबला. माझ्या डोळ्यांत आलेले अश्रुबिंदू पापणीच्या केसांवर द्रवरूप मोत्यांच्या सराप्रमाणे पसरले. आता कुठल्याही क्षणी दुसऱ्या एका हृदयाची धडधड ऐकू येईल या अपेक्षेनं आतुरलेल्या मातेची भावना माझ्या चेहऱ्यावर उमटली.

माझे हात एका आश्वासक स्पर्शाचा आधार शोधू लागले आणि त्यांना तंबोरा सापडला. त्या तारांच्या स्पर्शाने मी आश्वस्त झाले – मला कोणाचीतरी सोबत आहे – धीर आला.

मी गात असताना माझं शरीर आक्रसू लागलं. आत एक नवनिर्मितीची टोचणी त्याला जाणवली होती. मग एक भरतीची लाट आली. ती मागे हटली, तशी कळही ओसरली. माझं शरीर घामानं थबथबलं. अजून खरी सुरुवात झालेलीच नाही, अशी माझ्या मनानं सूचना दिली – हे सगळं शारीरिक असणं शक्य नाही; मानसिकच असलं पाहिजे. माझ्या भिवयांवरून, नाकावरून ओठांवर घाम गळत होता.

या कळा म्हणजे एक स्वप्न आहे आणि जाणवणारी टोचणी हा नसांना झालेला आभास आहे, असं माझं मन मला अजूनही बजावत होतं.

माझ्या छातीत कुठेतरी झिणझिण्या आल्यासारख्या झाल्या. मनानं त्याचं स्थान शोधायचा प्रयत्न केला; पण ती जाणीव माझ्या कंठापाशी आली आणि हळूहळू माझ्या पोटापर्यंत गेली. हे नक्की शारीरिकच होतं.

मी माझं लक्ष पुन्हा माझ्या गाण्याकडे वळवलं, तेव्हा मी तराना गात होते. मध्यसप्तकातून मी आता तारसप्तकात प्रवेश केला होता, लय दुगणीत पोहोचली होती. उत्तम दमसास, हवी तशी वळणारी जीभ आणि लवचिक ओठ यांचा सुरेख मेळ माझ्या आवाजातून ध्वनित होत होता. रागातले काही स्वर घेत, काही गाळत मी गात होते – 'ती' वेळ जवळ येत होती – माझ्या कंठात विविध स्वरांची एकमेकांशी चाललेली घसट मला जाणवत होती. हा खरोखरच एक मनोकायिक अनुभव होता.

माझा चेहरा लाल झाला होता, डोळे मिटलेले होते, माझ्या कंठातल्या

स्पंदनांनी लय वाढवली. ओठ न थरथरता गायचा प्रयत्न करत होते, जीभ नियंत्रणात राहण्याची धडपड करत होती आणि इच्छित मुक्कामी पोहोचण्यासाठी हा नाजूक; पण जोखमीचा गायनप्रवास करताना गळा सर्वस्व पणाला लावत होता.

जे घडण्यासाठी मी साकडं घालत होते, ते सोडून सर्वकाही घडत होतं. हे नवसाचं सांगीतिक बाळ जन्माला घालण्यासाठी वाणीचं गर्भाशय सर्व शक्तिनिशी जोर करत असल्याचं एक आई म्हणून मला जाणवत होतं.

निवडलेले पाच स्वर उन्मादानं नाचत होते – 'म' लांब उभा होता; पण 'ध' पुढे वाकून आसुरी आनंदानं माझी अवस्था बघत होता. अचानक मला माझ्या पायाखाली काहीतरी सरकताना जाणवलं. काय आहे हे?

काहीतरी करायलाच पाहिजे; पण काय? माझं अंतर्मन सांगत होतं की, एव्हाना मला 'निर्माण'मधील चैतन्याचा स्पंद जाणवायला हवा होता. हे तेच होतं का?

आता अनावर झालेल्या त्या रागानं माझ्या छातीत दाह होत होता. दृष्टी अंधूक झाली होती आणि मन गोठलं होतं – माझी जीभ, गाल आणि ओठ कशानं तरी झपाटलेल्या कलाकाराप्रमाणे काम करत होते.

'ध'चं कुत्सित हसणं मला धमकीवजा वाटलं – आणि हे काय? तो इतर पाच स्वरांच्या दिशेनं का चाललाय? त्यांच्यात शिरायचा प्रयत्न करतोय का?

'एकच सावधगिरी बाळग. यात चुकूनही 'धैवत-ध' चा वापर करू नकोस.'
'का?'

'तो विवादी स्वर आहे. तुझ्या रागाच्या भावावास्थेसाठी वर्ज्य आहे. तो संघर्ष आणि कलहाचं प्रतीक आहे आणि त्या भावना नवजातासाठी नाहीत. 'ध' इतर स्वरांच्या सुसंगतीला बाधक ठरेल आणि त्यामुळे भयंकर दुर्धर प्रसंग ओढवू शकेल.'

'ध' पुढेपुढे जात होता. मी काहीही करू शकत नव्हते. मी गाणं थांबवलं, तर सगळंच कोसळेल आणि जर नाही थांबवलं तर? तर काय घडेल?

'ध' अजूनही पुढे जात होता. कोणत्याही क्षणी तो इतरांमध्ये सामील होईल. इतर स्वरांची लय बिघडू न देता मला, त्याला रोखायलाच हवं. तेवढ्यात मला दुसरा धक्का बसला. 'ध' इतर स्वरांच्या दिशेनं जात नव्हता, तर एका अनामिक चुंबकीय शक्तीनं त्यांना आपल्या दिशेनं खेचून घेत होता आणि त्यामुळे त्यांच्या पायाखालचं चित्र अस्थिर होत होतं.

थोड्याच वेळात ते स्वर 'ध'भोवती जमा झाले – तो तिथे मध्यभागी उभा आणि 'निर्माण'चे बाकी स्वर त्याच्या प्रभावाखाली त्याच्याभोवती नाचत होते. 'निर्माण'च्या संरचनेत 'ध' शिरला होता.

'ध' – वर्ज्य असलेला स्वर. युगासारख्या भासणाऱ्या पुढच्या क्षणात काहीच घडलं नाही.

'भयंकर उत्पात माजेल.'

आता माझ्या शक्तीची 'ध'च्या सामर्थ्याशी लढाई होती. माझं मनःपटल आणि माझा आवाज डळमळण्याआधी मला त्याला तिथून हाकलायचं होतं. 'ध' स्वतःभोवती फिरत पारव्या रंगाचे तरंग फेकत इतर स्वरांना जवळ खेचण्याचा प्रयत्न करत होता. हा गोंधळ थांबवण्याचा एकमेव उपाय म्हणजे माझ्या गाण्यानं त्यांना फिरत राहायला लावणं. 'ध'च्या हाती सत्ता जाण्याला आडकाठी करण्यासाठी मी गाण्याची पट्टी आणि लय बदलली.

माझ्या आवाजाला एक दैवी शक्ती लाभली. आता माझ्या इच्छाशक्तीच्या शेवटच्या बिंदूपर्यंत मी तग धरू शकेन अशी माझी खात्री झाली, कारण संगीतच स्वतःला माझ्याकडून गाऊन घेत होतं. आता वाणी नाश पावेपर्यंत मी गाऊ शकले असते; पण एका गोष्टीकडे माझं दुर्लक्ष झालं होतं – शांतपणे उभ्या असलेल्या 'म'कडे. पारव्या रंगाच्या ढगांनी विनाशकारी धुक्याप्रमाणे आसमंत व्यापून टाकला होता.

धुकं विरलं, तेव्हा रणभूमी स्तब्ध होती. सा-ग-रे-प-नी – आणि ध. सगळे होते – फक्त 'म' नव्हता. कुठेच दिसत नव्हता. 'ध'च्या चेहऱ्यावरचे भाव सांगत होते की, अखेर त्यानं शिकार साधली होती – 'म'ला गिळून टाकलं होतं. हे कसं घडलं? 'म' या एकमेव स्वराकडे मी दुर्लक्ष केलं होतं – ओह! मी त्याला कशी वाचवू शकले असते? 'निर्माण' रागात सा-ग-रे-प-नी होते – त्यामुळे मी गाता गाता त्यांना बळ देऊ शकले. ध आणि म हे दोन स्वर त्या रागात वर्ज्य होते. त्यांपैकी ध शिकारी बनला आणि बिचारा म नकळत त्याची शिकार. एका वर्ज्य स्वराने दुसऱ्या वर्ज्य स्वराची कत्तल केली होती. याचा अर्थ काय? संगीतक्षेत्रावर याचा काय परिणाम होईल?

माझ्या गुरू म्हणत होत्या, तो उत्पात हाच का? हा केवळ एक विचित्र भ्रम ठरावा अशी मी आशा करत होते; पण आत, खोलवर मला माहिती होतं की, तसं नाही. हा धक्का एका हादरलेल्या मातेच्या सहनशक्तीपलीकडचा होता.

हिरव्या रंगाची लहानशी मूक आकृती कुठे दिसते ते बघायला मी शेवटची नजर फिरवली. जेव्हा मला ती दिसली नाही, तेव्हा मी माझी शुद्ध हरपू दिली. एक खचलेली, हरलेली स्त्री यापलीकडे काय करू शकणार?

जाग आली, तेव्हा माझा घसा खवखवत, जळजळत होता. अरेरे! कालची सगळी मेहनत फलद्रूप झाली असती तर! – 'निर्माण' रागात मी चैतन्य फुंकू शकले

असते तर! तर प्रथमच मातृत्वपद लाभलेल्या एखाद्या कृतार्थ मातेप्रमाणे आत्ता उत्साहानं सळसळत असते; पण त्या सकाळच्या प्रहरी मी बाळ गमावलेल्या प्रत्येक आईचं दुःख प्राशन केलं. माझं मन घट्ट असल्याचं ढोंग मला करायचं नव्हतं आणि जरी तसं ठरवलं असतं तरी मी तो मुखवटा धारण करू शकले नसते.

'निर्माण' – माझ्या अंतःकरणानं मुक्त आक्रोश केला. या वेळी माझ्या आवाजानं मला दगा दिला.

***

उत्पात! – काय झालं ते मला कळायलाच हवं होतं. कसं ते ठाऊक नाही. विद्यालयातल्या माझ्या खोलीतून मी बाहेरच्या खोलीत आले. माझ्या अज्ञातवासाच्या इतक्या वर्षांत प्रथमच वर्तमानपत्रातल्या एका बातमीनं माझं लक्ष वेधून घेतलं. सूचनाफलकावर एक कात्रण टाचलेलं होतं – सवाई गंधर्व महोत्सवाचं वेळापत्रक! समोरच्या फळ्यावर आजची तारीख लिहिलेली होती. म्हणजे महोत्सवाचा आज शेवटचा दिवस असणार – मला गुपचूप तिथे गेलंच पाहिजे.

रात्री शाल गुंडाळून, मी त्या मैदानातल्या गर्दीत मिसळले. माझा नुकताच सांगीतिक गर्भपात झाला होता – माझा आवाजदेखील गेला होता. ओरबाडलेला उजाड कंठ, कुलूपबंद जीभ आणि ओठ. प्रत्येक वेळी ते उघडायचा प्रयत्न केला की, माझं मन आणि अंतःकरण यांचा एकच आक्रोश व्हायचा.

अशा खिन्न अवस्थेत मला सवाई गंधर्वचं सांगीतिक उबदार वातावरण लपेटून घ्यायचं होतं; पण दुर्दैव! तिघेही महान कलाकार अपयशी ठरले. एका मैफलीत दोन दुर्घटना घडणं धक्कादायक होतं; पण लागोपाठ तीन घटना केवळ दुर्भाग्य म्हणून सोडून देणं शक्य नव्हतं. याला मी जबाबदार होते हे मला माहिती होतं. मी राक्षसी महत्त्वाकांक्षा बाळगली होती. माझी तत्त्वतः चूक नव्हती असं जरी मला अजूनही वाटत असलं तरी माझा अक्षम्य अपराध माझ्या ध्यानात आला होता – सृजनाला तुमच्या महत्त्वाकांक्षेचं ओझं पेलायला लागता कामा नये.

पहाट व्हायला अजून तीन तास होते – इतरांप्रमाणेच मलाही नावं ठेवत घरी जायचं नव्हतं. थकलेले, कुरकुरणारे आवाज उद्या किती काम आहे हे एकमेकांना सांगत होते. गर्दी पांगत असताना वातावरणात चिडचिड भरून राहिली होती, कारण मैफलीचा आनंद घेतल्याचं ढोंग कोणीच करू शकत नव्हतं. सावकाश बाहेर पडताना, जे घडलं त्याचं काहीसं भान मला होतं; पण ते सुधारण्यासाठी काय करायला हवं ते कळत नव्हतं. या सगळ्या घटनेनं मला विलक्षण थकवा आला

होता आणि झोप हवी होती; पण मी बळ एकवटून, पर्वती चढून विद्यालयात गेले. प्रयोग फसला होता; पण मी पिच्छा सोडणार नव्हते. मी माझ्या रियाजाच्या खोलीत गेले – अर्भकांची दफनभूमी!

माझा रक्ताळलेला तंबोरा माझ्याइतकाच पराभूत दिसत होता. 'निर्माण'ची सांगीतिक रेखाटनं केलेले कागद इतस्ततः पसरले होते. संपूर्ण खोली पराभव, प्रस्थान आणि मृत्यूचं चित्र बनली होती. मी मोडून पडलेल्या स्त्रीसारखी धाय मोकलून रडले आणि तशीच झोपलेही!

जागी झाले, तेव्हा मला तीन महिने अंथरूण धरल्यासारखं वाटत होतं. विद्यालयात बरीच गडबड चालू होती. माझी खोली आवरलेली होती. माझ्या शेजारी डॉक्टर बसले होते. एक नर्स कोणाला तरी नम्रतेनं बाहेर घेऊन जात होती. बहुधा ते वज्रसेन होते. मी उठायचा प्रयत्न करताच एका अशक्त दिसणाऱ्या हातानं मला ठामपणे थांबवलं.

''जाऊ दे त्यांना,'' शैलजाताई म्हणाल्या. ''गेले तीन दिवस ते रोज क्षमा मागायला येताहेत आणि मी त्यांना परत पाठवते.''

मी गोंधळून त्यांच्याकडे पाहिलं, ''तीन दिवस? इथे?''

''आम्ही तुला घरी न्यायचा प्रयत्न केला; पण गुंगीत असतानासुद्धा तू नकार दिलास. सगळे विद्यार्थी, शिक्षक सतत तुझ्या आसपास आहेत.''

आत्तासुद्धा कितीतरी लहानगे मान खाली घालून तिथे मुकाट्यानं बसलेले होते.

माझे डोळे माझे अभ्यासाचे कागद शोधू लागले.

''कसलीही काळजी करू नकोस. ते सगळं मी शास्त्रीय संगीताच्या राष्ट्रीय अकादमीकडे सुपूर्द केलं आहे.''

माझ्या चेहऱ्यावरच्या चिंतेच्या रेषांपैकी एकही पुसली गेली नसणार.

''माझं चुकलं.'' मी पुटपुटले. इतर कुठलेही शब्द कितीही मोठ्यानं उच्चारले तरी झालेलं नुकसान भरून निघणार नव्हतं.

''काही चुकलं नाही. अशा भयंकर संकटकाळीच मानवजात शक्तींशी जोडली जाते. तुला जर त्या हरवलेल्या स्वराची काळजी वाटत असेल, तर तुला एक बातमी सांगते – शुभवार्ता! आज जगभरातले २५००० संगीतकार, शास्त्रज्ञ आणि स्वप्नं पाहणारे लोक त्या स्वराचा शोध घेताहेत.''

''म्हणजे अजून तो सापडला नाही?'' माझा विश्वास बसेना.

''नाही. हिंदुस्थानी शास्त्रीय संगीताच्या सर्व घराण्यांचे बुजुर्ग मिळून तुझ्या निर्माण रागाचा अभ्यास करताहेत – आणि त्या रागाचं 'कस्तुरी-निर्माण राग' असं नामकरण करावं याबाबत सगळ्यांचं एकमत झालंय.''

"मूळ समस्या सुटलेली नसताना ही नामकरणाची भानगड कशाला?"

"अगं, वादळांना नाही का निरनिराळी नावं देत – आणि तुझा कस्तुरी - निर्माण राग खरंच चेतन झालाय – लाक्षणिकरीत्या आणि प्रत्यक्षातदेखील! हे तुला दिसत नाही का? यापूर्वी कधी इतके कलाकार एकाच उद्देशानं, स्पर्धेसाठी नव्हे, तर संशोधनासाठी एकत्र आलेले आठवताहेत?"

"पण त्याची इतकी मोठी किंमत? याआधीचं संगीत आता फक्त दंतकथा बनून राहणार का? यापुढे फक्त सहा स्वरांनीच संगीतरचना होणार का?"

"मला वाटतं, तू उगीच टोकाला जाते आहेस. त्या समस्येतच तिचं समाधान आहे – तो स्वर परत आणण्यासाठी राग उलट्या क्रमाने गायला की, झालं."

"म्हणजे अवरोही?" मी विचारलं.

मी कशी गात होते, ते आठवण्याचा प्रयत्न करू लागले – खरंच की! संपूर्ण वेळ मी फक्त आरोहच गात होते.

माझ्या डोळ्यांतले दूरस्थ भाव मला पुन्हा माझ्या खडकाकडे घेऊन गेले.

लहानगी कस्तुरी राग-संगीताचे पहिले धडे गिरवत होती.

'जर सात रंग एकत्र आले की, पांढरा रंग बनतो, तर मग पांढऱ्या रंगातूनसुद्धा सात रंग निर्माण होऊ शकतील.'

"जर हे इतकं सोपं आहे तर मग कोणी –"

"कोणी निर्माण राग गायचा प्रयत्न केला नाही असं वाटतं का तुला? अर्थातच बऱ्याचजणांनी केला – पण तुझ्यासारखी आवाजाची देणगी इतर कोणालाच नाही."

त्यांनी उठून माझ्या कपाळावर थोपटलं.

"आता रात्रभर चांगली विश्रांती घे. तुझा आवाज परत पूर्वस्थितीला आणण्यासाठी आपल्याला खूप काम करायचंय. उद्या सकाळपासून आपल्या नेहमीच्या ठिकाणी रियाजाला सुरुवात करायची."

"आपला खडक आपली वाट पाहत असेल." मी म्हटलं.

"आता त्याचंही जरा वय झालं असेल," त्या हसत म्हणाल्या.

त्यांच्या आवाजात मला संगीत ऐकू आलं आणि त्यांच्या डोळ्यांत प्रकाश दिसला – शांतीसारखा – पांढराशुभ्र!

इतिहासाला स्मरण नसतं

आजचा दिवस *दुस्ताही(न)* च्या इतिहासातला काळा दिवस म्हणून ओळखला जाईल, कारण *गांस हमोधी नदा* यांचा आज सकाळी वध झाला. 'बेरेटा पी फोर स्टॉर्म'सारख्या दिसणाऱ्या पिस्तुलातून दोन फैरी झाडून, मी त्यांना मारलं. मग हात वर करून शरणागती पत्करली. एका पोलिसानं माझी बंदूक खेचून घेतली, दुसऱ्याने मला बेड्या घातल्या आणि पुष्कळ पोलीस, गर्दी धक्क्यातून सावरून हिंसक होण्याआधी *वनबी रभला* च्या आवारातून मला घेऊन गेले.

तेव्हापासून मी कोठडीत आहे; पण त्यांनी मला हात लावलेला नाही – अजून तरी! ड्यूटीवरचे हवालदार काचेच्या पेटीत ठेवलेल्या सापाकडे बघितल्यासारखे माझ्याकडे बघतात. त्यांच्या नजरेत, बसलेला मोठा धक्का, भीती आणि कुतूहल दिसतं. 'का?' हा प्रश्न ते सगळे मला विचारू इच्छितात; पण विचारत नाहीत, कारण त्यांना कारण माहिती आहे.

चळवळीचा कार्यकर्ता म्हणून गेल्या तेवीस वर्षांत न मिळालेलं महत्त्व मला गेल्या सतरा तासांत मिळालं. अर्थात आतापर्यंत इतक्या टोकाचं मी काही केलंही नव्हतं म्हणा! पण अचानक मी एकदम महत्त्वाची व्यक्ती बनलो आहे – *सेगो थुमन राड* – राजकीय खुनी.

सगळी न्यूज चॅनेल्स तेच दृश्य पुनःपुन्हा दिवसभर दाखवत बसले असतील – प्रत्येक वेळी नवनवीन लोकांच्या भावना - प्रतिक्रिया ढवळून काढत. दर तासाला नवीन तज्ज्ञांची समिती माझ्या कृतीमागचे नवनवीन उद्देश शोधून काढत असेल.

दोन जमावांनी माझ्यावर हल्ला करण्याचे

प्रयत्न करून झालेत. थोडा वेळ दगडफेक झाली. ती आटोक्यात आणायला गोळीबार करावा लागला. राष्ट्राध्यक्ष *'वा रहज'* यांची प्रचंड अस्वस्थता बघून जनतेचा प्रिय नेता *गांस हमोधी नदा* यांच्या निधनामुळे संपूर्ण देशात काय हाहाकार मजला असेल याची कल्पना येत होती.

आजपर्यंत माझ्या स्वातंत्र्य संग्राम पक्षाने कित्येक गोऱ्या अधिकाऱ्यांना यमसदनाला पाठवलं होतं; पण एका देशवासीयाने त्याच्याच देशातील नेत्याचा वध करण्याचा हा पहिलाच प्रसंग होता. माझ्या या अघोरी कृत्याने माझे सहकारी हादरले असतील; पण खासगीत ते माझी स्तुतीही करत असतील. मात्र, मला भेटायला न येण्याचा संयम ते नक्कीच बाळगतील. आमचे पक्षनेते *रसा रवक* यांनीदेखील मला भेटायला यायचं धाडस केलं नव्हतं. ते योग्यच होतं, कारण पक्षाच्या आचारसंहितेसाठी आणि सुरक्षित भविष्यासाठी त्यांचं नाव या कृत्याशी जोडलं जाणं उचित नव्हतं, कारण यात त्यांचा कुठलाही सहभाग नव्हता.

कदाचित त्यांना माझं नावदेखील माहिती नव्हतं. मला कोणाचाही पाठिंबा नाही; त्यामुळे हे माझं स्वतंत्र कृत्य होतं – तो पक्षाचा विषय नव्हता. आजपर्यंत मी पक्षाचा तिसऱ्या फळीतला कार्यकर्ता होतो, गुप्त संदेशांची ने-आण करणारा, चोरून स्फोटके पोहोचवणारा आणि थोडीफार हेरगिरी करणारा; पण राष्ट्रीय नेत्याचा वध केल्यामुळे माझ्यावर 'जनतेचा प्रमुख शत्रू' असा शिक्का बसला होता.

बातमीदार घिरट्या घालताहेत; पण माझा अधिकृत जबाब नोंदवला गेल्याशिवाय बातमीदारांना ते माझ्यापर्यंत पोहोचू देणार नाहीत.

***

माझ्या कोठडीबाहेर दोन पावलं दाणकन येऊन थांबली, इतर काहीदेखील घाईघाईनं थांबली. दार उघडलं. ते सगळे आत आले आणि घडेल त्या प्रसंगाला तोंड देण्याची मी मनाची तयारी केली.

"का?" इन्स्पेक्टर *एल झोर* ने कुरकुरणाऱ्या दरवाजासारख्या आवाजात विचारलं. मी निर्विकार चेहऱ्यानं त्याच्याकडे पाहिलं.

"*सेगो थुमन राड,* हे घृणास्पद कृत्य करायला तुला कोणी चिथावणी दिली?" त्यानं विचारलं; पण माझ्यावर त्याचा काहीच परिणाम झाला नाही.

"रसा रवक?"

"ही जर त्यांची संकल्पना असती तर रसा रवक यांनी ते स्वतःच्या हातांनी केलं असतं; पण सॉरी, मी त्यांच्याआधी करून मोकळा झालो."

*एल झोर*च्या डोळ्यांत खूपच संयम होता. तो गरम व्हायला, उकळायला

आणि उतू जायला पुरेसा वेळ घेत होता.

"मला जबाब पाहिजे – ताबडतोब."

"हे मी माझ्या स्वतःच्या मर्जीनं केलं."

"आणि तू पोलिसांच्या स्वाधीन झालास? आपणहून?"

"माझं कर्तव्य पूर्ण झालं होतं."

"कोणाप्रति कर्तव्य?"

"देशाप्रति"

"सेगो, तू फक्त बळीचा बकरा आहेस. तू कोणाला पाठीशी घालतोस? फक्त त्याचं नाव सांग की, तुझी लगेच सुटका होईल. खटल्यात दयामाया दाखवली जाईल अशी अपेक्षा करू नकोस. तुला मरेपर्यंत दगड मारण्याची शिक्षा होईल."

"मी तयार आहे."

एल झोर हसला. "सेगो, तुझा पुनर्जन्म होईपर्यंत तुला वेदना होत राहतील. मला खात्री आहे, तू कधी त्याचा अनुभव घेतलेला नाहीस."

"प्रत्येक गोष्टीची कधीतरी पहिली वेळ असतेच." मी म्हटलं.

"तुझ्या बाबतीत तीच शेवटचीही असेल." एल झोर म्हणाला.

मी हसलो, "गांस हमोधी नदा मरण पावले आहेत, आता पहिली की शेवटची हे मोजत बसायची मला गरज नाही."

एल झोर कोऱ्या चेहऱ्यानं माझ्याकडे टक लावून बघत होता; पण त्याच्या रागाच्या पाऱ्याला बुडबुडे येऊन फुटत असलेले मला ऐकू येत होते. मी भडकवल्याशिवाय त्याच्याकडून कसलीच सुरुवात होऊ नये याची तो खबरदारी घेत होता. तेवढ्यात त्याचा फोन वाजला. त्यानं फोन घेतला आणि पलीकडच्या माणसाचं बोलणं ऐकताना तो तोंडं वेडीवाकडी करत मान डोलवत होता. मग माझ्याकडे वळला, तेव्हा त्याच्यात खूपच बदल झाला होता.

"चल बोल. तुझ्याकडे फार वेळ नाही." तो म्हणाला. त्याच्या तापलेल्या डोक्यातल्या लाटांची गाज त्याच्या आवाजात ध्वनित होत होती.

"तुम्ही मला सरळ भर चौकात नेऊन का उभं करत नाही?" मी विचारलं.

"हे बघ सेगो, वेडेपणा करू नकोस. तुझा छळ व्हायला नको असेल तर तुला या कामगिरीवर कोणी पाठवलं ते सांगून टाक. स्वातंत्र्य संग्राम पक्षाने पाठवलं?" मी गप्पच!

"तुला काय हवंय ते सांग, मग आम्ही तुझ्याशी जरा मऊपणाने वागू."

"अरे वा! तसं असेल तर मग मला एक मऊ बिछाना हवाय. मी खरंच फार

दमलोय." मी अजूनही खाली जमिनीकडे बघत होतो, मग छताकडे बघितलं आणि चुकीच्या वेळी एक जांभई आली. मी ती दाबण्याचा करण्याचा प्रयत्न करण्याच्या आतच माझ्या डोळ्यांसमोर काजवे चमकले. माझा गाल झोंबत होता आणि माझ्या डोळ्यांत एकेक अश्रू तरारला.

"दाखवतोच तुला कसं झोपायचं! मी गेले वीस तास झोपलेलो नाही आणि कधी झोपायला मिळेल देवाला ठाऊक!" तो खेकसला. "स्क्वॉड, आपल्याला याचा जबाब घ्यायचाय. आत्ता, लगेच." तो कोठडीतून बाहेर निघून गेला. आपटलेल्या लोखंडी दाराच्या घणघणाटाचे पडसाद जरा वेळ घुमत राहिले.

एक चांडाळचौकडी माझ्यावर चालून आली - गणवेशाच्या बाह्या वर सारून, कंबरेचे पट्टे काढून, बोटं मोडून, जिभल्या चाटत. माझं शरीर ताठर झालं, जबडा आवळला गेला आणि मनानं त्याचे डोळे घट्ट मिटून घेतले.

ते बराच वेळ तिथे होते, माझे शरीर विविध ठिकाणी वळवत, वाकवत; पण शरीरावर खुणा न ठेवता हे कसं करायचं ते त्यांना चांगलं माहिती होतं. त्यांचे दंडुके केवळ स्पर्शानं मला थरथरायला लावत होते. वेदनेची कळ न उठता ओरडणंदेखील शक्य नव्हतं.

ते थांबले – घामेजलेले, दमलेले, धापा टाकणारे. त्यांच्यातली माणुसकी डोकं वर काढून, त्यांना जरा थांबायची विनंती करत होती.

आमचा पक्ष हा जहाल पक्ष होता आणि छळ होणं किंवा मारलं जाणं हा त्यातला एक भाग होता. अशा प्रसंगांना तोंड देण्यासाठी इतर कार्यकर्त्यांप्रमाणे मलाही याचं प्रशिक्षण मिळालं होतं; पण ते खरोखरच्या छळाच्या मानाने अगदीच किरकोळ होतं.

"आमच्या चहाच्या सुट्टीनंतर आणखी प्रदीर्घ भेटीसाठी तयार राहा. आम्ही इतक्या लवकर दमत नसतो."

परत आल्यावर त्यांनी त्यांचा शब्द व्याजासह पाळला.

***

सूर्यास्ताच्या वेळी इन्स्पेक्टर एल झोर आत आला. "अरे तू लपवतोस तरी काय?" उद्वेगानं त्याचा आवाज चिरकला. "त्यानं तुझं काही भलं होणार नाही. तुझे बंडखोर सहकारी तुझ्या निष्ठेचा मजेत फायदा घेताहेत. तू सगळं सांगून टाकलं नाहीस तर मरशील – मग ते दारू पीत शोकसभा घेतील – आणि तुला विसरून जातील."

एल झोरनं आशेनं माझ्याकडे पाहिलं; पण मी त्याची आशा पूर्ण केली नाही.

"हे त्यांच्यासाठी नाही, देशवासियांसाठी आहे.''

"देशवासी? ते कायमच तुझा तिरस्कार करतील. त्यांचं गांस हमोधीवर विलक्षण प्रेम होतं.''

"सगळ्यांचंच होतं असं नाही. माझं नव्हतं. माझ्यासारखे आणखी कितीतरी आहेत.''

"पण ते राष्ट्रपिता होते.''

"आपल्या राष्ट्राचे तुकडे कोणी होऊ दिले?'' मी विचारलं.

एल झोरने तोंड उघडलं; पण बोलण्यासारखं काहीच नव्हतं. माझ्या डोळ्यांत जेत्याचा आनंद होता.

त्याचा फोन पुन्हा वाजला आणि पुन्हा त्यानं आधीच्या वागण्याची पुनरावृत्ती केली. मग सिगारेट पेटवून, विचारमग्न होऊन झुरके घेऊ लागला.

"सेगो, वाईट बातमी आहे. तुझ्यावर खटला भरलाच जाणार नाही. तुला भर चौकात उभं करणार आहेत.'' तो म्हणाला.

"मला काहीतरी सांगायचंय.'' मी म्हटलं.

एल झोर हसला. त्याला वाटलं, मी माफीची शक्यता अजमावतोय.

"सेगो, तू फक्त एक जहाल मतवादी कार्यकर्ता आहेस, दहशतवादी नाहीस हे मला माहिती आहे. मला खरंच तुला वाचवण्याची इच्छा आहे.'' तो क्षणभर थांबला. "तू नाव सांग – आणि तुझ्या मागण्या.''

"माझ्या मागण्या? ऐकायच्यात तुम्हाला? मला इतिहासाचा शिक्षक व्हायचंय.''

"काय?''

"मिस्टर एल झोर, भारताची कहाणीसुद्धा आपल्यासारखीच आहे हे तुम्हाला माहिती आहे का?''

"अर्थात!''

"फाळणीनंतर ते काय भोगताहेत ते तुम्हाला माहिती आहे? – आणि ती जखम किती काळ भळभळत राहणार आहे ते? प्रत्येकानं भारताचा इतिहास वाचावा आणि आपण त्याच चुका करतोय याची जाणीव व्हावी अशी माझी इच्छा आहे – त्यातून सगळ्यांनी धडा घ्यावा म्हणजे आपण वेळेवरच देश पुन्हा एकसंध करून शांततेत राहू शकू.''

एल झोरनं हसून मान हलवली. "सेगो, तू एका संताला ठार मारलंस आणि शांतीच्या गप्पा मारतोस?''

"देशाचं वाटोळं करूनसुद्धा गांस हमोधी संत असेल तर मग माझ्यासारख्या

आणखी पाप्यांची गरज आहे.''

''ही सगळी तुला वेड लागल्याची लक्षणं आहेत.''

''तुम्हाला काय हवं ते म्हणा; पण मी त्यांच्या अहिंसेच्या भ्रामक कल्पना संपवून लोकांची होणारी फसवणूक थांबवली आहे. आता माझी एकच मागणी पूर्ण करा – मला झोपू द्या.''

एल झोर बघत होता – माझ्या वेदना कमी झाल्या होत्या; पण निद्रादेवी माझ्या दिशेनं सुस्त गोगलगायीच्या गतीनं येत होती.

***

ब्लांक साम्राज्य आमच्यावर पिढ्यान्‌पिढ्या राज्य करत आलं होतं आणि आम्ही त्यांना आव्हान दिलं नाही तर यापुढेही करतच राहील. 'स्वातंत्र्य संग्राम' नावाच्या एका गटानं प्रतिकार केला आणि बॉम्ब, घातपाती कारवाया आणि वध या माध्यमांतून प्रत्युत्तर दिलं.

दरम्यान, गांस हमोधी यांनी महात्मा गांधी आणि मार्टिन लूथर किंग यांच्याकडून अहिंसेची धुरा घेतली. त्या दोघांचीही निर्घृण हत्या झाली होती; पण तरीही गांस हमोधींनी शांततेसाठी तोच रक्तरंजित मार्ग अनुसरला.

अहिंसा – किती कोरडा शब्द - वांझोटा - तो भीतीतून येतो? की अपयशाच्या भयातून? त्या शब्दातच हिंसा आहे – जी कधी ना कधी उफाळून येणारच!

इतक्या घटकांची सरमिसळ असूनही अहिंसा स्वीकारून देशाचे ब्रीदवाक्य म्हणून अहिंसेची ध्वजा मवाळांनी फडकावली होती आणि देशाच्या लोकसंख्येपैकी बहुतांश मवाळच होते. लगेच नाली अजी आणि वा रहज यांसारख्या नेत्यांनी त्यांच्या त्यांच्या राजकीय पक्षांचा पाठिंबा जाहीर केला. किंबहुना अहिंसेचा पुरस्कार करणाऱ्या गांस हमोधीच्या रूपानं, अत्यंत दुबळ्यांचीदेखील मर्जी संपादन करण्यासाठी सोयीचं साधन ठरू शकेल अशी एक प्रतिमा त्यांच्या पक्षांना मिळाली होती.

आमचे लोक मुळात दुर्बल नाहीत; पण आमच्या मनावरही लादल्या गेलेल्या गोऱ्यांच्या शेकडो वर्षांच्या सत्तेमुळे, प्रतिकार करायचा नाही हे आमच्या स्वभावात मुरलं होतं. गांस हमोधी यांनी अशा पुचाट जनतेची मनं जिंकली आणि केवळ संख्याबळ ही त्यांची ताकद बनली.

***

मला झोपेतून उठवण्यासाठी दरवाजा मुद्दामच जरा जोरात खणाणला. दोन तगडे पोलीस आत आले.

“चल, धुलाईची वेळ झाली.” पहिला म्हणाला आणि त्यानं मला खेचून उभं केलं. दुसऱ्यानं माझ्या अंगावरचा शर्ट ओढून काढला. पहिल्यानं माझ्या तोंडावर दंडुका हाणला. मी शरीर आक्रसलं; पण बचावासाठी काहीच केलं नाही.

“हा पलटवार करत नाही.” दुसरा म्हणाला आणि त्यानं मला आणखी एक तडाखा दिला.

“अहिंसक असावा.”

“कळेलच आपल्याला.”

मी रक्तबंबाळ होईपर्यंत त्यांनी त्यांचं काम चालू ठेवलं. एका राजकीय खुन्याला जशी वागणूक दिली जाणं अपेक्षित असतं, तसे ते आता मुळीच वागत नव्हते.

“त्यांना तू मारूच कसा शकलास रे, भडव्या?”

ते त्यांच्या खुर्च्यांकडे गेले. एकानं गांस हमोधींचं सुप्रसिद्ध भाषण लावलं – ‘दुसऱ्याला इजा करण्याच्या हेतूनं दगड उचलणारा हात शापित असतो.’

काही दशकांपूर्वी गांस हमोधींच्या वडीलकीच्या नात्याने दिलेल्या भाषणांनी मी खूपच प्रभावित होत असे. नाली अजी आणि वा रहज यांसारख्या महान व्यक्तीदेखील त्यांच्या पायाशी बसून ते ऐकायच्या. कधीच चुकू शकणार नाही अशी पितृतुल्य व्यक्ती म्हणून मी त्यांच्याकडे बघत होतो. मग एक दिवस त्या भ्रमातून मी खडबडून जागा झालो. मला भानावर आणणारं ते वाक्य मला आजही चांगलं आठवतं. बंडखोरांच्या एका गटाला आश्रय दिला म्हणून ब्लांक्सनी एका खेड्याची धूळधाण केली. मी कोणाच्याही नकळत त्या गर्दीत सामील झालो. बदला घेणं अपेक्षितच होतं. गांस हमोधी तिथे पोहोचले तोपर्यंत जवळचं पोलीस ठाणं पेटवून देण्यासाठी लोकांच्या झुंडी तिथे जमल्या होत्या. गर्दीला उद्देशून ते म्हणाले, ‘जर कोणी प्रतिहल्ला केला, तर मी आत्महत्या करेन.’

स्वतःच्या शब्दांत ओतप्रोत हिंसा भरलेली असताना एखादा माणूस अहिंसेचा पुरस्कार कसा करू शकतो हे अनाकलनीय आहे. त्या एका वाक्यात मृत्यू, धमकी आणि ब्लॅकमेल सगळंच होतं. त्यांचं म्हणणं मी कधीच मान्य करू शकलो नाही. किंबहुना त्यांनी जर स्वतःवर नियंत्रण ठेवलं नसतं, तर ते माझ्यासारखेच झाले असते. तरीही त्या वाक्यानं प्रक्षुब्ध जमावाला शांत केलं आणि त्या वेळी त्याच वाक्यानं मला बंडखोर बनवलं.

स्वातंत्र्य संग्राम पक्षातलं बॉम्ब, घातपात, छळ आणि फाशीची शिक्षा यांच्या छायेतलं आमचं आयुष्य अत्यंत धोक्याचं आणि अनिश्चिततेचं होतं; त्यामुळे साहजिकच आम्ही अल्पसंख्याक होतो.

जहाल आणि मवाळ दोन्ही पक्षांची आपापल्या उद्दिष्टांवर निष्ठा होती – त्यांचे

हेतू स्फटिकासारखे लख्ख होते; पण एकमेकांनी निवडलेले मार्ग त्यांना पसंत नव्हते.

गांस हमोधी ज्येष्ठ होते; तरीही मी छापील माध्यमांतून त्यांच्यावर काही वेळा हल्ला चढवला होता. एका सहनशील पित्याच्या भूमिकेतून, पुढील संघर्ष टाळण्यासाठी माझी भडकवणारी वक्तव्यं त्यांनी फक्त हसून सोडून दिली होती. मात्र, त्या काही प्रसंगांत त्यांच्या नजरेत दडलेला विखार मी पाहिला होता. कधी ना कधी तो धीरोदात्ततेचा मुखवटा गळून पडेल आणि त्यामागची वर्षानुवर्षं कोंडलेली – मुक्त होण्यासाठी आतुर असलेली हिंसा उघड होईल याची मला कल्पना होती.

***

दोन पोलीस पुन्हा दार उघडून आत आले. या वेळी दुसरी जोडी होती. काहीही न बोलता एकानं बादलीभर पाणी माझ्यावर उडवलं. दुसऱ्यानं मी रेडा असल्याप्रमाणे ब्रशनं मला घासलं. मग मला साखळ्यांनी बांधून ते निघून गेले.

"आता नेण्यासाठी तो तयार आहे."

अनेक शतकांपासून देश लष्करी मुजोरी, अन्याय, बळजबरी, अनैतिक लुटालूट यांच्या शृंखलांनी जखडलेला होता. गांस हमोधींना असा विश्वास होता की, शांततामय प्रतिकाराने देशाची जनता सरकारच्या मनात अपराधी भावना निर्माण करू शकेल, त्यांच्यातली माणुसकी जागी होईल आणि ज्यावर त्यांचा हक्कच नव्हता तो आमचा देश ते सोडून जातील. फारच उदात्त कविकल्पना वाटते, नाही का?

अर्थातच वाटते. मी तर त्यांना गारुडी म्हणायलाही मागेपुढे पाहिलं नव्हतं. स्वतंत्र भूमीच्या स्वप्नाची पुंगी वाजवून सगळ्यांना संमोहित करणारा – पण ते स्वप्न साकार करण्यासाठी काहीही कृती न करणारा गारुडी – सगळ्यांवर मोहिनी घालून स्वतःच्या तालावर नाचवणारा पिपाणीवाला! पण त्या मोहिनीअस्त्राचा प्रभाव उतरल्यावर, ते स्वप्न धुक्यासारखं विरून गेल्यावर मग पुढे काय? सगळे कुठे असतील तेव्हा? अर्थातच अजूनही बेडीत जखडलेले.

आम्ही सगळ्यांना जागं करण्यासाठी बॉम्बस्फोट केले. पण व्यर्थ! बहुतांश लोक त्यांच्या पुंगीवर डोलतच राहिले आणि त्यांचं डोलणं दिवसेंदिवस अधिकच भक्तिभावानं होऊ लागलं. ही मोहिनी दूर झालीच पाहिजे. संमोहित झालेल्यांची धुंदी उतरलीच पाहिजे कधीतरी – आणि मग ती घटना घडली. कविकल्पना सत्यात उतरू शकते हा धडा आम्ही सर्वजण शिकलो.

आम्ही स्वातंत्र्य संग्रामवाले बॉम्बस्फोट घडवत असताना आणि गांस हमोधी अहिंसा मोर्चे काढत असताना आंतरराष्ट्रीय पातळीवर एक नवीनच धोरण अस्तित्वात

येत होतं. जगभरातील बाजारपेठांत साचलेपण आलं होतं. म्हणून बाजारपेठांची व्यापकता वाढवण्यासाठी ग्लोबल मार्केट गिल्ड – जी एम जी ने परकीय सत्तेखाली असलेल्या सर्व देशांना मुक्त करायचा निर्णय घेतला. सुरुवात दुस्ताही(न) पासून होणार होती. त्यानंतर तिबेट, मंगोलिया आणि दक्षिण आफ्रिकेचा क्रमांक होता; पण अगदी निकडीची गरज पडल्याशिवाय मोठ्या माशांना कोणी हात लावू धजत नव्हतं. ब्लांकेनेशियाला जर त्यांची बाजारपेठ इतर देशांत विस्तारायची असेल तर दुस्ताही(न) वरून सत्ता उठवण्याचा जी एम जी ने त्यांच्यावर दबाव आणला. महासागरातला एक छोटा मासा असल्याने त्यांना ते मान्य करण्यावाचून पर्याय नव्हता. रक्ताचा थेंबही न सांडता आमचा देश स्वतंत्र होणार होता – गांस हमोधींनी वचन दिल्याप्रमाणे. आमच्या देशाच्या इतिहासात हे पान सुवर्णाक्षरांनी लिहिलं जाणार होतं – मात्र, आम्हा स्वातंत्र्य संग्रामींचा त्यात ओझरता उल्लेखही नसणार - अगदी तळटीप म्हणूनसुद्धा नाही.

स्वतंत्र दुस्ताही(न) मध्ये गांस हमोधी वंदनीय मसीहा बनले, कारण जास्तीतजास्त देशवासियांची त्यांनी मजबूत फळी बनवली होती. आमच्या देशाच्या स्वातंत्र्याचं कारण सूर्यप्रकाशाइतकं ढळढळीत होतं; पण सगळ्या श्रेयाचा वर्षाव मात्र गांस हमोधींवर झाला. त्यांच्या अहिंसेच्या मार्गावर पावित्र्याच्या पायघड्या घातल्या गेल्या आणि लोक त्यांना देवतुल्य मानू लागले.

आमचा स्वातंत्र्य संग्राम पक्ष अर्थातच समाजविघातक गट म्हणून बदनाम झाला. जरी आम्ही त्याच उद्दिष्टासाठी आमची आयुष्यं पणाला लावली असली तरी देशाच्या बाजूनं पडलेल्या दानाच्या श्रेयात आमचा वाटा मान्य नव्हता. आमच्या सगळ्या प्रयत्नांवर गैरमार्गानं केलेल्या दुष्कृत्यांचा शिक्का बसला आणि ते केवळ एक फसलेलं, मोडून पडलेलं बंड ठरलं. आमच्या देशानं जरी प्रत्यक्षात स्वातंत्र्य मिळवलं होतं, तरी एक राष्ट्रवादी गट म्हणून आमचा तत्त्वतः पराभव झाला.

ज्यांनी हौतात्म्य पत्करलं होतं, त्या आमच्या बांधवांबद्दल मला खूप वाईट वाटलं, कारण त्यांचं नाव कुठेच कोरलं अथवा उमटवलं जाणार नाही. एका फसलेल्या उद्दिष्टासाठी झुंजलेले ते वीर कायम अनामच राहतील. त्या, आता महत्त्व हरपलेल्या मृत्यूंवर आणि आता निरुपयोगी असणाऱ्या आमच्या जीवनावर नशिबाची जरा अधिक कृपादृष्टी असायला हवी होती.

आमचे राजकीय कवी *गो रटा* यांनी देशाच्या भावना एका छोट्या कवितेत शब्दबद्ध केल्या आणि गांस हमोधी यांनीच देशाला मुक्त निळं आकाश मिळवून दिलं यावर शिक्कामोर्तब केलं.

एका देवदूताने जादूची कांडी फिरवली,
आमची सर्व स्वप्ने साकार झाली,
रक्ताचा एकही थेंब सांडला नाही,
तरीही आमची मातृभूमी स्वतंत्र झाली.

ही कविता इथवरच कालानुरूप होती, कारण एक शेवटचा घाव घातल्याशिवाय ब्लांक्स सहजासहजी परत जाणार नव्हते.

दार उघडलं आणि वा रहज आत आले. मी फारच भयंकर दिसत असलो पाहिजे, हे मी त्यांच्या भयग्रस्त डोळ्यांवरून ताडलं.

"तुला जर त्यांची एखादी गोष्ट पटत नव्हती, तर तू माझ्याकडे यायचंस. मी तुझी कैफियत मांडली असती. नाली अजींनीदेखील तुला तेच सांगितलं असतं.

"पण तसं झालं असतं, तर मी आता जे मिळवलं ते मला मिळालं नसतं." मी हसून म्हटलं.

क्षणभर वा रहजचा चेहरा दगडाच्या शिळेसारखा झाला; पण लगेच त्यांचाही चेहरा हसरा झाला आणि मला कोठडीत सोडून बाहेर जाईपर्यंत तो तसाच राहिला.

***

आम्ही इतिहास वाचला होता; पण त्यातून फारसं काही घेतलं नव्हतं आणि ब्लांक्सनी तोच इतिहास वाचून त्यातली प्रत्येक क्लृप्ती आत्मसात केली होती. त्यांनी भारताप्रमाणेच आमच्याही देशाची फाळणी करायची ठरवली – धर्माच्या नव्हे तर भाषेच्या आधारे. दक्षिणेकडचे लोक *दुस्ताहिनी* भाषा बोलायचे, तर उत्तरेकडचे यर्सिनप. सगळीकडे दंगे उसळले, कारण गांस हमोधींच्या नेतृत्वाखाली निषेध-निदर्शनं करण्यात दोन्ही भाषा बोलणारे लोक एकत्र होते. आता ब्लांक्सना त्यांच्या मर्जीप्रमाणे वागू न देता हे निस्तरणं गांस हमोधींची जबाबदारी होती.

मात्र, दुसऱ्या दिवशीच्या बातमीनं प्रत्येक दुस्ताहिनीला हादरवलं. गांस हमोधींना ब्लांक्सचं म्हणणं मान्य होतं आणि कोणतंही सबळ कारण नसताना देशाची फाळणी होणार होती. ब्लांक्सनी हसतमुखाने देश सोडून जावं एवढीच त्यांची इच्छा होती. ते हसतच गेले - आणि दुस्ताही(न) ला त्याच्या एकीच्या मोबदल्यात स्वातंत्र्य मिळालं.

देशाच्या विभागणीसाठी एक रेषा आखण्यात आली. एका बारीक रेषेमुळे पडलेल्या खिंडारानं त्यांच्या सत्तेचा अंत अंकित केला होता.

ती सीमारेषा शापित होती, कारण त्या त्या भागातली भाषा न बोलणाऱ्यांना

अचानक हद्दपार केलं जाऊ लागलं. यादवी माजली आणि सीमेच्या दोन्ही बाजूच्या लोकांनी मुक्तपणे हत्याकांडाला सुरुवात केली. अहिंसेचे सगळे धडे रक्तानं पुसले गेले. त्या सीमारेषेच्या म्हणजेच ब्लांकेनीज रेषेच्या दोन्ही बाजूला गांस हमोधींचे समर्थक होते. फाळणीमुळे त्यातले काही परकीय गणले जाऊ लागले आणि तेसुद्धा त्यांच्या पित्याच्या – गांस हमोधींच्या संमतीने!

तीव्र निषेधाची लाट पसरली. देशाचे दोन तुकडे झाले होते आणि सुराधारी होते गांस हमोधी.

ताबडतोब दृष्टिकोनांत फरक झाला, पवित्रे बदलले, समर्थनं लयाला गेली. गांस हमोधींच्या श्रेयात वाटेकरी होण्यासाठी, त्यांच्या समवेत उभे असलेल्यांची संख्या अचानक रोडावली. ते सगळे त्यांना मध्येच सोडून, आरोपीच्या पिंजऱ्यात एकट्याला उभं करून निघून गेले. आरोप – त्यांनी दुजोरा दिलेल्या फाळणीमुळे उसळलेल्या रक्तरंजित यादवीचा आरोप. हा साधा कायदा आहे – ज्या माणसाला त्याच्या उदात्त कार्याबद्दल उच्च स्थान प्रदान केलं जातं, त्यालाच त्याच्या पापांबद्दल खालीही खेचलं जातं. बळींची संख्या हजारांत पोहोचून आणखी वाढत होती. दिवसागणिक गांस हमोधींच्या प्रतिमेचा एकेक चिरा ढासळत होता.

आमच्या अहिंसक, स्वतंत्र देशाचं पहिलं पर्व रक्तलांछित ठरलं. त्या प्रक्षोभात संपूर्ण जनतेनं युक्तीपेक्षा शक्तीला प्राधान्य दिलं होतं.

आता गांस हमोधींना त्यांच्या चाहत्यांच्या नजरेत स्वतःची प्रतिमा सुधारण्याचा कोणताच पर्याय उपलब्ध नव्हता. टीकेच्या भडिमाराचा धनी होऊन सामूहिक हत्याकांडाचा बिल्ला गळ्यात अडकवून त्यांना उर्वरित आयुष्य कंठावं लागणार होतं. त्यांच्या आयुष्याच्या संध्याकाळी आणि देशाच्या उषःकाली गांस हमोधी ही एक अव्हेरली गेलेली, विषण्ण व्यक्ती होती.

त्यांचा मार्ग कधी माझ्या मार्गाशी जुळला नसेल; पण त्यांचा हेतू कधीच चुकीचा नव्हता. त्यांनी त्यांच्या परीनं बहुसंख्य लोकांमध्ये राष्ट्रभावनेची जाणीव चेतवली होती. एका अद्भुतरम्य कल्पनेची शोकान्तिका झाली होती. त्यांनी नव्यानं जन्माला घातलेल्या अहिंसक प्रतिकाराच्या संकल्पनेचा बालमृत्यू ओढवत होता आणि त्यांनी आपल्या मातृभूमीसाठी जे जे केलं त्यानंतरसुद्धा, प्रत्यक्ष पित्यालाच त्याबद्दल दोषी ठरवलं जात होतं.

***

ज्या चार पोलिसांनी मला आत आणलं होतं, तेच आता मला बाहेर नेत होते.

ही माझी अखेरची पदयात्रा होती.

"नजर बघ त्याची! पश्चात्तापाचा मागमूसही नाही."

"त्याला जरा जास्त वेळ आपल्या ताब्यात द्यायला हवं होतं."

एल झोरला आमच्या वाटेत उभा राहिलेला बघेपर्यंत ते पोलीस आपापसांत बोलत होते.

"तुझ्या पुढ्यात जे वाढून ठेवलंय त्याबद्दल मला यत्किंचितही वाईट वाटत नाही; पण *रसा रवक* सहीसलामत सुटणार याचा मला त्रास होतोय."

"आपल्या देशाच्या हितासाठी अशी माणसं चिरकाल जगायला हवीत."

जळजळीत नजरेनं माझ्याकडे पाहत एल झोर आमच्या वाटेतून बाजूला झाला.

***

मी त्याच लोकांसमोर गांस हमोधींना मारण्याचं कारण कळणं अवघड नव्हतं; पण मी हे एकट्याने केलं असणं शक्य नाही अशी त्यांची खात्री होती. पोलीसही माझ्याकडून ते वदवून घेऊ शकले नाहीत.

तो प्रसंग मी कधीच विसरू शकणार नाही आणि त्यावर माझाही अजून विश्वास बसत नाही. त्या दिवशी गांस हमोधी मला भेटायला आले. एक-दोन शब्दांतच औपचारिकता आटोपून त्यांनी थेट मुद्द्याला हात घातला.

"मी ब्लान्केनीज रेषा आखू द्यायला नको होती. मला वाटलं की, ते विभाजन शांततेत पार पडेल; पण आपले लोक कुठल्या थराला गेले बघ. मिळालेलं स्वातंत्र्य त्यांना नीट वापरतासुद्धा येत नाही. जुलमी राजवटीतून मुक्तता झाली की हे एकमेकांची डोकी फोडतात."

"पण तुम्ही ब्लांक्सना ठामपणे सांगायला हवं होतं. अटी घालण्याची त्यांची परिस्थितीच नव्हती - किंबहुना जी एम जी ने त्यांना आधीच कोंडीत पकडलं होतं."

"तसं नव्हतं ते." त्यांनी माझा युक्तिवाद फेटाळून लावला. "हा दिवस बघण्यासाठी मी काय काय केलं ते लोकांना ठाऊक आहे; पण माझ्या एका चुकीमुळे माझ्या समर्पित आयुष्याला काळिमा फासला गेला. पिता म्हणायचे ते मला; पण पिता कधी चुकू शकत नाही का? सांग मला बेटा! मी तुला तशी हाक मारण्याला तुझी हरकत नसेल असं मी धरून चालतो. तू इतका लहान आहेस की, मी तुला दुसरी काहीच हाक मारू शकत नाही. ही परिस्थिती मला बदलता आली, सगळेजण पुन्हा माझ्या बरोबर आले तर किती बरं होईल! तसं होऊ शकलं तरच आपला देश जगाच्या नजरेत एक शांतीप्रिय देश म्हणून ओळखला जाईल; पण माझ्या उरलेल्या अल्प आयुष्यात हे घडण्याची शक्यता नाही. माझ्या पक्षाच्या

लोकांना फाळणी हवी होती. मी फक्त नामधारी नेता होतो.''

''पण मग तुम्ही ते का केलंत?''

''मला कुठल्याही राजकीय पदात मुळीच रस नाही हे तुला माहिती आहे; पण नाली अजी आणि वा रहज या दोघांनाही राष्ट्राध्यक्ष होण्याची आकांक्षा होती, म्हणून त्यांनी फाळणीची कल्पना मांडली. ब्लांक्स आपला देश सोडून जाताक्षणी राजकीय विभाजन होणार याचा मला अंदाज आला होता.''

''हे सगळं तुम्ही मला सांगताय यामागे एखादं सबळ कारण आहे ना?'' मी विचारलं.

त्यांनी होकारार्थी मान डोलवली.

''मला सांग, तुला मृत्यूची भीती वाटते?''

हे भलतंच विषयांतर होतं; पण मी नुसता हसलो.

''तू खरंच देशासाठी प्राण अर्पण करू शकतोस?''

''त्याची गरजच काय? आता आपण स्वतंत्र आहोत, नाही का?''

अचानक त्यांनी एक पुडकं काढलं.

''उघड.'' ते म्हणाले.

जरा गोंधळून मी त्यावरची चिकटपट्टी काढली, पुडकं उघडलं आणि एकदम दचकून मागे सरलो. या चिनी वस्तू कधीकधी तुम्हाला संभ्रमात टाकतात. ते एक लहान पिस्तूल होतं – बेरेटासारखं दिसणारं; पण सेल फोनपेक्षा मोठं नव्हतं. आधी मी माझ्या हातातल्या शस्त्राकडे पाहिलं मग त्यांच्याकडे.

''तू मला मारावंस अशी माझी इच्छा आहे.'' ते उद्गारले.

माझी वाचाच बसली. ते पुढे म्हणाले – ''या घडीला मी मेल्यातच जमा आहे; पण जर मी खरंच मेलो, तर सगळ्यांच्या हृदयात जिवंत राहीन.''

मी त्यांच्या या भावनिक नाटकाला फशी पडणार नव्हतो. ''त्यापेक्षा तुम्ही नेहमीप्रमाणे प्राइम टाइमवर जाऊन जनतेला आवाहन करून स्वतःला मारण्याची धमकी का देत नाही?''

''या वेळी ते माझं ऐकणार नाहीत. प्रचंड रक्तपात झालेला आहे. आता केवळ माझा मृत्यूच त्यांच्या जखमा भरू शकेल – आणि मी त्यासाठी प्राण द्यायला तयार आहे.''

त्यांच्या म्हणण्याचा अर्थ हळूहळू माझ्या लक्षात येत होता.

''हे बघ, जर तू हे करू शकलास, तर तुमच्या समर्थकांमध्ये स्वातंत्र्य संग्रामींची पत वाढेल - आणि तुझ्या पक्षाचं तू प्रतीक ठरशील.''

ते थेट, स्पष्ट बोलत होते. ती उगीच साखरेत घोळवलेली कडू गोळी नव्हती. मग मीपण तोच कित्ता गिरवायचा ठरवला. ते जे सांगत होते, ते राजकीय दृष्टीनं योग्य नव्हतं; पण तर्काला धरून होतं. त्यांचा काळिमा फासलेला चेहरा स्वच्छ होणं आवश्यक होतं आणि मला स्वतःची ओळख प्रस्थापित करायची होती.

"मी का तुमच्यावर विश्वास ठेवावा?" मी सावध प्रश्न विचारला.

"पिस्तूल घेऊन हिंडताना मी केवढी मोठी जोखीम पत्करतो आहे, नाही का?"

त्यांच्या म्हणण्यात तथ्य होतं. "तू जर येत्या शनिवारी सकाळी मला *वनबी रभला* मध्ये पाहिलंस, तर मी खोटं बोलत नाही यावर तुझा विश्वास बसेल आणि तसंही – मी 'कधीच' खोटं बोलत नाही."

मी माझा सेल फोन काढला. गांस हमोधींनी माझा हात धरून मान हलवली.

"हे फक्त तुझ्या-माझ्यात आहे."

आम्ही मुकाट्यानं ॲम्ब्रुला घेतली. एकीकडे मी पिस्तूल आणि त्यांनी मांडलेली कल्पना हे दोन्ही तपासून पाहत होतो.

"याचा सेफ्टी कॅच कुठे आहे?" थोड्या वेळानं मी विचारलं.

आम्ही दोघांनी एकमेकांकडे बघून हसणं टाळलं. सौदा पक्का करण्यासाठी मी पुन्हा ग्लास भरले.

"लवकरच मी हुतात्मा होईन आणि तू हत्यारा. आपल्या दोघांची नावं – जी सहजपणे आणि अन्यायाने वगळली किंवा दुर्लक्षिली गेली असती – त्याकडे आता कोणालाच काणाडोळा करता येणार नाही."

"यात हुतात्मा आणि हत्यारा एकत्र होते हे कोणाला कळलं नाही म्हणजे झालं."

"माझ्यावर फेकल्या जाणाऱ्या अखेरच्या दगडानं त्याचं काम करेपर्यंत ते घडणार नाही."

मला मुख्य चौकात नेण्यात आलं. थोड्याच वेळात चौकाच्या मध्यभागी मला हात डोक्याच्या वर घेऊन एका खांबाला बांधण्यात आलं.

प्रचंड मोठा जमाव दगड हातात घेऊन माझी वाट बघत होता. गांस हमोधी त्यांच्या शिकवणुकीचा हा विरोधी परिणाम बघायला आत्ता इथे हवे होते.

एल झोरनं हात उंचावला, परत खाली आणला.

'गांस हमोधी चिरायु होवोत' जमावानं घोषणा दिली आणि मला दगड मारायला सुरुवात केली.

ओ
हेन्रीचा
शाप

मला एक छोटी, संक्षिप्त ई-मेल आली. केवळ पाच शब्द –"तुमचं नामांकन झालं आहे. अभिनंदन!" मी ते शब्द पुनःपुन्हा वाचले; पण काहीच प्रतिक्रिया देऊ शकलो नाही. स्क्रीन स्क्रोल करून खाली आणखी काही लिहिलं आहे का मला बघायचं होतं; पण माउसला हात लावायची भीती वाटत होती. तो आभास असेल आणि क्लिक केल्याबरोबर ते शब्द अदृश्य होतील आणि मग ऑफिसमध्ये मी दिवास्वप्न बघतोय याची मला जाणीव होईल.

'तुमचं नामांकन झालं आहे. अभिनंदन!' मी स्वतःशीच पुटपुटलो. श्यामलीनं विचित्र नजरेनं माझ्याकडे पाहिलं, जणू मी तिची छेड काढली होती – मी नेहमी काढतो; पण आत्ता नव्हती काढली.

मला एकदम मळमळायला लागलं. मी उठायचा प्रयत्न केला – पण माझ्या पोटात ढवळलं. हे अगदी माझ्या रविवार सकाळच्या हँगओव्हरसारखं होतं; त्यामुळे ती मळमळ बाहेर काढण्यासाठी मी तातडीने बाथरूमचा आश्रय घेतला.

'तुमचं नामांकन झालं आहे. अभिनंदन!' मी चेहऱ्यावर पाणी मारलं... मी हसत होतो... रडत होतो... बरळत होतो... हे खरं असूच शकत नाही – हा एक मोठा विनोद आहे – ओ हेन्री लघुकथा स्पर्धेसाठी मी कथा पाठवली ती एक सणक होती.

नक्कीच श्यामली किंवा ऑफिसमधली कोणीतरी वेडपट मुलगी माझी चेष्टा करते आहे – पण याबद्दल कोणालाच माहिती नाही आणि जरी माहिती असेल तरी कोणाला काही फरक पडत नाही.

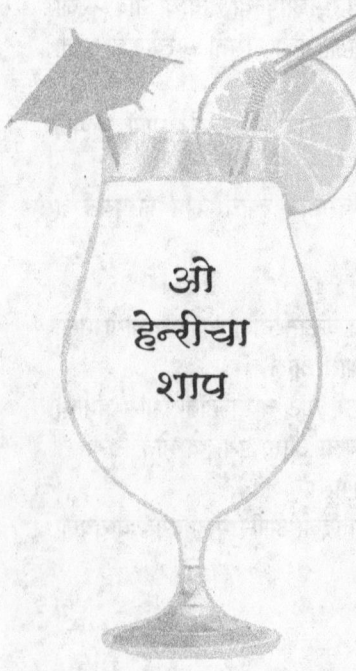

अचानक मला उगीचच आजोची आठवण झाली. आजो थट्टेखोर आहे; पण ही चेष्टा त्यानं केलेली नसणार. त्याच्याकडे इतर अद्‌भुत शक्ती आहेत मान्य! पण कॉम्प्युटरपुढे त्याची सपशेल शरणागती आहे.

आजो! माझ्या कथेला नामांकन मिळालं हे मला त्याला सांगायलाच हवं. त्याला नक्कीच आश्चर्य वाटेल – पण नाही. त्याच्या अंगी अतींद्रिय शक्ती वगैरे असल्यामुळे त्याला कशाचंच आश्चर्य वाटत नाही. लोकांच्या चेहऱ्यांकडे पाहून त्यांचं भविष्य सांगण्याची अद्‌भुत विद्या त्याला अवगत आहे. मी जेव्हा कथा पाठवली, तेव्हा ती शेवटपर्यंत पोहोचेल का त्याचा होरा मी त्याला विचारला होता; पण तो फक्त मान हलवून गालातल्या गालात हसला होता. आजो!

हा नेहमीचा हँगओव्हर नव्हता; पण मी बाथरूममध्ये जाऊन तास होऊन गेल्यासारखा वाटला. मला लवकर परत गेलं पाहिजे नाहीतर माझ्या पिण्याच्या सवयीबद्दल चर्चा सुरू होईल आणि ती थेट अल्कोहोलिक ॲनॉनिमसच्या विषयापर्यंत पोहोचेल. बाहेर नेहमीसारखी सुस्त सोमवार सकाळ होती. माझी कोणी दखलही घेतली नाही. मला ती महत्त्वाची बातमी ओरडून सांगावी आणि आज राष्ट्रीय सुट्टी जाहीर करावी असं वाटत होतं. हॅं! कोणाला तरी सांगितलंच पाहिजे बुवा!

मी माझ्या सगळ्या कथा ऑफिसच्या वेळातच टाइप करायचो. माझं साहित्याशी असलेलं प्रेमप्रकरण श्यामलीशिवाय कुणालाच माहिती नव्हतं. मी तिला मला मिळालेल्या नामांकनाबद्दल सांगू शकलो असतो; पण ते पालथ्या घड्यावर पाणी झालं असतं. तिला या लघुकथा स्पर्धेबद्दल किंबहुना ओ हेन्री कोण हेही माहिती नसेल – पण तिचा बिचारीचा काय दोष! तिला जावा स्क्रिप्टशिवाय कुठे काय वाचता येतं!

तरीही मी तिला एक ई-मेल लिहून ही बातमी सांगितलीच.

‘ओह!’ बस, हीच तिची प्रतिक्रिया.

माझ्या आनंदाश्चर्यावर विरजण घालणाऱ्या त्या मरगळलेल्या वातावरणाच्या बाबतीत मी काहीही करू शकत नव्हतो - आणि त्यात मुळीच आश्चर्य नव्हतं.

आजो खरं म्हणजे माझा पणजा, ज्याच्या इस्टेटीवर सात पिढ्या बसून खातील. त्याचा एकुलता एक मुलगा – माझे आजोबा – ८० व्या वर्षी गेले. त्यांना तीन मुलगे – शशिकांत – माझे बाबा – सुधाकर काका आणि सुभाष काका. आजीही नंतर लगेच गेली; त्यामुळे सगळी इस्टेट तीन मुलांना मिळायला हवी होती; पण आजो गेल्याशिवाय ती कशी मिळणार?

मला आजो कधीच जायला नकोय. आम्हा दोघांत तीन पिढ्यांचं – शंभर

वर्षांहून अधिक – अंतर असलं तरी तो पहिल्यापासून माझा खेळगडी आणि माझ्या गुपितांतला साथीदार आहे.

मी तेव्हा आठवीत होतो. एका दुपारी आजो आणि मी दोघंच गच्चीवर बसलो होतो. कुंडीतल्या एका झाडाला फूल आलं होतं, त्यात तो मग्न होता. त्या दिवशी त्याचा वाढदिवस होता - एकशे बाविसावा – आणि बहुधा घरातल्या कोणाच्याही ते लक्षात नव्हतं. माझा त्यावर विश्वासच बसेना. मी लहान होतो; पण सगळ्यांनी आता त्याचे वाढदिवस मोजणं थांबवलं होतं हे मला माहिती होतं. हे आजोला माहिती होतं हेही मला ठाऊक होतं; पण त्याला त्याचं काही वाटायचं नाही. त्याला बऱ्याच चित्रविचित्र गोष्टी करायच्या असायच्या – नेहमीच!

गेल्या आठवड्यापासून तो बहिरा झाला होता. बाबा आणि सुधाकर काकाने त्याला हाका मारत अख्खी हवेली पालथी घातली होती. तो जेव्हा कुंडीतल्या झाडाशी खलबत करताना सापडला, तेव्हा ते दोघं संतापले. शेवटी दोघांनी त्याला हात धरून जेवायला नेलं.

"आम्हाला चिडवायचे नवनवीन प्रकार शोधायलाच हवेत का?" सुधाकर काकानं रागाला वाट करून दिली; पण सुधाकर काका काहीतरी विनोद करत असल्यासारखा आजो नुसता हसत राहिला. तंद्रीतच त्यानं भाताचं पातेलं जवळ ओढून त्यातला भाताचा ढीग ताटात वाढून घेतला. टेबलाच्या कोपऱ्यातल्या त्याच्या जागेवरून सुभाष काकाने चोरटी नापसंतीदर्शक नजर टाकली.

"काही लोकांना इतक्या लांबलचक आयुष्याचा शाप का मिळतो तेच कळत नाही." तो पुटपुटला.

"अतिसामान्यपणाचा शाप असण्यापेक्षा बरं!" आईनं स्वयंपाकघरातून ठसक्यात टोमणा मारला.

"बाबा रे, सगळं काही मुकाट्यानं स्वीकारण्यासाठी लग्न हे वरदान आहे म्हणायचं." बाबा उद्गारला.

मी विरोध करण्यासाठी तोंड उघडणार तेवढ्यात आजोनं मला डोळा मारला.

डॉक्टरांनी त्याला बहिरा म्हणून घोषित केलं होतं; पण आठवडाभर तो अशी कुजकट बोलणी ऐकत होता. इस्टेट मिळण्याची व्यर्थ वाट पाहताना त्याच्या वाढत्या वयाच्या नातवंडांची होणारी चिडचिड बघत, स्वतःवर शेकणारी विनोदबुद्धी जागृत ठेवणाऱ्या या माणसाची मला कमाल वाटली. त्याच्या चेहऱ्यावर शाश्वत ज्ञान प्राप्त झाल्याचा जो भाव असायचा, त्याचा अर्थ मला आत्ता कळला. नियती त्याच्या नातवंडांच्या आशेची करत असलेली थट्टा बघत, पूर्ण वेळ तो छद्मी हास्य

करत होता.

मला त्याच्या वाढदिवसाची इतरांना आठवण करून द्यावीशी वाटली नाही. एखादा कट रचणाऱ्या मुलांप्रमाणे आम्ही दोघं एकमेकांकडे बघून हसलो आणि मला कळलं की, हे आम्हा दोघांतलं गुपित आहे. जेवण झाल्यावर तो दुपारची डुलकी घ्यायला गेला. मी त्याला वाढदिवसानिमित्त मिल्क चॉकलेट द्यायला तिथे गेलो. तो चॉकलेटची चांदी काढत असताना माझं लक्ष त्याच्या उघड्या लाकडी कपाटाकडे गेलं. आत मला काहीतरी तपकिरी रंगाची चमकदार वस्तू दिसली. मी ती बाहेर काढली – ते एक पुठ्ठ्याच्या बांधणीचं पुस्तक होतं.

''त्याला हात लावू नकोस.'' असं म्हणून त्यानं ते माझ्या हातातून काढून घेतलं, जणू ती एखादी सोवळ्यातली वस्तू होती.

''पण ते आहे तरी काय?'' पुस्तकावर उमटवलेली सोनेरी अक्षरं वाचण्याचा प्रयत्न करत मी विचारलं.

''शॉर्ट स्टोरीज बाय ओ हेन्री'' – त्यावर लिहिलं होतं.

''हा कोण?''

आजो एक अगतिक सुस्कारा सोडून हसला. ''हे कधीतरी घडणारच होतं.''

''काय?'' मी विचारलं.

''काही नाही,'' तो उदास हसला, ''ओ हेन्री हा जगातला सर्वात महान लघुकथा लेखक आहे – किंबहुना हा लेखनप्रकार त्यानंच सुरू केला.''

तो बोलत असताना मी पुस्तक उघडलं. पहिल्या पानावर काहीतरी लिहिलेलं होतं. *'जीवनाइतकं अद्‌भुत नाही –'* खाली सही होती – 'ओ हेन्री'

''म्हणजे?''

''हा – हा! म्हणजे हे खास माझ्यासाठी. मी त्याला दुसऱ्यांदा भेटलो, तेव्हा त्यानं ही प्रत सही करून मला दिली.''

''कोणाला भेटलास?''

''कोणाला म्हणजे? अर्थात ओ हेन्रीला!''

''म्हणजे तू त्याला प्रत्यक्ष भेटलास?''

''मग! शिकागोत भेटलो.''

मी थक्क होऊन पुस्तकाला हात लावला. माझ्या मनाचे खेळ असतील कदाचित; पण त्या स्पर्शानं माझ्या बोटांतून वीज लहरत गेली.

''आयुष्यात नक्की काय हवं आहे याचा विचार करत तो त्याचं छोटं नियतकालिक चालवण्याचा प्रयत्न करत होता. त्याचा चेहरा पाहताक्षणी मला कळलं की, जगातल्या थोर लेखकांमध्ये याची गणती होणार आहे. तसं मी त्याला सांगितलंही

होतं. मी भारतीय नसतो, तर तो मला हसलाच असता. सगळ्याच भारतीयांना अतींद्रिय शक्ती प्राप्त असतात असा बहुतांश अमेरिकन लोकांचा समज असतो. अठरा वर्षांनी आम्ही पुन्हा भेटलो – तेव्हा माझं भविष्य खरं ठरलं यावर त्याचा विश्वास बसत नव्हता.'' त्या सहीकडे बघत आजो उद्गारला.

''म्हणजे त्याच्यापेक्षा चांगला दुसरा लेखकच नाही असं तुला म्हणायचं आहे का?''

''अगदी तसंच नाही म्हणता येणार; पण माझ्या लेखी तो खास आहे. मला सहजासहजी कशाचंच आश्चर्य वाटत नाही हे तुला माहिती आहे. पहिलं महायुद्ध होण्याच्या वीस वर्षं आधी मी त्याचं भविष्य वर्तवलं होतं, तेव्हा मीच झपाटल्यासारखा झालो होतो,'' आजो स्वतःशीच बोलत होता, ''जेव्हा ते सुरू झालं, तेव्हा मला खूप वाईट वाटलं; पण आश्चर्य नाही. त्याचा शेवट काय होणार तेदेखील मला ठाऊक होतं - पण ओ हेन्रीच्या कथांचं तसं नव्हतं. त्याच्या कथेत काय घडेल याचा होरा मी बंधू शकत नव्हतो. महायुद्धाचा शेवट काय होणार हे मला आधी कळत होतं; पण त्याच्या कथेचा शेवट काय होणार हे मात्र कधीच सांगू शकत नव्हतो – काय गंमत आहे!''

''मला हे पुस्तक वाचायचं आहे.'' मी आग्रह धरला.

''जरूर वाच; पण काळजी घे.'' आजो एका विचित्र स्वरात म्हणाला. त्याचा अर्थ कळायला माझं सबंध आयुष्य खर्ची पडलं.

अचानक माझ्या लक्षात आलं की, आजो माझ्याशी बोलतो आहे. ''आजो, तुला व्यवस्थित ऐकू येतंय की. सगळ्यांना वाटतं, तू बहिरा आहेस म्हणून.''

''तू ठरावीक गोष्टीच आत जाऊ देणाऱ्या कानाच्या पडद्याबद्दल ऐकलं नाहीस का?'' त्यानं मिश्कील हसत विचारलं.

''ऐकलंय की,'' मी म्हटलं, ''आणि त्यांचे रागीट चेहरे बघताना मला जाम मज्जा येते.''

''हं! आता तुला पटापट कळायला लागलं बघ.'' त्यानं हसून मान डोलवली.

मी रात्रभर जागून कथेमागून कथा वाचायचा सपाटा लावला. दुसऱ्या दिवशी शाळेतही तेच. पुस्तक संपेपर्यंत हेच चालू राहिलं.

विस्मयचकित डोळ्यांनी आजोकडे जाऊन मी म्हटलं, ''मलासुद्धा ओ हेन्रीसारख्या गोष्टी लिहायच्या आहेत.''

त्याची प्रतिक्रिया अगदीच अनपेक्षित होती. तो काहीच बोलला नाही; पण त्याच्या आवाजात मागे जाणवलेला सैरभैरपणा आत्ता मला त्याच्या डोळ्यांत दिसला.

''मी काही चुकीचं बोललो का?'' मी विचारलं.

तो मान हलवून अशुभसूचक हसला.

सबंध आठवडाभर मी स्तिमित करणारे शेवट असणाऱ्या गोष्टी रचायचा प्रयत्न करत होतो. आसपासच्या प्रत्येक गोष्टीत एक रहस्य लपलं आहे आणि ते कुठल्याही क्षणी माझ्यावर झेप घेईल असं मला वाटत होतं. घरातल्या मोलकरणी गुप्तहेर होत्या. आमचा दूधवाला एक संशोधक होता – लवकरच तो गायीच्या एका नवीन प्रजातीचा शोध लावण्याच्या बेतात होता – आणि तो घालत असलेलं दूध खरं म्हणजे... माझ्या सगळ्याच कल्पना अतिरंजित होत्या; पण एक दिवस मलाही ओ हेन्रीसारखी प्रसिद्धी मिळणार असेल तर काय हरकत आहे? सध्या माझ्याकडे फक्त काही शेवट होते; पण त्यांना शोभतील अशा कथा अजून शोधायच्या होत्या.

अखेर मला एक कथा सापडली आणि मी उलट्या क्रमानं विचार करू लागलो. परीक्षा एका आठवड्यावर आली होती; पण कुठलीतरी आंतरिक शक्ती मला अभ्यासापासून दूर राहून माझ्या कथेत पुढे-मागे तरंगायला भाग पाडत होती. पुढचे तीन दिवस मी कॉम्प्यूटरसमोर बसून होतो. लिहिण्यापेक्षा टायपिंग करणं मला सोपं वाटत होतं – आणि ते भरभर होत होतं. मी काहीतरी करतोय याची आजोला कल्पना आली होती; पण ढवळाढवळ करण्याचा त्याचा स्वभाव नव्हता. तो लांबूनच ते बघत स्वतःशी हसत होता. शेवटी, सबंध आठवडाभर अभ्यासाच्या पुस्तकांना हातदेखील न लावता मी गोष्ट लिहिली – आणि आता परीक्षेच्या वर्गात प्रश्नपत्रिकेला हात न लावता बसून राहणार होतो.

परीक्षेला जाण्याआधी मी गोष्ट आजोला दिली. परत आल्यावर तो मला जवळ घेईल अशी माझी अपेक्षा होती; पण तो डोळ्यांतून वाहणारा अश्रूंचा पूर पुसत फक्त हसला.

"ही कथा थोडी तरी ओ हेन ...?"

"श्श!" आजोनं माझ्या तोंडावर हात ठेवला आणि स्वतःच्या तोंडावर बोट ठेवलं. "गोष्ट चांगली आहे; पण मला एक वचन दे."

"काय?"

"तू ते नांव कधीही उच्चारणार नाहीस."

हे अजबच होतं. मला लिहिण्याची स्फूर्ती देणाऱ्याचं नाव उच्चारायचं नाही?

"पण का?"

"शाप - शाप - तू ते नाव घेतलंस, तर तू स्वतःवरच शाप ओढवून घेशील. बिचारा तू – फक्त तू – मला ते होताना दिसतंय; पण मी तुला मदत करू शकत नाही. म्हणून तूच स्वतःला मदत कर. लक्षात ठेव. ॲब्सिट नॉमेन ... ॲब्सिट ओमेन.

आजो भरभर पावलं टाकत जिना उतरून गेला. माझं काय चुकलं ते मला कळेचना. बहुधा माझी कथा त्याच्या अपेक्षेइतकी चांगली नसावी. कदाचित सही केलेल्या त्या पुस्तकाच्या आठवणीनं त्याचा ऊर भरून आला असावा; पण तो शाप – शाप म्हणत होता तो कुठला? मला तो सगळं सांगत का नाही? मी विचार करत राहिलो.

माझं दयनीय प्रगतिपुस्तक माझ्या हातामध्ये देताना मिस पॅट्सीनं मान हलवली आणि जेवणाच्या सुट्टीमध्ये मी ओठांवर शक्य तितकं प्रसन्न हसू खेळवत त्यांच्याकडे गेलो.

"मी एक गोष्ट लिहिली आहे," मी म्हटलं. "ती मी शाळेच्या मासिकासाठी देऊ का?"

त्या जरा संभ्रमात पडलेल्या दिसल्या.

"मी ती गोष्ट ओ हेन्रीसारखी लिहिली आहे," असं मी म्हणताच त्यांचा चेहरा झरझर बदलला.

"ओ हेन्रीसारखी?" त्यांना गंमत वाटली असावी. काही क्षण विचार करून त्यांनी हसून मान डोलवली.

ते नाव उच्चारल्याबरोबर वातावरणातला ताण जणू विरघळून गेला. त्या नावामुळे जादूच्या मंत्राप्रमाणे चमत्कार घडला. हे बघून आजोची काळजी कुठल्याकुठे पळून गेली असती. मी त्या नावामुळे मानहानीकारक उपदेशापासून वाचलो होतो. थोड्याच दिवसांत ही बातमी शाळेत पसरली. इतर काही शिक्षकदेखील माझ्याकडे आदरयुक्त प्रेमाने हसून बघू लागले.

आजो सोडून घरातल्या सगळ्यांना माझी तळाला गेलेली कामगिरी बघून धक्का बसला.

बाबा जोरजोरात रागावत होते. आजोचे कानाचे पडदे उधार घेता आले असते तर किती बरं झालं असतं! मग मी घरीही तीच युक्ती वापरून बघितली.

"मी शाळेच्या मासिकासाठी कथा लिहिली आहे."

"हं, म्हणूनच परीक्षेत दिवे लावलेस." असं म्हणून बाबांनी माझ्या डोक्यावर जोरदार टपली मारली.

"ओ हेन्रीसारखी." मी खुलासा केला.

आईनं माझ्याकडे, मी चोरी केल्याची कबुली दिल्यासारखी नजर टाकली. थोडक्यात सांगायचं तर काहीतरी गंडलं होतं.

मिस पॅट्सींना कथा फारच आवडली. त्यांच्या शिकवण्यातून अशी कलाकृती निर्माण झाली हे त्यांना खरं वाटत नव्हतं. माझी कथा हे आगामी अंकातलं खास

आकर्षण होतं.

अंक आल्यावर मी माझं छापलेलं नाव बाबांना दाखवलं. त्यांनी फक्त एक पसंतीदर्शक हुंकार काढला. मी एखादं राष्ट्रीय रेकॉर्ड मोडल्याप्रमाणे दोन्ही काकांनी माझ्याकडे पाहिलं. आई तो अंक घेऊन जाहिरात मोहिमेवर निघाली – शेजारीपाजारी, तिच्या मैत्रिणी, नोकरचाकर, भाजीवाला, धोबी – अगदी पूर्णपणे अनोळखी माणसांनादेखील ती माझं नाव दाखवू लागली – वास्तविक तिनं गोष्ट वाचलीसुद्धा नव्हती. लिहिलेल्या शब्दापेक्षा छापलेल्या शब्दाची ताकद किती जास्त असते हे माझ्या लक्षात आलं. हे सगळं घडत असताना आजो काहीही न बोलता फक्त माझ्याकडे बघून हसत होता.

तो अंक त्याच्या खोलीत घेऊन गेला. मी त्याच्या पाठोपाठ गेलो. त्याची नजर त्या छापील कागदावर पडताच भूकंप झाल्यासारखे त्याचे डोळे थरथरू लागले. त्याच्या बोटाचं वाढलेलं नख माझ्या नावाखाली लिहिलेल्या शब्दांवरून फिरत होतं – 'ओ हेन्री ज्युनिअर.'

"शाप – मी तुला बजावलं होतं - ॲब्सिट नॉमेन - ॲब्सिट ओमेन. तू ऐकलं नाहीस."

"आजो, मला असं घाबरवू नको ना! ही काय भानगड आहे ते तरी सांग."

"आता सांगून काय उपयोग? मी काहीही करू शकत नाही. हे घडणारच होतं."

"हे बघ, हे सगळं काय आहे, ते तू मला सांगितलंच पाहिजेस."

"सांगितलं असतं रे; पण घरातल्या माणसांचं भविष्य सांगणं मी केव्हाच थांबवलं आहे."

"पण का?"

"तेही मी तुला सांगू शकत नाही." तो म्हणाला आणि जाऊ लागला.

"हे फारच होतंय हं. मला असा हादरा देऊन, तू निघून जाऊ शकत नाहीस."

"अरे, मी तुला कितीही जीव तोडून सांगितलं तरी तू ऐकणार नाहीस हे विधिलिखित आहे."

"आता ही कोडी घालणं बंद करून मला नीट काही सांगशील का?"

"शापापासून बचाव करून काळजीपूर्वक लिहीत राहा, एवढंच मी तुला सांगू शकतो."

"अरे पण कसला, कुठला शाप," मी चिडून ओरडलो.

"ओ हेन्रीचा शाप." असं म्हणून तो पलंगावर रेलला आणि त्यानं डोळे मिटून घेतले.

"आजो माझं भविष्य का सांगत नाही?" रात्री जेवण संपत आलं, तेव्हा मी घरच्यांना विचारलं.

"तुला भविष्यच नको असेल, तर त्यांना विचार." असं म्हणत सुधाकर काका तावातावानं निघून गेला. काकूनं साडीच्या पदरानं डोळे टिपले.

"केवळ शब्दांनी मारू शकणारं कोणी तुला माहिती आहे?" सुभाष काकानं शांतपणे विचारलं. त्याच्या बायकोनं - माझ्या दुसऱ्या काकूनं त्याच्याकडे व्यथित नजरेनं पाहिलं.

"काय बोलताय तुम्ही सगळे?"

"गप्प बसायचं हे तुला कळत नाही का रे?" बाबा म्हणाले.

सगळ्यांनाच एकदम इतकं नाराज व्हायला काय झालं याचं मला मनातल्या मनात आश्चर्य वाटत होतं; पण मग विचारणार तरी कोणाला?

त्या रात्री मी माझ्या बिछान्यात बसून, आजोच्या शब्दांचा अर्थ लावायचा प्रयत्न करत होतो. ओ हेन्री मला का आणि कसा शाप देईल?

सकाळभर मला वाटत होतं की, घराचं छप्पर माझ्या अंगावर पडणार, नाहीतर गच्चीच्या भिंतीवरून पाय घसरून मी खाली पडणार किंवा गिझर चालू करताना मला शॉक बसणार; पण तसं काहीच घडलं नाही. शाळेची बसही चुकली नाही की मी माझा गृहपाठ विसरलो नाही.

उलट मिस पॅट्सींनी मला उभं राहायला सागितलं आणि सगळा वर्ग इतका जोरजोरात टाळ्या वाजवू लागला की, शेवटी मला संकोचल्यासारखं झालं. शापाचा काहीच परिणाम होत नव्हता.

घरी गेल्यावर मी आजोला सांगितलं, "पुढच्या अंकासाठी त्यांना आणखी एक कथा हवी आहे."

आजो कसनुसा हसला. ते हसणं नुसतं भीतिदायकच नव्हे, तर धडकी भरवणारं होतं.

"तुला लिहावीशी वाटतेय का?"

"हो...हो." मी म्हटलं. आजोला हे उत्तर हवं होतं की नाही कोण जाणे!

"कशाबद्दल लिहिणारेस?"

"माहिती नाही." मी म्हटलं. माझ्या डोक्यात काहीच योजना नव्हती. "बहुधा शेवटी कलाटणी असणारं काहीतरी लिहीन – त्याच्यासारखंच, कारण आता त्यांना माझ्याकडून तीच अपेक्षा असणार."

निदान आजोला बरं वाटावं म्हणून का होईना, मी 'त्याचं' नाव घेणं मुद्दामच टाळलं.

''माझा - माझा शापाबिपावर विश्वास नाही,'' मी पुनःपुन्हा म्हणत राहिलो; पण तरीही हे नक्की काय आहे ते त्यानं सांगावं अशी माझी इच्छा होती; पण तो फक्त स्मितहास्य करत होता. कुठल्याही क्षणी त्या स्मिताचं रूपांतर सातमजली हास्यात होईल अशी मला आशा वाटत होती – पण व्यर्थ! हे शाप प्रकरण काय आहे याचा मी अंदाज बांधत असताना आजो, माझ्या डोक्यावर एखादं भूत घिरट्या घालत असल्यासारखं माझ्याकडे बघत होता.

शेवटी जेव्हा मला झोप लागली, तेव्हा स्वप्नात मला एक म्हातारी चेटकीण दिसली. तिनं एका लहान मुलाला उंदीर बनवलं आणि स्वतः मांजर बनली. रात्रभर तो उंदीर एका बिळातून दुसऱ्या बिळाकडे पळत होता आणि मांजर त्याचा पाठलाग करत होती.

माझ्या खोलीच्या बाहेर झालेल्या हालचालीनं मला जाग आली. स्वयंपाकघरात आजो एखाद्या बोक्यासारखा अंधारातच पेल्यातून दूध पीत होता. हुश्श! मी उंदीर नसल्याबद्दल देवाचे आभार मानले.

''माझा शापावर विश्वास नाही.'' मी म्हटलं.

''तुझा विश्वास असो की नसो, त्याचा परिणाम होणारच.'' आजो दुधानं माखलेल्या मिश्या साफ करत म्हणाल्याचा मला भास झाला.

टेबलावरच्या दिव्याच्या प्रकाशात मी आणखी एक गोष्ट जुळवण्याचा प्रयत्न करू लागलो. ते करताना अनेक शब्दांनी माझ्या डोक्यात फेर धरला – शाप – ओ हेन्री - ॲब्सिट नॉमेन – कथा – आश्चर्य – शेवट.

तांबडं फुटता फुटता माझी गोष्ट पूर्ण झाली – मी हसलो.

जर ओ हेन्री मला शाप देत असेल, तर ही नवीन कथा मला सुचलीच नसती.

'ॲब्सिट नॉमेन - ॲब्सिट ओमेन' – हेच ना त्याचे शब्द! मी आजोला त्यांचा अर्थ विचारला; पण स्मित करण्यापलीकडे त्यानं काहीही प्रतिसाद दिला नाही. तो काही ते रहस्य सांगणार नाही हे मी ताडलं आणि नवीन कथा जुळवण्याकडे वळलो.

माझ्या गोष्टींतल्याप्रमाणेच एका वाक्याच्या अवधीत दिवसांचे आठवडे झाले – महिन्यांची वर्षं झाली.

ॲब्सिट नॉमेन – मला कधीकधी आठवायचं; पण एकही शब्दकोश या कोड्याचं उत्तर देऊ शकला नाही. लिखित आश्चर्यांचं माझं वेड वाढत होतं. सबंध शालेय जीवनात किताब मिरवणारा मी एकमेव होतो – ओ हेन्री ज्युनिअर.

कॉलेजमध्येही जवळजवळ असंच होतं. माझ्याकडे ढीगभर कथा होत्या, त्यातल्या काही कॉलेजच्या मासिकात प्रसिद्ध झाल्या. लेखनातून मला अपरंपार

समाधान मिळत होतं आणि म्हणूनच, केवळ कामावर असताना चोरून गोष्टी लिहिता याव्यात म्हणून मी एका सॉफ्टवेअर कंपनीत नावडती नोकरी पत्करली.

सगळं काही एखाद्या चित्रासारखं नेटकं होतं. तो शाप – आणि आजोचे शब्द – ते लॅटिनमधले होते – मी जवळजवळ विसरून गेलो होतो. आता त्यांची भीती बाळगायचं काही कारण नव्हतं. तो फक्त लहानपणातला बागुलबुवा होता. आता मी प्रकाशित पुस्तकांचा एक लेखक होतो – आणि तसा सुप्रसिद्ध वगैरेही.

एव्हाना माझा प्रत्येक मित्र त्याच्या संसाराला शिव्या घालत होता, नाहीतर घटस्फोटाचा आनंद तरी उपभोगत होता. मी गावातला सर्वांत आदर्श 'लग्नाळू उमेदवार' होतो – आणि बहुधा वयानं सर्वांत मोठा. मी अगदी 'मापात' बसणाऱ्या मुलीदेखील नाकारल्या होत्या.

"तुझ्या डोक्यात हे काय खूळ भरलंय? तुझ्या कथांसाठी तू तुझ्या आयुष्याकडे पाठ फिरवतो आहेस." बाबा वाद घालायचे.

"मला विपुल लेखन करायचंय. म्हणूनच माझं लक्ष असल्या गोष्टींमुळे विचलित होता कामा नये." मी घरच्यांना सांगत राहायचो.

"इथे कुणाला त्याची पडली आहे? आम्हाला तुझ्या आयुष्याची काळजी आहे." बाबांना खरंच काळजी वाटत होती.

"आयुष्य! ते काही माझ्या कथांइतकं अद्भुत नाही – आणि एक ना एक दिवस नक्कीच मी ओ हेन्रीइतका मोठा होणार आहे."

"श्श!" आजो इतका मोठ्याने म्हणाला की, सगळे एकदम गप्प झाले.

मी धाडधाड पायऱ्या चढत गच्चीवर गेलो.

"ॲब्सिट नॉमेन... ॲब्सिट ओमेन – मी तुला बजावलं होतं! तुला साधं-सोपं लॅटिन कळत नाही का रे? 'शाप टाळण्यासाठी नामोच्चार टाळ.'"

"तुझा अजूनही शापावर विश्वास आहे का? माझा नाही. माझ्यावर कुठलंच संकट ओढवलेलं मला तरी दिसत नाही." मी निषेध नोंदवला.

"पुन्हा ये रे माझ्या मागल्या! गेली अनेक वर्षं तू त्या शापाच्या प्रभावाखाली आहेस हे तुला दिसत नाही का?"

"वा! म्हणूनच का माझ्या कथांची इतकी उत्तम दखल घेतली जातेय? येत्या रविवारची माझी मुलाखत बघ म्हणजे कळेल. जर हा शाप असेल, तर तो मला फारच आवडलाय."

दुसऱ्याच दिवशी अघटित घडलं.

मी रोजच्यासारखाच ऑफिसला गेलो; पण आज प्रत्येकजण माझ्याकडे बघून स्मित करत होता. काहींनी येऊन हस्तांदोलनदेखील केलं. काय चाललंय मला कळेचना.

"तुला एकदम प्रसिद्धी मिळालीय." एक स्त्री सहकारी म्हणाली आणि तिनं इंडियन एक्स्प्रेसमधला एक लेख दाखवला. वर्तमानपत्रात माझे फोटो बघायची मला सवय होती; पण हे काही वेगळंच होतं.

बातमीचा मथळा होता - *'ओ हेन्रीचा शाप'*

बाटलीभर टकीलाप्रमाणे ते शब्द थेट माझ्या डोक्यात घुसले. बातमी वाचताना जणू आजोचे शब्दच कानावर येत होते.

'गोष्टी सांगण्याची विलक्षण हातोटी असलेला हा लेखक जर ओ हेन्रीच्या छायेखाली वाढला नसता, तर खरोखर हिमालयाची उंची गाठू शकला असता. एक महान लेखक बनण्यासाठी आवश्यक असलेले, विविधता आणि उत्कटता हे गुण त्याच्या – ओंकारच्या अंगी असूनसुद्धा कथेला शेवटी कलाटणी देण्याच्या त्या दिग्गज लेखकाच्या प्रभावातून तो बाहेर पडू शकत नाही. जणू काही त्या अलौकिक लेखकाचं अशारीर चैतन्य ओंकारवर स्वार होऊन, स्वतःच्या अपूर्ण कथा त्याच्याकडून लिहून घेत आहे – आणि 'घोस्ट रायटिंग' या संज्ञेला एक वेगळाच आयाम प्रदान करत आहे. त्याच्या कथांनी गेली अनेक वर्षं आपल्याला विस्मित केलं आहे; पण त्याची अगदी सर्वोत्तम कथा वाचतानादेखील, ओंकार हा गतकाळाचा पडसाद आहे, हा विचार मनातून जात नाही.'

हा अगदी वर्मावर घातलेला घाव होता. दैनंदिन आयुष्याच्या प्रत्येक कानाकोपऱ्यात माझ्या कथेच्या शेवटासाठी जबरदस्त धक्क्यांचा घेतलेला धांडोळा मला आठवला.

मी आजोला बागेत गाठलं.

"तू मला आधी का सांगितलं नाहीस?" मी आरोप केला.

"तुला धक्के देणाऱ्या शेवटांची भूल पडली होती. तुझी पहिली कथा 'ओ हेन्री ज्युनिअर' नावानं छापली गेली आणि तिथेच त्या शापाला चालना मिळाली. मग त्यानंतर तुझं आयुष्य वळणं, आडवळणं, अंधारे कोपरे धुंडाळण्यात जाणार हे विधिलिखितच होतं."

"म्हणजे असं होणार हे तुला माहिती होतं?"

त्यानं मान डोलवली.

"अरे पण, मग तू मला थांबवलं का नाहीस?"

"त्या शापाची तीव्रता माझ्या आवाक्याबाहेरची होती."

"निदान मला सावध तरी करायचंस ना!"

"मी तुला सांगितलं ना की, ते करणं मी केव्हाच थांबवलं आहे."

"अरे पण आजो, का?"

"ते तुला लवकरच कळणार आहे."

माझ्या आयुष्यात मी इतका कधीच संतापलो नव्हतो; पण काहीही करू शकत नव्हतो.

"या शापातून माझी कशी सुटका होईल?" मी कसंबसं विचारलं.

"मला आश्चर्य वाटणार नाही अशी कथा लिहून."

"कलाटणी नसलेली गोष्ट? हॅं! त्यात काय? ती तर मी डाव्या हातानं लिहू शकेन."

इतका सोप्पा उपाय ऐकून मला हसूच आलं.

प्रत्यक्षात मात्र पहिल्यांदा डाव्या हातानं लिहिण्याइतकंच ते 'सोपं' निघालं. कुठलीही कथा सुचली तरी माशाच्या तोंडात अडकलेल्या गळाप्रमाणे ती शेवटच्या कलाटणीतून सुटूच शकत नव्हती. कधीकधी तर फक्त गळच हाती लागायचा, त्यामागे कथाच नाही. दिवस उलटत होते; पण माझ्या हाती फक्त गळ, आमिष आणि शिरं नसलेली मजकुराची धडं! बिछान्यावर मी या कुशीवरून त्या कुशीवर वळत तळमळत होतो; पण कथेतली वळणं काढू शकत नव्हतो. हे आजोच्या तिरकस विनोदबुद्धीचे खेळ आहेत असं मला वाटू लागलं.

अकस्मात – एक कल्पना चमकली. आजोला आश्चर्य न वाटेल अशी गोष्ट म्हणजे त्याची स्वतःचीच जीवनकथा – मला आठवते तशी – मला त्याचं व्यक्तिमत्त्व जसं रंगवावंसं वाटतं तसं.

मी मला माहिती असलेलं सगळं लिहून काढायला लागलो; जे माहिती नव्हतं, ते त्यालाच विचारायचं ठरवलं.

शंभर वर्षांहूनही अधिक वर्षांतल्या आठवणी लिहायच्या होत्या. मी माझ्या प्रश्नांची मांडणी अशा चतुराईनं केली, जेणेकरून तो मला त्याच्या आठवणींच्या निबिड, अमर्याद जंगलात भरकटवणार नाही.

काही दिवसांनी जेव्हा आजोनं, मोहनदास करमचंद गांधींना 'महात्मा' संबोधन चिकटण्याच्याही आधी त्यानं पाकिस्तानच्या जन्माचं भाकीत केलेलं सांगितलं, तेव्हा त्यानं कायकाय भोगलं असेल याची मला जाणीव झाली. त्यानं ते जाहीररीत्या सांगितलं होतं आणि असल्या अभद्र भविष्याबद्दल हिंसक हल्ले ओढवून घेतले होते.

'पण मग मला शापाबद्दल तो सावध करू शकला नसता का?' मला सारखं वाटत राहिलं.

'तुम्ही लोकांचं भविष्य सांगून त्यांची उत्सुकता मारून टाकता, ते त्यांना मुळीच आवडत नाही.' तो एकदा म्हणाला होता.

पण नेहमी असंच होतं असं नाही. त्यानं टाटा आणि इतरही अनेक कॉर्पोरेट संस्थांच्या भरभराटीचं भाकीत केलं होतं आणि त्याबद्दल त्याला बहुतेक वेळा भरघोस रकमा बक्षीस म्हणून मिळाल्या होत्या. मग घरातल्यांचाच त्याला का विरोध होता?

"तू घरच्या लोकांचं भविष्य सांगणं का थांबवलंस?" आतापर्यंत प्रत्येक वेळी त्यानं उत्तर द्यायचं टाळलेला प्रश्न मी केला.

"मला ठाऊक होतं हा प्रश्न कधीतरी येणारच." एक सुस्कारा सोडून त्यानं दीर्घकाळ दडवलेल्या रहस्यावरचा पडदा अखेर दूर केला.

"माझे तीन नातू आणि तीन नातींची लग्नं झालेली होती आणि तरीही मला भविष्यात एकच पणतू दिसत होता. मी हे सांगितलं, तेव्हा सगळेच खूप दुखावले गेले. कोणालाच त्यावर विश्वास ठेवायचा नव्हता – माझं भविष्य प्रथम खोटं ठरवलं ते सुधाकरनं. त्याच्या बायकोला जुळं होणार असं कळलं. त्याच्या दृष्टीनं ती त्याची वैयक्तिक जीत होती. मग सुभाषला मुलगा झाला. पुढच्या काही वर्षांत माझ्या तीनही नातींना एकेक मुलगी झाली."

आजो मान हलवत म्हणाला, "मी माझे विचार माझ्यापाशीच ठेवले होते; पण माझ्या मनात त्याचे अगदी स्पष्ट आणि ठळक पडसाद घुमत होते – 'एकच - फक्त एकच' दरवर्षी वाढदिवसाचे केक खाताना मी स्वतःशीच पुटपुटत राहिलो – आणि - सुधाकर दर वेळी माझं भविष्य कसं खोटं पाडलं याची प्रौढी मिरवायचा.

मला वेड लागलं असावं आणि माझं भविष्य म्हणजे एक कपोलकल्पित गोष्ट असावी अशा अर्थानं घरातले सगळेच डोकी हलवून हसायचे. मग उन्हाळ्यातल्या एका स्वच्छ सकाळी एक प्रवासी बस एका पुलाचा कठडा तोडून खाली नदीपात्रात पडली. सगळ्या प्रवाशांपैकी फक्त सहा मुलं – माझी सगळी पतवंडं – मरण पावली. त्यांना घेऊन जाऊ नका, असं मी टाहो फोडून सांगत होतो; पण आयुष्याची मुदत संपल्यावरही जगत राहणाऱ्या एका थेरड्याच्या बडबडीकडे कोण लक्ष देणार! जणू काही मीच ती बस चालवत असल्याप्रमाणे सगळ्यांनी मला धारेवर धरलं. त्या दिवसापासून घरातल्या लोकांचं भविष्य सांगणं मी बंद केलं. त्यानंतर बऱ्याच वर्षांनी तुझा जन्म झाला – माझा एकुलता एक पणतू – आपण जिवंत असलेल्यांबद्दल बोलतो आहोत म्हणून."

बापरे! आमच्या कुटुंबातली ही थरकाप उडवणारी शोकान्तिका मला कळली नसती तरच बरं झालं असतं. बाकीचे सगळे प्रसंग त्यामामानानं किरकोळ होते – विशेषतः 'त्या' पुस्तकानं मला लेखक बनवलं – तो.

"हे पुस्तक अगदी प्राणपणाने जप – आणि हो – शाळेबिळेत मुळीच न्यायचं नाही हं, सांगून ठेवतोय!" आजोनं बजावलं होतं. वास्तविक मी अधाशासारखा वाचणारा होतो हे त्याला चांगलं ठाऊक होतं.

मी सकाळचा नाश्ता करताना ते पुस्तक वाचत होतो आणि अन्नाकडे दुर्लक्ष केलं हा माझा घोर अपराध समजून आई कशी रागावली होती ते आठवून आम्ही खूप हसलो. सुधाकर काकानं कसं ते माझ्या हातातून हिसकावून घेऊन शेपटीला धरून उचललेल्या पालीसारखं टाकून दिलं होतं ते आठवलं. आकाराने मोठ्या असलेल्या माझ्या भूगोलाच्या पुस्तकात ते सापडल्यावर बाबांनी कसा कान धरला होता तेही आठवलं. शेवटची गोष्ट मी संडासात बसून वाचली होती आणि बाहेर सुधाकर काका कसा कासावीस झाला होता ते आठवून मला हसू आलं.

"आणि काय रे आजो, त्या दिवशी मला मार बसत असताना तू नुसता बघत काय बसला होतास?" मी विचारलं.

"तू आपल्या कुटुंबातला एकुलता एक मुलगा असल्यामुळे सगळं लक्ष तुझ्यावरच एकवटणं साहजिकच नाही का?"

"अरे पण, दोन्ही काका आणि बाबा आळीपाळीनं माझी धुलाई करत होते." मी निषेध नोंदवला.

"त्यांना थांबवणारा मी कोण रे बाबा! छडी लागे छमछम, विद्या येई घमघम! तुला डॉक्टर, इंजिनिअर, सॉफ्टवेअर प्रोग्रॅमर किंवा आपल्या खानदानाने अजून पैदा न केलेला कोणीतरी अलौकिक बुद्धिवंत बनवण्यासाठी फटके देणं हाच सर्वोत्तम उपाय आहे अशी त्यांची खात्री होती." आजो खदखदून हसला आणि मी पुन्हा माझ्या लिखाणाकडे वळलो.

पानामागून पानं खरडताना, वाक्यं बदलून बदलून लिहिताना, परिच्छेद उडवताना आणि लिहिलेली पानं टराटर फाडताना, एक मुलगा आणि त्याला शापित अवस्थेमध्ये वाढू देणारा त्याचा पणजा यांची गोष्ट छानच उतरते आहे, याची मला जाणीव होत होती.

'ही गोष्ट ओ हेन्री कथा स्पर्धेसाठी पाठवायला काय हरकत आहे!' माझ्या मनात आलं. शाप दूर करण्याचा हा काव्यात्मक न्याय होता. ऑफिसमध्ये बसून मी ती लिहून काढली. अजून ती पूर्ण व्हायची होती; पण तरीही त्या दिवशी संध्याकाळी मी गच्चीवर आजोला वाचून दाखवली. तो विचारात गढलेला दिसला.

"गोष्टीचा शेवट काय करणार आहेस?"

"अजून विचार नाही केला; पण मिळेल का मला नामांकन?" मी विचारलं.

"तुला पारितोषिकही मिळेल – जर तू शेवटी कलाटणी देऊन त्याचं मातेरं केलं नाहीस तर." आजो म्हणाला.

"आजो, तुला या शापाबद्दल नक्की कधी समजलं?"

"ओ हेन्रीनं मला पुस्तक दिलं, त्याच दिवशी." आजो उद्गारला.

"तुला एक पणतू असणार आहे आणि तो ओ हेन्रीच्या प्रभावाखाली लिहिणार आहे, हे तुला तेव्हा कळलं होतं?"

"हो. मला हेही ठाऊक होतं की, ओंकार एक शापित देवदूत आहे, जो ओ हेन्रीच्या प्रभावाखाली लिहीत असल्यामुळे, स्वतःची शैली नसल्यामुळे खरे कौतुक, हारतुरे, सत्कार – याशिवायच मरणार आहे." होय, आजोनं हे शब्द उच्चारले.

माझ्या अंगात काय संचारलं कुणास ठाऊक; पण मी त्याला जिन्यावरून ढकललं.

तुटलेले मणके, क्षीण होत जाणारे अवयव आणि घसरत जाणारा रक्तदाब घेऊन आजो आठवडाभर अंथरुणात होता. घरच्यांनी हॉस्पिटलमध्ये न्यायला नकार दिला. माझ्या भयंकर कृत्याबद्दल त्यानं कुणाजवळ चाकर शब्द काढला नाही. हसतमुखानं दुखणं सहन करण्याची जिगर त्याच्या अंगी होती.

तो अंथरुणात असतानाच मी गोष्ट पूर्ण करून पाठवून दिली – कारण त्याला तेच आवडलं असतं – आणि आज मी त्याला गोड बातमी सांगणार होतो.

ऑफिसमधून मी घरी गेलो, तेव्हा सगळेजण त्याच्या पलंगाभोवती उभे होते आणि डॉक्टर त्याला तपासत होते. मी डॉक्टरांना काही विचारण्याच्या आधीच आजो म्हणाला, "काय लिहिलंय मेलमध्ये?"

मी थक्कच झालो, "तुमचं नामांकन झालं आहे, अभिनंदन!" मी हळूच म्हटलं.

"ते ठीक आहे; पण तू गोष्टीचा शेवट काय केलास?" त्यानं विचारलं.

"जे घडलं तसाच." मी म्हटलं.

"म्हणजे त्या तरुण लेखकानं त्याच्या पणज्याला ठार मारलं?"

मी मान डोलवली.

"तुझा कबुलीजबाबच नोंदवलास की." तो गालातल्या गालात हसत पुटपुटला.

मी हळूच मान डोलवली.

इतर सगळे बाहेर गेले होते. मरणाऱ्या भ्रमिष्ट म्हाताऱ्याची आणि गोष्टींच्या

आहारी गेलेल्या त्याच्या पणतूची बाष्कळ बडबड ऐकण्यामध्ये कुणालाही बिलकूल रस नव्हता.

"ओंकार, अखेर तू शापाचा बीमोड केलास का?"

"पण तरीही मी दुर्लक्षित लेखकच राहणार हे माझं नशीब थोडंच बदलणार आहे?" वेदनेतही हसू कायम ठेवायला मी शिकलो होतो – आजोसारखं.

"आजो, आजो मी तुला ढकललं त्याबद्दल मला माफ कर रे; पण तू लवकरच यातून बरा होशील."

"नाही, यातून मी बाहेर येणार नाही."

"हे तुला माहिती आहे? म्हणजे मी असं करणार आहे हेही तुला ठाऊक होतं?"

"होय."

"आणि – आणि तरीही – तू" गळ्यात आलेला आवंढा मी उरलेल्या अर्ध्या वाक्याबरोबरच गिळून टाकला.

"आजो, तू मला फार-फार आवडतोस रे. सॉरी! खरंच मला असं वागायचं नव्हतं रे."

"अरे वेड्या, अर्थातच तुला ते करायचं नव्हतं – पण आता तू मला सुटका करून घ्यायचं निमित्त दिलंस."

"सुटका? कशातून?"

"माझे सगळे कुटुंबीय माझ्या आधी मरतील आणि उरलेलं आयुष्यभर माझ्या मानगुटीवर बसतील या धास्तीतून."

या परिस्थितीतही आम्हा दोघांना हसू आवरेना. माझ्या मनातली अपराधी भावना त्यामुळे काहीशी कमी झाली.

"आजो, त्या गोष्टीतल्या म्हाताऱ्याचा शेवट कसा होईल हे तू मला का सांगितलं नाहीस?" मी विचारलं.

"अरे मी आयुष्यात काय होईल हे सांगू शकतो, गोष्टींचे शेवट नाही, विसरलास का?" आजो म्हणाला आणि हसला – अखेरचं.